AF758711

ഗ്രീൻ ബുക്സ്

മഷിത്തണ്ട്

ജി.കെ. എരമല്ലൂർ

ചേർത്തല എരമല്ലൂരിൽ ജനനം.
വിദ്യാഭ്യാസം: തേവര സേക്രഡ് ഹാർട്ട്
കോളേജ്, എറണാകുളം സെന്റ് ആൽബർട്ട്സ്
കോളേജ്, എറണാകുളം ഗവർമെന്റ് ലോ കോളേജ്,
തിരുവനന്തപുരം ഗവൺമെന്റ് ലോ കോളേജ്.
1985ൽ ജ്യുഡീഷ്യൽ സർവ്വീസിൽ പ്രവേശിച്ചു.
ജുഡീഷ്യൽ സെക്കൻക്ലാസ് മജിസ്ട്രേറ്റ് മുതൽ
ഡിസ്ട്രിക്ട് & സെഷൻസ് ജഡ്ജി വരെയുള്ള
ഔദ്യോഗിക ജീവിതം. 2012ൽ വിരമിച്ചു.
ഇപ്പോൾ പൊലീസ് കംപ്ലയിൻസ് അതോറിറ്റി
ഉത്തരമേഖല ചെയർപേഴ്സൺ.

നോവൽ

മഷിത്തണ്ട്

ജി.കെ. എരമല്ലൂർ

ഗ്രീൻ ബുക്സ്

green books private limited
gb building, civil lane road, ayyanthole,
thrissur- 680 003, kerala, ph: +91 487-2381066, 2381039
website: www.greenbooksindia.com
e-mail: info@greenbooksindia.com

malayalam
mashithandu
novel
g.k. eramalloor

first published november 2017
copyright reserved

cover design : rajesh chalode

branches:
thrissur 0487-2422515
palakkad 0491-2546162
kannur 0497-2763038
thiruvananthapuram 8589095301

isbn : 978-93-87331-19-8

---

no part of this publication may be reproduced,
or transmitted in any form or by any means,
without prior written permission of the publisher.

GBPL/977/2017

ജലാശയത്തിലെ നിഴൽ ബിംബങ്ങൾ

വൈശാഖൻ

ഓർമ്മകൾ ജീവിതത്തിന്റെ മുന്നോട്ടുള്ള സഞ്ചാരത്തിന് പ്രചോദനവും ആത്മവിശ്വാസവും പകരുന്ന ഇന്ധനമാണ്. ഹൃദ്യമായ അനുഭവങ്ങളെ ഓർമ്മകളായി എക്കാലവും കാത്തുസൂക്ഷിക്കാൻ നമുക്ക് കഴിയണം. കയ്പ് നിറയുന്ന ഓർമ്മകൾ ക്രമേണ മനസ്സിന്റെ ഇരുട്ടിലേക്കു മാഞ്ഞു പോകും. മുന്നോട്ടുള്ള യാത്രയ്ക്ക് വിഘ്നാതം സൃഷ്ടിക്കുന്ന ഓർമ്മകളെ നിരാകരിച്ചേ മതിയാവൂ എന്ന് ജി.കെ. എരമല്ലൂർ തന്റെ നോവലിലൂടെ പ്രതിപാദിക്കുന്നുണ്ട്. ഒരാൾ മറക്കാൻ ആഗ്രഹിക്കുന്ന ഒന്നിനെ നമ്മൾ ഓർമ്മിപ്പിക്കാതിരിക്കുക യാണ് വേണ്ടതെന്നും അദ്ദേഹം നിരീക്ഷിക്കുന്നു. നല്ല ഓർമ്മ കൾ ഉണ്ടായിരിക്കുക എന്നതാണ് ഏതൊരാളുടെയും ജീവിത ത്തിന്റെ ധന്യത. എല്ലാവർക്കും ഈ സൗഭാഗ്യം ലഭിച്ചെന്ന് വരില്ല. ജി.കെ. എരമല്ലൂർ എഴുതിയ 'മഷിത്തണ്ട്' എന്ന ഹൃദയസ്പർശിയായ നോവൽ ഓർമ്മകളുടെ ഘോഷമാണ്. പ്രസാദാത്മകവും പ്രതീക്ഷാനിർഭരവുമായ ഒരു ലോകമാണ് ഈ നോവൽ വായനക്കാർക്ക് മുന്നിൽ തുറന്നു വെക്കുന്നത്.

ജീവിതത്തിലുടനീളം സത്യസന്ധതയും സമർപ്പണ മനഃ സ്ഥിതിയും സഹജീവി സ്നേഹവും പുലർത്തിയ ഒരാളുടെ ആത്മാവിഷ്കാരമാണ് ഇതെന്ന് ചിന്തിച്ചുപോയാലും ഒട്ടും അതിശയോക്തിയാകില്ല. ഔദ്യോഗിക ജീവിതത്തിൽ ഒരുപാട് ഉയരങ്ങളിൽ എത്തിച്ചേരാൻ അദ്ദേഹത്തിനായതും ഈ സ്വഭാവവൈശിഷ്ട്യം കൊണ്ടുതന്നെയാകും. കുടുംബത്തിലും തന്റെ ഔദ്യോഗികമേഖലകളിലും പൊതുസമൂഹത്തിലും മാതൃകയായി ജീവിച്ചിട്ടുള്ള ജി.കെ. ഇപ്പോഴും കർമ്മനിരത നാണ്. പിന്നിട്ട യാത്രകളിൽ കണ്ട മുഖങ്ങളെ അവിസ്മര ണീയമായ അനുഭവങ്ങളായി ഹൃദയത്തോട് ചേർത്ത് നിർത്താനും എഴുത്തിലൂടെ അതിനെ പുനരാനയിക്കാനും

ശ്രമിച്ചിട്ടുണ്ടാകണം. കേരളീയമായ ജീവിതാവസ്ഥയുടെ നേർപരിച്ഛേദമായി ഈ കഥാവിശകലനം മാറുന്നത് അതു കൊണ്ടാണ്. മഞ്ഞുനീർകണികയിൽ ഈ മഹാപ്രപഞ്ചം എന്നപോലെ ഓർമ്മകളുടെ മിന്നൽ വെളിച്ചത്തിൽ ഒരു വലിയ ലോകത്തെ പ്രകാശിപ്പിച്ചു കാണിക്കുന്നതിൽ ജി.കെ. വിജയിച്ചിട്ടുണ്ട്. കഥയുടെ ആത്മചൈതന്യം അത്രയേറെ ചടുലതയോടും ആത്മാർത്ഥതയോടും കൂടിയാണ് ഇതിൽ പ്രകാശിപ്പിച്ചു നിർത്തിയിരിക്കുന്നത്. വിദ്യാലയ ജീവിതത്തെക്കുറിച്ചുള്ള ഈ കഥയിലെ ഓർമ്മപ്പെടുത്തലുകൾ ഹരിതാഭമായ ഒരു ഭൂമികയിലേക്ക് നമ്മെ കൈപിടിച്ചുകൊണ്ടുപോകുമെന്നതിന് യാതൊരു സംശയവുമില്ല.

സംഭവബഹുലവും സ്നേഹസുരഭിലവുമായ കലാലയ ജീവിതമാണ് ഇതിൽ ആവിഷ്കരിക്കപ്പെട്ടിരിക്കുന്നത്. പ്രണയത്തിന്റെ അവസ്ഥാന്തരങ്ങൾ ആവിഷ്കരിക്കുന്ന ഭാഗങ്ങൾ നിർമ്മലമായ വൈകാരികതകൊണ്ട് ദീപ്തമാണ്. പുതിയ പരിചയങ്ങളും വേർപാടുകളും പുനഃസമാഗമവുമെല്ലാം ഗൃഹാതുരതയുടെ കുളിരൂറുന്ന ഭാഷയിൽ ഇതിൽ പകർത്തിയിരിക്കുന്നു. കഥാഗതികൾക്കിടയിൽ വന്നുചേരുന്ന പള്ളിയും പുരോഹിതന്മാരുമായി ബന്ധപ്പെട്ട അനുഭവങ്ങളും ഹൃദയവിശുദ്ധിയോടുകൂടി തന്നെയാണ് അദ്ദേഹം വരച്ചുവെച്ചിരിക്കുന്നതെന്ന് നിസ്സംശയം പറയാൻ കഴിയും. ഒരു കഥയെ അനുഭവ വിവരണങ്ങൾക്ക് സമാനമായിട്ട് എഴുതി പ്രതിഫലിപ്പിക്കാനും കാവ്യാത്മകമായ ഭാഷകൊണ്ട് സുന്ദരമുഹൂർത്തങ്ങൾ സൃഷ്ടിച്ചെടുക്കാനുമുള്ള ഗ്രന്ഥകർത്താവിന്റെ മെയ്വഴക്കം തികച്ചും ശ്ലാഘനീയമാണ്. പ്രത്യാശയുടെ ഉൾത്തുരുത്തിലേക്ക് വായനക്കാരെ കൊണ്ടുപോകുന്ന ഈ നോവൽ നമ്മൾ ജീവിക്കുന്ന കാലഘട്ടത്തിന്റെ ആകുലതകളെ ഒപ്പിയെടുക്കുകകൂടി ചെയ്യുന്നുണ്ട്. പല കാലങ്ങളിൽ, പല ദേശങ്ങളിൽ, പല മനുഷ്യർ അഭിമുഖീകരിക്കുന്ന അനുഭവങ്ങളുടെ സമാഹാരമാണ് ചരിത്രം. അത് പൂർണമാകുന്നത് വ്യത്യസ്തമായ നോട്ടങ്ങളിലൂടെയുള്ള സാമൂഹ്യജീവിതം കൂട്ടിച്ചേർക്കപ്പെടുമ്പോഴാണ്. അനുഭവങ്ങളുടെ ഋതുഭേദങ്ങൾ മായ്ച്ചും വരച്ചും ജി.കെ. സ്വന്തമായൊരു ലോകം സൃഷ്ടിക്കുന്നുണ്ട്. ഒട്ടും അതിശയോക്തിയില്ലാതെ നേരനുഭവങ്ങൾക്ക് സമാനമായ പച്ചപ്പോടെ പകർത്തിയ മഷിത്തണ്ട് സഹൃദയർക്ക് മുമ്പിൽ അവതരിപ്പിക്കാൻ എനിക്ക് ആഹ്ലാദമുണ്ട്.

■

അമ്മയ്ക്കും അച്ഛനും

രാപ്പാടിക്കുന്ന്

ഓർമ്മകൾ പരൽമീനുകളെ പോലെയാണ്. മഞ്ഞ് വീണ ജലപ്പരപ്പിൽ വെള്ളിത്തിളക്കവുമായി വന്നുനിൽക്കും. കാണെക്കാണെ മാഞ്ഞുപോകും. പിന്നീട് ഒട്ടും പ്രതീക്ഷിക്കാതെ തിരിച്ചുവരും. ഇഷ്ടം തരാനെത്തുന്ന ചങ്ങാതിമാരാണെങ്കിലും പക്ഷേ സ്പർശിക്കാനാകില്ല. കാരണം കഴിഞ്ഞുപോയ അനുഭവങ്ങളുടെ നിഴൽപാടുകൾ മാത്രമാണത്. അച്ഛന്റെ മുണ്ടുടുത്ത് കൈയുള്ള ബനിയനിട്ട് തടിച്ച കണ്ണടവച്ച് ചാരു കസേരയിൽ മലർന്ന് കിടന്ന് പത്രം വായിച്ചതാണ്, അക്ഷരങ്ങൾ പഠിക്കും മുമ്പേ. മാത്രമല്ലല്ലോ ആ കണ്ണടയൊന്നുയർത്തി പിന്നിലേക്കു തിരിഞ്ഞു നോക്കി അമ്മ അകത്തില്ലെന്ന് ഉറപ്പ് വരുത്തി നീട്ടിവിളിച്ചില്ലേ- "ദേവൂട്ടീ" എന്ന്. വലുതാവാൻ എന്ത് തിടുക്കമായിരുന്നു. എന്നാൽ കനൽവഴികളി ലൂടെയാണ് യാത്രയെന്ന് അനുഭവം കൊണ്ടാണ് പഠിച്ചത്. ഇനിയും ബാല്യത്തിലേക്ക് തിരിച്ചുപോകാനോ ബാലകന്മാരായി പുനർജനി ക്കാനോ ആകില്ലല്ലോ. എങ്കിലും വഴിയിൽ തളർന്ന് നിൽക്കുമ്പോഴും കണ്ണ് നനയുമ്പോഴും ഒപ്പം വന്നു നിൽക്കാൻ ആ പരൽമീനുകൾ മാത്രം. ബാല്യം, അതെന്നും ഗൃഹാതുരത്വമുള്ള ഓർമ്മയാണ്. എനിക്കു മാത്ര മല്ല ഒരുപക്ഷേ, നിങ്ങൾക്കും.

പെരുച്ചാഴി എന്നു ഞാൻ ഇപ്പോൾ പറയുന്നത് ഒരു ജീവിയെ കുറി ച്ചല്ല. അത് എന്നിലുളവാക്കുന്നത് നാലാം ക്ലാസിലെ ബെഞ്ചിൽ ഒപ്പം ഇരുന്ന് പഠിച്ച സുഹൃത്തിന്റെ ഓർമ്മകളാണ്. കാലുകൾ തൂക്കിയിടുന്ന വികൃതിച്ചെക്കൻ. അവന്റെ കാലുകൾക്ക് നീളക്കൂടുതലുള്ളതുകൊണ്ട് തറയിലെ പൂഴിമണൽ കാൽപ്പാദങ്ങൾകൊണ്ട് തട്ടിനീക്കി ചാലുണ്ടാക്കി. ബെഞ്ചിനടിയിലെ കുഴികണ്ട് ടീച്ചർ പരിഹസിച്ചു. ഈ ക്ലാസിൽ പെരു ച്ചാഴിയും പഠിക്കുന്നുണ്ടോയെന്ന്. അതുകേട്ട് എല്ലാവരും ഉച്ചത്തിൽ ചിരിച്ചു. ആ ചിരിക്കൊടുവിൽ അവനൊരോമനപേരും കിട്ടി. അതാണ് പെരുച്ചാഴി.

എന്റെ വലതുവശത്ത് പെരുച്ചാഴി ആയിരുന്നുവെങ്കിൽ ഇടതു വശത്തുണ്ടായിരുന്നത് മാവേലിയാണ്. ആ പേര് ഞങ്ങളുടെ സംഭാവന യാണ്. വല്ലപ്പോഴും മാത്രം ക്ലാസിൽ വരുന്ന വിഷ്ണുപ്രിയൻ എന്ന സുന്ദര

ക്കുട്ടന് ഞങ്ങൾ ചാർത്തിക്കൊടുത്ത പേര്. അത് അവന് പക്ഷേ ഇഷ്ടമായിരുന്നു. അങ്ങനെ പെരുച്ചാഴിയും മാവേലിയും പിന്നീട് ഇണപിരിയാത്ത സുഹൃത്തുക്കളായിമാറി. പേര് കേട്ട് മുൻവിധിയുണ്ടാക്കരുത്. അവർ പഠിക്കാനും കളിക്കാനും അത്യാവശ്യം ഇടിക്കാനുമൊക്കെ പോന്ന മല്ലന്മാരായിരുന്നു. അവർക്കിടയിൽനിന്ന് മറ്റെങ്ങോട്ടെങ്കിലും മാറിയിരിക്കാൻ ഞാൻ പലതവണ ശ്രമിച്ചതാണ്. പക്ഷേ കഴിഞ്ഞില്ല. തുടർന്ന് ഇലഞ്ഞിപ്പഴം, മാങ്ങ, മഷിത്തണ്ട്, ചെറിയ പെൻസിലുകൾ, പഴയ പെൻസിൽപെട്ടി ഇത്യാദി കാഴ്ചദ്രവ്യങ്ങളൊക്കെ കൊടുത്ത് ഞാനവരെ മയപ്പെടുത്തിവച്ചിരിക്കുകയായിരുന്നു.

തേയില, കാപ്പിപ്പൊടി, കോഴിമുട്ട, കറിവേപ്പില, നീലം തുടങ്ങിയ സാധനങ്ങൾ വാങ്ങാൻ എല്ലാ വെള്ളിയാഴ്ചകളിലും ഉച്ചയ്ക്ക് ടീച്ചർ പെരുച്ചാഴിയെ ഷോപ്പിങ്ങിനയയ്ക്കാറുണ്ട്. അന്നും ഒരു വെള്ളിയാഴ്ചയായിരുന്നു. ഉച്ചയ്ക്ക് ഒന്നാമത്തെ പിരീഡിൽ ഒമ്പതിന്റെ ഗുണനപ്പട്ടിക കാണാതെ ചൊല്ലാൻ നിർദ്ദേശിച്ചിരുന്ന ദിവസം. പക്ഷേ ഞാനെത്ര ശ്രമിച്ചിട്ടും പട്ടിക പൂർണ്ണമായും വഴങ്ങിയില്ല. തന്മൂലം അന്നുച്ചയ്ക്കുള്ള ഇടവേളയിൽ പെരുച്ചാഴിയോട് പറഞ്ഞു. "കൂട്ടുകാരാ, നീ എന്നെ ഒന്ന് സഹായിക്കണം. ഒമ്പതിന്റെ ഗുണനപട്ടിക ഇന്ന് ചൊല്ലേണ്ടിവരും. പക്ഷേ എനിക്കത് പൂർണ്ണമായും വഴങ്ങുന്നില്ല." അവനെന്നെ സൂക്ഷിച്ച് നോക്കികൊണ്ട് പറഞ്ഞു. "അതിനിപ്പോ ഞാൻ എന്തോന്ന് ചെയ്യാൻ? എനിക്കിട്ട് എത്ര കിട്ടുമെന്നോർത്താ ഞാൻ ഇരിക്കുന്നത്."

"ഇന്ന് കടയിൽ പോകാൻ പറയുമ്പോൾ എനിക്ക് നല്ല സുഖമില്ല. ഗോപനെകൂടി കൂട്ടിനായി കൊണ്ടുപൊയ്ക്കോട്ടെ എന്ന് ചോദിക്കണം. പിന്നീട് ആ പിരിയഡിന്റെ അവസാന നിമിഷത്തിൽ കയറി വന്നാൽ മതി. അങ്ങനെ ഒമ്പതിന്റെ ഗുണനപട്ടികയിൽനിന്നും അതുമൂലം വരാനിരിക്കുന്ന പീഡനങ്ങളിൽനിന്നും നിനക്കെന്നെ രക്ഷിക്കാനാകും. നിനക്കുമാത്രമേ അതിന് കഴിയൂ."

"വേണ്ട, നിന്റെ തട്ടിപ്പൊന്നും ഞാൻ വിശ്വസിക്കൂല. അല്ലെങ്കിൽതന്നെ നിനക്കൊരു കള്ളലക്ഷണമുണ്ടെന്ന് മാവേലി കൂടെക്കൂടെ പറയാറുള്ളതാണ്. ലോട്ടറിയടിച്ച് കിട്ടിയ മുഖംമൂടിവച്ച് റോഡിനപ്പുറത്തുനിന്ന് നീയും മോഹനൻപിള്ളയും കൂടി എന്നെ ചെല്ലപ്പേര് വിളിച്ച് ഓടിമറഞ്ഞിട്ട് ഒരാഴ്ചപോലുമായില്ലല്ലോ."

"എന്റെ പൊന്നുകൂട്ടുകാരാ, നീയെന്നെ തെറ്റിദ്ധരിക്കരുത്." ഇത്രയും പറഞ്ഞ് ഞാൻ ഒന്ന് കുനിഞ്ഞു. ഈ സമയം ഷർട്ടിന്റെ പോക്കറ്റിൽനിന്ന് ഒരു രൂപയുടെ അഞ്ച് നാണയങ്ങൾ താഴെ വീണു. പെട്ടെന്നവൻ ചോദിച്ചു. "നിനക്ക് എവിടെനിന്നാണ് ഈ രൂപ." "പാമ്പാടിയിൽനിന്ന് വെല്ല്യമ്മ വന്നപ്പോൾ തന്നതാണ്."

"അതെന്തിനാണ് നീ കൈയിൽകൊണ്ടുനടക്കുന്നത്."

“അങ്ങനെ പ്രത്യേകിച്ചൊന്നും ചെയ്യാനില്ല. ഹൽവ മിഠായിയോ ഐസ്ക്രീമോ എന്തെങ്കിലുമൊക്കെ വാങ്ങിച്ച് കഴിക്കണം. അല്ലാതെ എന്ത് ചെയ്യാൻ” ഞാൻ പറഞ്ഞു.

പെരുച്ചാഴിയുടെ മുഖത്ത് സന്തോഷത്തിന്റെ മിന്നലാട്ടം ഞാൻ കണ്ടു. “ശരി നോക്കട്ടെ, നിനക്ക് ഭാഗ്യമുണ്ടെങ്കിൽ നടക്കും.”

അതുകേട്ട് എനിക്ക് സന്തോഷമായി. അടി എത്രവേണമെങ്കിലും കൊള്ളാം. പക്ഷേ നുള്ളലാണ് ടീച്ചറുടെ മാസ്റ്റർപീസ്. എനിക്ക് സഹിക്കാനാവാത്തതും അതാണ്. കടയിൽ പറഞ്ഞുവിടാനുള്ളതുകൊണ്ട് ഗുണനപട്ടിക ആദ്യം അവനെകൊണ്ട് ചൊല്ലിച്ചു. പലയിടത്തും തെറ്റു വന്നെങ്കിലും ഒന്നും സംഭവിക്കാത്തപോലെ ടീച്ചർ അവനെ സഹായിച്ചു കൊടുത്തു. പിന്നീട് ഒന്നാം നിരയിൽനിന്ന് ഓരോരുത്തരായി ചൊല്ലി തുടങ്ങി. മൂന്ന് പേർ കഴിഞ്ഞു. ഞാൻ അഞ്ചാമനാണ്. നാലാമത്തെയാൾ എഴുന്നേറ്റപ്പോൾ ടീച്ചർ പെരുച്ചാഴിയെ വിളിച്ചു. അവൻ എന്നെ ചൂണ്ടി കൊണ്ട് എന്തോ പറഞ്ഞു.

“ഗോപൻ” ടീച്ചർ വിളിച്ചു.

എന്നിട്ട് ഒരു ചെറു ചിരിയോടെ എന്നെ യാത്രയാക്കി. ചിരിച്ചും സന്തോഷിച്ചുമുള്ള യാത്രയ്ക്കിടയിൽ കൈയിലുള്ള രൂപയുമായി കൈപ്പമുക്കിലെ പരമേശ്വരൻ നായരുടെ ചായക്കടയിൽ കയറി അത്യാവശ്യം രണ്ട് ദോശവീതം കഴിച്ച് ഉഷാറാവാമെന്ന് അവൻ നിർദ്ദേശിച്ചു. വീട്ടിലറിഞ്ഞാൽ എന്റെ കാര്യം പോക്കാണെന്നറിയാമെങ്കിൽ കൂടി അവനെ പിണക്കാൻ എനിക്കാവുമായിരുന്നില്ല. കടയുടെ മുന്നിൽ തൂക്കിയിട്ടിരുന്ന കൂട്ടിലെ തത്ത കലപില കൂട്ടുന്നതിനിടയിൽ ഞങ്ങൾ കടയ്ക്കകത്തു കയറിയിരുന്നു. രണ്ട് ദോശവീതം അവൻ ഓർഡർ ചെയ്തു. പിന്നെ ഓരോ ചായയും. ചട്ണിയും സാമ്പാറും പണച്ചെലവില്ലാതെ കിട്ടുന്നതു കൊണ്ട് ഒന്നു രണ്ടുതവണകൂടി വാങ്ങിയൊഴിച്ചു. പിന്നീട് സാധനങ്ങളും വാങ്ങി ഞങ്ങൾ തിരിച്ച് സ്കൂളിന്റെ മുൻവശം വേലിക്കരികിൽ വന്നുനിന്നു. അല്പം കഴിഞ്ഞപ്പോൾ ബെല്ലടിച്ചു. എന്റെ ഉള്ളൊന്ന് തണുത്തു.

“ദൈവമേ, നീ എന്റെ പ്രാർത്ഥന കേട്ടു.”

അടുത്ത പിരീയഡ് ക്രാഫ്റ്റാണ്. തക്ലിയിൽ നൂൽനൂറ്റ് അന്നത്തെ വിദ്യാഭ്യാസം അവസാനിപ്പിച്ച് ദേശീയഗാനം ഉച്ചത്തിൽ ആലപിച്ച് വീട്ടിലേക്കോടാം. ക്രാഫ്റ്റ് സാർ വന്നെത്തും മുമ്പ് ക്ലാസിൽ കയറണം. ഞങ്ങൾ ഓടിച്ചെന്ന് ക്ലാസിൽ ഇരുന്നു. വാങ്ങിയ സാധനങ്ങൾ സഞ്ചിയിൽതന്നെ സൂക്ഷിച്ചു. അവസാന മണി അടിച്ച് ദേശീയഗാനത്തിനു ശേഷം മുതലുകൾ സ്റ്റാഫ് റൂമിൽ എത്തിക്കണം. അതാണ് കീഴ്വഴക്കം. പക്ഷേ ടീച്ചറുണ്ട് ഞങ്ങളുടെ ക്ലാസിൽതന്നെ ഇരിക്കുന്നു. ക്രാഫ്റ്റ് സാർ ലീവാണത്രേ. തക്ലിയും കോലൻ പഞ്ഞിക്കെട്ടും പുറത്തെടുത്ത് അഭ്യാസം തുടങ്ങിയവരോടെല്ലാം ടീച്ചർ ആജ്ഞാപിച്ചു.

“എല്ലാം മടക്കിവെക്കണം ഡിക്റ്റേഷൻ ബുക്ക് എടുക്കൂ.”

ഈശ്വരാ, ഭാഗ്യം ഗുണനപട്ടികയുടെ കാര്യം ഏതായാലും ടീച്ചർ മറന്നിരിക്കുന്നു.

“വൈദ്യനോട് കള്ളം പറയരുത്, എഴുതൂ.”

“എഴുതി ടീച്ചർ.”

ഉള്ളിൽ നിറഞ്ഞുവന്ന സന്തോഷം കൊണ്ട് ഞാൻ പറഞ്ഞുപോയി. ടീച്ചർ തൃപ്തിയോടെ എന്റെ മുഖത്തേക്ക് നോക്കിയിട്ട് ചെറുതായൊന്നു ചിരിച്ചു.

“നീയൊരു നല്ല കുട്ടിയാണെടാ” എന്ന് എന്നോടു പറയുന്നതുപോലെ തോന്നി. എന്നാൽ വെള്ളിമാനത്തുനിന്ന് പറന്നെത്തിയ മിന്നൽപ്പിണർ പോലെ ടീച്ചർ പെട്ടെന്നൊരു ചോദ്യം, “ഗോപാ, നീ ഗുണനപട്ടിക ചൊല്ലിയോ?”

“ഇല്ല ടീച്ചർ.”

മറുപടി പറഞ്ഞത് അടുത്തിരുന്ന ഒരു പറ്റം കുട്ടികൾ ഒന്നിച്ചാണ്. ഉള്ളത് പറയണമല്ലോ. അന്ന് കൈപൊക്കാത്ത അഞ്ചുപേരുണ്ട്. ആരെയും കുറ്റം പറഞ്ഞിട്ട് കാര്യമില്ല. അത്രകണ്ട് വാങ്ങിച്ച് കൂട്ടിയിട്ടാണ് അവരോരുത്തരും ഇരിക്കുന്നത്.

“ശരി, ശരി, പെട്ടെന്ന് ചൊല്ലൂ, എല്ലാവരും ഇരിക്കൂ.”

എല്ലാവരും ഇരുന്നപ്പോൾ ഞാൻ പട്ടിക ചൊല്ലി. പെരുച്ചാഴിക്കുണ്ടായിരുന്ന വിട്ടുവീഴ്ചയൊന്നും എന്റെ കാര്യത്തിലുണ്ടായില്ല. രണ്ട് ഇഞ്ചക്ഷനും നല്ലോരലക്കും ഏറ്റുവാങ്ങിയപ്പോൾ ഒരു സത്യം ഞാൻ തിരിച്ചറിഞ്ഞു. ഒമ്പതിന്റെ ഗുണനപട്ടിക ചൊല്ലുന്നതിനോ ചൊല്ലിക്കുന്നതിനോ ദൈവത്തിന് പ്രത്യേകിച്ച് റോളൊന്നുമില്ലെന്ന്. പറന്നുപോയ മാനാഭിമാനത്തിന്റെ നൊമ്പരത്തോടെ ഞാൻ ബെഞ്ചിലേക്കിരുന്നു.

ഒരുപാട് ഒരുപാട് വർഷങ്ങൾക്കിപ്പുറം ഇന്ന് ഞാൻ അറിയുന്നു. എത്രയോ കരുതലായിരുന്നു അവിടുത്തെ മനസ്സിൽ എന്നെക്കുറിച്ചുണ്ടായിരുന്നത് എന്ന്. ആ വിദ്യാലയത്തിന്റെ സമീപത്തുകൂടി നടക്കുമ്പോൾ ഇന്നും ആ ശാസന കേൾക്കുന്നു.

“ബെല്ലടിച്ചത് കേട്ടില്ലേടാ, പോയി ക്ലാസിലിരിക്ക്.”

ഞാൻ തിരിഞ്ഞ് നോക്കാറില്ല. എനിക്കറിയാം എന്റെ ടീച്ചർ ഇന്നവിടെയില്ല. ജീവിതത്തിന്റെ തിരുമുഖത്തുനിന്ന് എത്രയോ മുമ്പ് തന്നെ തിരികെ പോയതാണവർ. എല്ലാം എന്റെ ഓർമ്മകളാണ്. ബാല്യം സ്വന്തം ഗുരുമുഖത്തുനിന്ന് സ്വായത്തമാക്കിയ അറിവിന്റെ സംസ്കൃതി.

രാപ്പാടിക്കുന്ന് പശ്ചിമഘട്ടത്തിന്റെ പടിഞ്ഞാറെ തീരത്തുള്ള വയനാട്ടിലെ ഒരു കുന്നിൻപുറം. ഞാൻ ജനിച്ചു വളർന്നത് അവിടെയാണ്. നാലാം ക്ലാസുവരെയുള്ള പ്രൈമറി സ്കൂൾ, ഒരു വില്ലേജ് ഓഫീസ്, കുറെ

ഷോപ്പുകൾ ഇതൊക്കെയാണ് അവിടത്തെ മുഖമുദ്ര. ഒരിക്കലും പിരിഞ്ഞുപോകാത്ത ഒരു സൗഹൃദക്കൂട്ടായ്മ ഞാൻ കണ്ടെത്തിയത് സമപ്രായക്കാരായ പൗലോസ്, സന്തോഷ്, മേഴ്സി, ജയശ്രീ എന്നിവരോടൊപ്പമാണ്. ഇവരോടൊപ്പം അതല്ലെങ്കിൽ ഒരല്പം പ്രായം കൂടുതലുള്ള മറ്റൊരു കൂട്ടുകാരനുമുണ്ടെനിക്ക്, ജോയ്ച്ചൻ. വനമേഖലയോട് ചേർന്നുള്ള ആ ഭൂപ്രദേശം വലിയൊരു കൃഷിയിടമാക്കി മാറ്റിയത് ഞങ്ങളുടെ മുത്തച്ഛന്മാരാണ്. വിപ്ലവാവേശത്തിന്റെ പിൻബലമുള്ള അവർ മധ്യതിരുവിതാംകൂറിൽ ബ്രിട്ടീഷ് ഭരണത്തിനും ദിവാൻ ഭരണത്തിനുമെതിരെ സമരം ചെയ്ത് ജയിൽവാസം അനുഭവിച്ചവരായിരുന്നു. ഒളിവിൽ കഴിഞ്ഞ കാലത്ത് വസ്തുവഹകളത്രയും സർക്കാർ കണ്ടുകെട്ടി. പിന്നീട് അറസ്റ്റുചെയ്യപ്പെട്ട അവർ വിചാരണയ്ക്കും ശിക്ഷാകാലാവധിക്കും ശേഷം പുറത്തിറങ്ങുന്നത് മൂന്നു വർഷങ്ങൾ കഴിഞ്ഞാണ്. എങ്കിലും ഒളിവിൽ കഴിഞ്ഞപ്പോൾ കണ്ടുകെട്ടിയ വസ്തുവഹകൾ തിരിച്ചെടുക്കാനുള്ള ശ്രമങ്ങളൊന്നും പക്ഷേ വിജയിച്ചില്ല. മാത്രമല്ല, നാട്ടിലെ ഒറ്റപ്പെട്ട വിപ്ലവകാരികൾ എന്ന നിലയിൽ ജനങ്ങളും സഹകരിക്കാതായി. തന്മൂലം അവശേഷിച്ച വസ്തുവഹകൾ വിറ്റ് ആ പണവുമായി ജയിലിൽവച്ച് പരിചയപ്പെട്ട മറ്റൊരു വിപ്ലവകാരിയായ കോഴിക്കോട് അടിവാരത്തുള്ള രാമേട്ടൻ എന്നയാളുടെ സഹായത്തോടെ ഇന്ന് ഞങ്ങൾ താമസിക്കുന്ന ഈ വനപ്രദേശം ഒരു ജന്മിയിൽനിന്നും വിലയ്ക്ക് വാങ്ങി.

അവിടെ അവർ പുതിയൊരു ജീവിതം തുടങ്ങുകയായിരുന്നു. ജയിലിൽനിന്ന് പഠിച്ച തയ്യൽ ജോലിയാണ് എന്റെ അച്ഛച്ചന് കാർഷികവൃത്തിക്കുപരിയായി ഉണ്ടായിരുന്ന വരുമാനമാർഗം. അങ്ങനെ കൃഷിയും മറ്റ് ചില ജോലികളുമായി ആ കുന്നിൻപ്രദേശം ഇന്ന് ആരും കണ്ടാൽ ഇഷ്ടപ്പെടുന്ന സൗന്ദര്യത്തിന്റെ സങ്കേതമാക്കി മാറ്റിയത് അവരാണ്. ഞാനും സുഹൃത്തുക്കളും അവിടെയാണ് ജന്മം കൊണ്ടത്. നാടിന്റെ ഓർമ്മയ്ക്കായി അന്ന് മുത്തച്ഛന്മാർ കൊണ്ടുവന്ന പല വൃക്ഷങ്ങളും ഇന്ന് സുലഭമായി ആ കുന്നിൻ പ്രദേശത്തുണ്ട്. പന, വാക, പൈൻ, അത്യപൂർവമായ ചെറുപുന്ന തുടങ്ങിയവയാണ് പ്രധാനം. അവ ഒന്നുംതന്നെ ഫലം പ്രദാനം ചെയ്യുന്ന വൃക്ഷങ്ങളല്ല. പക്ഷേ, അന്ന് നാട്ടിൽ ഉണ്ടായിരുന്ന അത്തരം വൃക്ഷങ്ങളാണ് നാടിന്റെ ഓർമ്മകളെ പുനർജനിപ്പിച്ചുകൊണ്ട് ഈ കുന്നിൻപുറത്ത് അവർക്കൊപ്പം നിന്നത്. അവരുടെ യാത്ര ഒരു പരാജയമായിരുന്നില്ല. ഒരിക്കൽ കൈവിട്ടുപോയ ജീവിതത്തെ സ്വന്തം അദ്ധ്വാനംകൊണ്ട് പുനർജീവിപ്പിച്ച ഞങ്ങളുടെ പൂർവ്വികർ അന്നും ഇന്നും ഞങ്ങൾക്ക് മാതൃകയാണ്.

കൃഷിയെന്ന പൊതുവായ തൊഴിലിനപ്പുറം കുടിയേറ്റക്കാർ കൂടിവന്നപ്പോൾ കുന്നിൻചെരിവിലെ കൈപ്പമുക്ക് എന്ന ചെറിയ കവല പലതരത്തിലുള്ള കച്ചവടക്കാരെക്കൊണ്ടു നിറഞ്ഞു. ആയുർവേദ മരുന്ന്

വില്പനശാല, ചെറിയൊരു ഡിസ്പെൻസറി എന്നിവ കൂടാതെ ഏറെ വിപുലീകരിച്ച അച്ഛന്റെ തയ്യൽക്കടയും.

തയ്യൽക്കട നല്ല നിലയിൽ തന്നെ പ്രവർത്തിപ്പിച്ചുകൊണ്ടുപോകാൻ അച്ഛന് സാധിച്ചു. അതും കൃഷിയിൽനിന്നുള്ള വരുമാനം കൂടി ചേർന്നപ്പോൾ ഒരു ശരാശരി കുടുംബത്തിന്റെ സാമ്പത്തികവും സാംസ്കാരികവുമായ പശ്ചാത്തലം ഞങ്ങൾക്കുണ്ടായി. അത്തരമൊരു ജീവിതസാഹചര്യത്തിലെത്തി നിൽക്കുമ്പോഴാണ് അച്ഛച്ചൻ രോഗ ഗ്രസ്തനാകുന്നത്. അദ്ദേഹത്തെ കാണാൻ അന്ന് അടിവാരത്തുനിന്നും രാമേട്ടൻ വന്നു. ആ സന്ദർശനമാണ് ഞങ്ങളുടെ കുടുംബാന്തരീക്ഷ ത്തിന് പുതിയൊരു മാനം സൃഷ്ടിച്ചത്. രാമേട്ടന്റെ മകൾ ദേവയാനിയെ അടിവാരത്തുനിന്നും അച്ഛൻ വിവാഹം കഴിച്ചുകൊണ്ടുവന്നു. അവരുടെ മകൻ – ഈ ഞാൻ.

ഞാനും കൂട്ടുകാരും മഹാവികൃതികളാണെന്ന് നാട്ടുകാർ. എന്നാൽ ഞാനൊരു സാധുവാണെന്ന് പറഞ്ഞാൽ അതംഗീകരിക്കാൻ അമ്മ പോലും തയ്യാറാകുമോ എന്ന് സംശയമാണ്. മുൻകോപിയാണത്രെ. എല്ലാ കുറ്റങ്ങളും പ്രിയപ്പെട്ട കൂട്ടുകാർ എന്നിൽ ആരോപിച്ച് നിത്യേന അമ്മയിൽനിന്ന് അടി വാങ്ങിത്തരികയാണ് അവരുടെ പ്രധാന വിനോദം. ഞാൻ ഒന്നാം ക്ലാസിൽ ചേരുമ്പോൾ ജോയ്ച്ചൻ മൂന്നാം ക്ലാസിലാണ് പഠിക്കുന്നത്. ഓരോ ക്ലാസിലും രണ്ടു വർഷം പഠിച്ച്. ഞാൻ നാലാം ക്ലാസിലെത്തിയപ്പോൾ അവനും എനിക്കൊപ്പമുണ്ടായി രുന്നു. അവന്റെ ജീവിതത്തിലെ ഏറ്റവും വലിയ അഭിലാഷമായിരുന്നു വത്രെ എന്നോടൊപ്പം ഒരേ ക്ലാസിൽ ഒരേ ബെഞ്ചിലിരുന്ന് പഠിക്കുക യെന്നത്.

നാലാം ക്ലാസിനപ്പുറം വിദ്യാഭ്യാസം ചെയ്യാനുള്ള ഒരു സാഹചര്യം ഞങ്ങൾക്കുണ്ടായിരുന്നില്ല. എന്നാൽ തുടർവിദ്യാഭ്യാസത്തിനുള്ള വഴി കൾ നിർബന്ധമായും കണ്ടെത്തണമെന്ന് വാശിപിടിച്ചത് സരസ്വതി ടീച്ചറാണ്. മലപ്പുറത്തെ കൂട്ടിലങ്ങാടിയിൽനിന്ന് ഞങ്ങളുടെ സ്കൂളി ലേക്ക് ജോലി കിട്ടിവന്നതാണ് ടീച്ചർ. ടീച്ചറുടെ ഭർത്താവ് പട്ടാളക്കാര നായിരുന്നു. പത്തു വർഷമേ ആ ദാമ്പത്യം നിലനിന്നുള്ളൂ. ടീച്ചർ പിന്നെ നാട്ടിലേക്കു തിരിച്ചുപോയില്ല. മക്കളോ പ്രത്യേകിച്ച് ബന്ധുക്കളോ ഇല്ലാത്ത അവർ രാപ്പാടിക്കുന്നിൽതന്നെ ഒരു ചെറിയ വീട് വച്ച് താമസി ക്കുകയായിരുന്നു. ഞങ്ങളെ കൂടുതൽ പഠിപ്പിക്കണമെന്നുള്ള അച്ഛനമ്മ മാരുടെ ആഗ്രഹം ബലപ്പെട്ടത് ടീച്ചറുടെ നിർബന്ധപ്രകാരമാണ്. മൂന്ന് കിലോമീറ്റർ നടന്നുപോയാൽ അഞ്ചാം ക്ലാസു മുതൽ പത്താം ക്ലാസ് വരെ പഠിക്കാവുന്ന ഒരു സ്കൂളുണ്ട്. രണ്ട് കിലോമീറ്റർ പാടശേഖര ങ്ങൾക്ക് നടുവിലൂടെയുള്ള ചെറിയൊരു നടവഴിയും അതിനപ്പുറം ഒരു കിലോമീറ്റർ റിസർവ് വനവുമാണ്. റിസർവ് വനത്തിന് എതിർഭാഗ ത്തായി വലിയൊരു തേയിലത്തോട്ടവും. എസ്റ്റേറ്റിനും റിസർവിനും

ഇടയിലുള്ള അരുവിയിൽ വെള്ളം കുടിക്കാനെത്തുന്ന ആന ഉൾപ്പെടെയുള്ള പല മൃഗങ്ങളും വിഹരിക്കുന്നതാണ് ആ വനപ്രദേശം. എന്നാലും അതിനെയെല്ലാം മറികടന്ന് കുട്ടികളെ വിദ്യാഭ്യാസം ചെയ്യിപ്പിക്കണമെന്ന് ടീച്ചർ ഞങ്ങളുടെ രക്ഷകർത്താക്കളോട് ആവർത്തിച്ചുപറഞ്ഞു. വേണമെങ്കിൽ കുട്ടികൾക്കൊപ്പം കുറച്ച് നാൾ രക്ഷകർത്താക്കളും സഞ്ചരിക്കട്ടെ.

എന്നാൽ അടിവാരത്ത് കൊണ്ടുപോയി എന്നെ പഠിപ്പിക്കാൻ തയ്യാറായി വലിയമ്മാവൻ വന്നു. പക്ഷേ ഇവിടെ തന്നെ പഠിപ്പിച്ചുകൊള്ളാമെന്ന് അച്ഛൻ വലിയമ്മാവന് ഉറപ്പ് കൊടുത്തു. അങ്ങനെയാണ് അഞ്ചാം ക്ലാസിലേക്കുള്ള യാത്ര ഞങ്ങളാരംഭിക്കുന്നത്. ആദ്യത്തെ കുറെനാൾ മുതിർന്ന ആരെങ്കിലുമൊക്കെ ഞങ്ങൾക്ക് കൂട്ടായി. അത് പക്ഷേ ഞങ്ങളുടെ തനതായ സ്വാതന്ത്ര്യത്തെ ഇല്ലായ്മ ചെയ്തു. വളരെ സീരിയസായി ജീവിക്കുന്നത് ഞങ്ങൾക്കിഷ്ടമായിരുന്നില്ല. ഒരു ദിവസം ജോയ്ച്ചൻ അച്ഛനോട് പറഞ്ഞു. "ഈ പിള്ളേരെ കൊണ്ടുപോകാനും കൊണ്ടുവരാനും നിങ്ങളാരും ജോലി കളഞ്ഞ് വരേണ്ടതില്ല. അവർക്ക് കാവലായി ഞാനുണ്ട്." ആദ്യം നിരസിച്ചെങ്കിലും ഏതാണ്ട് ഒരു മാസം കഴിഞ്ഞപ്പോൾ ജോയ്ച്ചന്റെ ശുപാർശ അവർ അംഗീകരിച്ചു. ജോയ്ച്ചൻ പൊതുവെ ശക്തിമാനാണ്. എന്നേക്കാൾ മൂന്ന് വയസ്സോളം മൂത്തത്. ഫാന്റം എന്നാണ് ഞങ്ങൾ അവനെ വിളിക്കുക. അത് കേൾക്കുന്നത് അവന് ഇഷ്ടവുമാണ്.

സാധാരണ ഗതിയിൽ വന്യമൃഗങ്ങൾ അപകടകാരികളല്ല. ശബ്ദമുണ്ടാക്കാതെ വനത്തിലൂടെ സഞ്ചരിക്കുക, മൃഗങ്ങളുടെ ദൃഷ്ടിയിൽ പെട്ടാൽ അവ മാറിപ്പോകുന്നതുവരെ അകന്നു നിൽക്കുക. ഇത് ഞങ്ങളെ പഠിപ്പിച്ചു തന്നത് പോൾ അലക്സാണ്ടർ എന്ന ഒരു ഫോറസ്റ്റ് റെയ്ഞ്ചറാണ്. റിസർവിലൂടെയുള്ള ഞങ്ങളുടെ വഴിയിലൂടെ പകുതി ദൂരം എത്തുമ്പോൾ അവിടെ ഫോറസ്റ്റിന്റെ വാച്ച് ടവറുണ്ട്. റെയ്ഞ്ചോഫീസർ മിക്കവാറും അവിടെയുണ്ടാവും. പ്രത്യക്ഷത്തിൽ ഒരു തടസ്സം വഴിയിലുണ്ടെങ്കിൽ അദ്ദേഹം ഞങ്ങൾക്ക് സൂചന തരും. മുസ്തഫ തങ്ങൾ എന്ന ഒരു ഫോറസ്റ്റ് ഗാർഡ് മിക്കവാറും വാച്ച് ടവറിലുണ്ടാവും. അവർ രണ്ടുപേരും ഞങ്ങളോട് കാണിച്ചുപോന്ന സ്നേഹവാത്സല്യം ഉപയോഗപ്പെടുത്തി റിസർവ് വനത്തിൽതന്നെ വളരെ ഉയരത്തിൽ സ്ഥിതി ചെയ്യുന്ന തടാകം ഉൾപ്പെടെയുള്ള ഭൂപ്രദേശം കാണുന്നതിന് ഉള്ള അനുവാദം അവരിൽ നിന്ന് കൈക്കലാക്കണമെന്ന് ഒരിക്കൽ ജോയ്ച്ചൻ നിർദ്ദേശിച്ചു.

പാടവരമ്പിലൂടെ നടന്നു വരുമ്പോൾ ആ പ്രദേശം ഞങ്ങൾക്കു കാണാമായിരുന്നു. ഏറെ ഉയരത്തിൽ മേഘപാളികൾ തങ്ങിനിൽക്കുന്ന മലമുകളിലെ ആ തടാകം കാണണമെന്ന് ഞാനും ഒരുപാടാഗ്രഹിച്ചു.

മുമ്പ് സായിപ്പ് താമസിച്ചിരുന്ന എസ്റ്റേറ്റ് ബംഗ്ലാവിൽനിന്ന് എത്രയെങ്കിലും ഉയരമുള്ള ആ തടാക തീരത്തേക്ക് കുതിരപ്പുറത്ത് സഞ്ചരിച്ച് കയറുന്നതിന് പണ്ട് ഉണ്ടാക്കിയ മാർഗം ഇപ്പോഴും നിലനിൽക്കുന്നുണ്ട്. അങ്ങനെ എന്നെങ്കിലുമൊരിക്കൽ ആ വഴിയിലൂടെ സഞ്ചരിച്ച് മലമുകളിലെ തടാകത്തിലെത്താനുള്ള ആഗ്രഹം ഞങ്ങളോരോരുത്തരും സൂക്ഷിച്ചുവച്ചു. അവിടെ കയറിനിന്നാൽ കൈലാസപർവ്വതത്തിൽ കയറിയ അനുഭവമാണെന്ന് മുസ്തഫ തങ്ങൾ പറഞ്ഞപ്പോൾ "സാർ കൈലാസത്തിൽ പോയിട്ടുണ്ടോ" എന്ന് പൗലോസ് ചോദിച്ചത് അയാൾക്ക് അനിഷ്ടമുണ്ടാക്കി. "ചന്ദ്രനിൽ പോയിട്ടാണോ ചന്ദ്രന്റെ ഉപരിതലത്തെ കുറിച്ച് പഠിക്കുന്നത്" എന്ന് അദ്ദേഹം തിരിച്ചു ചോദിച്ചപ്പോൾ പൗലോസ് ബ്ലഷായിപ്പോയി. വാച്ചറെ സമാധാനിപ്പിക്കാൻ മേഴ്സി പറഞ്ഞു. "ക്ഷമിക്കണം സാറെ, ആ കുട്ടിക്കൊരല്പം ബുദ്ധിമാന്ദ്യമുണ്ട്." മുസ്തഫതങ്ങൾ "ഉടനെ "അയാം സോറി ഞാൻ അറിഞ്ഞില്ല." എന്നു പറഞ്ഞു. പൗലോസിനെ വാച്ചർ ഒരു മന്ദബുദ്ധിയായി പ്രഖ്യാപിച്ചത് അവനെ ഒരുപാട് പ്രകോപിപ്പിച്ചു. തിരിച്ചുള്ള യാത്രയിൽ മേഴ്സിയെ പൗലോസ് കയ്യേറ്റം ചെയ്തില്ലെന്നേയുള്ളൂ. നിന്നെ ഞാൻ ഈ കൊക്കയിലേക്ക് വലിച്ചെറിയുമെന്ന് അവൻ രണ്ടു തവണ ഭീഷണിപ്പെടുത്തി. അന്ന് ഞങ്ങൾ എല്ലാവരും കൂടി വളരെ ബുദ്ധിമുട്ടിയാണ് അവനെ സാന്ത്വനപ്പെടുത്തിയത്.

സ്കൂൾ മുതൽ വീടുവരെയുള്ള മൂന്ന് കിലോമീറ്റർ ദൂരത്തിൽ കൺമുമ്പിലുള്ള മാവ്, പേരമരം, പറങ്കിമാവ് തുടങ്ങിയ ഫലവൃക്ഷങ്ങൾ ഞങ്ങൾക്കവകാശപ്പെട്ടതാണെന്ന ചിന്തയുള്ളതിനാൽ പലരും വഴക്കിനായി രാപ്പാടിക്കുന്നിലെത്തുമായിരുന്നു. അതിന്റെ പേരിൽ ജോയ്ച്ചനൊഴിച്ച് ആൺപെൺ വ്യത്യാസമില്ലാതെ വീട്ടിൽനിന്നും സ്ഥിരമായി അടിപൊടിപൂരം. വീണ്ടും വൃക്ഷങ്ങളിൽ കയറുന്നതിനോ കായ്കനികൾ അപഹരിക്കുന്നതിനോ അതൊന്നും തടസ്സമായിരുന്നില്ല. എന്നാൽ ചില പരാതികൾ സ്കൂളിൽ കിട്ടിയതോടെ പ്രശ്നം ഗൗരവമുള്ളതായി. അങ്ങനെ ഞങ്ങളുടെ പഠനം നിർത്തിക്കണമെന്നുവരെ രക്ഷിതാക്കൾ ഐക്യകണ്ഠ്യേന തീരുമാനിച്ചു. അത് പക്ഷേ ഞങ്ങൾക്ക് സഹിക്കാവുന്നതായിരുന്നില്ല. മാത്രമല്ല എന്നെ, അടിവാരത്തേക്ക് കൊണ്ടുപോകാൻ കൂട്ടുകാരാരും സമ്മതിക്കുകയുമില്ല. തടിമിടുക്കുകൊണ്ട് അവൻ ഫാന്റമാണെങ്കിലും എന്റെ തീരുമാനങ്ങൾക്കനുസരിച്ചിട്ടാണ് അവൻ ഉൾപ്പെടെയുള്ളവർ കാര്യങ്ങൾ നീക്കിയിരുന്നത്.

ആ വർഷം അവസാനമുണ്ടായ പിടിഎ മീറ്റിംഗിൽ പക്ഷേ വനമേഖലയിൽനിന്നും വന്നു പഠിക്കുന്ന സമർത്ഥന്മാരായ കുട്ടികളെയും അവരുടെ രക്ഷിതാക്കളെയും എച്ച്എം തന്റെ പ്രസംഗത്തിൽ അനുമോദിക്കുകയുണ്ടായി. പക്ഷേ ഒന്നദ്ദേഹം കൂട്ടിച്ചേർത്തു. വഴിയോരത്തെ കായ്കനികൾ കുട്ടികൾ പറിച്ചെടുക്കുന്നത് സ്വാഭാവികമാണ്. പക്ഷേ അത് സ്വന്തം

അദ്ധ്വാനത്തിലൂടെ വളർത്തി വലുതാക്കിയെടുത്ത ഉടമകൾക്ക് ഒരു ശാപമായി തീരാൻ പാടില്ല. നമ്മൾ ജീവിക്കുമ്പോൾ മറ്റുള്ളവരെ ജീവിക്കാൻ അനുവദിക്കുകയും വേണം.

പ്രധാനാദ്ധ്യാപകന്റെ വാക്കുകളിലൂടെ എന്താണദ്ദേഹം ഉദ്ബോധിപ്പിച്ചതെന്ന് ഞങ്ങളോരോരുത്തരും ചിന്തിച്ചുകൊണ്ടിരുന്നു. അദ്ദേഹം ഞങ്ങളെ കുറ്റപ്പെടുത്തിയില്ല. ഫലവൃക്ഷങ്ങളുടെ പിന്നാമ്പുറത്തുള്ള മനുഷ്യന്റെ അദ്ധ്വാനത്തെ മഹത്വത്കരിക്കുകയാണ് ചെയ്തത്. രാത്രിയിലെ അമ്മയുടെ വിശദീകരണം എന്നെ തെല്ല് നൊമ്പരപ്പെടുത്തി.

"മലമടക്കുകളിൽ താമസിക്കുന്ന മനുഷ്യന്റെ ആഹാരം പലപ്പോഴും ഇതൊക്കെതന്നെയാവും. അച്ഛച്ചനും കൂട്ടുകാരുമൊക്കെ ഇവിടെ വന്ന നാളുകളിൽ അവരനുഭവിച്ച ഒരുപാട് കഷ്ടപ്പാടുകളുണ്ട്. കുറെ നാൾ കഴിയുമ്പോൾ ഞാനത് പറഞ്ഞുതരുന്നുണ്ട്. പക്ഷേ നീ മനസ്സിലാക്കണം, മനുഷ്യനെ മാത്രമല്ല എല്ലാ ജീവികളെയും സ്നേഹിച്ചു കൊണ്ടാണ് നാം ജീവിക്കേണ്ടത്. ഇതൊക്കെ മനസ്സിലാക്കിയെടുക്കുന്നതിനുള്ള വലിയ മനസ്സുണ്ടാകാനാണ് സ്കൂളിൽ വിട്ട് പഠിപ്പിക്കുന്നത്. പ്രപഞ്ചത്തിലെ ഓരോ സൃഷ്ടികൾക്കും ഈ ഭൂമിയിൽ ഇടം കല്പിച്ചിട്ടുണ്ട്. ജീവജാലങ്ങൾ പരസ്പരം പങ്കുവെച്ച് ജീവിക്കാനാണ് ദൈവം നമ്മെ പഠിപ്പിക്കുന്നത്."

അന്ന് അതൊരു പുതിയ അറിവായിരുന്നു. കൂട്ടുകാരെ മാത്രമല്ല. ഞങ്ങൾ നടക്കുന്ന ഭൂമിയും കൺമുന്നിൽ കാണുന്ന പ്രകൃതിയുമെല്ലാം എന്റെ ആരാധനാപാത്രമായി മാറുന്നത് അങ്ങനെയാണ്.

ഞങ്ങളെല്ലാവരും ആറാം ക്ലാസിലേക്ക് ജയിച്ചു. അന്ന് ഞങ്ങൾക്ക് രണ്ട് പുതിയ കൂട്ടുകാരെ കിട്ടി. 'രാഗേഷ് കൈമൾ', ഒരു തെറ്റിദ്ധാരണയുടെ പേരിൽ തിരുവനന്തപുരത്തുനിന്ന് ട്രാൻസ്ഫറായി ചൗക്കാളൻ മലയിൽ വില്ലേജ് ഓഫീസറായി വന്ന സുധാകര കൈമളിന്റെ മകൻ. പിന്നീട് അവൻ ഞങ്ങൾക്ക് ഒരുനല്ല ചങ്ങാതിയായി മാറി. വലതുകാലിന് കുറച്ച് വൈകല്യമുണ്ട് എന്നതൊഴിച്ചാൽ ആളെപ്പോഴും ഉഷാറാണ്. ഞങ്ങൾ ചെയ്തുകൂട്ടുന്ന ഏതൊരു വികൃതിക്കും ഞങ്ങൾക്കൊപ്പം നിൽക്കും. ഓടാനോ ചാടാനോ പോലും ഒരു തടസ്സവും കാണിക്കാതിരുന്ന കൈമളിന് എന്തെങ്കിലുമൊരു വൈകല്യമുള്ളതായി ഞങ്ങൾക്ക് തോന്നിയിരുന്നില്ല. അഥവാ ഉണ്ടെങ്കിൽതന്നെ ഞങ്ങളുടെ ശ്രദ്ധയിൽ അതൊന്നും പെട്ടിട്ടുമില്ല.

സ്കൂൾ തുറക്കാനും ആറാം ക്ലാസിലേക്ക് കടന്നിരിക്കാനും ചില ദിവസങ്ങൾ മാത്രം ബാക്കിനിൽക്കെ അന്നൊരു പകൽ പൂർണമായും മഴ തിമിർത്തുപെയ്തു. അന്നുച്ചയ്ക്ക് ശേഷം മഴയൊന്ന് തുള്ളിയെടുത്തപ്പോൾ ഞാനും പൗലോസും മേഴ്സിയുടെ വീട്ടിൽനിന്ന് പുറത്തേക്ക് ഇറങ്ങി വരികയായിരുന്നു. ഈ സമയം സൈമൺ അങ്കിൾ വരുന്നത് കണ്ടു. രാപ്പാടിക്കുന്നിന് കിഴക്കുള്ള ചൗക്കാളമലയിലെ പ്ലാന്ററാണ്

അദ്ദേഹം. കൂടെ മറ്റൊരു പയ്യനുമുണ്ടായിരുന്നു. വെളുത്ത് ചുവന്ന കവിളുകളും ചുണ്ടുകളും കണ്ടാൽ അതൊരു പെൺകുട്ടിയാണെന്നേ തോന്നൂ. അല്പം ചെമ്പിച്ച മുടി നന്നായി ഒതുക്കിവെട്ടിയ പയ്യൻ ധരിച്ചിരുന്നത് നീല ജീൻസും ഡിസൈനുള്ള ഷർട്ടുമാണ്.

"ഗോപാ, അച്ഛൻ കടയിലുണ്ടോ?"

"ഉണ്ട് അങ്കിളേ."

സൈമൺ അങ്കിൾ ഇടതുപക്ഷത്തേക്ക് ചായ്‌വുള്ള ആളായതുകൊണ്ട് അച്ഛനോട് നല്ല അടുപ്പമുണ്ട്. അച്ഛനെ സഖാവ് എന്നാണ് അങ്കിൾ വിളിക്കുക. അവർ നടന്നുപോകുമ്പോൾ അല്പം അസൂയയോടും പിന്നെ അദ്ഭുതത്തോടും ഞാൻ പൗലോസിനോട് പറഞ്ഞു. "എന്തൊരു ഭംഗിയാണ് ആ ചെക്കന്." പൗലോസ് പക്ഷേ അത് അംഗീകരിച്ചില്ല. പിന്നീട് ഞങ്ങൾ പൗലോസിന്റെ വീട്ടിലേക്കു പോയി. അന്ന് രാത്രിയിൽ ഭക്ഷണം കഴിച്ചുകൊണ്ടിരിക്കുമ്പോൾ അച്ഛൻ എന്നോട് പറഞ്ഞു.

"സ്കൂൾ തുറക്കുമ്പോൾ നിങ്ങൾക്ക് കൂട്ടിനായി രണ്ട് പുതിയ കുട്ടികളുണ്ടാകും."

"രാഗേഷ് കൈമളിനെ കൂടാതെ, പിന്നാരാണുണ്ടാകുക?"

"അത് സൈമണിന്റെ ബന്ധുവാണ്."

"അതെനിക്കിഷ്ടമായി. ഇന്ന് ഞാൻ ആ പയ്യനെ കണ്ടിരുന്നു അങ്കിളിനൊപ്പം. അച്ഛന്റെ കടയിലേക്ക് വരുമ്പോൾ."

അതുകേട്ട് അച്ഛൻ ചിരിച്ചു. കൂടെ അമ്മയും.

"അതൊരു ചെക്കനല്ല. പെൺകുട്ടിയാണ്, ദീനാമ്മ."

വായിൽ വെച്ച ഭക്ഷണം എങ്ങോട്ടൊക്കെയാണോ കയറിപ്പോയതെന്നറിയില്ല. ഞാൻ ചുമച്ച് വശായിപ്പോയി. അമ്മ വന്ന് നെറുകയിലും മുതുകിലുമൊക്കെ തട്ടി വെള്ളം കുടിപ്പിച്ചു. ഞാൻ പെട്ടെന്ന് മുറിയിലേക്ക് ഓടിപ്പോയി. എനിക്ക് ആ രൂപത്തെ വീണ്ടും വീണ്ടും ഓർക്കണമെന്ന് തോന്നി.

"ആ കുട്ടിയുടെ അച്ഛമ്മയുടെ പേരാണത്രെ ദീനാമ്മ മാത്യു. ഇളയ കുട്ടിയോടുള്ള വാത്സല്യം നിലനിർത്താൻ സ്വന്തം പേര് മാത്രമല്ല. അവർക്കുണ്ടായിരുന്ന വസ്തുവഹകളത്രയും ഈ കുട്ടിയുടെ പേർക്കാണ് എഴുതികൊടുത്തത്."

ഞാൻ മുറിയിലേക്കു നടക്കുമ്പോൾ അച്ഛൻ അമ്മയോട് പറയുന്നത് കേട്ടു.

അന്നേറെ വൈകിയാണ് ഉറങ്ങിയത്. ഉറക്കം കൺപോളകളിൽ തഴുകുമ്പോഴൊക്കെ ചാറ്റയിൽ മഴയിലൂടെ നടന്നു വരുന്ന പെൺകുട്ടിയെ ഓർമ്മവരും.

ഞായറാഴ്ച. പൗലോസും മേഴ്സിയുമൊക്കെ പള്ളിയിൽ പോകുന്നത് ഞങ്ങളുടെ വീടിനടുത്തുകൂടിയാണ്. ഞങ്ങളുടെ പുരയിടത്തിൽ നിന്ന് വടക്കോട്ട് രണ്ട് വീട് കഴിഞ്ഞാൽ പിന്നെ പള്ളികോമ്പൗണ്ടാണ്. വീടിനോട് ചേർന്ന് തൊട്ടുപിന്നിലുള്ളത് ജോയ്ച്ചന്റെ വീടും. ജോയ്ച്ചന്റെ അച്ഛൻ പണ്ടേ മരിച്ചുപോയതാണ്. അവനും അമ്മയും മാത്രമാണ് താമസം.

പള്ളിയിലെ കുർബാന കഴിഞ്ഞു വരുമ്പോൾ പൗലോസിനേയും മേഴ്സിയേയും ഞങ്ങളുടെ വീടിന്റെ മുൻഭാഗത്ത് വച്ച് കണ്ട് സംസാരിച്ചു. ദീനാമ്മയും ഈ പള്ളിയിൽ വരുമെന്ന് പ്രതീക്ഷിക്കാതിരുന്നില്ല. എങ്കിലും ഒന്നുമറിയാത്തപോലെ പൗലോസിനോട് ചോദിച്ചു. "ചൗക്കള മലയിലെ ക്രിസ്ത്യാനികൾ ഈ പള്ളിയിലാണോ വരുന്നത്?"

"അല്ല, അവർക്ക് ആ മലയുടെ തെക്കുഭാഗത്തുള്ള റോഡിന്റെ സൈഡിൽ വേറെ പള്ളിയുണ്ട്."

"എന്താ ചോദിച്ചത്?" മേഴ്സിയുടേതാണ് ആ ചോദ്യം.

"ഒന്നുമില്ല, വെറുതെ ചോദിച്ചതാണ്." അന്ന് പകൽ വീണ്ടും അവരെ കണ്ടു. പിന്നെ സന്തോഷിനേയും ജയശ്രീയേയും കണ്ടു. ആരോടും ദീനാമ്മയെ കുറിച്ച് പറഞ്ഞില്ല. മുഴുവൻ നേരവും എനിക്ക് നിഴലായി നടന്ന ജോയ്ച്ചനിൽനിന്ന് പോലും ഞാനത് മറച്ചുവച്ചു.

ഹൈസ്കൂൾ ക്ലാസ് മുതലേ യൂണിഫോം ഉള്ളൂ. അതുകൊണ്ട് പുതുവർഷത്തിൽ തയ്ച്ചുതന്ന നാല് ജോടി വസ്ത്രങ്ങൾ, പിന്നെ കുട്ടേട്ടൻ കോഴിക്കോട് നിന്ന് വാങ്ങികൊണ്ടുവന്ന റെയ്ൻകോട്ട്, ചെരുപ്പ്, ഷൂസ് ഇതെല്ലാം അടുക്കിവച്ച് ഞാൻ കാത്തിരുന്നു. ആറാം ക്ലാസ് പ്രവേശനത്തിന്റെ ഒന്നാം നാൾ ആഘോഷിക്കാൻ. എനിക്ക് വാങ്ങിയതുപോലുള്ള എല്ലാ സാധനങ്ങളും അച്ഛൻ ജോയ്ച്ചനും വാങ്ങിക്കൊടുത്തു. രാവിലെയും ഉച്ചയ്ക്കും ജോയ്ച്ചൻ എനിക്കൊപ്പമാണ് ഭക്ഷണം കഴിക്കുക. സ്കൂളുള്ളപ്പോൾ രണ്ട് പാത്രത്തിൽ അമ്മ ചോറ് എടുത്തുവെക്കും. സ്കൂളിലേക്കുള്ള യാത്രയ്ക്കിടയിൽ ഗോപനെ ശ്രദ്ധിച്ചോണേ എന്ന് അമ്മ ജോയ്ച്ചനോട് പറയുമ്പോൾ അത് ഈ ഭൂമിയിൽ തനിക്ക് കിട്ടാവുന്ന ഏറ്റവും മികവുറ്റ പുരസ്കാരമായിട്ടാണ് അവൻ സ്വീകരിക്കുക.

അന്നത്തെ ആറാം ക്ലാസിന്റെ തുടക്കം ജൂൺ രണ്ടിനായിരുന്നു. തൂക്കണാംകുരുവികളുടെ കൂട്ടം രാപ്പാടിക്കുന്നിലേക്ക് പറന്നടുക്കുന്നതും ജൂൺമാസത്തിലാണ്. മേയിൽ വിടരുന്ന വാകപൂക്കൾ അല്പാല്പമായി അരങ്ങൊഴിയുന്നതും അക്കാലത്തുതന്നെ. ജൂൺ രണ്ടിനുള്ള ഒരുക്കങ്ങൾ തലേ രാത്രിതന്നെ പൂർത്തിയാക്കി. എങ്കിലും ഉറക്കം വന്നതും ഉണർന്നെഴുന്നേറ്റതും വൈകീട്ടാണ്. അതിരാവിലെ അമ്മ വിളിച്ചപ്പോൾ

ഉണർന്നതാണ്. പക്ഷേ വീണ്ടും ഉറങ്ങിപ്പോയി. ജോയ്ച്ചൻ വന്ന് മുട്ടുമ്പോഴാണ് ഉറക്കമുണർന്നത്. പിന്നെ ഒരു പിടച്ചിലായിരുന്നു.

കുളത്തിൽനിന്ന് കയറിവന്ന പരുവത്തിൽതന്നെ ഡ്രസ്സ് ചെയ്ത് ബാഗുമെടുത്ത് ഓടി. ഉച്ചയ്ക്കുള്ള ഭക്ഷണത്തിന്റെ പാത്രങ്ങൾ രണ്ടും നേരത്തെതന്നെ ജോയ്ച്ചന്റെ ബാഗിലാക്കിയിരുന്നു. വൃത്തിയായൊന്നു ഡ്രസ്സ് ചെയ്യാനോ കണ്ണാടിയിൽ നോക്കാനോ ഒരല്പം പൗഡർ മുഖത്തും ഷർട്ടിലും പുരട്ടാനോ എന്തിനേറെ, മുടിപോലും വൃത്തിയായി ചീകിയൊതുക്കാനോ അന്ന് കഴിഞ്ഞില്ല. അച്ഛന്റെ ഷോപ്പിന്റെ മുന്നിലാണ് ഞങ്ങൾ ഒത്തുകൂടുക. അന്ന് ഓടിച്ചെല്ലുമ്പോൾ അവരെല്ലാവരും എന്നെയും ജോയ്ച്ചനെയും കാത്തുനിൽക്കുകയായിരുന്നു. അന്ന് ഞാൻ അവളെ കണ്ടു. എന്റെ എല്ലാ കൂട്ടുകാരുടെയും നടുവിൽ പ്രത്യേകിച്ചൊന്നും സംഭവിക്കാത്തതുപോലെ അഭിനയിച്ചു നിൽക്കുമ്പോഴും പതിനൊന്നാം വയസ്സിൽ അന്ന് ഞാൻ കേട്ട സ്വന്തം ഹൃദയത്തിന്റെ ദ്രുതതാളം പിന്നീട് ഇതുവരെയുള്ള ജീവിതത്തിൽ ഒരിക്കൽ മാത്രമേ വീണ്ടും കേട്ടിട്ടുള്ളൂ.

"ഗോപാ ഇതാണ് ഞാൻ ഇന്നലെ പറഞ്ഞ പെൺകുട്ടി. പ്രത്യേകം ശ്രദ്ധിച്ചോണം."

അച്ഛന്റെ വാക്കുകൾ എനിക്ക് അവളിൽ ഒരു ആധികാരികതയാണ് ഉണ്ടാക്കിതന്നത്. അച്ഛന്റെ വാക്കുകൾ എന്നേക്കാൾ പക്ഷേ സ്വീകാര്യതയുണ്ടാക്കിയത് ആ പെൺകുട്ടിക്കായിരുന്നു. അതുകൊണ്ടാകണം പിന്നീട് എടുക്കുന്ന ഏതൊരു തീരുമാനത്തിനും എന്റെ പിൻബലം അവളാഗ്രഹിച്ചത്. മറ്റു സുഹൃത്തുക്കളും അപ്രകാരം തന്നെയാണ് പെരുമാറിയിരുന്നത്. പക്ഷേ കുറച്ച് ദിവസങ്ങൾക്കുള്ളിൽതന്നെ ഒരു കാര്യം തിരിച്ചറിഞ്ഞു. ഞങ്ങളിൽ ആരെക്കാളും വിദ്യാഭ്യാസ നിലവാരമുള്ള അന്തരീക്ഷത്തിൽനിന്നാണ് അവൾ വന്നിരിക്കുന്നത്. അക്കാര്യം പക്ഷേ, മറ്റു പലരും തിരിച്ചറിഞ്ഞിരുന്നില്ല. പ്രത്യേകിച്ചും പൗലോസ്. അവൻ എവിടെനിന്നോ കൈവശമാക്കിയ ഇംഗ്ലീഷ് മലയാളം ഭാഷാസഹായി വായിച്ച് പഠിച്ച് കൊണ്ടുവന്ന് ചില്ലറ ഇംഗ്ലീഷൊക്കെ പറഞ്ഞു തുടങ്ങി. മലയാളം സംസാരിക്കുന്നതിനിടയിൽ തിരുകിക്കയറ്റിവെയ്ക്കാൻ ചില പ്രത്യേക ഇംഗ്ലീഷ് പദങ്ങൾ അവൻ സദാ കരുതിവച്ചു. പൗലോസിന്റെ പെട്ടെന്നുള്ള വളർച്ചയിൽ ഞങ്ങളെല്ലാവരും അദ്ഭുതപ്പെട്ടു.

അടിവാരം

ഒരു വർഷത്തിൽ മൂന്നു തവണയെങ്കിലും അച്ഛനും ഞാനും അമ്മയും അടിവാരത്തുപോകും. അവിടെ അമ്മയുടെ വീട്ടിൽ രഘുരാമൻ മാമനുണ്ട്. അതെന്റെ വലിയമ്മാവനാണ്, ഹൈസ്കൂൾ അദ്ധ്യാപകനാണ്. അദ്ധ്യാപകന്റെ കാർക്കശ്യം സ്വഭാവത്തിലുണ്ടെങ്കിലും എന്നെ ഒരുപാട് ഇഷ്ടമാണ്. രഘുരാമൻ, സീതാലക്ഷ്മി ദമ്പതികൾക്ക് രണ്ട് മക്കളുണ്ട്. രാമദാസ് എന്ന കുട്ടേട്ടനും പിന്നെ ബീനേച്ചിയും. ഓർമ്മവച്ച നാൾ മുതൽ അവരെന്റെ ഇരുവശത്തുമുണ്ട്. തന്മൂലം കൂടെപിറപ്പുകളില്ലാത്ത ദുഃഖം ഞാൻ അറിയുന്നില്ല. അന്നെന്നല്ല ഇന്നും.

അവിടെനിന്ന് വിളിച്ചാൽ കേൾക്കുന്ന ദൂരത്താണ് ചെറിയമ്മാവന്റെ വീട്. ഭാസ്കരൻകുട്ടി, അതാണ് ചെറിയമ്മാവന്റെ പേര്. ഞാൻ വിളിക്കുന്നത് ഭാസി അങ്കിൾ എന്നാണ്. അദ്ദേഹം ജോലി ചെയ്യുന്നത് ഹൈദ്രാബാദിലാണ്. വിവാഹം കഴിച്ചിരിക്കുന്നതും തെലുങ്ക് ദേശക്കാരിയെ. രണ്ടുപേരും അവിടെ യൂണിവേഴ്സിറ്റിയിലെ ഉദ്യോഗസ്ഥരാണ്. ഗൗതമി. അതാണ് ചെറിയമ്മയുടെ പേര്. അവർക്ക് മൂന്ന് മക്കളുണ്ട്. രമ്യ, ശ്രീകുമാർ, സൗമിനി. രമ്യ എന്റെ ചേച്ചിയാണ്. ശ്രീകുമാറിന് എന്റെ പ്രായമാണ്. സൗമിനി എന്നെക്കാൾ ഇളയതും.

അന്നൊരുദിവസം തിരുവോണത്തിന് അച്ഛനും ഞാനും അമ്മയും കൂടി അടിവാരത്തിന് പോയി. എല്ലാ ഓണത്തിനും എന്നപോലെ ഭാസിയങ്കിളും കുടുംബവും അവിടെ വന്നിട്ടുണ്ടായിരുന്നു. ഞങ്ങളുടെ ഗ്രാമത്തിൽനിന്ന് പട്ടണംവരെയുള്ള യാത്ര വിചിത്രമാണ്. രാപ്പാടിക്കുന്നിന്റെ പടിഞ്ഞാറെ ഇറക്കത്തിൽ തെക്ക് വടക്ക് ഒരു റോഡുണ്ട്. റോഡെന്ന് പറയാമെന്നേയുള്ളൂ. വലിയ പാറക്കല്ലുകളും ചിലയിടങ്ങളിൽ ഗർത്തവും. അതുവഴി വരുന്നത് ഒരു ബസ്സ് മാത്രം. പട്ടണത്തിൽനിന്ന് പുറപ്പെട്ടാൽ കൈപ്പമുക്കും കഴിഞ്ഞ് രണ്ടു കിലോമീറ്ററിനപ്പുറത്തുള്ള ചെറിയ ജംഗ്ഷൻ വരെയേ പോകൂ. അവിടെ ഒരു പള്ളിയും കുറച്ച് കടകളുമുണ്ട്. ആദിവാസികളും അതിലേറെ കുടിയേറ്റക്കാരും. രാവിലെയും ഉച്ചയ്ക്കും സന്ധ്യയ്ക്കും മാത്രം ഓടിയെത്തുന്ന ബസ്സ്. അതിനൊരു പേരുണ്ട്. രാജൻ. അത് രാപ്പാടിക്കുന്നിലെ സാധാരണക്കാരായ എല്ലാ മനുഷ്യരുടെയും

സമയം സൂക്ഷിപ്പുകാരനുമാണ്. വല്ലപ്പോഴുമൊക്കെ ചില ജീപ്പുകളും അതിലൂടെ വരാറുണ്ടെന്ന് മാത്രം. ആ റോഡിലൂടെ ഒരു ഫർലോങ്ങ് തെക്കോട്ട് നടന്ന് വലതുഭാഗത്തുള്ള പാടശേഖരങ്ങൾക്ക് നടുവിലുള്ള വരമ്പിലൂടെ മൂന്ന് കിലോമീറ്റർ നടക്കുമ്പോൾ ഞങ്ങളുടെ സ്കൂളി ലെത്തും.

സാധാരണയായി തിരുവോണത്തിന് പോയാൽ രണ്ടു രാത്രി കഴി യുമ്പോൾ അച്ഛൻ തിരികെ പോകും. അമ്മയും ഞാനും ഒരാഴ്ചയെങ്കിലും അവിടെ നിൽക്കും. ഞങ്ങൾ താമസിക്കുന്നത് വലിയമ്മാവനോ ടൊപ്പമാണെങ്കിലും ഞാനും ബീനേച്ചിയും എപ്പോഴും ഭാസിയങ്കിളിന്റെ വീട്ടിലാണ് കളിക്കാനും ചുറ്റിക്കറങ്ങാനുമൊക്കെ ചേരുന്നത്. വലിയ മ്മാവൻ കുറച്ച് കണിശക്കാരനാണല്ലോ. എന്റെ ഗതകാലസ്മരണകൾക്ക് ഒരു പിടി സംഭാവനകൾ തന്നിട്ടുള്ളത് അമ്മവീടും പരിസരങ്ങളുമാണ്. ഭാര്യയേയും കുട്ടികളെയും അടിവാരത്ത് നിർത്തിയിട്ട് ചിലപ്പോൾ ഭാസിയങ്കിൾ ഹൈദ്രാബാദിലേക്ക് തിരിച്ചു പോകാറുണ്ട്. അങ്ങനെ വീണുകിട്ടുന്ന ഏതാനും ചില ദിവസങ്ങൾ ഞങ്ങളെല്ലാവരും കൂടി വലിയ മ്മാവന്റെ വീട്ടിലാണ് താമസിക്കുക.

അതിരാവിലെ ഇറങ്ങി നാടും തോടും പുഴയുമൊക്കെ ചുറ്റിക്കറങ്ങി എപ്പോഴെങ്കിലുമൊരു സമയത്താണ് തിരിച്ചെത്തുക. സീത അമ്മായി യുടെ ഏട്ടന് ബസ്സ് സർവീസും ടാക്സി സർവീസുമുണ്ട്. കൂടാതെ സുഗന്ധവിളകളുടെ കച്ചവടവും. അദ്ദേഹത്തിന്റെ മകനാണ് വേണു വേട്ടൻ. വേണുവേട്ടനും കുട്ടേട്ടനും എന്നും നല്ല അടുപ്പത്തിലുമാണ്. ഇടയ്ക്കുവെച്ച് വിദ്യാഭ്യാസം അവസാനിപ്പിച്ച വേണുവേട്ടൻ അച്ഛന്റെ ബിസിനസ്സും നോക്കി നടത്തുന്നുണ്ട്. ഞങ്ങൾ വേണുവേട്ടനെ എപ്പോഴും ശല്യപ്പെടുത്തുമായിരുന്നു. അവരുടെ ചെറിയ ബോട്ടിൽ ഇടയ്ക്കൊക്കെ ഞങ്ങൾക്കായി ഉല്ലാസയാത്രയുണ്ട്. അതൊരു ആഘോഷമാണ്.

ഭാസിയങ്കിളിന്റെ വീടിന്റെ പിൻഭാഗത്തെ വലിയ കുളവും അതിനോട് ചേർന്നുള്ള പുളിമരക്കൊമ്പിലെ ഊഞ്ഞാലും ഓർമ്മകളിൽനിന്ന് അടർന്നു പോകില്ല. ഊഞ്ഞാലാടാനും ഊഞ്ഞാലിൽനിന്ന് കുളത്തിലേക്ക് ഡൈവ് ചെയ്ത് വീഴാനും ശ്രീകുമാർ വിദഗ്ധനാണ്. പക്ഷേ, അതേ പാടവം സൗമിനിക്കുണ്ടെന്ന് ഞാനറിഞ്ഞിരുന്നില്ല. അന്നൊരു പ്രഭാത ത്തിൽ ഏട്ടൻ എന്നെയും ഊഞ്ഞാലിലെ അഭ്യാസം പഠിപ്പിക്കുമോയെന്ന് ചോദിച്ചുകൊണ്ട് അവൾ വന്നു. ആകാമല്ലോയെന്ന് സമ്മതിച്ച് ഞാന വളെ കയറ്റിയിരുത്തി പിന്നിൽ നിന്ന് ഉന്തിക്കൊടുത്തു. സാമാന്യം വേഗതയിലായപ്പോൾ അവൾ കുളത്തിലേക്ക് തെറിച്ചു വീണു. സൗമി നിക്ക് നീന്തൽ വശമുണ്ടോയെന്ന് ഞാൻ ചോദിച്ചിരുന്നില്ല. പിന്നീ ടൊന്നും ചിന്തിക്കാതെ ഞാൻ കുളത്തിലേക്കു ചാടി. സൗമിനിയെ ഒരു വിധം കരയ്ക്കെത്തിച്ചു. പക്ഷേ, അവൾക്ക് യാതൊരു അനക്കവുമുണ്ടാ യിരുന്നില്ല. മരിച്ചുവെന്ന് കരുതി ഞാൻ വിളിച്ചുകൂവി. പെട്ടെന്നവൾ കണ്ണ്

തുറന്നു. എന്റെ കൺമുന്നിൽവെച്ച് മരിച്ചുവെന്ന് കരുതിയ സഹോദരി കണ്ണ് തുറന്നപ്പോൾ എനിക്കുണ്ടായ സന്തോഷത്തിന് അതിരില്ലായിരുന്നു. വാരിയെടുത്ത് ഞാനാ നെറ്റിയിൽ ഒരു ഉമ്മ കൊടുത്തു. പെട്ടെന്നവൾ പിടഞ്ഞെഴുന്നേറ്റ് ഇതൊട്ടും ശരിയായില്ലെന്ന് പറഞ്ഞ് ദേഷ്യപ്പെട്ടു. “മരിച്ചുപോയി എന്ന് കരുതിയ നീയ് തിരിച്ചുവന്നതിലുണ്ടായ സന്തോഷത്തിൽ ഞാനറിയാതെ സംഭവിച്ചുപോയതാണെന്ന്” പറഞ്ഞിട്ടും അവൾ അംഗീകരിച്ചില്ല.

“സന്തോഷം വന്നാൽ ആരെങ്കിലും ഉമ്മവെയ്ക്കുമോ?” ഞാൻ ഭയപ്പെട്ടുപോയി.

“ചേച്ചിമാർ വരുന്നുണ്ട് നീ പ്രശ്നമുണ്ടാക്കരുത്. എന്ത് പ്രായശ്ചിത്തം വേണമെങ്കിലും ഞാൻ ചെയ്യാം.”

“എന്ത് വേണമെങ്കിലും?”

“തീർച്ചയായും.”

അന്ന് ഞാൻ കരച്ചിലിന്റെ വക്കോളമെത്തിയതാണ്. അന്ന് മാത്രമല്ല പിന്നീട് ഒരുപാട് നാളത്തേക്ക് ആ സംഭവം എന്നെ നൊമ്പരപ്പെടുത്തിക്കൊണ്ടിരുന്നു. അന്ന് ചേച്ചിമാർ വന്നപ്പോൾ പക്ഷേ, അവളെനിക്കെതിരായി മൊഴി കൊടുത്തില്ല. ഊഞ്ഞാലിൽനിന്ന് കുളത്തിലേക്ക് വീഴുന്നത് ഇതാദ്യമല്ലല്ലോയെന്ന് അവർ പറഞ്ഞ് കളിയാക്കി ചിരിച്ചു. അതൊന്നും കേൾക്കാതെതന്നെ അന്ന് ഞാനോടി അമ്മയുടെ അരികിലെത്തി. അന്നു തന്നെ തിരിച്ചുപോകണമെന്ന് ശാഠ്യം പിടിച്ചു. പോകാമെന്ന് അമ്മ സമ്മതിച്ചു. ഞാൻ തട്ടിൻമുകളിലെ അമ്മയുടെ മുറിയിലേക്കു കയറിപ്പോയി.

അപ്പോഴാണ് ബീനേച്ചി വന്നതും ഉടനെ ഭക്ഷണം കഴിച്ച് എല്ലാവരും കൂടി മലമുകളിലെ വെള്ളച്ചാട്ടം കാണാൻ പോകുന്നുവെന്നും പറഞ്ഞത്. പക്ഷേ ഞാൻ സമ്മതിച്ചില്ല. അതുകൊണ്ടുതന്നെ ആ പരിപാടി അവർ ഉപേക്ഷിച്ചു. ഇനി അടുത്ത തവണ പോകാമെന്നും വലിയമ്മാമനും പറഞ്ഞു.

അമ്മയും ഞാനും വീട്ടിലേക്കു തിരിച്ചു. എന്റെ മനസ്സ് തികച്ചും അസ്വസ്ഥമായിരുന്നു. ഞാനെന്തിനുവേണ്ടി ക്ഷോഭിച്ചുവെന്നോ സൗമിനി എന്തിനായി പിണങ്ങിയെന്നോ മറ്റാരും അറിഞ്ഞില്ല. പക്ഷേ എത്രകണ്ട് ആലോചിച്ചിട്ടും എന്ത് തെറ്റാണ് ഞാൻ ചെയ്തതെന്ന് തിരിച്ചറിഞ്ഞില്ല. വീട്ടിലെത്തി രണ്ടു മൂന്ന് ദിവസം കഴിഞ്ഞപ്പോൾ ഞാനത് ജോയ്ച്ചനോട് പറഞ്ഞു. അവനത് ഒട്ടും ഗൗരവമായെടുത്തില്ല. എനിക്കുമ്മവെക്കാനറിയില്ല എന്ന് അവൾ ആക്ഷേപിച്ചതായിട്ടവൻ വ്യാഖ്യാനിച്ചു. “ഉമ്മ വച്ചത് ശരിയായില്ലെന്നല്ലേ അവൾ പറഞ്ഞത്.” അവന്റെ പൊട്ടിച്ചിരി എന്നെ കൂടുതൽ അസ്വസ്ഥനാക്കാൻ മാത്രമേ ഉപകരിച്ചുള്ളൂ. ഓണം അവധി കഴിയുന്നതിന്റെ തലേന്നാൾ ഞായറാഴ്ചയായിരുന്നു.

പതിവുള്ളതുപോലെ മേഴ്സിയും പൗലോസും പള്ളിയിൽ പോകുന്ന വഴി വീട്ടിൽ കയറുമെന്ന് ഞാൻ പ്രതീക്ഷിച്ചു. അവർക്കായി ചായയും ലഘുഭക്ഷണവുമൊക്കെ അമ്മ ഒരുക്കിവച്ചിട്ടുണ്ടായിരുന്നു. അന്ന് പക്ഷേ, പൗലോസും മേഴ്സിയും മാത്രമല്ല അവർക്കൊപ്പം ദീനാമ്മയുമുണ്ടായിരുന്നു. അവരുമായി കുറെ നേരം സംസാരിച്ചിരുന്നു. പിന്നെ ഞങ്ങളെല്ലാവരും കൂടി ജോയ്ച്ചന്റെ ഒപ്പം പടിഞ്ഞാറെ വയൽ വരമ്പിലൂടെ നടന്ന് കനാലിനടുത്തെ കുറ്റിപ്പുഴയാറിന്റെ തീരത്തുള്ള സ്ഥിരം സങ്കേതമായ ഞാവൽ മരച്ചുവട്ടിൽ ചെന്ന് വളരെനേരം ചെലവഴിക്കുകയും ചെയ്തു. അവിടെനിന്ന് പടിഞ്ഞാറോട്ട് നോക്കിയാൽ വയലിനക്കരെ സായംസന്ധ്യയുടെ നിറപ്പകിട്ട് കാണാം. അതിനിടയിലൂടെ മറഞ്ഞുപോകുന്ന പകലിനെയും തിളങ്ങുന്ന സൂര്യഗോളത്തെയും കണ്ട് വിസ്മയത്തോടെ നോക്കിനിൽക്കാം. അപ്പോൾ പക്ഷേ സന്ധ്യയുടെ നിറപ്പകിട്ട് ഉണ്ടായിരുന്നില്ലെങ്കിലും ആ പ്രദേശം ദീനാമ്മയ്ക്കൊരുപാട് ഇഷ്ടമായി. കുളിക്കാനും കളിക്കാനും ചിലപ്പോഴെങ്കിലും ചൂണ്ടയെറിയാനും ഞങ്ങളിവിടെ വരാറുണ്ട്. ഞാനവളോട് പറഞ്ഞു. “എന്നെങ്കിലും ഒരു ദിവസം സന്ധ്യയ്ക്ക് നീ ഇവിടെ വരണം.”

ആ പ്രദേശം മുഴുവൻ ഞങ്ങളുടെയെല്ലാം കൂട്ടായ്മയിലുള്ള കൃഷിയിടങ്ങളാണ്. അതുകൊണ്ടുതന്നെ ആറും വൃക്ഷങ്ങളുമെല്ലാം ഞങ്ങളുടെ സ്വകാര്യസങ്കേതങ്ങളാണെന്നാണ് എന്നും ചിന്തിക്കാറ്. ഇന്നും ആ തീരത്ത് ചെന്നുനിന്നാൽ തനിച്ചാണെങ്കിൽ അറിയാതെ കണ്ണ് നിറഞ്ഞുപോകും. കുറഞ്ഞ ഒരു കാലഘട്ടം കൊണ്ടുതന്നെ മനുഷ്യൻ സഞ്ചരിച്ചുപോകുന്നത് എത്രയോ അവസ്ഥാന്തരങ്ങളിലൂടെയാണ്. ഇടയ്ക്കൊന്ന് തിരിഞ്ഞു നോക്കാൻ എല്ലാവരെയും പോലെ ഞാനും ഇഷ്ടപ്പെടുന്നത് അതുകൊണ്ടാണ്.

അടുത്ത ദിവസം ക്ലാസിലേക്ക് പോകുമ്പോഴും തിരിച്ചുവരുമ്പോഴും അടിവാരത്തെക്കുറിച്ചും അവിടെയുള്ള എന്റെ ബന്ധുക്കളെക്കുറിച്ചും വളരെ വിശദമായി ദീനാമ്മ ചോദിച്ചറിഞ്ഞു. പക്ഷേ, സൗമിനിയുമായുണ്ടായ പ്രശ്നം പറഞ്ഞില്ല. ദിവസങ്ങൾ ശരവേഗത്തിൽ മറഞ്ഞുപോകുന്നത് ഞങ്ങളറിഞ്ഞില്ല. ദിവസം ആറ് കിലോമീറ്റർ യാത്ര അതും പ്രത്യേകിച്ചും റിസർവ് വനത്തിലൂടെയുള്ളത് നല്ല അനുഭവമായി മാറി. ക്രിസ്തുമസ് അടുക്കാറായപ്പോഴേക്കും എല്ലാവരും തമ്മിൽ ഒരുപാട് സൗഹൃദത്തിലായി.

അന്നൊരിക്കൽ എസ്റ്റേറ്റ് ബംഗ്ലാവിലേക്ക് പോകാനായി രണ്ട് വിദേശികൾ ഞങ്ങൾക്കൊപ്പം നടന്നുവന്നു. പ്രായം ചെന്ന ദമ്പതിമാർ. അവർ പറഞ്ഞതത്രയും സിനിമയിലേതുപോലെയുള്ള ഇംഗ്ലീഷ്. അവർ ചോദിച്ചതെന്താണെന്ന് ഞങ്ങൾക്കു മനസ്സിലായില്ല. അന്ന് ഞങ്ങളെല്ലാവരും കൂടി പൗലോസിനെ ഉന്നംവച്ചു. അവനാണ് ഞങ്ങളെക്കാൾ ഇംഗ്ലീഷിൽ മികവുള്ളത് എന്ന് അവൻ ഭാവിക്കുകയും ഞങ്ങൾ വിശ്വസിക്കുകയും ചെയ്തിരുന്നല്ലോ. പൗലോസിനെ ഇംഗ്ലീഷുകാരുമായി

സംസാരിക്കാൻ ഞങ്ങൾ നിയോഗിച്ചെങ്കിലും വളരെ പെട്ടെന്ന് തന്നെ അവൻ അടിയറവ് പറഞ്ഞു. പിന്നീടവർ ദീനാമ്മയോട് ചോദിച്ചു. ഒരു പക്ഷേ ദീനാമ്മയെ കാണാൻ ഒരു 'ആംഗ്ലോ ഇന്ത്യൻ ലുക്ക്' ഉള്ളത് കൊണ്ടാവാം. അവൾ ഞങ്ങളെ അദ്ഭുതപ്പെടുത്തി. വിദേശികൾ സംസാരിക്കുന്ന അതേ ശൈലിയിൽതന്നെ തുടരെത്തുടരെ അവൾ സംസാരിച്ചു. അത് ആ വിദേശികൾക്കിഷ്ടപ്പെടുകയും ചെയ്തു. അന്നു വരെ ഞങ്ങൾക്കിടയിൽ ഇംഗ്ലീഷ് അദ്ധ്യാപകനായിരുന്ന പൗലോസ് പിന്നീട് ഇംഗ്ലീഷിൽ ഒരു വാക്കുപോലും ഉച്ചരിച്ചിട്ടില്ല. അന്ന് മേഴ്സി ബാഗ് തുറന്ന് ഒരു വെള്ളക്കുപ്പിയെടുത്ത് പൗലോസിന്റെ നേർക്കു നീട്ടി "ഇത് നീ കുറച്ച് കുടിച്ചോളൂ," എന്ന് പറഞ്ഞു. അത് അന്നൊരു കൂട്ടച്ചിരിക്ക് കാരണമായി. ദീനാമ്മയുടെ സംസാരവും കാര്യശേഷിയും എനിക്കൊരു പാട് ഇഷ്ടമായി. സമപ്രായക്കാരായ ആൺകുട്ടികളേക്കാളും അറിവും സാമർത്ഥ്യവുമൊക്കെ ഒരുപക്ഷേ പെൺകുട്ടികൾക്കാവും ഉണ്ടാവുക യെന്ന് കരുതി. എന്റെ തീരുമാനങ്ങളെല്ലാം കൂട്ടുകാർ അംഗീകരിക്കുകയും ഇഷ്ടപ്പെടുകയും ചെയ്യുമ്പോൾ അതിൽ ചില തിരുത്തലുകളൊക്കെ അവൾ നിർദ്ദേശിക്കുമായിരുന്നു. പക്ഷേ, അത് മറ്റാരും അറിയാതിരിക്കാൻ അവൾ എന്നും ശ്രദ്ധിച്ചു.

ആ സൗഹൃദകൂട്ടായ്മ എന്റെ ജീവിതത്തിലും ചിന്തയിലും പ്രകട മായ മാറ്റങ്ങളാണ് ഉണ്ടാക്കിയത്. പക്ഷേ, സ്കൂൾ പരീക്ഷകളിൽ മാത്രം ദീനാമ്മയുടെ തൊട്ടുപിന്നിൽ എത്തിനിൽക്കാൻ മാത്രമേ എനിക്കാ യുള്ളൂ. ഞാനെന്നും ക്ലാസിലെ രണ്ടാം സ്ഥാനക്കാരനായിരുന്നു. അതെ നിക്ക് പക്ഷേ ഒരു പോരായ്മയായിട്ട് തോന്നിയിരുന്നില്ല. പഠിച്ച് അവൾക്ക് മുന്നിലെത്താൻ എനിക്കാവില്ലെന്നു ബോധ്യപ്പെട്ടപ്പോഴാണ് ആരും ഇഷ്ട പ്പെടുന്ന മറ്റേതെങ്കിലും ഒരു മേഖലയിൽ അവളേക്കാൾ മുന്നിലെത്താൻ ആകുമോയെന്ന് ചിന്തിച്ചു തുടങ്ങിയത്. ആയിടയ്ക്കാണ് അച്ഛന്റെ കടയിൽവെച്ച് കലാം എന്ന് പേരുള്ള ഒരു ഗസൽ ഗായകനെ പരിചയ പ്പെടുന്നത്. ഓടക്കുഴൽ, ഹാർമോണിയം എന്നിവ അനായാസം കൈകാര്യം ചെയ്യുന്ന വിദഗ്ധനും കൂടിയായിരുന്നു അദ്ദേഹം. അച്ഛന്റെ സഹായത്തോടെ പുല്ലാംകുഴൽ പഠിക്കാൻ ഞാൻ കലാം മാഷിന് ശിഷ്യപ്പെട്ടു. പ്രസിദ്ധ സംഗീതജ്ഞരുണ്ടായിരുന്ന പുരാതനമായ ഒരു മുസ്ലിം കുടുംബാംഗമാണ് അദ്ദേഹം. എല്ലാ ഞായറാഴ്ചകളിലും ഉച്ച യ്ക്കുള്ള ബസ്സിന് ഗുരുവിന്റെ വീട്ടിലേക്കും അവിടെനിന്ന് വൈകീട്ട് അഞ്ചിനുള്ള ബസ്സിന് തിരിച്ചും ഞാൻ സഞ്ചരിച്ചുതുടങ്ങി. ഓടക്കുഴൽ ക്ലാസ് ഒരു മണിക്കൂറെ ഉണ്ടാകൂയെങ്കിലും ബസ്സ് വരാനായി ശേഷിക്കുന്ന സമയം ഗസൽ പഠിക്കുന്നതിനും ചിലവഴിച്ചു.

കലാം മാഷിൽനിന്ന് സംഗീതം മാത്രമല്ല, വിനയാന്വിതമായ പെരുമാറ്റം, മിതത്വമുള്ള സംസാരം ഇതെല്ലാം എന്റെ സ്വഭാവത്തിന്റെ ഭാഗമാക്കാൻ ശ്രമിച്ചു. ഞാൻ ക്ഷിപ്രകോപിയാണെന്ന ആക്ഷേപം

അമ്മയ്ക്ക് മാത്രമല്ല, സുഹൃത്തുക്കൾക്കുമുണ്ട്. ദേഷ്യം വന്നാൽ എന്തപകടത്തിലേക്കു വേണമെങ്കിലും എടുത്തുചാടുമെന്നത് ബുദ്ധിയുള്ള ഒരു കുട്ടിയുടെ ലക്ഷണമല്ലെന്ന് എന്നെക്കുറിച്ച് അമ്മ എപ്പോഴും പറയാറുണ്ട്.

ഞങ്ങൾക്കിടയിൽ സാമ്പത്തികമായി കുറച്ച് പിന്നാക്കം നിൽക്കുന്നത് സന്തോഷും ജയശ്രീയുമാണ്. സന്തോഷിന്റെ പിതാവ് കേശു അങ്കിളിന് കൃഷിമാത്രമേ വരുമാനമായിട്ടുണ്ടായിരുന്നുള്ളൂ. ജയശ്രീയുടെ അച്ഛൻ രവിയങ്കിളിന് കൈപ്പമുക്കിലെ ശിവക്ഷേത്രത്തിന്റെ ഊട്ടുപുര കാര്യസ്ഥന്റെയും പരികർമ്മിയുടെയും ജോലിയാണുണ്ടായിരുന്നത്. കേശു അങ്കിളിനും രവി അങ്കിളിനും പക്ഷേ കൃഷി സ്ഥലങ്ങൾ കുറവായിരുന്നു. എന്നാൽ ഞങ്ങൾക്കൊപ്പം സഞ്ചരിക്കുമ്പോഴോ സ്കൂൾ ആവശ്യങ്ങൾക്കോ അവർക്കെന്തെങ്കിലുമൊരു ക്ലേശമുണ്ടാവാൻ ഞങ്ങളനുവദിച്ചിരുന്നില്ല. ഉച്ചയ്ക്ക് ഭക്ഷണം കഴിക്കുന്നതും പിന്നീട് സ്കൂളിന്റെ പിന്നാമ്പുറത്തെ കല്പടവുകളിറങ്ങി ആറ്റിലെ വെള്ളത്തിൽ കൈയും പാത്രവുമൊക്കെ കഴുകുന്നതും പടവുകളിലിരുന്ന് വിശ്രമിക്കുന്നതുമൊക്കെ ഒന്നിച്ചുതന്നെയാണ്.

ഇന്നും അകാരണമായൊരു നൊമ്പരം മനസ്സിലെത്തിയാൽ അറിയാതെ മനസ്സ് സഞ്ചരിച്ചുപോകുന്നത് ആ കല്പടവുകളുള്ള തീരങ്ങളിലേക്കാണ്. അവിടമെന്നും ഞങ്ങൾക്ക് കുറ്റിപ്പുഴയാറിന്റെ തീരങ്ങൾക്കു സമാനമായിരുന്നു. കൈവിട്ടുപോയ ബാല്യകൗമാരങ്ങളെ കുറിച്ചോർത്ത് ദുഃഖിക്കാത്ത ഏതെങ്കിലുമൊരു മനുഷ്യൻ ഇവിടെ ജീവിച്ചിരിക്കുന്നുണ്ടാവുമോ എന്ന് പലപ്പോഴും ചിന്തിച്ചുപോയിട്ടുണ്ട്.

കൈമളിന്റെ ബാഗിൽ എന്നും ആറ് ഗോലികളുണ്ടാകും. അസാധാരണ പാടവത്തോടെ അതുകൊണ്ട് അഭ്യാസം കളിക്കലാണ് അവന്റെ വിനോദം. കല്പടവുകളിലിരിക്കുമ്പോൾ ഞങ്ങൾ മാത്രമല്ല മറ്റു കുട്ടികളും അവനെ തേടിവരും. ആറ് ഗോലികൾകൊണ്ട് അമ്മാനമാടുന്ന ഞങ്ങളുടെ പ്രിയപ്പെട്ട കൂട്ടുകാരൻ ഞങ്ങൾക്കെന്നുമൊരദ്ഭുതമായിരുന്നു.

ആറാംക്ലാസിലെ പരീക്ഷ കഴിഞ്ഞപ്പോൾ അമ്മവീട്ടിലേക്കു ചെല്ലാൻ ബീനേച്ചി കത്തെഴുതി. പോവാൻ ഒട്ടും ഇഷ്ടമായിരുന്നില്ല. അതുകൊണ്ടുതന്നെ മറുപടിയും എഴുതിയില്ല. എന്നാൽ ഒരാഴ്ച കഴിഞ്ഞപ്പോൾ ബീനേച്ചിയും കുട്ടേട്ടനുംകൂടി വന്നു. അന്ന് സുഹൃത്തുക്കളുടെ അനിഷ്ടത്തെ മാനിക്കാതെതന്നെ അവരോടൊപ്പം പോകാൻ നിർബന്ധിതനായി. ഞാൻ ചെല്ലുന്നതിന് മുമ്പുതന്നെ ഭാസിയങ്കിളും കുടുംബവും വന്നിരുന്നു. അങ്കിളും കുടുംബവും ഹൈദ്രാബാദിൽ സെറ്റിൽചെയ്യാൻ പോകുകയാണെന്ന് ബീനേച്ചി പറഞ്ഞപ്പോൾ ഇനിയടുത്ത കാലത്തൊന്നും അവരെയൊന്നും കാണാനാകില്ലല്ലോയെന്ന് ചിന്തിച്ചു. രമ്യ ചേച്ചിക്ക് അവിടെ എംബിബിഎസിന് അഡ്മിഷൻ കിട്ടിയതുകൊണ്ട്

അവിടെ സെറ്റിൽ ചെയ്ത് പഠിക്കുന്നതാണ് മറ്റു കുട്ടികൾക്കും നല്ലതെന്ന് ഭാസി അങ്കിൾ തീരുമാനിക്കുകയായിരുന്നു. ഞാൻ അന്ന് ചെല്ലുമ്പോൾ എല്ലാവരും വലിയമ്മാവന്റെ വീട്ടിലുണ്ട്. സാധാരണ അമ്മയ്ക്കൊപ്പ മാണ് അടിവാരത്ത് ചെല്ലുക. ചിലപ്പോൾ അച്ഛനുമുണ്ടാകും. അവിടെ ചെല്ലുമ്പോഴൊക്കെ അമ്മ വലിയമ്മാവന്റെ പാദങ്ങൾ തൊട്ട് വന്ദിക്കും. ഞാനും അങ്ങനെ ചെയ്യാറുണ്ട്. അമ്മ പറയാതെതന്നെ പിന്നീട് എനിക്കും അതൊരു ശീലമായി. വലിയമ്മാവൻ രണ്ട് കൈകൊണ്ടും എന്നെ പിടിച്ചു യർത്തി തലയിൽ കൈവച്ച് "കുട്ടി നന്നായി വരും ദേവൂ" എന്ന് പറയും. അന്ന് പക്ഷേ ആദ്യമായിട്ടാണ് ഞാനൊറ്റയ്ക്ക് അമ്മാവന്റെ മുന്നിലെ ത്തിയത്. വലിയമ്മാവൻ ഇറങ്ങിവന്നപ്പോൾ എന്താണ് ചെയ്യേണ്ടതെന്ന റിയാതെ ഒരു നിമിഷം പരിഭ്രമിച്ചു. പക്ഷേ സമയോചിതമായ സഹായം ബീനേച്ചിയിൽനിന്നുണ്ടായി. "ഒറ്റയ്ക്കേയുള്ളൂ എന്ന് കരുതി നിന്റെ പ തിവൊന്നും മുടക്കണ്ട." ഞാൻ പെട്ടെന്ന് ചെന്ന് അദ്ദേഹത്തിന്റെ പാദ ങ്ങളിൽ തൊട്ടു വണങ്ങി. അന്നും അമ്മാവൻ പറഞ്ഞത് "കുട്ടി മിടുക്ക നാണ്. നന്നായി വരും" എന്നാണ്.

വലിയമ്മാവന്റെ വീടിനുള്ളിലെ വിശാലമായ ഹാളിൽ അന്നെല്ലാ വരുമുണ്ടായിരുന്നു. എന്നാൽ അതിനിടയിൽ ഞാൻ ശ്രദ്ധിച്ചത് സൗമിനി യെയാണ്. ഇത്തവണ എന്ത് കുസൃതിയാകും അവൾ ഒരുക്കിവച്ചിരിക്കു ന്നത്? അകത്തേക്കുള്ള വാതിൽ പടിക്കുള്ളിൽനിന്ന് അവളെന്നെ ശ്രദ്ധിക്കുന്നുണ്ടായിരുന്നു. രാത്രിയിൽ എല്ലാവരും വട്ടംകൂടിയിരുന്ന് സംസാരിക്കുമ്പോൾ അവൾ എന്റെ അടുത്തുവന്ന് പറഞ്ഞു. "പുത്തൻ ഊഞ്ഞാൽ കെട്ടിയിട്ടുണ്ട്, നാളെ നമുക്കൊന്ന് ആടി നോക്കിയാലോ." പക്ഷേ ആ വാക്കുകൾ ഞാൻ ശ്രദ്ധിച്ചില്ല. അല്ലെങ്കിൽതന്നെ അവളുടെ മലയാളം തെലുങ്കാണെന്നേ തോന്നൂ. എങ്കിലും ഒരിക്കൽപോലും അവളെ കളിയാക്കിയിട്ടില്ല. ഹൈദ്രാബാദിൽ ജനിച്ചുവളർന്ന ഒരു കുട്ടി അതും ആന്ധ്രാക്കാരിയായ അമ്മയ്ക്കൊപ്പം ജീവിക്കുമ്പോൾ ഇത്ര യെങ്കിലും മലയാളം പറയുന്നത് അഭിനന്ദനാർഹമാണെന്ന് എനിക്കറി യാമായിരുന്നു.

ഭാസിയങ്കിൾ വളരെ കാലംമുമ്പ് മുതൽതന്നെ വലിയമ്മാവനോട് മത്സരിക്കുകയാണ് ഒരിക്കലെങ്കിലും അക്ഷരശ്ലോകമത്സരത്തിൽ സ്വന്തം ജ്യേഷ്ഠനെ തോല്പിച്ചെടുക്കാൻ. അന്ന് രാത്രിയിൽ പതിവുപോലെ മത്സരം നടന്നു. ഞങ്ങളെല്ലാവും രണ്ട് ഗ്രൂപ്പുകളായി തിരിഞ്ഞ് അവർക്ക് പിന്തുണ കൊടുത്തു. പാതിരാത്രി കഴിഞ്ഞപ്പോൾ ഞങ്ങളോരോരു ത്തരായി ഉറങ്ങിപ്പോയി. അന്നും വലിയമ്മാവൻ തന്നെ ജയിച്ചതായി പിറ്റേന്ന് അറിഞ്ഞു.

പ്രഭാതഭക്ഷണത്തിന് ശേഷം പുഴയോരത്തെ മരച്ചുവട്ടിൽ കളിച്ചും പരസ്പരം കളിയാക്കിയും ഇരുന്നപ്പോൾ സൗമിനി പറഞ്ഞു. "രണ്ടാഴ്ച കഴിഞ്ഞ് ഞങ്ങൾ ഹൈദ്രബാദിലേക്ക് തിരിച്ചു പോകും. പിന്നെ അടുത്ത കാലത്തൊന്നും തിരിച്ചു വരില്ല. അതുകൊണ്ട് ഞങ്ങൾ പോയിട്ടേ

ഏട്ടൻ തിരിച്ചു പോകാവൂ." "എനിക്ക് നാട്ടിൽ പോകണം" എന്ന് ഞാൻ പറഞ്ഞപ്പോൾ "രണ്ടാഴ്ച കഴിഞ്ഞാൽ പിന്നെ നമ്മൾ തമ്മിൽ കാണി ല്ലല്ലോ. ഞങ്ങളുടെ വീടും സ്ഥലവുമൊക്കെ വിൽക്കാൻ പോകുകയല്ലേ" എന്നവൾ പറഞ്ഞു. അതിന്റെ നിജസ്ഥിതിയറിയാൻ അടുത്തുണ്ടായി രുന്ന രമ്യ ചേച്ചിയോട് ചോദിച്ചു. അവൾ പറഞ്ഞത് ശരിയാണെന്ന് ചേച്ചി സ്വന്തം മലയാളത്തിലും പിന്നെ ഇംഗ്ലീഷിലും പറഞ്ഞു. അതൊരു നേർത്ത നൊമ്പരമായി.

മഴക്കാറുണ്ടാകുമ്പോൾ പുഴയോരത്ത് നല്ല കാറ്റ് വീശും. അപ്പോ ഴെല്ലാം പട്ടം പറപ്പിക്കുന്നത് ഞങ്ങളുടെ വിനോദമായിരുന്നു. പട്ടം പറത്തുന്നതിനിടയിൽ മഴച്ചാറ്റലും തുടങ്ങിയപ്പോൾ പട്ടങ്ങൾ അത്രയും നനഞ്ഞു നിലംപതിച്ചു. പെട്ടെന്നാണൊരു വള്ളം ആളില്ലാതെ പുഴയോ രത്തുകൂടി ഒഴുകിവരുന്നത് കണ്ടത്. എല്ലാവരും കൗതുകത്തോടെ ആ കാഴ്ച നോക്കിനിൽക്കെ അന്നു സൗമിനി ചോദിച്ചു "ഏട്ടനാ വള്ളം പിടിച്ചുകെട്ടി കൊണ്ടുവരാമോ." കരയിൽനിന്ന് ഇരുപതടിയോളം മാത്രം അകലത്തിൽ ഒഴുകുന്ന ആ വള്ളത്തിൽ തുഴയുമുണ്ട്. ആരോ അരികിൽ കെട്ടിനിർത്തിയിരുന്ന വള്ളത്തിന്റെ കയർ വിച്ഛേദിച്ച നിലയിൽ പിൻ ഭാഗത്ത് തൂങ്ങി കിടക്കുന്നുമുണ്ട്. കുത്തൊഴുക്കുള്ള കുറ്റിപ്പുഴയാറ്റിൽ കൂട്ടുകാരോടൊപ്പം അനായാസം നീന്തിക്കയറുന്ന ശീലം എനിക്കുണ്ടാ യിരുന്നതവളറിഞ്ഞില്ല. പക്ഷേ ഞാൻ പൊടുന്നനെ പുഴയിലേക്കു ചാടി യത് കണ്ട് എല്ലാവരും ഒച്ചവച്ചു. കൂടെനിന്നവരെല്ലാം സൗമിനിയെ ശാസിച്ചു. വളരെ പെട്ടെന്ന് തന്നെ വള്ളത്തിനരികിലെത്തിയെങ്കിലും അതിൽ പിടിച്ച് ഉയർന്ന് കയറാൻ എനിക്കായില്ല. വളരെ ശ്രമിച്ചിട്ടും പരാജയപ്പെട്ടു. പക്ഷേ വള്ളമുപേക്ഷിച്ച് തിരിച്ചുപോരുന്നതിനെ കുറിച്ച് ചിന്തിക്കാനായിരുന്നുമില്ല. മുന്നോട്ട് നീങ്ങുന്ന വള്ളത്തിനൊപ്പം എല്ലാ വരും മുന്നോട്ട് നടന്നുവന്നു. ഒടുവിൽ വള്ളത്തിന്റെ പിൻഭാഗതലപ്പിൽ ഞാണുകിടന്ന കയറിൽ പിടിച്ച് ഉയർന്ന് വള്ളത്തിൽ കയറി നിമിഷമാത്ര യിൽ അത് തുഴഞ്ഞ് അരികത്തെത്തിക്കുകയും ചെയ്തു.

അത് അന്ന് ഞാൻ പ്രതീക്ഷിച്ചതിനേക്കാൾ വലിയ വാർത്തയായി. കരയിൽനിന്ന ഓരോരുത്തരും എന്നെക്കുറിച്ച് ആശങ്കാകുലരായിരുന്നു. എല്ലാവരുടെയും ദേഷ്യം അന്ന് തീർത്തത് സൗമിനിയോടാണ്. അന്ന് വൈകുന്നേരമായപ്പോൾ അമ്മയും അച്ഛനുമെത്തി. അവർ ഇതറിഞ്ഞില്ല യെങ്കിലും സൗമിനിയുടെ ഭാവപ്പകർച്ചയ്ക്കുള്ള കാരണങ്ങളെക്കുറിച്ച് അന്വേഷിച്ച് വന്നപ്പോൾ എല്ലാവർക്കും ഇത് വെളിപ്പെടുത്തേണ്ടിവന്നു. അന്ന് തോരാതിരുന്ന അവളുടെ കണ്ണുനീർ തുടച്ച് നീക്കിയത് അമ്മയാണ്. സാന്ത്വനപ്പെടുവോളം അവളെ മാറോട് ചേർത്തുപിടിച്ച് അമ്മ നിന്നു.

അടുത്ത പകൽ പുഴയോരത്ത് ഞങ്ങളേറെ നേരം കളിച്ചുനടന്നു. ശ്രീകുമാറും രമ്യചേച്ചിയും എന്തെല്ലാമോ തമാശകൾ പറഞ്ഞ് പൊട്ടി ച്ചിരിക്കുന്നത് പുഴയിലേക്ക് ഞാന്ന് വളർന്ന കൈതയ്ക്കരികിൽനിന്ന്

ഞാൻ നോക്കുകയായിരുന്നു. ഇനിയെന്നാവും അവരെ വീണ്ടും കാണാനാവുക? ഏറെ നേരം കഴിഞ്ഞ് മഴക്കോളിനായുള്ള പ്രകൃതിയുടെ രൂപമാറ്റം കണ്ടപ്പോൾ ഞങ്ങളെല്ലാവരും വീട്ടിലേക്കോടിപ്പോയി. അന്ന് രാത്രിയിൽ മുതിർന്നവരെല്ലാവരും കൂടി ചേർന്ന് എന്തെല്ലാമോ ഗൗരവമുള്ള ചർച്ചകളിലായിരുന്നു. ചർച്ചയ്ക്കൊടുവിൽ അമ്മ സൗമിനിയേയും കൂട്ടി തട്ടിൻപുറത്തെ അമ്മയുടെ സ്വന്തം മുറിയിൽ കയറി വാതിലടച്ചു. അവിടെ ചെന്നാൽ ഞാനാണ് അമ്മയോടൊപ്പം ആ മുറിയിലുണ്ടാകുന്നതെങ്കിലും അന്ന് ഞാനൊറ്റപ്പെട്ടു. ചിലപ്പോഴൊക്കെ തോന്നിയിട്ടുണ്ട് അമ്മയ്ക്കെന്നേക്കാളിഷ്ടം സൗമിനിയോടാണെന്ന്. അകാരണമായി അവളോട് വഴക്കു കൂടാൻ വല്ലപ്പോഴുമൊക്കെ അത് കാരണവുമായിട്ടുമുണ്ട്. തനിച്ച് നിന്ന എന്നെ ചേച്ചിമാർ രണ്ടുപേരും കൂടി അവരുടെ മുറിയിലേക്കു കൂട്ടിക്കൊണ്ടുപോയി. അവരുടെ വലിയ കട്ടിലിന്റെ ഒരറ്റത്ത് ജനലരികിൽ ഞാൻ കിടന്നു. എന്റെ മനസ്സ് അന്ന് വളരെ അസ്വസ്ഥമായിരുന്നു. അമ്മയെ ആ രാത്രിയിൽ അടുത്ത് കിട്ടാത്തതിന്റെ ദുഃഖം ചെന്നെത്തിനിന്നത് ജോയ്ച്ചനിലാണ്.

"നിനക്ക് എത്രയോ ബന്ധുക്കളുണ്ട് പക്ഷേ നീ പോയാൽ പിന്നെ എനിക്കാരാണുണ്ടാകുക?"

ജോയ്ച്ചന്റെ സ്ഥിരം വാക്കുകളാണിത്. അടിവാരത്ത് കൂട്ടരുമൊത്ത് എത്ര തന്നെ തിമിർത്താടിയാലും ഇടയ്ക്കെല്ലാം അവന്റെ ഓർമ്മകൾ ഓടിയെത്തി അലോസരപ്പെടുത്തും.

എന്നാൽ അമ്മ, വീട് വിട്ട് പോരുമ്പോൾ അത്യാവശ്യം വീട്ടുസാധനങ്ങൾ വാങ്ങി അവന്റെ അമ്മയെ ഏല്പിക്കാറുണ്ട്. അന്നൊന്നും പക്ഷേ എനിക്കത് അറിയുമായിരുന്നില്ല. അമ്മ അവിടെ ഇല്ലെങ്കിൽ ജോയ്ച്ചന് വേണ്ടവിധം ഭക്ഷണം കിട്ടില്ലെന്നാണ് എന്റെ ധാരണ. നാലാം ക്ലാസിൽ വെച്ച് പഠനം നിർത്തി കൈപ്പമുക്കിലെ കാർത്തികേയന്റെ ചായക്കടയിൽ ചില്ലറ ജോലികളുമായി കൂടിയതാണവൻ. അവിടെനിന്ന് അച്ഛനാണ് വിളിച്ചുകൊണ്ടുപോന്നതും നല്ലൊരു ജോലി കിട്ടുംവരെ പഠിക്കണമെന്ന് നിർബന്ധിച്ചതും. പിന്നീട് മാരാംവീട് ഹൈസ്കൂളിലേക്കുള്ള ദീർഘദൂര യാത്ര തുടങ്ങിയപ്പോൾ അമ്മ പറഞ്ഞു ജോയ്ച്ചൻ കൂട്ടിനുള്ളത് നന്നായെന്ന്. അന്ന് അച്ഛൻ പറഞ്ഞത് പക്ഷേ മറ്റൊന്നാണ്. "എന്റെ മോന് അവന്റെ അച്ഛച്ചന്റെ ധൈര്യമാണുള്ളത്. തനിച്ചാണെങ്കിലും നമ്മളനുവദിച്ചാൽ അവൻ പോയി പഠിച്ചിട്ടുവരും." അന്ന് എനിക്ക് അതു കേട്ട് ചിരിവന്നു. ഈ ലോകത്തുള്ള ഏറ്റവും വലിയ ഭീരുവായിട്ടാണ് ഞാനെന്നെ കണക്കാക്കിയിരുന്നത്. തന്മൂലം വളരെ വേഗം ഭക്ഷണം കഴിച്ച് അന്ന് ഞാനെന്റെ മുറിയിലേക്കോടി.

"നീ എന്താണ് ചിരിക്കുന്നത്."

രണ്ട് ചേച്ചിമാരും ഒന്നിച്ചാണ് അത് ചോദിച്ചത്.

“ഹേയ് ഒന്നുമില്ല.”

പിന്നാമ്പുറത്തെ ഇലക്ട്രിക് ലൈറ്റിലേക്കു നോക്കി തുള്ളിക്കൊരു കുടമായി പെയ്ത പേമാരിയും ആലോചിച്ച് ഞാൻ കിടന്നു. മഴയുടെ തണുപ്പ് ജനാലയിലൂടെ മുറിക്കുള്ളിൽ നിറഞ്ഞപ്പോൾ ചേച്ചിമാർ പുതച്ച് കിടന്ന വലിയ കമ്പിളിക്കുള്ളിലേക്ക് അവർ എന്നെയും വലിച്ചടുപ്പിച്ചു. പിന്നീട് അവരിലാരോ ഒരാൾ എന്റെ തോളിൽ തട്ടിതന്നതോർക്കുന്നു. നിമിഷമാത്രയിൽ ഉറങ്ങുകയും ചെയ്തു.

രാവിലെയും മുതിർന്നവരെല്ലാം ഏതോ ഗൗരവമായ ചർച്ചയിലായിരുന്നു. അതൊന്നും ഞങ്ങളുമായി ബന്ധപ്പെട്ട വിഷയമല്ലാത്തതുകൊണ്ട് ഒട്ടുമേ ശ്രദ്ധിച്ചില്ല. ഞങ്ങൾ അന്നു വൈകീട്ടുള്ള മൂത്തേടത്ത് കാവിലെ ദീപക്കാഴ്ച കാണാനുള്ള ഉത്സാഹത്തിമിർപ്പിലുമായിരുന്നു. രണ്ട് വലിയ വള്ളങ്ങൾ കൂട്ടികെട്ടി ചങ്ങാടമാക്കിയ ശേഷം അതിൽ വലിയൊരു ക്ഷേത്രമാതൃക ഉണ്ടാക്കും. പിന്നീട് അതിൽ നിറയെ വിളക്കുകൾ തെളിക്കാനുള്ള ചെരാതുകൾ ഘടിപ്പിക്കും. രാത്രിയിൽ അത്രയും തന്നെ ദീപങ്ങളുമായി ഒരു കിലോമീറ്ററോളം മുന്നോട്ടു സഞ്ചരിക്കും. ഇടയ്ക്കെല്ലാം അത് വട്ടംചുറ്റുകയും ചെയ്യും. രാത്രിയുടെ നിശ്ശബ്ദതയിൽ കൂറ്റാക്കൂരിരുട്ടിൽ അതിന്റെ ഭംഗി ഒന്നു വേറെതന്നെയാണ്. ഭക്തിനിർഭരമായ ആ യാത്ര രാത്രി ഒമ്പതു മണിമുതൽ തുടങ്ങി ഒരു കിലോമീറ്റർ അപ്പുറത്തുള്ള ശിവക്ഷേത്രത്തിലെത്തി പിന്നീട് പുലർച്ചെ പെരുമീൻ ഉദിക്കുംമുമ്പ് വീണ്ടും മൂത്തേടത്ത് കാവിൽ തിരിച്ചെത്തും. ആ നാട്ടിലെ എല്ലാവരും ജാതിമതഭേദമന്യേ ആഘോഷിക്കുന്ന ഉത്സവമാണത്. നാട്ടുകാരും ബന്ധുക്കളും ബന്ധുക്കളുടെ ബന്ധുക്കളുമായി ആയിരക്കണക്കിന് ആളുകൾ പുഴയുടെ ഇരുപുറവും നിറഞ്ഞുനിൽക്കും.

ഭാസി അങ്കിളിന്റെ വീടിന്റെ മുൻഭാഗത്തെ തട്ടിൻപുറത്ത് നിന്നാൽ പുഴയും ദീപക്കാഴ്ചയുമൊക്കെ ഭംഗിയായി കാണാനാകും. ഇരുട്ടിൽ തെളിയുന്ന നിറഭേദങ്ങൾ അസുരവാദ്യത്തിന്റെ അകമ്പടിയിൽ പലപ്പോഴും എന്റെ സ്വപ്നങ്ങളിലും വന്നുചേരാറുണ്ട്. പുതുവസ്ത്രം ധരിച്ച് ക്ഷേത്രോത്സവത്തിനെന്നപോലെ അർദ്ധരാത്രിയിൽ ആ കാഴ്ച കാണാൻ എന്തിനാകും എല്ലാവരും ഒരുങ്ങി പുറപ്പെടുന്നത്? ഞങ്ങളാകട്ടെ വലിയമ്മാവന്റെ വീട്ടിൽനിന്ന് ഒരു വിളിപ്പാടകലെ മാത്രമുള്ള ഭാസി അങ്കിളിന്റെ തട്ടിൻപുറത്താണ് എത്തിച്ചേരുക. അവിടെ ഇരുന്നാൽ ദീപാഘോഷ യാത്ര ഭംഗിയായി കാണാം.

അമ്മവീട് എന്നോർക്കുമ്പോൾ തന്നെ ആദ്യം മനസ്സിൽ എത്തുന്നത് ദീപങ്ങളുടെ മനം മയക്കുന്ന ദൃശ്യങ്ങളാണ്. അന്നു മാത്രമല്ല ഇന്നും ഒളിമങ്ങാത്ത ഓർമ്മകളാണത്. കാലം ഞങ്ങൾക്കിടയിൽ വരുത്തിവച്ച ചില മാറ്റങ്ങളൊഴിച്ചാൽ. അന്നും രാത്രി പത്തുമണിയോടെ മനസ്സിൽ ചിരപ്രതിഷ്ഠ നേടിയിട്ടുള്ള എണ്ണമറ്റ ദീപങ്ങളുമായി ആ കാഴ്ച മെല്ലെ

മെല്ലെ ഒഴുകിപ്പോയി. ആ സന്തോഷത്തിമിർപ്പിൽ വീണ്ടും അതിന്റെ തിരിച്ചുവരവ് ആഘോഷിക്കാൻ കണ്ണിമ വെട്ടാതെ കാത്തിരുന്നു. ഇതിനിടയിൽ രമ്യചേച്ചി പറയുന്നുണ്ടായിരുന്നു.

"ഒരുപക്ഷേ ഇനിയുമൊരു കാഴ്ച ഈ വീട്ടിലിരുന്ന് കാണാൻ നമുക്ക് ഭാഗ്യമുണ്ടായെന്ന് വരില്ല. ഹൈദ്രബാദിൽ സ്വന്തമായി വീട് വെക്കുമ്പോൾ ഇതും വിൽക്കേണ്ടിവരുമെന്ന് ഭാസി അങ്കിൾ പറഞ്ഞു വത്രെ."

എന്നാൽ എന്റെ ബാല്യത്തിലെ ഒട്ടനവധി ഓർമ്മകൾക്കു സാക്ഷ്യം വഹിച്ച ഈ വീടും പരിസരവുമൊക്കെ അന്യമായി പോകുന്നതിനെ ക്കുറിച്ച് ചിന്തിക്കാനാകുമായിരുന്നില്ല. ആ ചിന്തകൾ മനസ്സിലേല്പിച്ച മുറിപ്പാടുകളുമായി അന്ന് ഞാൻ ഉറങ്ങിപ്പോയി. പതിവനുസരിച്ച് ദീപ ങ്ങളും വഹിച്ചുകൊണ്ട് വള്ളങ്ങൾ തിരിച്ചുവരുന്നതും ക്ഷേത്രപരിസരത്ത് ചെന്ന് അവസാനിക്കുന്നതും കാണാനായില്ല. ആ വീടും പരിസരവും നഷ്ടമാകുന്നതിനെക്കുറിച്ച് ചിന്തിച്ചുകൊണ്ടാണ് അന്ന് ഉറക്കമുണർന്നത്. ആ സമയം ചേച്ചിമാരും ശ്രീകുമാറും സൗമിനിയും ഉണർന്നെഴുന്നേറ്റി രുന്നില്ല. ഞാൻ ശബ്ദമുണ്ടാക്കാതെ വാതിൽതുറന്ന് പുറത്തിറങ്ങി. ഭാ സി അങ്കിളിന്റെ വീടിന്റെ പിൻഭാഗത്ത് അല്പം നടന്ന് ചെന്നാൽ പിന്നീ ടുള്ളത് അമ്മയ്ക്കുള്ള വസ്തുവഹകളാണ്. എല്ലാ കൈവിട്ട് പോകുന്നതും എന്റെ കൂടപ്പിറപ്പുകൾ ഓരോരുത്തരും വേർപെട്ട് പോകുന്നതും എനിക്കുൾക്കൊള്ളാനാകുമായിരുന്നില്ല. ഞാൻ വലിയമ്മാവന്റെ വീട്ടിലേ ക്കോടി. അച്ഛനും അമ്മയും ഉണർന്നിട്ടുണ്ട്. ഞാൻ കയറിച്ചെന്നപ്പോൾ അച്ഛൻ അടുത്ത് പിടിച്ചിരുത്തി വിശേഷങ്ങൾ ചോദിച്ചു. മറുപടിയൊന്നും പറയാതെ തന്നെ ഞാൻ അന്വേഷിക്കുകയായിരുന്നു.

"ഭാസി അങ്കിളിന്റെ വീട് വിറ്റ് പോകുമോ?"

"അതെ, അവരൊക്കെ ഈ നാട് വിട്ട് പോകുകയല്ലേ? പിന്നെ ഈ വസ്തുവഹകൾകൊണ്ട് അവർക്കെന്താണുപയോഗം?"

"നിനക്കെന്താണ് പറ്റിയത് കുട്ടീ?"

അമ്മ ഇടയ്ക്ക് കയറി ചോദിച്ചു.

അച്ഛന്റെ തോളിൽ മുഖമമർത്തികൊണ്ട് ഞാൻ പറഞ്ഞു "എനിക്കത് സങ്കടാ..."

അച്ഛൻ എന്നെ ചേർത്ത് പിടിച്ചു. എന്നിട്ട് എന്റെ കണ്ണുകളിലേക്കു നോക്കി ചെറുതായൊന്നു ചിരിച്ചു. ആ ചിരിയിൽ ഞാൻ സംതൃപ്തനായി. കാരണം അച്ഛന്റെ ശരീരഭാഷ എനിക്ക് നന്നേ മനസ്സിലാകും. എന്നെ നൊമ്പരപ്പെടുത്താത്ത എന്തെങ്കിലും ഒരു തീരുമാനം അച്ഛനെടുക്കുമെന്ന് എനിക്കുറപ്പായിരുന്നു.

അന്ന് ബ്രേക്ക്ഫാസ്റ്റിന് അച്ഛനോടൊപ്പമാണ് ഞാനിരുന്നത്. ഞാൻ ആഗ്രഹിച്ചതുപോലെ എന്നെ സന്തോഷപ്പെടുത്തുന്ന അച്ഛന്റെ വാക്കുകൾ

ഇന്നും എന്റെ ചെവിയിൽ മുഴങ്ങിക്കേൾക്കുന്നുണ്ട്. ഭാസി അങ്കിളിന്റെ ഒരു സെന്റ് വസ്തുപോലും വിറ്റു പോകില്ല. എന്നിട്ട് അച്ഛൻ എന്നോടായി ചോദിച്ചു "ഇത് കേൾക്കാനല്ലേ നീ എന്നെ മുട്ടിയുരുമ്മി ഇരിക്കുന്നത്, ഇനി അതെങ്ങനെയാണ് ഞങ്ങൾ തീർപ്പാക്കിയതെന്ന് കുട്ടികളാരും അറിയേണ്ടതില്ലല്ലോ?" അച്ഛനറിയാം അതു മാത്രം കേൾക്കാനാണ് ഞാനന്ന് കാതോർത്തതെന്ന്. അന്ന് അച്ഛനെ ഞാൻ കെട്ടിപ്പിടിച്ച് കവിളിൽ ഒരു ഉമ്മ കൊടുത്തുകൊണ്ടാണ് പുറത്തേക്ക് ഓടിയത്. എന്റെ മുഖത്തെ സന്തോഷം കണ്ട് എല്ലാവരും എന്നെ നോക്കി ചിരിച്ചു. പുറത്തേക്ക് ഇറങ്ങി വരുമ്പോൾ വാതിൽക്കൽ ഇതെല്ലാം കണ്ടും കേട്ടും നിന്നിരുന്ന സൗമിനി എന്നോട് ചോദിക്കുകയായിരുന്നു.

"ഇത് എല്ലാവർക്കും കൊടുക്കുമല്ലേ ഫ്രീയായിട്ട്."

"എന്ത്?"

"ഉമ്മ"

"ഇനിയും വേണോ നിനക്ക്?"

അവളുടെ ചെവിയിൽ പിടിച്ച് തിരിച്ചുകൊണ്ട് ഞാൻ ഓടിപ്പോയി. പിന്നെ ചെന്ന് നിന്നത് ഭാസിയങ്കിളിന്റെ വീടിന്റെ മുറ്റത്താണ്. എല്ലാവരും വലിയമ്മാവന്റെ വീട്ടിലാണ്. എന്തോ പിടിച്ചടക്കിയ സന്തോഷമായിരുന്നു എനിക്ക്. ഊഞ്ഞാലിൽ കയറി കുളത്തിന് മീതെ അതിശക്തമായി ആടി തിമിർത്തു. അച്ഛൻ അന്നു തന്നെ തിരിച്ച് പോയി. ആ ദിവസങ്ങളിലൊക്കെ ഞാൻ ആശിച്ചത് ഈ ജീവിതം ഇപ്രകാരം തന്നെ നിലനിന്നിരുന്നെങ്കിൽ എന്നാണ്. പക്ഷേ കാലം അതിന്റേതായ താളക്രമത്തിൽ എന്നും സഞ്ചരിച്ചുകൊണ്ടല്ലേ ഇരിക്കൂ.

പിന്നീട് ഒരു ദിവസം ഭാസിയങ്കിളിനും കുടുംബത്തിനും ഹൈദ്രാബാദിലേക്ക് തിരിച്ചുപോകാൻ വെറും ഇരുപത്തിനാല് മണിക്കൂറുകൾ മാത്രം ബാക്കിനിൽക്കെ വേണുവേട്ടൻ ബോട്ടുമായി വന്നു. അത് കുട്ടേട്ടന്റെ നിർദ്ദേശമായിരുന്നു. മഴമേഘങ്ങൾ അശേഷം ഇല്ലാതിരുന്നതിനാൽ പുഴയും അന്തരീക്ഷവും നന്നേ ചൂട് പിടിച്ചുതുടങ്ങിയിരുന്നു.

ഓർമ്മകളുടെ പ്രവാഹം

മനുഷ്യൻ തന്റെ ഓർമ്മകൾ ശരീരത്തിൽ എവിടെയാണ് ശേഖരിച്ച് വെക്കുന്നത്? ബാല്യത്തിൽ എനിക്കൊപ്പം സഞ്ചരിച്ച സമസ്യയാണത്. നാസാരന്ധ്രങ്ങളെ തൊട്ടുരുമ്മി നിൽക്കുന്ന പ്രാണവായു കണക്കെ ഓർമ്മകളും നമുക്കൊപ്പം തന്നെയുണ്ട്. രണ്ടും ദൃഷ്ടീഭവിക്കുന്നില്ലെന്നു മാത്രം. ഒരിക്കലും വിസ്മരിക്കാതെ കാലത്തെ അതിജീവിച്ച് നിൽക്കുന്ന സ്നേഹസമൃദ്ധിയുടെ മുഹൂർത്തങ്ങളാണ് പിന്നീട് വീണുകിട്ടിയത്.

ചെറിയ ബോട്ടിന്റെ മുന്നറ്റത്തുള്ള കിളിവാതിൽ തുറന്ന് ഞാൻ മുന്നോട്ട് നോക്കിനിന്നു. ഓളപ്പരപ്പിൽ കുറച്ചൊക്കെ ആടിയും ഉലഞ്ഞുമാണ് ബോട്ടിന്റെ സഞ്ചാരം. പുഴയുടെ കിഴക്ക് ഭാഗങ്ങളിൽ ഒരുപാട് ഒരുപാട് ഉയർന്ന് നിൽക്കുന്നത് വൻമലകളാണ്. എന്നാൽ കനം കുറഞ്ഞ ജലകണങ്ങൾ ഇടയ്ക്കിടെ മുഖത്ത് പതിച്ചപ്പോൾ ബോട്ടിന്റെ ഗതിവേഗത്താൽ പറന്ന് കളിക്കുകയാണവ എന്നാണ് ചിന്തിച്ചത്. അത് ഞാൻ സ്റ്റിയറിംഗിൽ കൈപിടിച്ചുനിൽക്കുന്ന വേണുവേട്ടനോട് പറഞ്ഞപ്പോൾ ഏട്ടനെന്നോട് പടിഞ്ഞാറൻ ചക്രവാളത്തിലേക്ക് നോക്കാൻ പറഞ്ഞു. അവിടെ മഴമേഘങ്ങൾ തീർത്തുവച്ച വൻ മതിൽക്കെട്ടുകൾ കണ്ട് ഭയപ്പെടുകതന്നെ ചെയ്തു. അന്ന് ഞാനെന്നെക്കുറിച്ചല്ല ആശങ്കപ്പെട്ടത് എന്റേതെന്ന് ഞാൻ കരുതുന്ന എന്റെ പ്രിയപ്പെട്ടവരിൽ പലരും അവിടെ എനിക്കൊപ്പമുണ്ട്. വേണുവേട്ടന്റെ മുഖത്ത് ഭയാശങ്കകളില്ലെങ്കിലും കുട്ടേട്ടൻ നിർദ്ദേശിച്ചു, ഏതെങ്കിലും ഒരു തീരത്തേക്ക് ബോട്ടിനെ അടുപ്പിച്ച് നിർത്താൻ. എന്നാൽ വേണുവേട്ടൻ വളരെ സ്പീഡിൽ ബോട്ട് ഓടിച്ച് പോയി. പത്ത് മിനിട്ടുകൊണ്ട് അതൊരു കനാൽ മുഖത്തെത്തി. പിന്നീട് ഒട്ടും വൈകിയില്ല പെരുമഴയുടെ താണ്ഡവമാണുണ്ടായത്. മുപ്പതടിയോളം വീതിയുള്ള കനാൽ കൃഷിയിടങ്ങൾക്കിടയിലൂടെയുള്ളതാണ്. ആ കനാലിനോട് ചേർന്ന് ചെറിയൊരു തുരുത്ത്. അവിടെ ബോട്ടിനെ ബന്ധിച്ച് നിർത്താൻ വേണുവേട്ടൻ പുറത്തേക്കിറങ്ങി. ഇരുവശങ്ങളിലുമുള്ള ഗ്ലാസ് ജനലുകൾ അടച്ച് പിന്നിലും മുന്നിലുമുള്ള വാതായനങ്ങൾ തുറന്ന് വെച്ചു. തിമിർത്തു പെയ്യുന്ന മഴയ്ക്കു നടുവിലെ

ബോട്ടും ചുറ്റുപാടുകളും ഏറെ ആഹ്ലാദത്തോടെയാണ് ഞങ്ങൾ വീക്ഷിച്ചത്.

ഓർമ്മശേഖരങ്ങളിലേക്ക് പിന്നീടെത്രതന്നെ അനുഭവങ്ങൾ കടന്ന് കയറി സ്ഥാനം പിടിച്ചെങ്കിലും അതിനെല്ലാം മുകളിലായി ആ നിമിഷങ്ങളെ ഓർത്തുപോകാറുണ്ട്. പിന്നീട് ഞങ്ങളെല്ലാം അന്യോന്യം കാണുമ്പോൾ എന്നെപോലെ തന്നെ മറ്റുള്ളവരും അതോർക്കുന്നുണ്ടാവുമെന്ന് വിശ്വസിക്കുന്നു. ചുറ്റുപാടുകൾ പുകപടലങ്ങളായി നിൽക്കെ ഒന്നും വ്യക്തമായി കാണാനാകുമായിരുന്നില്ല. ആ പ്രദേശത്തേക്ക് മുമ്പൊരിക്കലും ഞാൻ പോയിട്ടുമില്ല. ചുറ്റും ചില്ലുജനാലകളാണെങ്കിലും ഇരുവശത്തേക്കുമുള്ള വാതിൽപടികളിൽ ടാർപോളിൻ ഷീറ്റ് പ്രത്യേകമായി രൂപപ്പെടുത്തിയ ഷട്ടറുകളാണ്. ഞാനാ ഷീറ്റിനടിയിൽകൂടി കൈനീട്ടി മഴയെ സ്പർശിക്കാൻ ശ്രമിച്ചത് ബീനേച്ചിക്ക് ഇഷ്ടമായില്ല. പുറത്തുള്ള അവസ്ഥയെക്കുറിച്ച് അപ്പോൾ വ്യക്തമായ ധാരണയില്ലായിരുന്നതാണ് പ്രശ്നം. ഇതിനിടയിൽ കുട്ടേട്ടൻ തന്റെ സ്വതസിദ്ധമായ ശൈലിയിൽ നാടൻപാട്ടുപാടി ഞങ്ങളെ സന്തോഷിപ്പിച്ചു. ഞങ്ങളെല്ലാവരും തന്നെ ഏട്ടനോടൊപ്പം താളാത്മകമായി പാടുകയും ചെയ്തു. പിന്നീട് ആ പാട്ടിലേക്ക് സൗമിനിയും പങ്കുചേർന്നപ്പോൾ എല്ലാവർക്കും പൊട്ടിച്ചിരിക്കാനുള്ള വകയുണ്ടായി. കാരണം അവളുടെ മലയാളത്തിന് തെലുങ്കുധ്വനി!

മഴ തോർന്നപ്പോൾ ബോട്ടിന്റെ ജനാലകൾ തുറന്നിട്ടു. വാതിലിലുള്ള ടാർപോളിൻ തെറുത്ത് കയറ്റിവയ്ക്കുകയും ചെയ്തു. അപ്പോഴാണ് ഞങ്ങൾ ചുറ്റുപാടും കാണുന്നത്. കണ്ണെത്താദൂരത്തോളം വെള്ളക്കെട്ടുള്ള പാടശേഖരമാണ്. അതിലത്രയും വെളുത്ത ആമ്പൽ പൂക്കളും. ആരും വിസ്മയത്തോടെ നോക്കിനിന്നുപോകുന്ന സൗന്ദര്യം. തീരത്തോടടുപ്പിക്കാൻ പറഞ്ഞപ്പോൾ സ്പീഡ് കൂട്ടി പറപ്പിച്ചത് ഇവിടെയെത്താനായിരുന്നല്ലേ എന്ന് രമ്യ ചേച്ചിയുടെ കമന്റ് സമയോചിതമായിരുന്നു. അടിവാരത്തിലെ ഞങ്ങളുടെ കുടുംബങ്ങളിലെ അമ്മയുൾപ്പെടെയുള്ള അംഗങ്ങളുടെ കൃഷിയിടങ്ങളും ഇതിലുണ്ട്. കൃഷിയെ സംബന്ധിച്ചിട്ടുള്ള ആവശ്യങ്ങൾക്കാണ് ഈ ബോട്ട് ഏറെയും ഉപയോഗിക്കുന്നത്. ബോട്ട് കെട്ടിനിർത്തിയിരുന്ന ആ തുരുത്തിലേക്ക് ഞങ്ങൾ ഇറങ്ങാൻ ശ്രമിച്ചപ്പോൾ കുട്ടേട്ടൻ തടസ്സപ്പെടുത്തി. എന്നിട്ട് ബോട്ടിൽ സൂക്ഷിച്ചിരുന്ന കണ്ടെയിനറുകളിൽ നിറച്ചുവച്ച ഭക്ഷണം ഏട്ടന്മാർ രണ്ടുപേരും ചേർന്ന് ഞങ്ങൾക്കിടയിൽ വിതരണം ചെയ്തു. നോക്കെത്താദൂരത്തോളം മറ്റൊരു മനുഷ്യനേയും കാണാനാവാതെ വലിയൊരു കുട്ടയ്ക്കടിയിൽ മൂടപെട്ടപോലെയായിരുന്നു ഞങ്ങൾ. ശ്രീകുമാർ എന്നും ഒരു നിശ്ശബ്ദ കഥാപാത്രമാണ്. ഒരുപാട് സ്നേഹമുള്ള കുറച്ച് മാത്രം സംസാരിക്കുന്ന സഹോദരൻ. അവനുവേണ്ടികൂടി ബഹളം വയ്ക്കാൻ ഒരനുജത്തിയും. എല്ലാവരും ഭക്ഷണം കഴിച്ചു കഴിഞ്ഞപ്പോൾ ഞങ്ങൾ പുറത്തേക്കിറങ്ങി.

ബോട്ട് കെട്ടിനിർത്തിയിരുന്ന ചെറിയ തിട്ട. മഴ തീർന്നെങ്കിലും സൂര്യ പ്രകാശം തിരിച്ചെത്തിയിട്ടില്ല. നന്നേ തണുത്ത കാറ്റ്. അല്ലെങ്കിൽതന്നെ അടിവാരം തണുപ്പിന്റെ സാമ്രാജ്യമാണ്.

സൗമിനിയെ ബോട്ടിൽനിന്ന് ഇറക്കാൻ കുട്ടേട്ടൻ സഹായിച്ചു. കര യിലെത്തിയ ഉടനെ അവളെന്റെ അടുത്തെത്തി. ഒരാമ്പൽപൂവ് പൊട്ടിച്ച് കൊടുക്കാനുള്ള മിനിമം ഡിമാന്റ് മാത്രം. പൊട്ടിച്ചുകൊടുക്കാൻ എനിക്ക് മടിയുണ്ടായിരുന്നില്ല. കൊടുത്താൽ പക്ഷേ ഏട്ടന്മാർ കളി യാക്കും. ചേച്ചിമാരും ഒട്ടും പിന്നിലല്ല. ഇതിനോടകം തന്നെ ബീനേച്ചി ചോദിച്ചു.

"എന്തിനാണവൾ ശാഠ്യം പിടിക്കുന്നത്?"

പൂവിനായുള്ള ആ മുഖത്തെ ശാഠ്യം തിരിച്ചറിഞ്ഞുകൊണ്ടുതന്നെ യാണ് ചേച്ചി ചോദിച്ചത്.

"ഒന്നുമില്ല, അവൾക്കൊരു ആമ്പൽപൂവ് പൊട്ടിച്ചുകൊടുക്കണ മത്രെ."

അതുകേട്ട് പൊട്ടിച്ചിരിച്ചത് വേണുവേട്ടനാണ്.

"പറിച്ചുകൊടുക്കെടാ നിന്റെ മുറപ്പെണ്ണല്ലേ?"

ഇത്തരം പ്രയോഗങ്ങൾ ഉണ്ടായേക്കും എന്ന് പ്രതീക്ഷിച്ചുകൊണ്ടു തന്നെയാണ് ഞാനവളുടെ അപേക്ഷ നിരാകരിച്ചത്. അവളെ എന്റെ സ്വന്തം അനുജത്തിയായിട്ടാണ് കരുതിവെച്ചിരിക്കുന്നതെങ്കിലും എനിക്കു വേണ്ടി സംസാരിക്കുവാനോ പിന്താങ്ങുവാനോ അവരാരും ഉണ്ടാകില്ല. എന്നാൽ ഇതൊന്നും കേൾക്കാത്തപോലെ അതേ ലക്ഷ്യത്തിനായി അവൾ ശാഠ്യം പിടിച്ചു. അവൾക്ക് ഒരു പൂവ് ആയിരുന്നില്ല ആവശ്യം. ആയിരുന്നുവെങ്കിൽ മറ്റുപലരും അതിനു വഴങ്ങിയപ്പോൾ സമ്മതിക്കേ ണ്ടിയിരുന്നല്ലോ. എന്നാൽ എല്ലാവരുടേയും ശ്രദ്ധ എന്നിൽ കേന്ദ്രീകരി ച്ചപ്പോൾ തീരത്തിനോട് ചേർന്ന് ഞാൻ അവൾക്കായി കണ്ടുവച്ച പൂവ് പൊട്ടിച്ചെടുക്കാൻ എനിക്കായില്ല. പരിഭവക്കണ്ണീരുമായി പിന്നീടവൾ എനിക്കൊപ്പം ബോട്ടിൽ തിരികെ സഞ്ചരിക്കുമ്പോൾ ഞാൻ കരുതിവച്ച പൂവ് കാണെക്കാണെ ദൃഷ്ടിയിൽനിന്ന് പിന്തിരിഞ്ഞുപോകുന്നതു കണ്ടു. ഒടുവിൽ ഒരു ബിന്ദുവായി അത് കണ്ണിൽനിന്ന് മറയുന്നതുവരെ ബോട്ടിന്റെ പിൻവാതിലിൽ പിടിച്ച് നോക്കിനിന്നു.

നിമിഷമാത്രയിൽ കടന്നുവന്ന തണുത്ത കാറ്റ് എന്റെ മുടിയിഴകളെ പല ദിശകളിലേക്കും പരത്തിവച്ചു. തണുപ്പകറ്റാൻ കൈകൾകൂട്ടി യുരസി ഇരുകവിളിലും ചൂട് പിടിപ്പിച്ച് ഞാൻ ഏറെ അസ്വസ്ഥനായി ട്ടാണ് നിന്നത്. അത് കണ്ടിട്ടാവണം ബീനേച്ചി എന്നെ പിടിച്ചുകൊണ്ടു പോയി എഞ്ചിൻ റൂമിന്റെ കൈവരികൾക്കടുത്തുള്ള സീറ്റിൽ ഒപ്പം ഇരുത്തി.

“നിന്റെ മുഖത്തു മാത്രം എന്താണ് ഒരു തെളിച്ചമില്ലാത്തത്?”

അതിനൊരു മറുപടി അന്നെനിക്ക് പറയാനാകുമായിരുന്നില്ല. അന്നൊരു രാത്രി തികച്ചും യാന്ത്രികമായിട്ടാണ് കടന്നുപോയത്. അടുത്ത ദിവസം ഭാസിയങ്കിളിനേയും കുടുംബത്തേയും യാത്രയയ യ്ക്കാൻ ഞങ്ങളെല്ലാവരും റെയിൽവേ സ്റ്റേഷനിൽ പോയിരുന്നു. കിതച്ചു വന്നുനിന്ന ട്രെയിനിൽ അവർ ഓരോരുത്തരായി കയറിപ്പോകുന്നത് നോക്കിനിന്നു. അന്നാദ്യമായിട്ടാണ് റെയിൽവേ സ്റ്റേഷൻ കാണുന്നത്. ശബ്ദകോലാഹലങ്ങൾക്കിടയിലൂടെ ആ വാഹനം അപഹരിച്ചുകൊണ്ടു പോയ എന്റെ പ്രിയപ്പെട്ടവരെക്കുറിച്ച് ഓർത്തപ്പോൾ വിതുമ്പിപോയി. അത് മറ്റുള്ളവർ കാണാതിരിക്കാൻ അമ്മയുടെ പിന്നിലേക്ക് ചേർന്നു നിന്നു.

അന്ന് രാത്രിയിൽ ഉറങ്ങാൻ കിടന്നപ്പോൾ ഞാൻ ബീനേച്ചിയോട് പറഞ്ഞു. “എനിക്കൊന്ന് ഓടിയെത്താൻ കഴിയാത്ത ദൂരങ്ങളിലേക്ക് നിങ്ങളാരും പോകരുത്.”

“പോവില്ല, ഹൈദ്രാബാദിനെ കുറിച്ചാണ് നീ ചിന്തിക്കുന്നതെങ്കിൽ അതത്ര ദൂരമൊന്നുമല്ലല്ലോ.”

“ആരാണ് പറഞ്ഞത്?”

“ആരും പറയേണ്ട നീ മേപ്പ് എടുത്ത് നോക്കുക. കർണാടക സ്റ്റേറ്റ് കഴിഞ്ഞാൽ പിന്നെ ആന്ധ്രയാണ്. അവിടെയാണ് ഹൈദ്രാബാദ്.”

എനിക്കൊന്നും പറയാനില്ലായിരുന്നു. ഞാൻ നിശ്ശബ്ദനായപ്പോൾ ചേച്ചി വീണ്ടും പറഞ്ഞു.

“അടുത്ത വെക്കേഷന് അവരിങ്ങോട്ട് വന്നില്ലെങ്കിൽ നമുക്കങ്ങോട്ടു പോകാം, പോരെ?”

അപ്പോഴും ഞാൻ മിണ്ടിയില്ല. കമ്പിളി പുതപ്പ് എന്റെ കഴുത്തറ്റം വരെ വലിച്ച് ഉയർത്തിവെച്ചിട്ട് ചേച്ചി വീണ്ടും ചോദിച്ചു.

“എന്താണ് നീ ഒന്നും മിണ്ടാത്തത്?”

“അടുത്ത വെക്കേഷൻ വരാൻ ഇനിയും ഒരു വർഷം കൂടി വേണ്ടി വരില്ലേ?” പിന്നെ ചേച്ചി ഒന്നും പറഞ്ഞില്ല.

എന്റെ തോളിൽ മെല്ലെ തട്ടി എന്നെ ഉറക്കത്തിലേക്കു നയിച്ചു.

അടുത്ത ദിവസം നേരം പുലരുന്നതിന് മുമ്പ് തന്നെ ഞാനുണർന്നു. അവിടെ മറ്റാരും ഉണർന്നിരുന്നില്ല. പുഴയ്ക്കപ്പുറം മലമുകളിൽ വെളുത്ത പ്രകാശം പരന്നപ്പോൾ ഞാൻ മുറ്റത്തേക്കിറങ്ങി. നേരെ ഭാസിയങ്കിളിന്റെ വീട്ടിലേക്ക് പോയി.

ഓർമ്മകൾ ഒരു പ്രവാഹമാണ്. ഇന്നലെവരെ ആഹ്ലാദത്തിര യിളക്കമായിരുന്ന മുഹൂർത്തങ്ങളെ ഇന്നിന്റെ ഓർമ്മകളിലേക്ക് വരച്ചു ചേർക്കുമ്പോൾ അതിൽ ആഹ്ലാദമല്ല, ദുഃഖം മാത്രമാണ്. ഭാസി യങ്കിളിന്റെ വീട്ടുമുറ്റത്തെ വൻ വൃക്ഷത്തിൽ ചാരി പുഴയിലേക്ക് നോക്കി

നിന്നപ്പോഴും പിന്നാമ്പുറത്തെ പുളിമരത്തിലെ ഊഞ്ഞാലിൽ വെറുതെ കയറിയിരുന്ന് ആടിയപ്പോഴും ഞാനനുഭവിച്ചത് ആ ദുഃഖം തന്നെയാണ്. വിട്ടകന്നുപോകാതെ ഹൃദയത്തിലേക്ക് ചേർന്ന് നിൽക്കാൻ ഈ നൊമ്പരങ്ങളും മനുഷ്യന്റെ കൂടെപ്പിറപ്പുകളാകും.

"പുലരും മുമ്പെ എഴുന്നേറ്റ് ഓടിയപ്പോൾ ഒന്ന് പറയാമായിരുന്നില്ലേ?"

ചേച്ചി ഓടിക്കിതച്ചാണ് എത്തിയത്. ഊഞ്ഞാലിലിരുന്ന എന്റെ ചെവിയിൽ ഏറെ ശക്തിയിലല്ലെങ്കിലും ഒന്ന് നുള്ളി വേദനിപ്പിക്കുകയും ചെയ്തു. ഞാൻ ചിരിക്കുക മാത്രമാണ് ചെയ്തതെങ്കിലും അതിൽ എന്റെ ക്ഷമാപണം ഉണ്ടായിരുന്നു.

"ഞങ്ങളിന്നുപോകും ചേച്ചി."

"അതെന്താ, ഞാൻ നുള്ളിയിട്ടാണോ?"

"അല്ല, അവിടെ അച്ഛൻ തനിച്ചല്ലേയുള്ളൂ."

"അമ്മയുടെ പൈക്കളെ നോക്കാനും വീട് വൃത്തിയാക്കാനും അവശ്യം ഭക്ഷണം ഉണ്ടാക്കാനുമൊക്കെ രേവമ്മ വരില്ലേ? പിന്നെ പത്മാവതിയും?"

"വരും, പക്ഷേ ഞങ്ങളുള്ളതല്ലേ അച്ഛന് ഇഷ്ടമാവുക."

ഒറ്റയ്ക്ക് നിൽക്കാൻ അച്ഛനിഷ്ടമുണ്ടായിട്ടല്ലല്ലോ അമ്മയുടെ ഇഷ്ടത്തെ പരിഗണിച്ചുകൊണ്ടാണ് ഇത്രയും ദിവസം ഞങ്ങൾക്കായി വിട്ടുതന്നത്. അന്ന് തിരിച്ചു പോരുമ്പോഴും അമ്മയ്ക്കൊപ്പം വലിയമ്മാവന്റെ പാദങ്ങൾ ഞാനും തൊട്ടുവന്ദിച്ചു. എന്തിനെന്നറിയില്ലെങ്കിലും ഏറെ നൊമ്പരപ്പെട്ടാണ് ഞാനന്ന് ഇറങ്ങി തിരിച്ചത്. വലിയമ്മാവനടക്കം എല്ലാവരും ഗേറ്റ് വരെ ഞങ്ങളെ അനുഗമിച്ചു. ഗേറ്റ് കടന്ന് നടക്കാൻ തുടങ്ങുമ്പോൾ ബീനേച്ചിയുടെ കണ്ണുകൾ നിറയുന്നത് കണ്ടു. മുതിർന്നവരെ എന്തുപറഞ്ഞാകും സാന്ത്വനപ്പെടുത്തുക? എങ്കിലും ആ കണ്ണുനീരെന്നെ ഒരുപാട് വിഷമിപ്പിച്ചു. ഞാൻ തിരിച്ചോടിച്ചെന്ന് ആ കൈകൾ രണ്ടും കൂട്ടിപിടിച്ചുകൊണ്ട് പറഞ്ഞു.

"ഗോപൻ ഇനിയും വരും ചേച്ചി, അടുത്ത വെക്കേഷന്."

ചേച്ചി എന്നെ ഇരുകൈകളും കൊണ്ട് വാരി അടുപ്പിക്കുകയും നെറുകയിൽ ചുംബിക്കുകയും ചെയ്തു. എന്റെ വലത് കരം പിടിച്ച് കുട്ടേട്ടനെ ഏല്പിച്ചു. ഏട്ടന്റെ വലതുതോളിൽ ഞങ്ങളുടെ ബാഗും ഇടതുകൈയിൽ ഞാനുമായിട്ടാണന്ന് തിരിച്ചുപോന്നത്. അടിവാരത്തുനിന്ന് കൽപ്പറ്റയിൽ ബസ്സ്റ്റാന്റ് വരെ ഏട്ടൻ ഞങ്ങൾക്കൊപ്പം വന്നു. പിന്നീട് രാപ്പാടിക്കുന്നിലേക്കുള്ള ഞങ്ങളുടെ ബസ്സിൽ കയറ്റിയിരുത്തിയിട്ടാണ് തിരിച്ചുപോയത്.

ഞങ്ങളുടെ ഗ്രാമത്തിലേക്കുള്ള ബസ്സ് മൂന്ന് കിലോമീറ്റർ മുമ്പുതന്നെ യാത്ര അവസാനിപ്പിച്ചു. തുടർന്നങ്ങോട്ട് കൈപ്പമുക്ക് വഴിയുള്ള റോഡ്

പുതുക്കിപണിയുകയാണത്രെ. ശേഷമുള്ള മൂന്ന് കിലോമീറ്റർ ഇനി നടക്കുകതന്നെ. അമ്മയോട് ബാഗ് വാങ്ങി ഞാൻ തോളിലിട്ടു. എന്നാൽ പത്തടിപോലും നടക്കുന്നതിന് മുമ്പുതന്നെ ബാഗിൽ അവൻ വന്ന് പിടികൂടി നിമിഷം കൊണ്ട് കൈക്കലാക്കി. പിന്നീടെന്നെ കെട്ടിപ്പിടിച്ചു. 'ജോയ്ച്ചൻ' ഒരുപാട് ഉച്ചത്തിലാണവൻ പറഞ്ഞത്.

"കൂട്ടുകാരാ, നീയിത്രകണ്ട് എന്നെ ചതിക്കുമെന്ന് ഓർത്തില്ല, പോയിട്ട് ഇന്നേക്ക് ഇരുപത്തിരണ്ട് ദിവസമായെന്നറിയുമോ? ഈ പാവം ഇവിടെ എന്തുചെയ്യുകയായിരുന്നുവെന്ന് നീ ഒരിക്കലെങ്കിലും ചിന്തിച്ചില്ലല്ലോ?"

"ചിന്തിച്ചു മിത്രമേ, അങ്ങനെ ചിന്തിച്ചതിന്റെ പേരിലാണ് വെക്കേഷൻ കഴിയാതെതന്നെ ഞാൻ തിരിച്ചുപോന്നത്. അതുകൊണ്ടുമാത്രം എന്റെ പ്രിയപ്പെട്ട ചേച്ചി എന്നോട് പിണക്കത്തിലുമായി, പോരെ?"

അതുകേട്ടപ്പോൾ അവന് തൃപ്തിയായി. മൂന്ന് കിലോമീറ്റർ ദൂരവും പിന്നീടവൻ നിർത്താതെ സംസാരിച്ചുകൊണ്ടിരുന്നു.

അന്ന് ആദ്യമായിട്ടാണ് മൂന്ന് ആഴ്ചക്കാലം തുടർച്ചയായി നാട്ടിൽ നിന്ന് വിട്ടുനിന്നത്. ഇരുപത്തിരണ്ട് ദിവസമായിയെന്ന് ജോയ്ച്ചൻ പറഞ്ഞപ്പോൾ പക്ഷേ അദ്ഭുതമാണ് തോന്നിയത്. ഇത്രകണ്ട് തിടുക്കത്തിൽ ഈ ദിവസങ്ങളൊക്കെ എങ്ങോട്ടാണ് സഞ്ചരിച്ച് പോകുന്നത്. ഏറെ വൈകാതെ ഞങ്ങൾ രാപ്പാടി കുന്നിലേക്കടുത്തു. മേയ്മാസം പകുതിയെത്തിയിരിക്കുന്നു. കുന്നിൻമുകളിലത്രയും വാകമരങ്ങൾ പൂത്തുലഞ്ഞ് ചുവപ്പിന്റെ കോട്ടതന്നെ സൃഷ്ടിച്ചുകഴിഞ്ഞു. അങ്ങിങ്ങായി പൈൻമരങ്ങളുടെ വെളുത്ത പൂക്കളും. ഞങ്ങളുടെ ആ സ്വർഗലോകത്തുനിന്നും പുറത്തേക്ക് പോകുന്നതിനെ കുറിച്ച് ഞാനൊരിക്കൽ പോലും ചിന്തിച്ചിരുന്നില്ല. ഞാനും എന്റെ സ്വപ്നങ്ങളും എന്നും വിലയം പ്രാപിച്ചിരുന്നത് ആ കുന്നുകളിലും മലമടക്കുകളിലും കൃഷിയിടങ്ങളിലും പിന്നെ ചിരിച്ചും കളിച്ചും ഭയപ്പെടുത്തിയും ഒഴുകിയ കുറ്റിപ്പുഴയാറിന്റെ തീരങ്ങളിലുമാണ്.

അമ്മയിതിനോടകം കൈപ്പമുക്കിലെ സുരച്ചേട്ടന്റെ കടയിൽ പച്ചക്കറി വാങ്ങാൻ കയറി. ഞാനച്ഛന്റെ ഷോപ്പിലേക്ക് തിരിയുമ്പോൾ സുരച്ചേട്ടൻ എന്നെ കൈയുയർത്തി കാണിച്ചു. എല്ലാ വിഷുവിനും അവിടെ പച്ചക്കറി കച്ചവടം നിർത്തി പടക്കകച്ചവടം നടത്തുകയാണ് സുരച്ചേട്ടൻ. ഇത്തവണയും അത് മുടക്കിയിട്ടില്ല. പക്ഷേ കടയുടെ ഒരു ഭാഗത്ത് ഇനിയും വിറ്റുതീരാനുള്ള പടക്കത്തിന്റെ സ്റ്റോക്കിരിക്കുന്നുണ്ട്. അത് കണ്ടല്ലോയെന്നാണ് കയ്യുയർത്തി വീശിയതിന്റെ പിന്നാമ്പുറം. ഞങ്ങൾ ചിരിച്ചു തലയാട്ടി. അതിനർത്ഥം ഞങ്ങളതിനെ കുറിച്ച് ബോധവാന്മാരാണ് എന്നാണ്. അച്ഛന്റെ കടയിലെത്തിയപ്പോൾ രാഘവേട്ടൻ അവിടെയിരിക്കുന്നുണ്ട്. റോഡ് പുറംപോക്കിലുണ്ടായിരുന്ന മൂപ്പരുടെ

ചായക്കട പിഡബ്ല്യുഡി റോഡ് വികസനവുമായി ബന്ധപ്പെട്ട് പൊളിച്ചു നീക്കിയത്രെ. അങ്ങനെ അല്ലലില്ലാതെ ജീവിച്ചുപോന്ന രാഘവേട്ടന്റെ ജീവിതം റോഡ് വികസനത്തിലൂടെ പെരുവഴിയിലായി. കാലിന് ചെറിയ മുടന്തുള്ളതുകൊണ്ട് ഭാരപ്പെട്ട പണിക്കൊന്നും പോകാനാകില്ല. ഈ അവസരത്തിൽ അദ്ദേഹത്തിനൊരു കൈത്താങ്ങായത് അച്ഛനാണ്. കട യിൽ സഹായിയായി നിൽക്കാൻ അച്ഛൻ പറഞ്ഞിട്ടുണ്ട് എന്നറിയിച്ച പ്പോൾ ആ മുഖത്തെ സന്തോഷം ഒന്നു കാണേണ്ടതായിരുന്നു.

അച്ഛൻ വീട്ടിലേക്ക് പോയിട്ടുണ്ട് എന്ന് പറയാൻ രാഘവേട്ടനെ ഏൽപ്പിച്ചിട്ടുണ്ടത്രെ.

എത്ര കണ്ട് അക്ഷമനായിട്ടാണ് അച്ഛൻ അന്ന് ഞങ്ങളെ കാത്തിരു ന്നതെന്നോർക്കുന്നു. വീടും പരിസരവും കാലിത്തൊഴുത്തുമൊക്കെ ഏറെ വൃത്തിയാക്കിവെപ്പിക്കാൻ അച്ഛൻ പ്രത്യേകം ശ്രദ്ധിച്ചിരുന്നു. അതെല്ലാം അമ്മയുടെ ശ്രദ്ധാകേന്ദ്രങ്ങളാകുമെന്ന് അച്ഛന് മുമ്പേ അറി യുന്നതാണ്. ഇതിനൊക്കെ പുറമെ ഞങ്ങൾക്കിഷ്ടപ്പെട്ട വിഭവങ്ങളും. അച്ഛൻ എന്നെ നെഞ്ചോട് ചേർത്ത് സ്നേഹം പ്രകടിപ്പിച്ചിട്ടുള്ള അപൂർവ്വം സന്ദർഭങ്ങളിൽ ഒന്നു ഉണ്ടായത് അന്നാണ്. ഏതൊരു പുത്ര നേയും എന്നപോലെ അച്ഛന്റെ ജീവിതത്തിലെ സംഗീതവും ഞാനായി രുന്നു. ആ ദിവസവും ജോയ്ച്ചൻ ഞങ്ങൾക്കൊപ്പമാണ് ഭക്ഷണം കഴി ച്ചത്. മറിയാമ്മച്ചേട്ടത്തി നേരത്തെ ഭക്ഷണം കഴിച്ചു എന്നറിയിച്ചിരു ന്നെങ്കിലും അന്ന് ഉണ്ടാക്കിയ ചില പ്രത്യേക വിഭവങ്ങൾ അവിടെ കൊണ്ട് കൊടുത്തിട്ടാണ് അമ്മ ഭക്ഷണം കഴിക്കാനിരുന്നത്.

അന്നു വൈകുന്നേരം ഗുസ്തിക്കെന്നപോലെ ദേഹമാസകലം എണ്ണയും തേച്ച് കുട്ടി നിക്കറുകളും ധരിച്ച് മൂന്ന് പേർ വന്നു. വളരെ കൗതുകത്തോടെ ഞാനവരെ നോക്കി. പൗലോസും കൈമളും സന്തോഷും. അത് ജോയ്ച്ചന്റെ പദ്ധതിയായിരുന്നു. കുറ്റിപ്പുഴയാറ്റിൽ കുളിക്കാനുള്ള പുറപ്പാട്. ഒട്ടും താമസിയാതെ ഞാനും തയ്യാറെടുത്തു. അവരാരും സോപ്പ് കൊണ്ടുവരാറില്ല. അത് എന്റെ ചുമതലയിൽപ്പെട്ട തായിട്ടാണ് പണ്ടുമുതലേ അവർ കരുതിപോന്നത്. ഞങ്ങളുടെ ഒരു കുളിക്ക് ഒരു സോപ്പെന്ന നിലയിൽ ചെലവാക്കിയപ്പോൾ അമ്മ ചെറിയ സോപ്പുകൾ കൂടി വാങ്ങിവെക്കുന്നത് വളരെ കൗതുകത്തോടെയാണ് ഞാൻ നോക്കിക്കണ്ടത്. അത് പൂർണ്ണമായും ഞങ്ങൾ തേച്ച് തീർക്കും സോപ്പ് തേച്ചാൽ വെളുക്കുമായിരുന്നുവെങ്കിൽ ജോയ്ച്ചനിപ്പോൾ പ്രേംനസീറിനെപോലാകുമായിരുന്നില്ലേ.

സന്തോഷിന്റെ സ്ഥിരം കോമഡിയാണിത്. ജോയ്ച്ചന് ദേഷ്യം വരും. പക്ഷേ വെള്ളത്തിൽ നീന്തി സന്തോഷിനെ പിടിക്കാനാകുമായിരുന്നില്ല. പാഞ്ഞുപോകും ഒരു നിവൃത്തിയുമില്ലെങ്കിൽ ജലപ്പരപ്പിനടിയിലൂടെ തുഴഞ്ഞും പോകും. കൈമളും നീന്തലിന് ഒട്ടും മോശമായിരുന്നില്ല. ആറിന് വീതി കൂടുതലില്ലെങ്കിലും നല്ല ഒഴുക്കുണ്ടാകും. ഏത് സാഹചര്യ ത്തിലും ഒരു പത്ത് പ്രാവശ്യമെങ്കിലും ഇരുകരയിലേക്കും ഞങ്ങൾ

നീന്തിക്കയറും. ആഴ്ചയിൽ ഒന്നോ രണ്ടോ ദിവസം നടക്കുന്ന ഈ പ്രതിഭാസവും ദൈനംദിനമുള്ള നടപ്പും ഞങ്ങളുടെ ആരോഗ്യത്തിന്റെ രഹസ്യമായിരുന്നെന്ന് അന്ന് പക്ഷേ തിരിച്ചറിഞ്ഞിരുന്നില്ല.

അന്നും പതിവനുസരിച്ച് അസ്തമയത്തിന് മുമ്പായി കുളിച്ചുകയറി. വിസ്തൃതമായ വയലേലകൾക്കപ്പുറം നിറപ്പകിട്ടുള്ള പടിഞ്ഞാറൻ ചക്രവാളത്തിൽ അസ്തമിച്ചു മറയുന്ന സൂര്യതേജസ്സ് ഞങ്ങൾക്കെന്നും വിസ്മയമായിരുന്നു. നിറമുള്ള മേഘപാളികളിൽ മനുഷ്യരുടെയും മൃഗങ്ങളുടെയുമൊക്കെ രൂപങ്ങൾ ഞങ്ങൾ ഭാവനയിൽ മെനഞ്ഞെടുത്ത് പരസ്പരം വിശദീകരിച്ച് കൊടുക്കും. അവിടെ ആ പുഴയോരത്തെ ഞാവൽ മരച്ചുവട്ടിലെ ഉയർന്ന വേരുകളിൽ എത്രയോ മണിക്കൂറുകളാണ് ചെലവഴിച്ചിട്ടുള്ളത്.

അന്ന് പക്ഷേ ഞങ്ങൾ തിരിച്ചെത്തുമ്പോൾ ജോയ്ച്ചന് ഒരതിഥിയുണ്ടായിരുന്നു. ജോസേട്ടൻ, ജോയ്ച്ചന്റെ അപ്പച്ചന്റെ അനുജന്റെ മകനാണ്. ജോയ്ച്ചനെ കണ്ടമാത്രയിൽ അദ്ദേഹം അവനെ കെട്ടിപ്പിടിച്ച് അകത്തേക്കു കയറിപ്പോയി. ഞാൻ നേരെ വീട്ടിലേക്കോടി അമ്മയോടു ചോദിച്ചാണ് വിവരങ്ങളറിയുന്നത്.

ജോയ്ച്ചന്റെ അപ്പച്ചൻ ഗബ്രിയേൽ അട്ടപ്പാടിക്കാരനാണ്. താൻ സ്നേഹിച്ച പെൺകുട്ടിയെ വിവാഹം കഴിക്കാൻ സ്വന്തം വീട്ടുകാർ തടസ്സമായപ്പോൾ അവളുമായി നാടുവിട്ടു പോന്നതാണ് ഗബ്രിയേൽ. പിന്നീട് രജിസ്റ്റർ വിവാഹം കഴിച്ച് അവർ വന്നെത്തിയത് ഇവിടെയാണ്. അച്ഛന്റെ സഹായത്തോടെ ഇവിടെ അഞ്ച് സെന്റ് സ്ഥലം വാങ്ങി ചെറിയൊരു കുടിൽ കെട്ടി അവർ താമസം തുടങ്ങി. ഏറെ താമസിയാതെ ഗബ്രിയേലിന് തേയിലത്തോട്ടത്തിൽ ചെറിയൊരു ജോലി കിട്ടി. പിന്നീട് മറിയാമ്മയ്ക്കും അതേ തോട്ടത്തിൽ തന്നെ ജോലിയായി. പക്ഷേ ജോയ്ച്ചന് രണ്ട് വയസ്സുള്ളപ്പോൾ ഗബ്രിയേൽ മലമ്പനി പിടിച്ച് മരണപ്പെട്ടു. മറ്റു വിവരങ്ങൾ അന്ന് ജോസേട്ടൻ പറയുമ്പോഴാണ് ഞങ്ങളറിയുന്നത്. ഗബ്രിയേലിന്റെ അപ്പച്ചൻ പിന്നീടധികനാൾ ജീവിച്ചിരുന്നില്ല. ഗബ്രിയേലിന് ഒരു ജ്യേഷ്ഠനുണ്ട്. മാനുവൽ. അയാൾ ബോംബെയിൽ വലിയൊരു വർക്ക്ഷോപ്പിന്റെ ഉടമയാണ്. അദ്ദേഹമാണ് ജോസിനെ പല ദിക്കിലുമയച്ച് കഴിഞ്ഞ നാല് വർഷമായി ഗബ്രിയേലിനേയും കുടുംബത്തേയും അന്വേഷിച്ചുകൊണ്ടിരിക്കുന്നത്. ഗബ്രിയേൽ മരിച്ചുപോയ വിവരം ഇവിടെ വന്നപ്പോഴാണ് ജോസ് അറിയുന്നത്. അനുജനേയും കുടുംബത്തേയും കണ്ടെത്തി അട്ടപ്പാടിയിലേക്ക് കൊണ്ടുപോകാനാണ് അവരെ അന്വേഷിച്ചു നടന്നത്. അനുജനില്ലാത്തതുകൊണ്ട് ജോയ്ച്ചനെയും അമ്മയേയും കൂട്ടികൊണ്ടുപോകുമെന്നാണ് ജോസേട്ടൻ ഞങ്ങളോട് പറഞ്ഞത്.

ആ വാർത്ത എന്നിൽ വലിയൊരു ഞെട്ടലാണ് ഉണ്ടാക്കിയത്. ഞാനമ്മയോട് ചോദിച്ചു.

"അവൻ പോകുമോ?"

"അതെനിക്കറിയില്ല, എങ്ങനെയാണെങ്കിലും കൊണ്ടുപോകുമെന്നാണ് ജോസ് പറഞ്ഞത്."

അമ്മയെ വിട്ട് ഞാൻ ജോയ്ച്ചന്റെ അടുത്തേക്ക് ഓടിച്ചെന്നു. അവനെ വീട്ടിനുള്ളിൽനിന്ന് വലിച്ചിറക്കി പുറത്ത് കൊണ്ടുവന്നിട്ട് ചോദിച്ചു.

"നീ പോകുമോ?" എന്റെ വാക്കിലെ അമ്പരപ്പ് ശ്രദ്ധിച്ചിട്ടാകണം അവൻ പെട്ടെന്ന് പ്രതികരിച്ചു.

"ഇല്ല ഞാനൊരിക്കലും പോകില്ല."

"നിന്റെ അമ്മ പറഞ്ഞാലോ."

"അമ്മ പറയില്ല. എന്റെ അപ്പച്ചനെ ഇറക്കിവിട്ടിടത്തേക്ക് അമ്മ പോകുമോ?!"

ജോയ്ച്ചന്റെ കണ്ണ് നിറഞ്ഞു.

"എന്റെ അപ്പച്ചന്റെ സാമീപ്യമുള്ള ഈ കുടിലിൽനിന്നും മറ്റേതൊരു ദിക്കിലേക്കും ഞാൻ പോകില്ല. അപ്പച്ചനെ കുറിച്ചുള്ള എന്റെ ഓർമ്മകൾക്ക് ഈ വീടിന്റെ രൂപമാണുള്ളത്. രണ്ട് വയസ്സ് മാത്രമുണ്ടായിരുന്ന എനിക്ക് ആ മുഖച്ഛായ ഓർത്തുവെക്കാൻ പറ്റുമായിരുന്നില്ലല്ലോ."

ഞാനവനെ സാന്ത്വനപ്പെടുത്താൻ ശ്രമിച്ചു. വലിയൊരാത്മസംഘർഷമായിരുന്നു അപ്പോഴവൻ അനുഭവിച്ചുകൊണ്ടിരുന്നത്.

"മരണമെന്താണെന്ന് തിരിച്ചറിയാൻ പ്രായമെത്തുന്നതിന് മുമ്പാണ് ആ ശവമഞ്ചത്തിന് പിന്നാലെ മറ്റാരോ എന്നെ എടുത്തുകൊണ്ടുപോയത്. അന്നുമുതൽ ഇന്നുവരെ ഈ വീടും നാടും നിങ്ങളും മാത്രമാണ് എന്റെ സ്വന്തം. ഇനിയുള്ള നാളും എനിക്കത് മാത്രം മതി."

എണ്ണവിളക്കിന്റെ പ്രഭാവലയത്തിൽ അവന്റെ കണ്ണിലെ നീർത്തിളക്കം ഞാൻ കാണുന്നുണ്ടായിരുന്നു. പിന്നീടത് കവിളിലൂടെ ഒഴുകാൻ തുടങ്ങുമ്പോൾ വിരലുകൾ കൊണ്ട് ഞാനത് തുടച്ചുനീക്കി. അന്നവനെന്റെ കൈകളിൽ പിടിച്ചുകൊണ്ടാണ് പറഞ്ഞത്.

"ഞാനെന്നും നിനക്കൊപ്പമുണ്ടാകും - നിന്റെ നിഴൽപോലെ. എനിക്ക് അതുമതി."

ഐക്യത്തിന്റെ സൗഹൃദം വാക്കുകളിലൂടെ ഞങ്ങൾ സംവേദനം ചെയ്തത് അന്നാദ്യമാണ്. ആ തിരിച്ചറിവ് എനിക്കേറെ ഉണർവും ഊർജവും പ്രദാനം ചെയ്തു. ജോസേട്ടൻ യാത്രപറയുമ്പോൾ ആ മുഖത്ത് ദുഃഖവും നിരാശയും ഞാൻ കണ്ടതാണ്. പക്ഷേ അന്ന് എന്നെ നൊമ്പരപ്പെടുത്തിയ മറ്റൊരു വസ്തുതയുണ്ടായിരുന്നു. ജോയ്ച്ചന്റെ ഭാവി എന്താകും? കൃത്യമായ വരുമാനമോ സമ്പാദ്യമോ ഇല്ലാത്ത ആ കുടുംബപശ്ചാത്തലത്തിൽ അവനെങ്ങനെയാകും ജീവിച്ചുപോകുക?

അതിനൊരുത്തരം പറഞ്ഞുതന്നത് പൗലോസാണ്. അവന്റെ അപ്പച്ചൻ പറഞ്ഞിട്ടുണ്ടത്രെ. സ്ഥിരവരുമാനമോ സമ്പാദ്യമോ ഇല്ലാത്ത ഒട്ടനേകം പേർ രാപ്പാടിക്കുന്നിൽ മാത്രമല്ല ഈ ഭൂമിയുടെ പലഭാഗത്തും ജീവിക്കുന്നുണ്ട്. അന്നന്നത്തെ അപ്പവും തേടിയുള്ള യാത്രയാണത്രെ ജീവിതം. ആ വിശദീകരണം പക്ഷേ ഒരു പരിധിവരെ മാത്രമേ എന്നെ സാന്ത്വനപ്പെടുത്തിയുള്ളൂ. അതേ ചോദ്യം അമ്മയോട് ചോദിച്ചപ്പോഴും ഇതിന് സമാനമായ വിശദീകരണം തന്നെയാണ് തന്നത്.

"മനുഷ്യൻ മാത്രമല്ല എല്ലാ ജീവികളും ഇരതേടിയാണ് ജീവിക്കുന്നത്. ദൈവം നമ്മോടനുശാസിക്കുന്നതും മറ്റൊന്നല്ല. ആ പ്രക്രിയയിൽ ഒരു ജീവിയിൽ നിന്നും മറ്റൊരു ജീവിയേയും വിഭിന്നമാക്കി കാണേണ്ടതുമില്ല. മനുഷ്യർക്കിടയിലും ഇതേ ശൈലിയാണ് നിലനിൽക്കേണ്ടതെന്ന് എല്ലാ ആത്മീയ ഗ്രന്ഥങ്ങളും നമ്മെ പഠിപ്പിക്കുന്നുണ്ട്."

ഞായറാഴ്ച സംഗീത ക്ലാസിൽനിന്ന് മടങ്ങവെ ഞാനോർക്കുകയായിരുന്നു ഇഷ്ടപ്പെടുന്നവയെല്ലാം ജീവിതത്തിൽനിന്ന് മറ്റെങ്ങോട്ടെല്ലാമോ സഞ്ചരിച്ച് പോകുകയാണ്. ഇനിയുമെന്നെങ്കിലൊരു ദിവസം ജോയ്ച്ചനെ കൊണ്ടുപോകാൻ ആരെങ്കിലും വരാതിരിക്കില്ല. കാരണം ഗബ്രിയേലിന്റെ ഭാര്യയും മകനും ജീവിച്ചിരിക്കുന്നതായി അവർ കണ്ടെത്തിക്കഴിഞ്ഞു.ജോയ്ച്ചന്റെ അമ്മച്ചിയാണെങ്കിൽ നല്ലൊരളവോളം രോഗഗ്രസ്ഥയാണുതാനും. ആഴ്ചയിൽ ഒന്നോരണ്ടോ ദിവസം ജോലിക്ക് പോയെങ്കിലായി. എന്നോടൊപ്പമല്ലാത്ത സമയങ്ങളിൽ ജോയ്ച്ചനെയും മൂകനായിട്ടാണ് കാണപ്പെടുന്നത്. ഇനിയും എന്നെ വിട്ടുപോകാൻ സാധ്യതയുള്ളവരെ കുറിച്ചോർത്തപ്പോൾ പൊടുന്നനെ മനസ്സിലേക്ക് കടന്നു വന്നത് ദീനാമ്മയാണ്. എവിടെനിന്നോ വന്നതാണവൾ. ഒരു പക്ഷേ അപ്രതീക്ഷിതമായി അവളും തിരിച്ചു പോയേക്കാം. എവിടെനിന്ന് വന്നു എന്നും എന്തിനീ കാട്ടുമുക്കിൽ താമസിക്കുന്നു എന്നും അവൾ വ്യക്തമാക്കിയിട്ടില്ല. തമ്മിൽ കാണുമ്പോഴും തോളൊപ്പം ചേർന്നു നടക്കുമ്പോഴും അത്തരം ആശങ്കകളൊന്നും മനസ്സിലേക്ക് കടന്നു വരാറുമില്ല. കാരണം ഒരു മറയും ഇല്ലാത്ത സംഭാഷണമാണ് അവളുടേത്. അന്നു വൈകീട്ട് വളരെ യാദൃച്ഛികമായിട്ടാണ് അച്ഛന്റെ ഷോപ്പിൽവെച്ച് ദീനാമ്മയെ കണ്ടത്. അന്ന് വളരെ അദ്ഭുതത്തോടെ ഞാൻ പറഞ്ഞു.

"ഇന്ന് പകലത്രെയും ഞാൻ നിന്നെ കുറിച്ചോർക്കുകയായിരുന്നു."

"മറ്റൊരു ദിവസവും എന്നെ കുറിച്ചോർത്തിട്ടുണ്ടാകില്ലായെന്ന് എനിക്കറിയാം."

അത്തരമൊരു മറുപടി പ്രതീക്ഷിച്ചതല്ല. തയ്ക്കാൻ കൊണ്ടുവന്ന തുണിത്തരങ്ങളും അടയാളവസ്ത്രവും രാഘവേട്ടനെ ഏല്പിച്ച് ഞങ്ങൾ പുറത്തേക്കു നടന്നു. മേഴ്സിയുടെ വീട്ടിലെത്തിയപ്പോൾ മറ്റു

സുഹൃത്തുക്കളും അവിടെയെത്തി. ഒരുപാട് ഒരുപാട് സംസാരിച്ചു വെങ്കിലും വളരെ നാളായിട്ടും ഒന്നു കാണാനുള്ള ശ്രമം എന്റെ ഭാഗത്തു നിന്നും ഉണ്ടാകാതിരുന്നത് തെറ്റായിരുന്നുവെന്ന് അവളുടെ വാക്കുകൾ ക്കിടയിലൂടെ ഞാൻ വായിച്ചെടുത്തു.

അഞ്ച് ദിവസം കൂടി കഴിഞ്ഞപ്പോൾ സ്കൂൾ തുറന്നു. ഏഴാം ക്ലാസി ലേക്കുള്ള ഞങ്ങളുടെ യാത്രയും ആരംഭിച്ചു. ആ വർഷം ഓണം അവധിയെത്തിയപ്പോൾ ഞങ്ങളുടെ റോഡെല്ലാം കൂടുതൽ വിസ്തൃത മാക്കി ടാർ ചെയ്തു. ഏതൊരു വാഹനവും നിർബാധം കയറിവരുന്ന നിലയിലെത്തി. അതേ റോഡിൽനിന്ന് ഞങ്ങൾ സഞ്ചരിക്കുന്ന വയൽ വരമ്പ് വീതി കൂട്ടി മറ്റൊരു ചെറിയ റോഡും നിർമ്മിച്ചു. അത് എസ്റ്റേറ്റ് ബംഗ്ലാവും കഴിഞ്ഞ് ഫോറസ്റ്റ് വാച്ച് ടവർ വരെയെത്തി. തന്മൂലം രണ്ടു കിലോമീറ്റർ ഉണ്ടായിരുന്ന ഞങ്ങളുടെ വയൽപാത ഒരു കിലോമീറ്ററായി കുറഞ്ഞു.

സരസ്വതിടീച്ചറുടെ സ്കൂളിൽനിന്ന് അഞ്ചാം ക്ലാസിലേക്ക് ജയിച്ച എല്ലാ കുട്ടികളും ഞങ്ങളുടെ മാർഗം പിന്തുടർന്ന് ഹൈസ്കൂളിലെത്തി ച്ചേർന്നു. വനമേഖലകളിൽ നിന്നാണ് ഞങ്ങൾ വരുന്നതെങ്കിലും പഠിത്ത ത്തിലും പാഠ്യേതര വിഷയങ്ങളിലും ഞങ്ങൾ എന്നും മുന്നിലായിരുന്നു. അതിലൂടെ മറ്റു വിദ്യാർത്ഥികളുടെ മാത്രമല്ല അധ്യാപകരുടെയും സ്നേഹവായ്പ് ഞങ്ങൾക്ക് ലഭിച്ചിരുന്നു.

ഏഴാം ക്ലാസിലെ ക്രിസ്തുമസ് അവധിക്കു ശേഷം സ്കൂൾ വാർ ഷികം ഉണ്ടാകും. ധാരാളം ഇനങ്ങളിൽ ആ വർഷം ജേതാക്കളായത് ഞങ്ങളോരോരുത്തരുമാണ്. കായികമായി പിന്നോക്കം നിന്ന കൈമളിനും ആ വർഷം മോണോആക്ടിൽ ഒന്നാം സമ്മാനം കിട്ടി. എന്നാൽ ഞങ്ങൾ ക്കിടയിൽനിന്ന് ഒരാൾ സീനിയേഴ്സുമായി മത്സരിച്ച് ഒമ്പതാം ക്ലാസിലെ സ്ഥിരം സ്കൂൾ ചാമ്പ്യൻ വിവേകിനെ പരാജയപ്പെടുത്തി പോൾവോൾ ട്ടിൽ ഒന്നാം സമ്മാനം നേടി. അത് ജോയ്ച്ചനായിരുന്നു. ജൂനിയർ ഫാന്റം എന്ന് ഞങ്ങൾ അവനിട്ട വിളിപ്പേര് അതോടെ സ്കൂളിലത്രെയും സുപരിചിതമായി. അതുപക്ഷേ മത്സരത്തിൽ തോറ്റ വിവേകിനെ കൂടുതൽ പ്രകോപിതനാക്കി. എനിക്കെതിരെ ഒരു കൈയേറ്റമായി പിന്നീട് ഒരിക്കൽ അത് വളർന്നു കയറിയപ്പോൾ ക്ഷണമാത്രയിൽ പ്രതിരോധിച്ചത് ജോയ്ച്ച നാണ്. വളരെ നിസ്സാരമായ പ്രതിരോധമായിരുന്നുവെങ്കിലും വിവേകി ന്റെ വലതുകൈയിലെ രണ്ടുവിരലുകളിൽ ഫ്രാക്ചറുണ്ടായി. വാദ്യോ പകരണ സംഗീതത്തിൽ പുല്ലാംകുഴലിലൂടെ ഒന്നാം സമ്മാനം കരസ്ഥ മാക്കിയ എനിക്കും പോൾവാൾട്ടിലൂടെ ഒന്നാം സമ്മാനം കരസ്ഥമാക്കിയ ജോയ്ച്ചനുമെതിരെ കൂടുതൽ പ്രകോപനം ഉണ്ടാക്കാനുള്ള അവസര മാണ് പിന്നീട് വിവേക് കാത്തിരുന്നത്.

വിരലിൽ പ്ലാസ്റ്ററിട്ട് നടക്കുമ്പോഴും അതിന് ശേഷവും വിവേക് പലവിധ പ്രകോപനങ്ങളും സൃഷ്ടിച്ചു. വരാന്തയിലൂടെ മുഖാമുഖം

വരുമ്പോഴാകട്ടെ, കല്പടവുകളിൽ വിശ്രമിക്കുമ്പോഴാകട്ടെ ഏത് നേരവും ഒരേറ്റുമുട്ടലിനുള്ള പശ്ചാത്തലം അവൻ ഒരുക്കിക്കൊണ്ടേയിരുന്നു. വാക്കുകൾകൊണ്ടും വിചിത്രങ്ങളായ ചേഷ്ടകൾകൊണ്ടും അവനനുഭവിക്കുന്ന അസഹിഷ്ണുത ഞങ്ങൾക്ക് മനസ്സിലാകുമായിരുന്നു. അങ്ങനെയാണ് ഞങ്ങൾ ആൺകുട്ടികൾ മാത്രമായി ഒരു തീരുമാനമെടുത്തത്. ശാരീരികമായി തന്നെ പ്രതിരോധിക്കുക. പക്ഷേ തുടർന്നുള്ള ദിവസങ്ങളിൽ വിവേകിൽനിന്ന് ഒരു പ്രകോപനവും ഉണ്ടായില്ല. ഒരു സംഘർഷം അപ്രതീക്ഷിതമായി വഴി മാറിയതിന്റെ സന്തോഷം ഞങ്ങൾ അനുഭവിക്കുകയും ചെയ്തു. വനമേഖലയിൽനിന്നും വരുന്ന ഞങ്ങളേക്കാൾ സ്വാധീനം അവർക്കാണല്ലോ ഉണ്ടാകുക. അത് നാട്ടിലെ കുട്ടികൾക്കുള്ള സ്കൂളാണ്. ഞങ്ങളുടെ പ്രവർത്തികളെ അത് എത്രതന്നെ സത്യസന്ധമാണെങ്കിലും അവർ ന്യായീകരിക്കണമെന്നുമില്ല.

ഞങ്ങൾ പ്രതീക്ഷിച്ചതുപോലെയായിരുന്നില്ല അവന്റെ പ്രതിഷേധം പരിണമിച്ചത്. ഒരു സായാഹ്നത്തിൽ കാട്ടുപാതയിൽവെച്ച് വിവേകും മറ്റു രണ്ടുപേരും കൂടി ഞങ്ങളെ ശാരീരികമായി അക്രമിക്കാൻ ശ്രമിച്ചു. അന്നു പക്ഷേ തെറ്റുപറ്റിയത് വിവേകിനായിരുന്നു. രണ്ടാഴ്ച മുമ്പെ എടുത്ത തീരുമാനത്തിൽനിന്ന് ഞങ്ങൾ പിന്നാക്കം പോയിരുന്നില്ല. ആദ്യം കുറച്ച് അടികൾ ഞങ്ങളേറ്റു വാങ്ങിയെങ്കിലും പിന്നീട് കണക്ക് തീർത്ത് കൊടുത്തിട്ടാണ് അവരെ യാത്രയാക്കിയത്. ഗോലികൾകൊണ്ട് മാന്ത്രിക വിദ്യകൾ മാത്രമല്ല ശത്രുക്കളെ നേരിടാനും ഉന്നം തെറ്റാതെ എറിഞ്ഞ് പിടിപ്പിക്കാനും കൈമളിനാകുമെന്ന് ഞങ്ങൾ കണ്ടറിഞ്ഞു. ഞങ്ങളത് പുകഴ്ത്തി പറഞ്ഞപ്പോൾ ഇനിയുമെന്തൊക്കെ കാണാൻ കിടക്കുന്നു എന്ന് പറഞ്ഞുകൊണ്ടവൻ പൊട്ടിച്ചിരിച്ചു. കൈമൾ നമുക്കൊപ്പം വന്നു ചേർന്നില്ലായിരുന്നെങ്കിൽ നമുക്കതൊരു നഷ്ടമാകുമായിരുന്നെന്ന് ദീനാമ്മ പറഞ്ഞതും അവനൊരംഗീകാരമായിതന്നെ എടുത്തു. എല്ലാവരും അതുകേട്ട് ചിരിച്ചപ്പോൾ ഞങ്ങളിൽ അറിയാതെ രൂപംകൊണ്ട ഭയവിഹ്വലത തെല്ലൊന്നൊഴിഞ്ഞുപോകുകയും ചെയ്തു.

“നമ്മൾ പഠിക്കേണ്ടത് നമ്മുടെ സ്വകാര്യ ആവശ്യം മാത്രമല്ല, അത് ഈ നാടിനോടുള്ള ഉത്തരവാദിത്വം കൂടിയാണ്. അതുകൊണ്ട് എന്ത് എതിർപ്പുണ്ടായാലും നമ്മളതിനെ നേരിട്ടേ മതിയാവൂ.”

ദീനാമ്മയുടെ ഈ വാക്കുകൾ എല്ലാവർക്കും ആത്മവിശ്വാസം പകർന്നുകൊടുക്കാൻ പോന്നതായിരുന്നു. അത്രതന്നെ അർപ്പണബോധം അന്ന് ഞങ്ങൾക്കാർക്കും തന്നെ ഉണ്ടായിരുന്നില്ല എന്നാണെന്റെ വിശ്വാസം. പലതും പറഞ്ഞ് നടക്കുന്നതിനിടയിൽ ഞാൻ മെല്ലെ വാരിയെല്ലിന്റെ പിൻഭാഗത്ത് ഷർട്ടിനടിയിലൂടെ കൈ കടത്തി തടവി നോക്കി. നീളത്തിൽ ചതഞ്ഞ ഒരു തടിപ്പ് ഞാൻ സ്പർശിച്ചറിഞ്ഞു. അടുത്ത രണ്ട് ദിവസം അവധിയായത് ഭാഗ്യമായി, ഷർട്ട് ഊരാതെ തന്നെ നടക്കാമല്ലോ.

"അടി രണ്ട് കിട്ടിയാലെന്ത്, ദീനാമ്മയുടെ സാരോപദേശം ഒരിക്കലും മറക്കില്ല."

സന്തോഷിന്റെ വാക്കുകൾ കേട്ട് വീണ്ടും എല്ലാവരും ചിരിച്ചു.

"പക്ഷേ തിങ്കളാഴ്ച സ്കൂളിൽ ചെല്ലുമ്പോൾ ഇനി എന്ത് പുകിലാണുണ്ടാകുക?"

പൗലോസിന്റെ ആശങ്കയാണത്.

"എന്തുണ്ടായാലും നേരിടുക തന്നെ. ഇത് വീട്ടിലാരോടും പറഞ്ഞ് വലിയ പ്രശ്നമാക്കാതിരുന്നാൽ മതി."

അന്ന് എന്റെ അഭിപ്രായത്തോട് അവരെല്ലാവരും യോജിച്ചു. അന്ന് വിവേക് തന്റെ വലതു കൈയിൽ ഫ്രാക്ചറുമായിട്ടാണ് തിരിച്ചുപോയതെന്ന് പക്ഷേ ജോയ്ച്ചൻ സൂചിപ്പിച്ചു. ആ സമയത്ത് അതിൽ കുറച്ചൊന്നും ചെയ്യാൻ തനിക്കാവുമായിരുന്നില്ലായെന്ന് അവൻ പിന്നീട് അറിയിക്കുകയായിരുന്നു. എനിക്കേറ്റ ആദ്യത്തെ അടി അവൻ കണ്ടില്ല. രണ്ടാമതും വടി ഉയർന്നപ്പോൾ ജോയ്ച്ചൻ വിവേകിനെ കയറി പിടിച്ചു. അതാണ് വിവേകിന്റെ കൈയിൽ ഫ്രാക്ചറായി തീർന്നത്.

"റോഡ് പുതുക്കിയപ്പോൾ കാറുകളും വന്നുതുടങ്ങിയല്ലോ. ഗോപന്റെ കടയുടെ മുന്നിൽ ഒരു ചെറിയ കാറ് കിടക്കുന്നുണ്ട്."

"ഒരുപക്ഷേ അച്ഛനെ കാണാൻ വന്നിട്ടുള്ള ആരെങ്കിലുമാവും."

റെഡിമെയ്ഡ് വസ്ത്രങ്ങളുടെ വ്യാപാര സാധ്യതകൾക്കായി അച്ഛൻ പലരുമായി ബന്ധപ്പെട്ടിട്ടാണ് നിൽക്കുന്നത്. എന്റെ അഭിപ്രായം ശരിയായിരിക്കുമെന്ന് എല്ലാവരും ചിന്തിച്ചു. പക്ഷേ ആ കണക്കുകൂട്ടൽ തെറ്റായിരുന്നു. ഏതൊരു സന്ധിസാധ്യതകൾക്കും വഴങ്ങാത്ത പുതിയൊരതിഥിയാണ് ആ കാറിലുണ്ടായിരുന്നത്. 'ഇമ്മാനുവൽ'. ഗബ്രിയേലിന്റെ മുംബൈയിലുള്ള ജ്യേഷ്ഠ സഹോദരൻ. ഞാൻ വീട്ടിൽ ചെല്ലുമ്പോൾ അദ്ദേഹം അച്ഛനോടും അമ്മയോടും സംസാരിച്ചുകൊണ്ടിരിക്കുകയാണ്. "ജോയ്ച്ചനെ നാളെതന്നെ കൊണ്ടുപോകണം അവരെ സംരക്ഷിച്ചു നിർത്തുന്നത് നിങ്ങളാണെന്ന് ജോസ് പറഞ്ഞിട്ടുണ്ട് അതുകൊണ്ട് അവരെ പറഞ്ഞ് മനസ്സിലാക്കിക്കാൻ നിങ്ങൾക്കേ പറ്റൂ."

ഇന്നും ഞാൻ ഓർക്കുന്നു. ഇമ്മാനുവലിന്റെ വാക്കുകൾ സ്പഷ്ടവും വസ്തുനിഷ്ഠവുമായിരുന്നു. അദ്ദേഹത്തിനൊരു ഭാര്യയുണ്ട് പക്ഷേ കുട്ടികളില്ല. ഭാര്യയാകട്ടെ പൂർണ്ണ ആരോഗ്യവതിയുമല്ല. തനിക്കും പ്രായമായി തുടങ്ങുന്നുവെന്ന് ഇമ്മാനുവൽ ഇടയ്ക്കിടെ പരാതിപ്പെട്ടു. മുംബൈ പോലുള്ള മെട്രോപോളിറ്റൻ സിറ്റിയിൽ തന്റെ സ്ഥാപനങ്ങൾ പ്രവർത്തിപ്പിച്ചുകൊണ്ടുപോവാൻ ബന്ധത്തിലുള്ള ആരുടേയെങ്കിലും സഹായം അനിവാര്യമാണ്. കഴിഞ്ഞ അഞ്ച് വർഷമായി ഗബ്രിയേലിനേയും കുടുംബത്തേയും അന്വേഷിച്ചുകൊണ്ടാണ് നടന്നത്. ആ ഉദ്യമത്തിന്റെ

ഭാഗമായിട്ടാണ് ജോസ് ഇവിടെയെത്തിയത്. തന്റെ പ്രിയ സഹോദരനോട് കുടുംബം ചെയ്ത തെറ്റ് എന്നിലൂടെ തിരുത്തേണ്ടതുണ്ട്. ഇമ്മാനുവലിന്റെ വാക്കുകൾക്ക് സുദീർഘമായ ചിന്തകളുടെ പിൻബലമുണ്ടായിരുന്നു. ഗബ്രിയേലിനെ കുറിച്ച് പിതാവ് തന്നോട് പറഞ്ഞ തെറ്റായ വിശകലനങ്ങൾ അന്നെപ്പോഴോ താനും വിശ്വസിച്ച് പോയിട്ടുണ്ടെന്ന് ഒരു കുമ്പസാരത്തിന്റെ പവിത്രതയോടെയാണ് അന്നദ്ദേഹം പറഞ്ഞുവെച്ചത്. ഗബ്രിയേലിന്റെ ഒരേയൊരു പുത്രൻ എന്ന നിലയിൽ ജോയ്ച്ചനെ താൻ കൊണ്ടുപോകും. സ്വന്തം മകനായിട്ടുതന്നെ വളർത്തുകയും ചെയ്യും.

ഒരു പ്രതികരണത്തിനും മുതിരാതെ അന്ന് ഞാനതെല്ലാം കേട്ടിരുന്നതേയുള്ളൂ. മുമ്പെന്നേയും പോലെ അവന്റെയടുത്തേക്ക് ഞാൻ ഓടിപോയില്ല. ആ രാത്രി മുഴുവൻ ഞാനെന്റെ മുറിക്കകത്ത് ഒതുങ്ങിക്കൂടി. ഞങ്ങളോടൊപ്പം നടക്കുമ്പോൾ പഠനത്തിൽ നന്നേ പിന്നിൽ നിലകൊള്ളുന്ന അവന്റെ അവസ്ഥ എന്താകുമെന്ന് എട്ടുമാസം മുമ്പ് ജോസേട്ടൻ വന്നുപോയ അന്നു മുതൽ ഞാൻ ചിന്തിക്കുന്നുണ്ട്. എന്നോടൊപ്പം ഒരേ ക്ലാസിലിരുന്ന് പഠിക്കാനുള്ള അവന്റെ ആഗ്രഹം എങ്ങനേയോ നിറവേറ്റപ്പെട്ടു. നാലിൽനിന്ന് അഞ്ചിലേക്കും അഞ്ചിൽനിന്ന് ആറിലേക്കും തുടർന്ന് ഏഴിലേക്കുമുള്ള വിജയം ഞങ്ങളുടെ എല്ലാവരുടേയും കൂട്ടായ പരിശ്രമത്തിന്റെ ഫലമായിരുന്നു. പക്ഷേ ഇനിയും അവൻ ഏഴിൽനിന്ന് എട്ടിലേക്കു ജയിക്കുമെന്ന് ഒരു ഉറപ്പും ഞങ്ങൾക്കുണ്ടായിരുന്നില്ല. ഇനിയൊരു പരാജയം ഉണ്ടായാൽ അതോടെ അവന്റെ വിദ്യാഭ്യാസം അവസാനിക്കും. ജോയ്ച്ചൻ വിട്ടുപോകുന്നത് നൊമ്പരമാണ്. പോകാതിരുന്നാൽ പക്ഷേ അതിലേറെ ദുഃഖമായിരിക്കും അനുഭവിക്കേണ്ടി വരിക. എന്റെ മനസ്സ് അന്ന് ഞാൻ ആരോടും പങ്കുവെച്ചില്ലെങ്കിലും എല്ലാവരും എത്തിച്ചേർന്നത് അതേ നിഗമനത്തിൽ തന്നെയാണ്. ഒടുവിൽ അത് അംഗീകരിക്കാൻ അവൻ നിർബന്ധിതനായി.

ആ രാത്രിയിൽ അവൻ എന്നോടൊപ്പമാണ് ഉറങ്ങിയത്. താരതമ്യങ്ങളില്ലാതെ ചേർന്നു വികസിച്ച സൗഹൃദകൂട്ടായ്മ അനിശ്ചിതമായി പിരിഞ്ഞുപോകാൻ രണ്ടു രാത്രികൾ മാത്രമേ അന്ന് ഞങ്ങൾക്കിടയിൽ അവശേഷിച്ചിരുന്നുള്ളൂ. തൊട്ടടുത്ത പ്രഭാതത്തിൽ ഒരു ദീർഘയാത്രയ്ക്കുള്ള ഒരുക്കത്തിലായിരുന്നു അവൻ. അമ്മ കൊടുത്ത ബാഗിനുള്ളിൽ അവന്റേതായിട്ടുള്ളതെല്ലാം ഒരുക്കിവച്ചു. ഉച്ചയ്ക്കു മുമ്പ് തന്നെ ഞങ്ങളുടെ സുഹൃത്തുക്കൾ എല്ലാവരുമെത്തി. തലേന്നാളെത്തെ പ്രകടനത്തിന്റെ പേരിൽ എന്തെങ്കിലും നടപടികൾ സ്കൂൾ മാനേജ്മെന്റിന്റെ ഭാഗത്തുനിന്ന് ഉണ്ടായേക്കുമെന്ന് ഞങ്ങൾ തീർച്ചപ്പെടുത്തി. എന്തു വന്നാലും ഞങ്ങളതിനെ തരണം ചെയ്യും. ജോയ്ച്ചൻ അതിനെക്കുറിച്ച് ഒന്നും ചിന്തിക്കേണ്ടതില്ലെന്ന് ഞാൻ അവന് വാക്കുകൊടുത്തു.

ജോയ്ച്ചന്റെ നല്ല ഭാവിക്കു വേണ്ടി ഞങ്ങളെന്നും പ്രാർത്ഥിക്കുമെന്ന് ദീനാമ്മ പറഞ്ഞൊപ്പിച്ചത് തെല്ല് ഇടറിയ ശബ്ദത്തിലാണ്.

"നിങ്ങൾ പ്രാർത്ഥിക്കുന്നതുപോലെ സംഭവിക്കട്ടെ. ഞാനൊരിക്കൽ മടങ്ങിവരും. ഈ കുന്നിൻ മുകളിൽ നമ്മൾ വെക്കുന്ന വീടുകളിലൊന്നിൽ ഞാനുമുണ്ടാകും നിങ്ങൾക്കൊപ്പം."

സുഹൃത്തുക്കൾ പോയി കഴിഞ്ഞപ്പോൾ അവൻ എന്നോടായി പറഞ്ഞു.

"കഴിഞ്ഞ വെക്കേഷന് നീ അടിവാരത്ത് പോയപ്പോൾ മുതൽ ഞാൻ വളർത്തുന്നതാണ് ഈ പക്ഷികളെ, ഇന്ന് ഞാൻ ഇവറ്റകളെയൊക്കെ തുറന്ന് വിടുകയാണ്. സ്വന്തം കൂട്ടരോടൊത്ത് അവർ പറന്ന് ഉല്ലസിക്കട്ടെ."

ചുവപ്പ് മേഘങ്ങൾ വിന്യസിച്ച സന്ധ്യയിലേക്ക് അവയെല്ലാം ചിറകടിച്ച് ഉയർന്നു പോയത് ഞാനും ജോയ്ച്ചനും നോക്കിനിന്നു.

ആ രാത്രിയിൽ അവൻ ഉറങ്ങിയത് സ്വന്തം അമ്മയോടൊപ്പം തന്നെയാണ്. അതിരാവിലെ ഉറക്കമുണർന്ന് യാത്രയ്ക്ക് ഒരുങ്ങുമ്പോൾ ഞാൻ അങ്ങോട്ടു ചെന്നു. പേനപോലെ തോന്നിക്കുന്ന ഒരായുധം അവനെന്നെ കാണിച്ചുതന്നു. ഒരു ഭാഗത്തെ ബട്ടൺ അമർത്തിയാൽ അതൊരു കത്തിയായി മാറും. ഞാനതുകണ്ട് ഭയപ്പെട്ടുപോയി.

"എന്താണത്."

"ഇതെന്റെ അപ്പച്ചന്റെ സമ്പാദ്യമായിരിക്കണം. ഇവിടത്തെ പെട്ടിയിൽ നിന്നും കിട്ടിയതാണ്. മാരാംവീട് ഹൈസ്കൂളിലേക്ക് യാത്ര തുടങ്ങുമ്പോൾ മുതൽ ഇതെന്റെ ബാഗിലുണ്ട്. ആരെയും കൊല്ലാനല്ല, ആരുമില്ലാത്തൊരാളുടെ ധൈര്യത്തിനു മാത്രം. വിവേകിനോട് ഏറ്റുമുട്ടുമ്പോഴും ഇതെന്റെ കൈയിലുണ്ട്. പക്ഷേ ഇത് പുറത്തെടുക്കേണ്ട ആവശ്യം വന്നില്ലല്ലോ."

എന്നിട്ടവനെന്നെ നോക്കി പറഞ്ഞു.

"സ്വയം രക്ഷയ്ക്കെന്നോണം ഇത് ഇനി നീ സൂക്ഷിച്ചോളൂ."

"വേണ്ട, അതുകൊണ്ടെന്തെങ്കിലും ചെയ്തുപോയാൽ പിന്നെ നീ എന്നെ കാണാൻ ജയിലിൽ വരേണ്ടിവരും."

എന്റെ വാക്കുകൾ കേട്ട് അവൻ ചിരിച്ചു. പിന്നെ ആ മുറിയിലേ തന്നെ അപ്പച്ചന്റേതെന്നു പറഞ്ഞ പെട്ടിയിലേക്കത് തിരികെയിട്ടു. പത്രക്കാരും പാൽക്കാരും മാത്രം ഇറങ്ങുന്ന പ്രഭാതത്തിന്റെ ആദ്യ പാദത്തിൽ അവൻ യാത്ര പുറപ്പെട്ടു. പോകുമ്പോൾ ജോയ്ച്ചനൊപ്പം റോഡിലേക്ക് ഇറങ്ങി വന്ന മറിയാമ്മ ചേട്ടത്തിയെ കെട്ടിപ്പിടിച്ച് കവിളിൽ അവൻ മുത്തം കൊടുത്തു. ചേടത്തി തളർന്ന് വീണുപോകുമോ എന്ന് തോന്നിയപ്പോൾ അമ്മ താങ്ങിപിടിച്ചു.

"ഈ യാത്ര വേളാങ്കണ്ണിയിലേക്കാണ്. അവിടന്ന് മുംബൈയിലേക്ക്. വഴിയിൽ രണ്ട് പള്ളികൾ കൂടി സന്ദർശിക്കാനുണ്ട്. ഇനിയൊരു പക്ഷേ അതിനുള്ള അവസരം എനിക്ക് കിട്ടിയില്ലെങ്കിലോ."

കാറിലേക്ക് കയറുമ്പോൾ ഇമ്മാനുവൽ പറഞ്ഞു. കറുത്ത പുക തുപ്പിക്കൊണ്ടാണ് മോറിസ് മൈനർ കാർ മുന്നോട്ടെടുത്തത്. പിൻസീറ്റിലിരുന്ന ജോയ്ച്ചനും ഇമ്മാനുവലിനുമൊപ്പം വാഹനം ഓടിച്ചുകൊണ്ടിരുന്ന ഡ്രൈവറും കൈ പുറത്തേക്കിട്ട് വീശി യാത്ര പറഞ്ഞു. ഞാൻ എന്റെ കൂട്ടുകാരനേയും നോക്കി ആ വഴിയിൽതന്നെ നിന്നു. അകലെ കാർത്തികേയന്റെ ചായക്കടയ്ക്ക് മുന്നിലെ വളവ് തിരിഞ്ഞപ്പോൾ ആ വാഹനം ദൃഷ്ടിയിൽനിന്നും മറഞ്ഞുപോയി, കൂടെ അവനും. എന്റെ കൈകാലുകൾക്ക് ഭാരം നഷ്ടപ്പെടുന്നതായി തോന്നി.

തുടർമഴയില്ലെങ്കിൽ അവ ജലപ്പരപ്പിൽ സൃഷ്ടിക്കുന്ന വൃത്തങ്ങൾ മാഞ്ഞുപോകും. ജോയ്ച്ചന്റെ ഓർമ്മകൾക്കും അതേ ഗതിയാണോ ഇനി വരാനിരിക്കുന്നതെന്ന് ഞാൻ ശങ്കിച്ചു. അവന്റെ ഓർമ്മകൾ മനസ്സിന്റെ ഏതെങ്കിലുമൊരു കോണിലേക്ക് ഒതുങ്ങിപ്പോകുമോ? പറഞ്ഞയയ്ക്കാൻ ഔത്സുക്യം കാണിച്ചത് ഞാനും കൂടി ചേർന്നാണ്. അതു തന്നെയാണ് വേണ്ടിയിരുന്നതും. അവനൊരു ജീവിതം കരുപ്പിടിപ്പിക്കാൻ അത്തരം എന്തെങ്കിലുമൊരു പിൻബലം അനിവാര്യവുമാണ്. പിന്നെ അതിൽനിന്നും ഉരുത്തിരിയുന്ന നൊമ്പരങ്ങളാണ്. അതുപക്ഷേ എന്റെ സ്വകാര്യതയാണല്ലോ. അവൻ പോയി വരട്ടെ. സ്വന്തം ലക്ഷ്യത്തിലേക്കുള്ള പ്രയാണം ദൂരെനിന്ന് നോക്കി കാണാം.

തൊട്ടടുത്ത പ്രഭാതം പക്ഷേ ഞങ്ങൾക്കായി കാത്തിരുന്നത് അതിദാരുണമായ ഒരു വാർത്തയുമായിട്ടാണ്. അതോർക്കുമ്പോൾ ഇന്നും നടുക്കമാണ്. ഉള്ളിൽനിന്നും പൂട്ടിയ സ്വന്തം മുറിക്കകത്ത് മറിയാമ്മച്ചേട്ടത്തിയുടെ ചേതനയറ്റ ശരീരമാണ് ഞങ്ങൾ കണ്ടത്. ഒരു ജീവിതം കൊണ്ട് പേറിയ നൊമ്പരങ്ങളുടെ പിന്നാമ്പുറം അത്രയും തലേന്നാൾ അമ്മയ്ക്കു മുമ്പിൽ ഇറക്കിവെച്ചിട്ടാണ് അവർ ഉറങ്ങാൻ പോയത്. താൻ സ്നേഹിച്ച പുരുഷനോടുള്ള അതിരറ്റ സമർപ്പണമായിരുന്നു ആ ജീവിതം. മരണം സ്വന്തം കാഴ്ചവട്ടത്ത് വന്ന് നിലയുറപ്പിച്ചപ്പോഴും ഗബ്രിയേൽ തനിക്കു തന്ന കുഞ്ഞിന്റെ നിലനില്പിനായി അവർ അധ്വാനിച്ചുകൊണ്ടേയിരുന്നു. ആ കൂരയിൽ എരിഞ്ഞു തീർന്ന മെഴുകുതിരികളുടെ ഇത്തിരിവെട്ടത്തിൽ അവർ നൊന്തുപ്രാർത്ഥിച്ചത് അത്രയും ദൈവം കേട്ടിട്ടുണ്ടാകും. മരണം തിരികെ വിളിച്ചു കൊണ്ടുപോകും മുമ്പ് മകനെ ഇമ്മാനുവലിന്റെ കരങ്ങളിൽ ഏല്പിച്ചുകൊടുക്കാൻ അവർക്കൊപ്പം അദൃശ്യനായി നിന്നു പ്രവർത്തിച്ചത് ഒരുപക്ഷേ ആ പരിശുദ്ധാത്മാവ് തന്നെയാവും.

ജോയ്ച്ചൻ

പഴയ ഇരുമ്പുപെട്ടിയും അമ്മ കൊടുത്ത ബാഗും കൈയിലെടുത്തുകൊണ്ട് അവൻ കാറിലേക്കു കയറിയ പോയ രംഗമാണ് മനസ്സിൽ. സ്വന്തം പ്രാമുഖ്യങ്ങളെ പൂർണ്ണമായും നിരാകരിച്ചുകൊണ്ടുള്ള യാത്ര. അമ്മയെ അല്ലലില്ലാതെ ജീവിപ്പിച്ച് നിർത്താൻ വേണ്ടി മാത്രം. ഇനിയെപ്പോഴെങ്കിലും ഇതറിയുമ്പോൾ എന്ത് വിസ്ഫോടനമാണ് ആ മനസ്സിൽ സംഭവിക്കുക. എന്റെ പ്രിയമിത്രത്തിന്റെ മാതാവ് ശുഭ്രവസ്ത്രധാരിണിയായി അവസാന യാത്രയ്ക്കൊരുങ്ങുമ്പോൾ ആ പാദങ്ങളിൽ തൊട്ട് ഞാൻ പ്രാർത്ഥിച്ചു. എന്റെ കൂട്ടുകാരുൾപ്പെടെ രാപ്പാടിക്കുന്നിലെ മുഴുവൻ ജനാവലിയും തോട്ടം തൊഴിലാളികളും തിങ്ങിനിറഞ്ഞപ്പോൾ ഞാൻ എന്നെ തന്നെ മറന്നുപോയി. കരഞ്ഞും ചിരിച്ചും യാത്രയാക്കിയ മാതാവിന്റെ ഭൗതിക ശരീരം ചേതനയറ്റ് കിടക്കുകയാണെന്ന് അവൻ ഓർക്കില്ലല്ലോ. ഇനിയും എന്തു പറഞ്ഞാണ് അവനെ ആശ്വസിപ്പിക്കുക? ഹൃദയ ഭിത്തികളെ ദ്രവിപ്പിച്ച് നിർത്തിയ ബാന്റ്സെറ്റിന്റെ ഓഫ്ബീറ്റ് താളത്തിനൊപ്പം ആ മഞ്ചൽ മെല്ലെ മെല്ലെ അകന്നുപോകുന്നത് കണ്ണടയ്ക്കാതെ നോക്കിനിന്നു. ആ വിലാപയാത്ര പിന്നീട് കണ്ണിൽനിന്ന് മറഞ്ഞതോടെ രണ്ടു കരങ്ങളെന്റെ ഇരുതോളിലും പതിച്ചു. പൗലോസും ദീനാമ്മയും. എന്തെങ്കിലും ഒരു വാക്കുകൊണ്ട് അവർക്കെന്നെ സാന്ത്വനപ്പെടുത്താനാകുമായിരുന്നില്ല. പക്ഷേ, ആ സ്പർശം സമചിത്തത വീണ്ടെടുക്കാൻ പര്യാപ്തമായിരുന്നു.

അന്നും തുടർന്നുള്ള രണ്ട് ദിവസവും ഞങ്ങൾ സ്കൂളിൽ പോയില്ല. ആർക്കും അതിനാകുമായിരുന്നില്ല. മൂന്നാമത്തെ ദിവസം ഒരു ബുധനാഴ്ചയായിരുന്നു. അന്ന് തികച്ചും അപ്രതീക്ഷിതമായി ഫിസിക്കൽ എജ്യുക്കേഷൻ വിങ്ങിന്റെ ചുമതല വഹിക്കുന്ന സ്കൂൾ മാനേജർ രുദ്രൻനായർ സാർ ഞങ്ങളെ തേടിയെത്തി. വിവേകുമായുണ്ടായ സംഘട്ടനത്തെ തുടർന്ന് ഞങ്ങൾ പഠനം അവസാനിപ്പിച്ചതായിരിക്കുമെന്ന് അദ്ദേഹം തെറ്റിദ്ധരിച്ചു. അവനുമായുള്ള പ്രശ്നം താൻ പരിഹരിച്ചിട്ടുണ്ടെന്നും എല്ലാവരും അടുത്ത ദിവസം തന്നെ സ്കൂളിലെത്തണമെന്നും അദ്ദേഹം നിർബന്ധിച്ചു. വിവേകുമായുള്ള ഏറ്റുമുട്ടലിന്റെ കഥ

കുടുംബാന്തരീക്ഷത്തിൽ മറ്റൊരു ചർച്ചയായി മാറാതെ ഞങ്ങളോരോരുത്തരും തന്ത്രപൂർവം സംസാരിച്ചു. അത് സാറിന് ഇഷ്ടമാവുകയും ചെയ്തു. പക്ഷേ ജോയ്ച്ചന്റെ യാത്രയും അവന്റെ അമ്മയുടെ നിര്യാണവും സാറിനെയും അസ്വസ്ഥനാക്കി.

രുദ്രൻനായർ സാറിന്റെ കുടുംബപശ്ചാത്തലം പിന്നീട് അച്ഛനിൽ നിന്നാണ് ഞാനറിഞ്ഞത്. രാഷ്ട്രീയത്തിൽ ഏറെ വിശ്വസിച്ചില്ലെങ്കിലും അറിയപ്പെടുന്ന നവോത്ഥാന പ്രവർത്തകനായിരുന്നു സാറിന്റെ പിതാവ്. ജാതി വ്യവസ്ഥിതിക്കെതിരെ ജനങ്ങളെ ഉദ്ബോധിപ്പിച്ചും ഭൂപരിഷ്കരണ നിയമത്തെക്കുറിച്ച് ഭരണാധികാരികൾ ചിന്തിക്കുന്നതിനു മുമ്പ് തന്നെ സ്വന്തം കുടുംബത്തിൽ അത് നടപ്പാക്കിയും മാതൃക കാണിച്ചു കൊടുത്ത മഹാനായിരുന്നു അദ്ദേഹം. കർഷകർക്കും കർഷകത്തൊഴിലാളികൾക്കും പ്രാഥമിക വിദ്യാഭ്യാസം ഉറപ്പു വരുത്തുന്നതിനു വേണ്ടിയാണ് അന്നൊരു ലോവർപ്രൈമറി സ്കൂൾ തുടങ്ങിയത്. ആ സ്കൂളാണ് ഇന്നു വളർന്ന് വികസിച്ച് ഈ നിലയിലുള്ള ഹൈസ്കൂളായി മാറിയത്. പിതാവ് മരിച്ചപ്പോൾ പട്ടാളത്തിൽനിന്ന് സ്വയം വിരമിച്ച് വന്ന രുദ്രൻ നായർ സാർ സ്കൂളിന്റെ ഭരണ ചുമതല ഏറ്റെടുക്കുകയായിരുന്നു. എൻ.സി.സിയുടെ യൂണിറ്റ് തുടങ്ങിയതും ഫിസിക്കൽ എജ്യുക്കേഷന് പ്രാധാന്യം കൊടുത്തു കൊണ്ടുള്ള വിദ്യാഭ്യാസ സമ്പ്രദായത്തിന് തുടക്കം കുറിച്ചതും അദ്ദേഹമാണ്. എയ്ഡഡ് സ്കൂളാണെങ്കിലും പാർശ്വവർത്തികളായിട്ടുള്ളവരെ അധ്യാപകരായി നിയമിക്കാൻ അദ്ദേഹം തയ്യാറായില്ല. വിദ്യാഭ്യാസ ക്ഷമതയും അർപ്പണബോധവുമുള്ള അധ്യാപകരെ മാനേജ്മെന്റ് കമ്മിറ്റി തെരഞ്ഞെടുക്കുകയായിരുന്നു, പൊതുപരീക്ഷയിലൂടെ.

അന്ന് അച്ഛനത് വിശദീകരിച്ചപ്പോൾ എനിക്ക് വലിയ ധാരണ ഉണ്ടായിരുന്നില്ല. എങ്കിലും അദ്ദേഹത്തിന്റെ മാഹാത്മ്യം എന്താണെന്ന് പിന്നീട് അനുഭവിച്ചറിഞ്ഞു. സാർ വന്നുപോയതിന്റെ അടുത്ത ദിവസം ഞങ്ങളുടെ സ്കൂൾ യാത്ര പുനരാരംഭിച്ചു. ജോയ്ച്ചന്റെ അഭാവം അക്ഷരാർത്ഥത്തിൽ ഞങ്ങളെ വേദനിപ്പിച്ചു. ഓർമ്മവച്ച നാൾ മുതൽ ആ ചിറകിനടിയിലാണ് ഞാൻ വളർന്നത്. ഇന്നോ അവൻ തുറന്നുവിട്ട പക്ഷികളെ പോലെ അവനും പറന്നുപോയി. എന്നെങ്കിലുമൊരിക്കൽ ജോയ്ച്ചൻ തിരിച്ചു വന്നേക്കാം. പക്ഷേ ഈ ദിവസങ്ങളൊന്നും ഇനി തിരിച്ചെത്തുകയില്ലല്ലോ. അന്നുച്ചയ്ക്ക് ഞങ്ങളെ മാത്രം മാനേജരുടെ മുറിയിലേക്കു വിളിപ്പിച്ചു. അവിടെ വിവേകിന്റെ മാതാപിതാക്കളും വലതു കൈയിൽ പ്ലാസ്റ്ററിട്ട വിവേകും അവന്റെ രണ്ട് സുഹൃത്തുക്കളുമുണ്ടായിരുന്നു. സാമ്പ്രദായിക രീതിയിലുള്ള വിചാരണയൊന്നും പക്ഷേ അവിടെ ഉണ്ടായിരുന്നില്ല. വളരെ ചുരുങ്ങിയ സമയം കൊണ്ടുതന്നെ അദ്ദേഹം വിചാരണ ചെയ്യുകയും വിധി പറയുകയും ചെയ്തു. മറുത്ത് ആർക്കെങ്കിലും ഒരക്ഷരം പോലും പറയാനാകുമായിരുന്നില്ല. മാരകമായ ദണ്ഡു കൊണ്ട് ഗോപകുമാറിന്റെ നട്ടെല്ലിന്റെ മുകളിൽ രണ്ടാമതും അടിക്കാൻ ശ്രമിച്ചപ്പോൾ ജോയ്ച്ചൻ ആ ദണ്ഡ് പിടിച്ചുവാങ്ങി വിവേകിന്റെ വലതു

കൈയിൽ അതേ ദണ്ഡുകൊണ്ടുതന്നെ പ്രഹരിക്കുകയായിരുന്നു. അതിൽ വച്ചാണ് അസ്ഥിഭ്രംശമുണ്ടായത്. അതൊരു കേസാകുമായിരുന്നെങ്കിൽ പെൺകുട്ടികളടങ്ങുന്ന വിദ്യാർത്ഥികളെ റിസർവ് വനത്തിൽ അതിക്രമിച്ച് കയറി ആക്രമിച്ചത് അതിലും വലിയ കുറ്റമായി തീരും. ഇരുകൂട്ടരേയും നിശ്ശബ്ദമായി നിരീക്ഷിച്ച ശേഷം അദ്ദേഹം പ്രഖ്യാപിക്കുകയായിരുന്നു.

“നമുക്ക് യുദ്ധമല്ല, സമാധാനമാണ് വേണ്ടത്.”

എന്നെയും വിവേകിനേയും വിളിപ്പിച്ച് പരസ്പരം ക്ഷമ ചോദിപ്പിച്ച് ഞങ്ങളെ നല്ല സുഹൃത്തുക്കളായി പ്രതിജ്ഞ ചെയ്യിപ്പിച്ചു. പ്രതിസന്ധികളെ വെല്ലുവിളികൊണ്ടാണ് മനുഷ്യൻ അതിജീവിക്കേണ്ടതെന്ന് ആദ്യമായി ഞങ്ങൾക്ക് ഉപദേശം തന്നത് അദ്ദേഹമാണ്. സാത്വികനായ മനുഷ്യസ്നേഹി എന്ന നിലയിലും ധീരനായ യോദ്ധാവ് എന്ന നിലയിലും വഴിഭ്രംശം സംഭവിക്കാത്ത ആ ജീവിതമാണ് പിന്നീട് ഞങ്ങൾക്ക് മാതൃകയായത്.

രണ്ടാഴ്ചയ്ക്കു ശേഷം വന്ന ജോയ്ച്ചന്റെ കത്തിനുള്ള മറുപടി അമ്മയാണ് എഴുതിയത്. വിശദമായ കത്തിന്റെ ഒടുവിൽ അമ്മ അടിവരയിട്ട് പറഞ്ഞു.

“നിന്റെ ഒരമ്മ ഇപ്പോഴും ഇവിടെ ജീവിച്ചിരിപ്പുണ്ടെന്ന് ഓർക്കണം. നിനക്കൊപ്പമെന്നും ഞങ്ങളുണ്ടാകും.”

അമ്മ ആവശ്യപ്പെട്ടതുപോലെ തന്നെ മരിച്ചതിന്റെ നാല്പതാം ദിവസമുള്ള പള്ളിച്ചടങ്ങിന് അവൻ എത്തി. അതിരു കവിഞ്ഞ് ദുഃഖങ്ങളൊന്നും പക്ഷേ അവൻ പ്രകടിപ്പിച്ച് കണ്ടില്ല. ഏറെ നേരവും ആ കുടിലിൽ തനിയെ ഇരുന്നു. പിന്നീട് ഞാൻ അവനെ നിർബന്ധിച്ച് പുറത്തേക്കും അവിടെ നിന്ന് കുറ്റിപ്പുഴയാറിന്റെ തീരത്തുള്ള ഞാവൽ മരച്ചുവട്ടിലേക്ക് കൊണ്ടുപോയി. നാല് ദിവസമേ അവൻ നാട്ടിൽ നിന്നുള്ളൂ. അതിൽ രണ്ട് ദിവസവും പകൽ തനിച്ചായിരുന്നു. ഞങ്ങൾ സ്കൂളിൽനിന്ന് വരുമ്പോൾ എല്ലാവരും കൂടി അവനോടൊപ്പം ചെലവഴിക്കും. അഞ്ചാംനാൾ തിരിച്ചു പോകാനുള്ള ടിക്കറ്റുമായിട്ടാണ് അവൻ എത്തിയിരുന്നത്. എന്നാൽ റെയിൽവേ സ്റ്റേഷൻ വരെ അനുഗമിക്കാനുള്ള ഞങ്ങളുടെ അഭ്യർത്ഥന അവന് സ്വീകാര്യമായിരുന്നില്ല. എങ്കിലും അതിരാവിലെ തന്നെ ഞങ്ങളെല്ലാവരും അവനെ യാത്രയാക്കാൻ തയ്യാറായി നിന്നു. ഉച്ചയ്ക്ക് കഴിക്കാനുള്ള ഭക്ഷണം അമ്മ കൈയിൽ വച്ച് കൊടുത്തപ്പോൾ അവന്റെ കണ്ണുകൾ നിറഞ്ഞ് ഒഴുകുന്നത് കണ്ടു. ജീപ്പിലേക്ക് കയറുന്നതിന് മുമ്പായി എല്ലാവരോടും യാത്ര ചോദിച്ചു. ഒരു നിമിഷം എന്നെ നെഞ്ചോട് ചേർത്തുപിടിച്ചു. പിന്നെ രാഘവേട്ടൻ ഓടിച്ച അച്ഛന്റെ ജീപ്പിൽ കയറി തിരിച്ചു പോയി. സ്വയം നിയന്ത്രിക്കാനാവാത്ത ദുഃഖവുമായിട്ടാണ് ആ യാത്ര ഞാൻ നോക്കി നിന്നത്. നാളെയെന്ത് സംഭവിക്കുന്നു എന്ന് അറിയാത്തതാണല്ലോ മനുഷ്യന്റെ സുഖദുഃഖങ്ങൾക്ക് നിദാനമായിട്ടുള്ളത്.

വാകമരത്തലപ്പുകളിൽ ഒറ്റപ്പെട്ട പൂങ്കുലകൾ അങ്ങിങ്ങായി പ്രത്യക്ഷപ്പെട്ടു തുടങ്ങി. അത് ഞങ്ങളുടെ വാർഷിക പരീക്ഷയുടെ മുന്നറിയിപ്പാണ്. ഒറ്റയ്ക്കും കൂട്ടമായും ഞങ്ങൾ മത്സരിച്ച് പഠിച്ചു. എന്നാൽ പരീക്ഷ കഴിഞ്ഞുള്ള വേനലവധി പൂർണ്ണമായും അനുഭവിക്കാൻ ഞങ്ങൾക്കായില്ല. എല്ലാ ആഴ്ചകളിലും ആദ്യത്തെ നാല് ദിവസം ഓരോ അദ്ധ്യാപകർക്കായി വീതിച്ച് കൊടുത്തിട്ട് സ്പെഷ്യൽ ക്ലാസ് എടുക്കാൻ മാനേജ്മെന്റിന്റെ നിർദ്ദേശം വന്നു. എന്നാൽ എല്ലാ അധ്യാപകർക്കും ഭാഗികമായിട്ടെങ്കിലും വെക്കേഷൻ അനുഭവിക്കാൻ പറ്റും വിധമാണ് ജോലി ക്രമീകരിച്ചുകൊടുത്തത്. വെക്കേഷനിലെ അധിക ഭാരം അധ്യാപകർ അംഗീകരിക്കാൻ മടിച്ചേക്കുമെന്ന് ഞങ്ങൾ പ്രതീക്ഷിച്ചെങ്കിലും അത് ഉണ്ടായില്ല. തന്മൂലം വേനലവധിക്ക് അമ്മവീട്ടിൽ പോകാനുള്ള അവസരം നഷ്ടമായി. ഈ പദ്ധതി വിജയിച്ചാൽ തുടർന്ന് വരുന്ന രണ്ട് വെക്കഷനുകളിലും ഇതുതന്നെയാകില്ലേ വിധിയെന്ന് ഞങ്ങൾ ആശങ്കപ്പെട്ടു.

പുതിയ സ്കൂൾ വർഷത്തിൽ എട്ടാം ക്ലാസിലേക്ക് ചെന്നപ്പോൾ ഞങ്ങൾക്കായി പുതിയ പദ്ധതികൾ രുദ്രൻ സാർ കരുതിവച്ചിരുന്നു. എന്നെ ക്ലാസ് ലീഡറാക്കുകയും കൈമളൊഴികെ ഞങ്ങളെ എല്ലാവരെയും ലിംഗഭേദമന്യേ എൻ.സി.സിയിൽ ഉൾപ്പെടുത്തുകയും ചെയ്തു. മാസത്തിൽ രണ്ട് പരേഡുകളാണ് ഉണ്ടാകുക. എൻ.സി.സി. ഉള്ള ദിവസങ്ങളിൽ അതേ യൂണിഫോമിൽ തന്നെയാണ് സ്കൂളിലെത്തേണ്ടത്. അത് മറ്റുള്ളവരിൽനിന്ന് കൂടുതൽ സ്നേഹാദരങ്ങൾ നേടുന്നതിന് കാരണമായി. അതിനേക്കാളുപരി പട്ടാളത്തിന്റെ യൂണിഫോം ഞങ്ങളിൽ സന്നിവേശിപ്പിച്ചത് സ്ഫുടശുദ്ധമായ ഉത്തരവാദിത്വത്തിന്റെയും അച്ചടക്കത്തിന്റെയും നല്ല പാഠങ്ങളാണ്. അത് പിന്നീട് ഞങ്ങളുടെ വ്യക്തിത്വ വികാസത്തിന് ഏറെ ഉപകരിക്കുകയും ചെയ്തു. കാക്കിയൂണിഫോമുള്ള തൊഴിലിനോട് അഭികാമ്യം വർദ്ധിച്ചു തുടങ്ങിയതും അന്നാണ്. തുടർന്നുള്ള ഞങ്ങളുടെ യാത്ര സ്കൂളിലേക്കുള്ള പതിവ് സഞ്ചാരം മാത്രമായിരുന്നില്ല. ജീവിതം തുറന്നുവച്ച വലിയ കാൻവാസിലെ വിവിധങ്ങളായ മേഖലകളിലൂടെയുള്ള ഒരന്വേഷണം കൂടിയായിരുന്നു.

എട്ടാം ക്ലാസിന്റെ അവസാനനാളിലെ സ്കൂൾ വാർഷികവുമായി ബന്ധപ്പെട്ട മത്സരങ്ങളിൽ ആ വർഷവും ഒരുപാട് പാരിതോഷികങ്ങൾ ഞങ്ങളെ തേടി വന്നു. അന്ന് പത്താം ക്ലാസിൽ പഠിച്ചിരുന്ന വിവേക് പോൾവാൾട്ടിലുള്ള സ്വന്തം ചാമ്പ്യൻ പദവി നിലനിർത്തുകയും ചെയ്തു. പത്താം ക്ലാസിൽനിന്ന് ആ വർഷം ഏറ്റവും കൂടുതൽ മാർക്ക് വാങ്ങി മാനേജ്മെന്റിന്റെ കാഷ് അവാർഡ് വാങ്ങിയതും അവനായിരുന്നു. അവാർഡ് സ്വീകരിച്ച് മടങ്ങുന്നതിനു മുമ്പ് വിവേക് ഞങ്ങളെ വന്ന് കണ്ടിരുന്നു. ഈ അവാർഡ് നീയും വാങ്ങണമെന്ന് അവൻ എന്നോട് പറഞ്ഞു. എന്നാൽ ഞാൻ അതു കേട്ട് ചിരിക്കുകയും അതു

വാങ്ങാനുള്ളയാൾ ഇതാ ഇവിടെ നിൽക്കുന്നുണ്ട് എന്നു പറഞ്ഞ് ദീനാമ്മയെ ചൂണ്ടി ക്കാണിച്ച് കൊടുക്കുകയും ചെയ്തു. എല്ലാവരും അതു കേട്ട് ചിരിച്ചപ്പോൾ വിവേക് ഞങ്ങളെ അഭിവാദ്യം ചെയ്ത് തിരിച്ച് പോയി. ഇപ്പോൾ ഞാൻ അറിയുന്നുണ്ട് ആർക്കും സ്ഥിരമായ മിത്രങ്ങളും ശത്രുക്കളുമില്ല. കാലാനുസാരിയായ മുഹൂർത്തങ്ങളെ മുത്തുകൾ പോലെ കോർത്തിണക്കുന്ന വലിയ ഹാരമാണ് ഈ ജീവിതം എന്ന്.

ഋതുക്കൾ എത്രയോ തവണ മാറിമാറി വന്നെങ്കിലും ചുറ്റുവട്ടത്തിലെ ഞങ്ങളുടെ പ്രിയപ്പെട്ട വൃക്ഷങ്ങളെല്ലാം ഒരുപാട് ഒരുപാട് വളർന്ന് പന്തലിച്ചെങ്കിലും ഞങ്ങൾ അവയ്ക്കൊപ്പം വളരുന്നത് ഞാൻ ശ്രദ്ധിച്ചിരുന്നില്ല. ഒമ്പതാം ക്ലാസിലെ വിദ്യാഭ്യാസം അതിന്റെ മധ്യത്തിലെത്തി നിൽക്കുമ്പോൾ ഒരു നാൾ മേഴ്സി പറഞ്ഞു.

“എന്റെയും പൗലോസിന്റെയും മുഖത്തുള്ള രോമങ്ങൾക്ക് കറുപ്പും വളർച്ചയും കൂടുന്നു.”

എന്നും കണ്ണാടിക്കു മുമ്പിൽ ഒരല്പനേരം ചിലവഴിക്കുന്നയാളാണെങ്കിലും അത് എന്റെ ശ്രദ്ധയിൽ പെട്ടിരുന്നില്ല. അതീവഗോപ്യമായിട്ട് ആണ് അവൾ ഈ കാര്യം ദീനാമ്മയോട് പറഞ്ഞതെങ്കിലും വൈകിട്ടായപ്പോൾ ദീനാമ്മയും ജയശ്രീയും കൂടി അത് പരസ്യമാക്കി. എനിക്ക് പക്ഷേ അതിലൊരു ജാള്യതയും തോന്നിയില്ല. എത്രയും പെട്ടെന്ന് വലുതാവണം എന്ന ചിന്ത എന്റെ ഉപബോധമനസ്സിൽ ഉണ്ടായിരുന്നിരിക്കണം. എന്റെ കൂട്ടുകാരി സമപ്രായക്കാരിയായതുകൊണ്ട് അവളെക്കാൾ ഉയരവും വളർച്ചയും കൂടിനിൽക്കാൻ ഞാൻ എന്നും ആഗ്രഹിച്ചു. മൂന്ന് മാസമായി പള്ളിയിലെ വോളിബോൾ ക്ലബ്ബിൽ ചേർന്ന് ഞാനും പൗലോസും കളിയും തുടങ്ങിയിരുന്നു. വോളിബോൾ കളിച്ചാൽ പെട്ടെന്ന് വലുപ്പം വെക്കുമെത്രെ. അന്ന് വൈകീട്ട് പക്ഷേ ഭിത്തിയിലെ കണ്ണാടിക്ക് മുമ്പിലെ എന്റെ പ്രകടനങ്ങൾ അമ്മയ്ക്കൊട്ടും ഇഷ്ടമായില്ല.

“തീറ്റാൻ വിട്ടിരിക്കുന്ന പൈക്കളെ കൂട്ടിക്കൊണ്ട് വന്നുകൂടെ ഒരു പണിയുമില്ലെങ്കിൽ.” അമ്മ പറഞ്ഞു.

“നിവൃത്തിയില്ലമ്മേ, കളിക്കാൻ പോകണം, എനിക്ക് നന്നേ ഉയരം വെക്കണം.”

അമ്മ അദ്ഭുതത്തോടെയാണ് ചോദിച്ചത് “എന്തിന്?”

“എനിക്ക് എസ്.ഐ. ആകണം.”

പെട്ടെന്ന് തട്ടിവിട്ടതാണ്. പറഞ്ഞ് പോയ അബദ്ധത്തിൽനിന്ന് രക്ഷപ്പെടാൻ. പക്ഷേ അതൊരു നിമിത്തമായിരുന്നു. കളികഴിഞ്ഞ് വരുമ്പോൾ ഈ കാര്യം തമാശരൂപേണ ഞാൻ പൗലോസിനോട് പറഞ്ഞു. അത് കേട്ട് വളരെ ഗൗരവത്തോടെ അവനെന്നോട് ചോദിക്കുകയായിരുന്നു.

“നമുക്കെന്തുകൊണ്ട് എസ്.ഐ ആയിക്കൂടാ?”

"ശരിയാണ്."

ഞാനും പറഞ്ഞു. ജീവിതത്തിലെന്തെങ്കിലുമൊക്കെ ആയിത്തീരണമെന്ന് ആത്മാർത്ഥമായി ചിന്തിച്ചു തുടങ്ങിയത് അന്നാണ്.

കളികഴിഞ്ഞ് വന്നപ്പോൾ മേയാൻ വിട്ടിരുന്ന പൈക്കളെല്ലാം വയലിൽനിന്ന് താനെ കയറിവന്ന് തൊഴുത്തിൻ വാതിൽക്കൽ നിൽക്കുന്നുണ്ടായിരുന്നു. അല്ലെങ്കിലും ഇതാണ് അമ്മയുടെ ശീലം. എന്നെ വെറുതെ ചൊടിപ്പിക്കും.

"അമ്മ കണ്ടില്ലേ, ഇവറ്റകളൊക്കെ താനെ കയറിവന്ന് നിൽക്കുന്നത്, ഇതല്ലേ പതിവ് പിന്നെന്തിനാണ് ഇന്ന് മാത്രം എന്നെ പ്രത്യേകമായി ചുമതലപ്പെടുത്തി പുതിയൊരു ശീലമുണ്ടാക്കുന്നത്?"

ചെറുതായിട്ട് ചിരിച്ചുകൊണ്ടാണ് അമ്മ പ്രതികരിച്ചത്.

"പുതിയ ശീലങ്ങളൊന്നും നല്ലതല്ലാന്ന് ഓർക്കട്ടെയെന്ന് കരുതിയാണ്. ഇപ്പോൾ മനസ്സിലായല്ലോ. ഒമ്പതിൽ പഠിക്കുന്ന ഒരു കുട്ടി കണ്ണാടിക്കു മുമ്പിൽ ഇത്ര കണ്ട് തിരിഞ്ഞ് കളിക്കേണ്ട ഒരാവശ്യവുമില്ല."

വടി കൊടുത്ത് അടി വാങ്ങുകയായിരുന്നു ഞാൻ.

"പെട്ടെന്ന് കുളിച്ചിട്ടു വരൂ. ചായ തരാം."

അമ്മ എന്നെ മയപ്പെടുത്താനുള്ള തീരുമാനമായിരുന്നു.

"വേണ്ട ഇപ്പോൾതന്നെ വയറ് നിറഞ്ഞല്ലോ."

"എന്താ പറഞ്ഞത്, എന്താ പറഞ്ഞത്." അമ്മ തിരിഞ്ഞു നിന്നു.

"ഒന്നുമില്ല വേഗം കുളിച്ചു വരാമെന്നാ പറഞ്ഞത്."

"ശരി, ശരി."

അമ്മ വീണ്ടും ചിരിച്ചുകൊണ്ട് അകത്തേക്കു കയറിപ്പോകുമ്പോൾ ഒരു പഴഞ്ചൊല്ലും ഞാൻ കേട്ടു.

"കോഴിക്കും കുഴവിക്കും ഇട്ടതാണ് ശീലം."

"പശുവിനും അതുതന്നെയാണ്."

കുസൃതി പറഞ്ഞ് ഞാൻ വെള്ളത്തിലേക്ക് ചാടുമ്പോൾ അമ്മ ഉച്ചത്തിൽ ചിരിക്കുന്നത് കേട്ടു.

പ്രായം തികവുകൾ മെനഞ്ഞെടുക്കുമ്പോൾ ശരീരത്തിൽ മാത്രമല്ല മനസ്സിലും ചിന്തകളിലുമൊക്കെ അതിന്റേതായ പ്രതിധ്വനി നാം കേട്ടറിയുമല്ലോ. ഒന്നിച്ചാണ് സഞ്ചരിക്കുന്നതും പഠിക്കുന്നതും ഭക്ഷണം കഴിക്കുന്നതുമെങ്കിൽ കൂടി ചില വ്യക്തിബന്ധങ്ങൾ ഞങ്ങൾക്കിടയിൽ ഞങ്ങൾ പോലും അറിയാതെ വളർന്നുപോയിട്ടുണ്ട്. അത് പക്ഷേ ഒരു വിഷയമായെടുക്കാൻ ആരും ഇഷ്ടപ്പെട്ടില്ല. അതിന് കാരണം എല്ലാവരും തമ്മിൽ നിലനിർത്തി പോന്ന കൂട്ടായ്മയാണ്. അതിൽ ആരെയെങ്കിലുമൊക്കെ സ്വകാര്യവത്കരിച്ചാൽ പിന്നെ എല്ലാവർക്കും എല്ലാവരും

സ്വന്തമാണെന്ന ചിന്തയുണ്ടാവില്ലല്ലോ. ആറാം ക്ലാസിന്റെ തുടക്കം മുതൽ തന്നെ എന്റെ അടുത്ത സൗഹൃദവലയത്തിൽ ദീനാമ്മയുണ്ട്. എന്നാൽ വേറിട്ടൊരു ചങ്ങാത്തം മറ്റുള്ളവരോടുള്ള ബന്ധത്തിന്റെ ഇഴയടുപ്പത്തെ ബാധിക്കാതിരിക്കാൻ ഞാൻ പ്രത്യേകം ശ്രദ്ധിച്ചു. തന്മൂലം സംസാരത്തിൽ മാത്രമല്ല പെരുമാറ്റഭാഷയിലും മിതത്വം അനിവാര്യമായിരുന്നു. പതിവായുള്ള ഞങ്ങളുടെ പകൽ ജീവിതം സായാഹ്നത്തിലാണ് അവസാനിക്കുന്നതെങ്കിൽ പോലും എരിഞ്ഞടങ്ങുന്ന സൂര്യന്റെ പിന്നാമ്പുറങ്ങളിലെ നിറക്കൂട്ടുകൾ കാണുമ്പോൾ ഞാൻ നൊമ്പരപ്പെടുമായിരുന്നു. അതുപോലെ തന്നെ ഞങ്ങൾക്കിടയിൽ വന്നുവീഴുന്ന രാത്രിയെന്ന ഇടവേളകളെ പോലും അസഹിഷ്ണുതയോടെയാണ് അന്നു ഞാൻ നോക്കികണ്ടത്. അവൾ എനിക്ക് ആരാണെന്നോ എന്തു ബന്ധമാണ് ഞങ്ങൾക്കിടയിൽ ഉള്ളതെന്നോ കൗമാരപ്രായക്കാരനായ എന്റെ ബോധമണ്ഡലത്തിൽ അനാവരണം ചെയ്യപ്പെട്ടിരുന്നില്ല. അന്ന് ഞാൻ വിശ്വസിച്ചത് എന്റെ പ്രായത്തിലുള്ള ഏതൊരാളുടേയും മനസ്സിൽ പെൺകുട്ടികളുമായി ബന്ധപ്പെടുത്തി ഇത്തരം ഒരു ചിന്തയും ഉണ്ടാകില്ലെന്നാണ്. തന്മൂലം മറ്റാരെങ്കിലും ഇതറിഞ്ഞാൽ അവർക്കിടയിൽ ഞാൻ പരിഹാസപാത്രമാകുമെന്ന് ഭയപ്പെട്ടു.

അതിരുകളില്ലാതെ മേയുന്ന കുറ്റവാളികൾ ഇരകൾക്കായി തീർക്കുന്ന വൻചുഴികൾ എത്രയെങ്കിലും ഈ ഭൂമിയിലുണ്ടെന്ന് തിരിച്ചറിയും മുമ്പെ ഉദ്വേഗത്തിന്റെ മുൾമുനയിൽ നിർത്തിയ വലിയൊരാക്രമണത്തെ ഞങ്ങൾക്ക് നേരിടേണ്ടിവന്നു. ഒമ്പതാം ക്ലാസിലെ വാർഷിക പരീക്ഷ കഴിഞ്ഞ ദിവസം പതിവിലും ആഹ്ലാദത്തോടെയാണ് ഞങ്ങൾ ഗ്രാമത്തിലേക്ക് തിരിച്ചത്. ആദ്യം കൂട്ടമായിട്ടും പിന്നീട് ഗ്രൂപ്പ് തിരിഞ്ഞും വനമേഖലയിലൂടെ നടക്കുമ്പോൾ വാച്ച് ടവറിനടുത്ത് ഒരു ജീപ്പ് വനമേഖലയിലേക്ക് കയറ്റി നിർത്തിയിരിക്കുന്നതു കണ്ടു. അത്തരം ഒരു ജീപ്പോ അതിന്റെ പിൻഭാഗത്ത് ചാരിനിന്നിരുന്ന ആജാനുബാഹുവായ മനുഷ്യനേയോ മുമ്പൊന്നും ഞങ്ങൾ കണ്ടിട്ടുണ്ടായിരുന്നില്ല. ഞാനും ദീനാമ്മയും കൈമളും ഏറ്റവും പിന്നിലായിട്ടാണ് നടന്നുവന്നത്. ഞങ്ങൾ ജീപ്പിന്റെ സൈഡിൽ കൂടി മുന്നോട്ട് നടക്കാൻ തുടങ്ങവെ അപരിചിതനായ ആ മനുഷ്യൻ ഒരു മിന്നലാക്രമണത്തിലെന്നപോലെ ദീനാമ്മയെ തട്ടിയെടുത്ത് ജീപ്പിന്റെ പിൻസീറ്റിലേക്കിട്ടു. നിമിഷമാത്രയിൽ ജീപ്പ് മുന്നോട്ടോടിച്ച് പോകുകയും ചെയ്തു. മുമ്പെ നടന്നുപോയ സുഹൃത്തുക്കൾക്ക് ഇതൊന്നും മനസ്സിലാക്കാനായില്ല. പാഞ്ഞുവരുന്ന ജീപ്പ് ദേഹത്ത് തട്ടാതിരിക്കാൻ അവർ ഇരുവശത്തേക്കും ഓടിമാറി. ഇതിനോടകം ജീപ്പിന്റെ പിന്നിലെ പടുത ഇട്ടിരുന്നതിനാൽ അകത്തെന്താണ് സംഭവിക്കുന്നതെന്ന് അവർ കണ്ടില്ല. പക്ഷേ ഞങ്ങൾ രണ്ട് പേരും ഉച്ചത്തിൽ അലറി വിളിച്ചപ്പോഴും ഞങ്ങൾക്കൊപ്പം ദീനാമ്മയെ കാണാതായപ്പോഴും അവർ അപകടം തിരിച്ചറിഞ്ഞു. ഒരു നിമിഷം പോലും പാഴാക്കാതെ അവർ ജീപ്പിന്റെ പിന്നാലെ ഓടി.

പെട്ടെന്നാണ് എനിക്കൊരുപായം തോന്നിയത്. ഒരിക്കൽ എന്നെയും പൗലോസിനേയും സന്തോഷിനേയും വനമേഖലയിൽ കാട്ടുമൃഗങ്ങളെ കാണിക്കാൻ കൊണ്ടുപോയപ്പോൾ പോൾ അലക്സാണ്ടർ സാർ വാച്ച് ടവറിന്റെ പിന്നിലൂടെ എസ്റ്റേറ്റ് റോഡിലേക്കുള്ള ഒരു കുറുക്കുവഴി കാണിച്ചുതന്നിരുന്നു. കാട്ടുപാതകളിൽ ആനക്കൂട്ടം തമ്പടിക്കുമ്പോൾ ഫോറസ്റ്റ് ഉദ്യോഗസ്ഥന്മാർ ഉപയോഗിക്കാറുള്ള അനേകം വഴികളിലൊന്നാണത്. പിന്നീട് ഒന്നും ചിന്തിക്കാതെ കൈയിലുണ്ടായിരുന്നതെല്ലാം ഉപേക്ഷിച്ച് ഞാൻ ഓടി. വാച്ച് ടവറിന് പിന്നിലെ കയറ്റം കഴിഞ്ഞാൽ പിന്നെ കുത്തനെയുള്ള ഇറക്കമാണ്. ഉരുളൻ കല്ലുകൾ നിറഞ്ഞ ഫോറസ്റ്റ് റോഡിലൂടെ അതിവേഗം ജീപ്പിന് സഞ്ചരിക്കാനാകില്ലെന്ന് എനിക്കറിയാമായിരുന്നു. മാത്രമല്ല വീതി കുറഞ്ഞ ആ റോഡിന്റെ ഒരു ഭാഗം വലിയ കൊക്കയുമാണ്.

എന്നാൽ കുത്തനെയുള്ള ഇറക്കത്തിൽ വെച്ച് എന്റെ കാലിടറി ഞാൻ റോഡിലേക്ക് ഊർന്നുവീഴുകയായിരുന്നു. ദേഹമാസകലം ഉരഞ്ഞും ചതഞ്ഞും രക്തം കിനിഞ്ഞിരുന്നു. ജീപ്പ് അകലെനിന്ന് ഓടിവരുന്നതേയുള്ളൂവെന്ന് കണ്ടപ്പോൾ ഞാൻ ആശ്വസിച്ചു. പക്ഷേ മൃതപ്രായനായി നിൽക്കുന്ന എന്റെ കൈയിൽ ഒരായുധവുമില്ലല്ലോ. എങ്കിൽ പോലും അവളെ മറ്റൊരാൾക്കും വിട്ടുകൊടുക്കാൻ ഞാനൊരുക്കമായിരുന്നില്ല. റോഡിന്റെ നടുവിൽ കയറി കൈകൾ രണ്ടും ഇരുവശത്തേക്കും നീട്ടി ഞാൻ നിവർന്നു നിന്നു. ജീപ്പ് പൊടുന്നനെ നിർത്തിയെങ്കിലും അടുത്ത നിമിഷത്തിൽ വലിയൊരു ഇരമ്പലോടെ വീണ്ടും മുന്നോട്ടെടുത്തു. ഞാൻ ഭയപ്പെട്ട് മാറിപോയേക്കാമെന്ന് അയാൾ ധരിച്ചിട്ടുണ്ടാകും. പക്ഷേ ഒരു തന്ത്രത്തിനു മുമ്പിലും സമരസപ്പെടാൻ ഒരുക്കമായിരുന്നില്ല. എന്റെ ജീവനേക്കാൾ മൂല്യം ആ ജീപ്പിനുള്ളിലെ എന്റെ സഹപാഠിക്കുണ്ടായിരുന്നു. മുന്നോട്ട് വന്ന ജീപ്പ് എന്നെ ഇടിച്ച് തെറിപ്പിച്ചപ്പോൾ ഞാൻ ചെന്ന് പതിച്ചത് അതേ ജീപ്പിന്റെ തന്നെ മുന്നിലാണ്. വലതുകാലിന്റെ മുട്ടിന് താഴെ മുറിവേറ്റെങ്കിലും കുറച്ച് നിമിഷങ്ങൾ കൂടി എനിക്ക് സ്വബോധം നഷ്ടപ്പെട്ട് പോകാതിരിക്കാൻ പ്രാർത്ഥിച്ചു.

പിന്നെ കൈയിലൊതുങ്ങുന്ന ഒരു പാറക്കഷ്ണം ഉയർത്തിയെടുത്ത് സർവ്വശക്തിയും സമാഹരിച്ചുകൊണ്ട് ജീപ്പിനെ ലക്ഷ്യമാക്കി ഞാനെറിഞ്ഞു. അത് ജീപ്പിന്റെ മുൻഭാഗം ഗ്ലാസിൽ ശക്തമായി പതിക്കുകയും ചില്ല് പൊട്ടിച്ചിതറുകയും ചെയ്തു. ഉടൻ തന്നെ അടുത്ത കല്ല് ഞാൻ കൈയിലെടുത്തു. ഈ സമയം പിന്നിൽനിന്ന് ഓടിയടുക്കുന്ന കൂട്ടുകാരെയും അവർക്കൊപ്പം തന്നെ ഓടിവരുന്ന ഒരു ഫോറസ്റ്റ് ഉദ്യോഗസ്ഥനെയും കാണാമായിരുന്നു. അപകടം മണത്തറിഞ്ഞ ഡ്രൈവർ രണ്ടാമതൊരേറ് വരുന്നതിന് മുമ്പ് തന്നെ എഞ്ചിൻ റെയ്സ് ചെയ്ത് മുന്നോട്ടെടുത്ത് എന്നെ തട്ടിത്തെറിപ്പിച്ച് പോകാനുള്ള ഉദ്യമത്തിലായിരുന്നു. പക്ഷേ ഒട്ടും പ്രതീക്ഷിക്കാതെ ഡ്രൈവർ തന്റെ തലയുടെ

വലതുഭാഗം പൊത്തിക്കൊണ്ട് ഡ്രൈവിംഗ് സീറ്റിലേക്ക് വീഴുന്നതാണ് കണ്ടത്. ഇത് കണ്ട് പിന്നിലിരുന്നയാൾ ഓടിവന്ന് ഡ്രൈവിംഗ് സീറ്റിലിരുന്നു. പക്ഷേ പരിക്കേറ്റയാൾ പിന്നിലേക്ക് കടക്കാൻ ശ്രമിക്കുന്നതിനിടയിൽ ദീനാമ്മ പുറത്തേക്ക് ചാടി ഇറങ്ങി കൂട്ടുകാർക്കരികിലേക്ക് ഓടി. പെട്ടെന്ന് ഞാനും അങ്ങോട്ട് ചെന്നു. ഈ സമയം വീണ്ടും ഒരാക്രമണത്തിന് നിൽക്കാതെ അവളെ ഉപേക്ഷിച്ച് ജീപ്പ് അതിനെടുക്കാവുന്ന പരമാവധി വേഗത്തിൽ ഓടിച്ച് പോയി.

രണ്ടാമതും എന്നെ ഇടിച്ച് തെറിപ്പിക്കാനുള്ള ഡ്രൈവറുടെ ഉദ്യമത്തിന് തടയിട്ടത് അയാളുടെ തലയിലേറ്റ ആഘാതമാണ്. അതേൽപ്പിച്ചത് കൈമളും. എന്നാൽ അവന് താഴോട്ടിറങ്ങി വരാനാകാതെ പാതിയിറക്കത്തിൽവന്ന് ഒരു ചെറിയ വൃക്ഷത്തിൽ വലതുകാൽ ചുറ്റിക്കൊണ്ടാണ് ആ പ്രകടനം കാഴ്ചവച്ചത്. ഞങ്ങളദ്ഭുതപ്പെട്ടുപോയി. പൗലോസും ഫോറസ്റ്റ് ഗാർഡും കയറിച്ചെന്ന് അവനെ സാവകാശം ഇറക്കിക്കൊണ്ടുവന്നു. അവന്റെ വലതുകൈയിൽ ഞങ്ങളെ ആശ്ചര്യപ്പെടുത്താൻ പോന്ന ഒരായുധമുണ്ടായിരുന്നു. "കാറ്റപോൾട്ട്" (കവണി). ഗോലികൾകൊണ്ട് അഭ്യാസം കാണിക്കുന്ന ചങ്ങാതിയുടെ ബാഗിൽ ഇത്തരത്തിലൊന്ന് അടക്കം ചെയ്തിരുന്നതിന്റെ ഒരു സൂചനപോലും ഞങ്ങൾക്കുണ്ടായിരുന്നില്ല. നിമിഷ നേരംകൊണ്ട് തന്നെ എന്റെ കാലിൽ നീര് വന്നുവീർത്തു. ദേഹമാസകലം വേദനയും നീറ്റലുമുണ്ടായി. ഫോറസ്റ്റ് ഉദ്യോഗസ്ഥന്മാർ കൊണ്ടുവന്ന ജീപ്പിൽ ഞങ്ങളെ എല്ലാവരേയും അച്ഛന്റെ ഷോപ്പിൽ എത്തിച്ചു. തുടർന്ന് എന്നെ അച്ഛനും രാഘവേട്ടനും പൗലോസും ജോർജ്ജ്ച്ചായനും കൂടി ആശുപത്രിയിലേക്കും.

ഗ്രാമത്തെ ഒരു പാട് പ്രകമ്പനം കൊള്ളിച്ച സന്ധ്യയായിരുന്നു അന്നത്തേത്. ഞങ്ങൾക്ക് പിൻഗാമികളായി ഒട്ടനവധി കുട്ടികൾ അതേ സ്കൂളിൽ പഠിക്കാൻ പോകുന്നുണ്ട്. അതുകൊണ്ട് തന്നെ ഇത്തരത്തിലൊരാക്രമണം എല്ലാവർക്കുമെതിരെയുള്ള ഒരു ഭീഷണിയായിട്ടാണ് അവർ കണ്ടത്. തൊട്ടടുത്ത ദിവസം പ്രകടനവും പ്രതിഷേധവുമൊക്കെയുണ്ടായി. അന്നൊരു കാര്യം ഞാൻ തിരിച്ചറിഞ്ഞു. നാലാം ക്ലാസിനുമുകളിൽ വിദ്യാഭ്യാസം നേടുന്ന ആദ്യത്തെ വിദ്യാർത്ഥി കൂട്ടായ്മ എന്ന നിലയിൽ ഞങ്ങളെ വളരെ പ്രതീക്ഷയോടും വാത്സല്യത്തോടും കൂടിയാണ് മറ്റുള്ളവർ കണ്ടിരുന്നത് എന്ന്. പട്ടണത്തിലെ ആശുപത്രിയിൽ അഡ്മിറ്റു ചെയ്ത എന്നെ കാണാനും എനിക്ക് ആത്മധൈര്യം നൽകാനും ഒട്ടേറെ പേർ വന്നുപോയി. എന്നാൽ എനിക്കെതിരെയുണ്ടായ ദാരുണമായ ആക്രമണം അച്ഛന്റെ മാനസിക നിലയെ നന്നേ പിടിച്ചുലയ്ക്കുക തന്നെ ചെയ്തു. അമ്മയ്ക്കും അതൊട്ടും താങ്ങാവുന്നതായിരുന്നില്ല. എന്നാൽ ഞാൻ ചെയ്യേണ്ടാത്ത ഒരു കാര്യമാണ് ചെയ്തതെന്ന് അവർ പറഞ്ഞില്ല. മറിച്ച് എന്റെ പ്രവർത്തികൾ സമയോചിതമായിരുന്നുവെന്ന് ശ്ലാഘിക്കുകയാണുണ്ടായത്. എനിക്കതുമതിയായിരുന്നു.

തോളൊപ്പം ചേർന്ന് നടന്നുവന്ന പ്രിയ സഹപാഠിയെ മറ്റാർക്കും വിട്ടു കൊടുക്കാതെ പ്രതിരോധിക്കാൻ ഞങ്ങൾക്കായല്ലോ. ദേഹമാസകലം ചുട്ടെരിയുന്നതുപോലുള്ള നൊമ്പരമായിരുന്നുവെങ്കിലും എനിക്ക് ആശ്വാസമേകാൻ അവളെ കുറിച്ചുള്ള ഓർമ്മകൾ ധാരാളമായിരുന്നു. തൊട്ടടുത്ത ദിവസം വലിയമ്മാവനും കുടുംബവും എത്തി. എല്ലാവരും എന്നെ കണ്ട് ഉള്ളാലെ വിലപിക്കുന്നുണ്ടെങ്കിലും അത് മറച്ചുവെച്ച് എന്നെ സമാശ്വസിപ്പിക്കാനാണ് ശ്രമിച്ചത്.

പൊലീസ് അതിനടുത്ത ദിവസം തന്നെ ഞങ്ങളുടെ മൊഴിയെടുത്തു. കണ്ടാലറിയാവുന്ന മൂന്ന് പ്രതികൾക്കെതിരെ കേസെടുക്കുകയും ചെയ്തു. പക്ഷേ ആ പ്രതികളെ കണ്ടെത്താനുള്ള പൊലീസിന്റെ എല്ലാ ശ്രമവും വിഫലമായി. ജീപ്പിൽ പ്രദർശിപ്പിച്ചിരുന്നത് വ്യാജ നമ്പറായിരുന്നത്രെ. എട്ടാമത്തെ ദിവസം ആശുപത്രിയിൽനിന്ന് ഡിസ്ച്ചാർജാവുന്നതുവരെയുള്ള ഒന്നിടവിട്ട ദിവസങ്ങളിൽ ദീനാമ്മ വന്നിരുന്നു. അവളുടെ അമ്മയ്ക്കൊപ്പം അല്ലെങ്കിൽ സൈമൺ അങ്കിളിനൊപ്പം. എന്തെങ്കിലുമൊന്ന് സംസാരിക്കാനോ വിശകലനം ചെയ്യാനോ ഉള്ള മനോനില ഞങ്ങൾക്ക് രണ്ടുപേർക്ക് അന്ന് ഉണ്ടായിരുന്നില്ല. പക്ഷേ എന്റെ മുറിക്കു പുറത്തുള്ള വരാന്തയിൽനിന്ന് കണ്ണുനീർ തുടച്ചുമാറ്റുന്ന കൂട്ടുകാരിയെ കട്ടിലിനടുത്തുള്ള ജനൽ ചില്ലിലൂടെ ഒരിക്കൽ ഞാൻ കണ്ടു. എങ്കിലും അവൾ കുറച്ച് കഴിഞ്ഞ് മുറിക്കുള്ളിലേക്ക് വന്നപ്പോൾ തികഞ്ഞ ആത്മവിശ്വാസത്തോടു കൂടിയാണ് സംസാരിച്ചത്. എന്നാൽ ആശുപത്രിയിൽ കിടന്ന അത്രയും ദിവസം ചിന്തിച്ചിട്ടും എനിക്ക് ഉത്തരം കിട്ടാത്ത ഒരു ചോദ്യമുണ്ടായിരുന്നു. എന്തിനാവും അവർ ദീനാമ്മയെ മാത്രമായി കടത്തികൊണ്ടുപോകാൻ ശ്രമിച്ചത്. ഒരുപക്ഷേ ഞാനറിയാത്ത എന്തെങ്കിലും നിഗൂഢത അവളുമായി ബന്ധപ്പെട്ട് നിലനിൽക്കുന്നുണ്ടാവുമോ? എനിക്കറിയാനായില്ല.

എന്റെ കവിളിലും നെറ്റിയിലും വാത്സല്യപൂർവം തടവിക്കൊണ്ടാണ് അന്ന് അവളുടെ അമ്മ പറഞ്ഞത്.

"നിന്നെ കർത്താവാണ് അവൾക്കൊപ്പം നടത്തിച്ചത്. മോനില്ലായിരുന്നുവെങ്കിൽ എന്റെ മകളുടെ അവസ്ഥയെ കുറിച്ച് ചിന്തിക്കാനാകുമായിരുന്നില്ലല്ലോ. ഒരു സാധുവാണ് എന്റെ കുട്ടി."

ഗദ്ഗദകണ്ഠയായി അവർ പറഞ്ഞതിന്റെ അർത്ഥവ്യാപ്തി അന്നെനിക്കറിയില്ലായിരുന്നുവെങ്കിലും ആ വാക്കുകൾ എന്റെ ഹൃദയത്തെ ദ്രവിപ്പിക്കാൻ പോന്നതായിരുന്നു.

ഇമകൾ എത്രതന്നെ ശക്തിയായി കൂട്ടിയടച്ചാലും അശ്രുബിന്ദുക്കൾക്ക് ദിശാബോധം നഷ്ടപ്പെടില്ലല്ലോ?

കാലിൽ പ്ലാസ്റ്ററിട്ടിരുന്നതിനാൽ വീട്ടിലെത്തിയിട്ടും എങ്ങോട്ടും പോകാനായില്ല. രണ്ടുദിവസം കൂടി കഴിഞ്ഞപ്പോൾ ഒരി അതിഥി എന്നെ

തേടിയെത്തി. ഗൾഫിൽ ജോലി ചെയ്തിരുന്ന അദ്ദേഹത്തെ മുമ്പൊരിക്കലും ഞാൻ കണ്ടിരുന്നില്ല. ആറടിക്കുമേൽ ഉയരവും അതിനൊത്ത തടിയുമുണ്ടായിരുന്നു. 'ഹെൻട്രി' സൈമൺ അങ്കിളിന്റെ ഒരേയൊരു മകൻ.

ദീനാമ്മയുടെ നേർക്കുണ്ടായ കയ്യേറ്റത്തെ വളരെ ശക്തിയായിട്ടാണയാൾ അപലപിച്ചത്. തന്റെ കുടുംബത്തിലുള്ള ഒരു പെൺകുട്ടിയോട് ഇത്തരത്തിൽ പ്രവർത്തിക്കാൻ ആർക്കായിരിക്കും ധൈര്യമുണ്ടാവുക എന്ന ആത്മഗതത്തിൽ ആ കുറ്റവാളികളോടുള്ള അടങ്ങാത്ത പ്രതികാരമാണ് ജ്വലിച്ചുനിന്നത്. ഒരാഴ്ച കഴിഞ്ഞ് തിരിച്ചുപോകൂ എന്ന് പറഞ്ഞപ്പോൾ ഒരു മാസമെങ്കിലും അയാൾ ഇവിടെ നിന്നിരുന്നുവെങ്കിൽ എന്ന് ഞാൻ ആശിച്ചുപോയി. അത്രയും ദിവസം ദീനാമ്മ സുരക്ഷിതയായിരിക്കുമല്ലോ. പിന്നീട് ഔപചാരികതയുടെ പേരിൽ എനിക്ക് ഹസ്തദാനം ചെയ്ത് തിരിച്ചുപോകുമ്പോൾ ഒരു നേരംപോക്കിനെന്നോണം അയാൾ പറഞ്ഞു.

"ഒമ്പതാം ക്ലാസിലെ കുട്ടി എന്ന് പറഞ്ഞ് കേട്ടപ്പോൾ ഇത്രയും കായിക ശേഷിയുള്ള ആളായിരിക്കുമെന്ന് ഞാൻ പ്രതീക്ഷിച്ചില്ല. ഓകെ. ഗുഡ് ലക്ക്."

എനിക്ക് അതൊരു അംഗീകാരമായിട്ടാണ് തോന്നിയത്. പക്ഷേ ബീനേച്ചിക്കത് ഇഷ്ടമായില്ല. ചേച്ചി എപ്പോഴും അങ്ങനെയാണ്. എന്റെ കാര്യത്തിൽ മറ്റാരെങ്കിലും കൂടുതൽ സ്വാതന്ത്ര്യത്തോടെ ഇടപെടുന്നത് ഇഷ്ടമാകില്ല. ഓടിച്ചെന്ന് അടുക്കളയിൽനിന്ന് ഉപ്പും മുളകും എടുത്തുകൊണ്ടുവന്ന് എന്നെ ഉഴിഞ്ഞെടുത്ത് അടുപ്പിലിട്ട് കത്തിച്ചു. ദോശചുട്ടുകൊണ്ടുനിന്ന അമ്മ തൽക്ഷണം ചുമച്ച് ശ്വാസം കിട്ടാതെ അടുക്കളക്ക് പുറത്തേക്ക് ഓടി.

"എന്താണ് കുട്ടീ ഇത്."

"എന്താണെന്നോ നോക്കൂ ചിറ്റേ... ഒരശ്ലേഷം മണമുണ്ടോ അത് രണ്ടും കത്തിയെരിഞ്ഞിട്ട്?"

എന്തോ വലിയൊരു കാര്യം ചെയ്തതുപോലെയാണ് ബീനേച്ചി പറഞ്ഞത്. ചുമ തീർന്നപ്പോൾ അമ്മ ചിരിച്ചു. പിന്നെയും പിന്നെയും ചിരിച്ചു. എന്നിട്ട് പറഞ്ഞു.

"എന്നെ പുകച്ച് പുറത്ത് ചാടിച്ചിട്ടും ഇതിനൊരു ഗന്ധവുമില്ലാന്ന് നീ പറഞ്ഞു കളഞ്ഞല്ലോ മോളെ."

തൊട്ടടുത്ത് മുറിയിൽ കിടന്ന് ഞാൻ ഉച്ചത്തിൽ ചിരിച്ചുപോയി. അത് കേട്ടിട്ടാവും പിന്നീട് അവർ രണ്ടുപേരും കൂടി നിർത്താതെ ചിരിക്കാനും തുടങ്ങി.

ദീനാമ്മയുടെ ഹെൻട്രി ഇച്ചായനെ ആദ്യമായും അവസാനമായും

ഞാൻ കണ്ടത് അന്നാണ്. എന്നാൽ ബീനേച്ചിയുടെ കോമഡി പ്രകടനം മൂലം ആ ദിവസം പിന്നീടൊരിക്കലും മറക്കാതിരിക്കാൻ ഇടവരുത്തി.

ഒന്ന് രണ്ട് ആഴ്ച കൂടി കഴിഞ്ഞപ്പോൾ മെല്ലെ എഴുന്നേറ്റ് നിൽക്കാമെന്നായി. എന്നാൽ പ്ലാസ്റ്റർ നീക്കം ചെയ്യുമ്പോൾ കാലിന് പൂർണ്ണമായ ബലം കിട്ടാതിരിക്കുമോ എന്ന് ഞാൻ ഭയപ്പെട്ടു. പിന്നീട് രാത്രിയും പകലും ആ ചിന്ത മാത്രമേ ഉണ്ടായിരുന്നുള്ളൂ. പത്താം ക്ലാസിൽ എത്തുമ്പോൾ ഞാൻ എൻസിസിയിൽ അണ്ടർ ഓഫീസർ ആകേണ്ടതാണ്. അതുപോലെതന്നെ വോളിബോൾ കളി തുടർന്നു പോകേണ്ടതുമുണ്ട്. ജീവിതം ഏതൊരർത്ഥത്തിലും എന്നോട് ക്രൂരത കാണിക്കാതിരിക്കണമേ എന്നാശിച്ചു. ഇത്തരം പ്രതിലോമ ചിന്തകൾ എന്നെ വേട്ടയാടികൊണ്ടിരുന്ന സമയത്താണ് കൃഷ്ണപണിക്കർ എന്ന കളരി ഗുരു എന്നെ കാണാൻ വന്നത്. അദ്ദേഹം അച്ഛന്റെ അടുത്ത സൗഹൃദവലയത്തിലുള്ള ആളാണ്. വന്നപാടെ എന്റെ കാല് പലവിധത്തിലും പരിശോധിച്ചുനോക്കി.

“മുട്ടിനും കണങ്കാലിനും പ്രശ്നമില്ലാത്ത നിലയ്ക്ക് ഒന്നും പേടിക്കാനില്ലെടോ.”

എന്റെ തോളിൽ മെല്ലെ തട്ടിക്കൊണ്ട് പറഞ്ഞു. ആ വാക്കുകൾ എന്നിൽ ഉണ്ടാക്കിയത് ഒരിക്കലും പറഞ്ഞ് ബോധിപ്പിക്കാനാവാത്തത്ര കണ്ട് ആത്മവിശ്വാസമായിരുന്നു. പിന്നീട് പ്ലാസ്റ്റർ എടുത്തപ്പോൾ സ്കൂൾ തുറക്കാൻ ഇരുപത് ദിവസം കൂടി ബാക്കിയുണ്ട്. ഡിഗ്രി രണ്ടാം വർഷ പരീക്ഷ തുടങ്ങാറായതുകൊണ്ട് ബീനേച്ചിക്ക് തിരിച്ച് പോകേണ്ടിയിരുന്നു. സ്കൂൾ തുറക്കുമ്പോൾ ആരെയെങ്കിലുമൊക്കെ എനിക്ക് കൂട്ടിനായി വിടണം എന്ന് അച്ഛനെ ചുമതലപ്പെടുത്തിയിട്ടാണ് ചേച്ചി പോയത്. തുടർന്നുള്ള പത്ത് ദിവസം ഗുരുവിന്റെ ചികിത്സാവിധികളായിരുന്നു. ഉഴിച്ചിലും പിഴിച്ചിലും ഞവരക്കിഴിയുമൊക്കെയായി എന്റെ മുറി ഒരു ചെറിയ വൈദ്യശാലയായി പരിണമിച്ചു. പിന്നെ ഒരാഴ്ച പൂർണവിശ്രമം. അതിനപ്പുറം നടത്തം. ലഘുവ്യായാമം. സ്കൂൾ തുറക്കാൻ രണ്ടു ദിവസം മാത്രം. അന്ന് പോൾ അലക്സാണ്ടർ സാർ വന്നു. അദ്ദേഹം ട്രെയിനിംഗിലായിരുന്നപ്പോഴാണ് ഞങ്ങൾക്കെതിരെ ആക്രമണമുണ്ടായത്. എന്നെ പൂർണ്ണ ആരോഗ്യവാനായി കണ്ടതിൽ അദ്ദേഹം സന്തോഷിച്ചു. വിദ്യാർത്ഥികളുടെ സംരക്ഷണത്തിനായി അവരുടെ ഭാഗത്തുനിന്നും പരമാവധി ശ്രദ്ധ ഉണ്ടാവുമെന്ന് ഉറപ്പ് നൽകുകയും ചെയ്തു.

പക്ഷേ സ്കൂൾ തുറക്കുന്ന യാഥാർത്ഥ്യം കൺമുന്നിലെത്തിയപ്പോൾ ചില ആശങ്കകളും എന്റെ മനസ്സിൽ രൂപംകൊണ്ടു. ആർക്കും അന്നോളം കണ്ടെത്താൻ കഴിയാത്ത ആ ശത്രുക്കൾ ഇനിയും വന്നുകൂടെന്നില്ലല്ലോ. ഒരു വേഷത്തിൽ അല്ലെങ്കിൽ മറ്റൊരു വേഷത്തിൽ. ദീനാമ്മയ്ക്കെതിരെയുള്ള ശത്രുതയുടെ അടിസ്ഥാനം അതെന്ത് തന്നെയാണെങ്കിലും കണ്ടെത്തിയേ മതിയാവൂ. സത്യം തിരിച്ചറിയാതെയുള്ള നിഴൽയുദ്ധം

നിലനില്പിനെ തന്നെ അപകടപ്പെടുത്തും എന്ന് ഞാൻ വിശ്വസിച്ചു. കൈമളിന്റെ തിരിച്ച് പോക്ക് ആസന്നമായിരിക്കുന്നുവെന്ന് അച്ഛൻ സൂചിപ്പിച്ചിരുന്നു. അവന്റെ അച്ഛനെതിരെ ഉണ്ടായിരുന്ന അന്വേഷണം അവസാനിച്ചപ്പോൾ അദ്ദേഹം നിരപരാധിയായിരുന്നുവെന്ന് ഡിപ്പാർട്ട്മെന്റിന് ബോധ്യപ്പെട്ടു. അതിനാൽ സ്വന്തം നാട്ടിലേക്ക് ഇനിയും പ്രമോഷനോട് കൂടിയാകും തിരിച്ചുപോകുക. അത് ഇനിയുമൊട്ടും വൈകില്ലത്രേ. ഞങ്ങൾ മൂന്ന് ആൺകുട്ടികൾ സ്വയരക്ഷയ്ക്കായി പ്രതിരോധിച്ചാൽ മാത്രമാകില്ലല്ലോ. മൂന്ന് പെൺകുട്ടികളെ സംരക്ഷിക്കുകയും വേണം. ഏതൊരു സംഘട്ടന മുഖത്തുനിന്നും ഓടി രക്ഷപ്പെടാൻ ആകില്ലെന്ന് സാരം. അന്ന് കണ്ടതുപോലുള്ള ഉദ്ദണ്ഡന്മാരോട് എങ്ങനെയാണ് ഏറ്റുമുട്ടുക? ആ ധർമ്മസങ്കടം മറ്റാരോട് പറയാനാകും. ഞങ്ങളുടെ സംരക്ഷണത്തിനായി എത്രപേരെ വേണമെങ്കിലും രക്ഷിതാക്കൾ ഒരുക്കിതരും. പക്ഷേ അതൊരു ഭീരുത്വമാകും. മാത്രമല്ല ഞങ്ങളുടെ സ്വാഭാവികമായ പെരുമാറ്റ രീതിയെ പ്രതികൂലമായി ബാധിക്കുകയും ചെയ്യും. സ്കൂൾ ജീവിതം അവസാനിക്കാൻ ഇനിയൊരു വർഷം മാത്രമേ അവശേഷിക്കുന്നുള്ളൂ.

ഒറ്റയ്ക്കാവുന്നു എന്ന് തോന്നുമ്പോഴും ഒരു പിൻബലം വേണമെന്ന് മോഹിക്കുമ്പോഴും എന്നേക്കാൾ വേഗം മനസ്സ് പറന്നെത്തിനിൽക്കുന്നത് ജോയ്ച്ചനിലാണ്. അതെന്നും അങ്ങനെ തന്നെയായിരുന്നു. എതിരാളി എത്രതന്നെ പ്രബലനായിരുന്നാലും അതിനുള്ള മറുപടി എന്നും അവനിലുണ്ട്. തന്റെ ഭൗതിക ശരീരത്തിന്റെ മാത്രമല്ല ആത്മാവിന്റെ പോലും ഭാഗമാണ് ഞാനെന്നാണ് അവൻ ചിന്തിക്കുന്നത്. സ്കൂൾ തുറക്കാൻ ഒരു ദിവസം മാത്രം ബാക്കിനിൽക്കെ മറ്റെന്നെക്കാളും ഞാൻ തിരിച്ചറിഞ്ഞു. എന്റെ പ്രിയമിത്രത്തിന്റെ അസാന്നിധ്യം എന്നിൽ സൃഷ്ടിക്കുന്ന ശൂന്യതയ്ക്ക് പകരമായി ഈ ഭൂമിയിൽ മറ്റൊരാളും ജീവിച്ചിരിക്കുന്നില്ലെന്ന്. ഞാൻ മുറിവേറ്റ് വീണ ദിവസം പോലും അമ്മ എല്ലാവരോടുമായി പറഞ്ഞത് ഈ വിവരം ജോയ്ച്ചനെ അറിയിക്കരുതെന്നാണ്.

ആ ഓർമ്മകൾക്ക് മുമ്പിൽ ഞാൻ ഹൃദയപൂർവം പ്രണമിക്കുമ്പോൾ അവന്റെ തന്നെ വാക്കുകളാണ് എന്റെ ചെവിയിൽ എത്തിയത്. തൊട്ടടുത്ത് നിന്ന് പറയുന്നത് പോലെ. “സ്വയം രക്ഷയ്ക്കെന്നോണം ഇത് നീ സൂക്ഷിച്ചോളൂ.” യാത്ര പറയുന്നതിന് അല്പം മുമ്പ് കത്തികണക്കെയുള്ള ഒരായുധം എനിക്ക് തന്നുകൊണ്ട് അവൻ പറഞ്ഞ വാക്കുകളായിരുന്നു അത്, അതെ ആ വാക്കുകളെന്റെ കർണ്ണപുടങ്ങളിൽ ആവർത്തിക്കപ്പെടുന്നതായിട്ടാണ് തോന്നിയത്. ഞാൻ മെല്ലെ നടന്ന് അവന്റെ കൊച്ചു വീട്ടിലേക്ക് പോയി. മേയാതെയും സംരക്ഷിക്കാതെയും ഉപേക്ഷിക്കപ്പെട്ടുപോയ ആ ഗൃഹം ഏതു നിമിഷവും നിലം പൊത്തിയേക്കാം. താനെ അടർന്നുവീഴാൻ കാത്തുനിന്ന വാതിൽ പാളികൾ മെല്ലെ തുറന്ന് അകത്തുകയറി. അല്പം വലിപ്പമുള്ള മഷി പേനകണക്കെ ബ്രാസിൽ തീർത്ത പുറംചട്ടയുള്ള ചെറിയൊരായുധം.

സൈഡ് ബട്ടൻ അമർത്തുമ്പോൾ മാത്രം മൂർച്ചയുള്ള ഭാഗം പുറത്തു വരും. മുമ്പ് ഒരിക്കലും കണ്ടിട്ടില്ലാത്ത ഈ വനമേഖലയിലേക്ക് ഗബ്രിയേൽ ഭാര്യക്കൊപ്പം കടന്നുവരുമ്പോൾ ഒരു ധൈര്യത്തിനായി സ്വന്തം കൈയിൽ കരുതി വച്ചിരുന്നതാണിതെന്ന് ജോയ്ച്ചൻ അന്ന് പറഞ്ഞിരുന്നു. അതേ ആയുധത്തിന് പിന്നീട് ജോയ്ച്ചനും അതിനുശേഷം ഞാനും അവകാശികളായി മാറി. പുറത്തേക്ക് നടന്നുപോരുമ്പോൾ ചങ്ങാതിയുടെ ജീർണ്ണിച്ച വീടിനെ കുറിച്ച് എനിക്ക് ദുഃഖമുണ്ടായിരുന്നു. എന്നെങ്കിലുമൊരിക്കൽ വന്നാൽ അവന്റേതെന്ന് പറയാൻ ഒരിടമില്ലല്ലോ. മുറിയിലെത്തിയിട്ടും ഞാൻ മൂകനായിരുന്നു.

ശരീരം പൂർണമായും വഴങ്ങിയില്ലെങ്കിലും പ്രതിസന്ധികളെന്തു തന്നെ ഉണ്ടെങ്കിലും പത്താം ക്ലാസിലെ ആദ്യ ദിവസത്തെ യാത്രയ്ക്കായി ഞാൻ കാത്തിരുന്നത് ഏറെ അക്ഷമനായിട്ടാണ്. ജൂണിൽ ഞങ്ങൾക്ക് അതിഥികളായെത്തുന്ന രാപ്പാടിക്കുന്നിലെ കുരുവികളുടെ ചുണ്ടിൽ പാട്ടും സംഗീതവും മാത്രമല്ല മറ്റാർക്കും വിഭാവനം ചെയ്യാനാവാത്ത അത്രകണ്ട് സാങ്കേതിക വൈദഗ്ധ്യവുമുണ്ട്. തെങ്ങോലകളിലും പനയോലകളിലും ചിലപ്പോഴക്കെ വാകമര ചില്ലകളിലും ഞാന്നുകിടക്കുന്ന കൂടുകൾ അതിനുള്ള സാക്ഷ്യപത്രങ്ങളാണ്. ഒരു കൂട്ടിൽതന്നെ ചിലപ്പോൾ ഒന്നിലേറെ അറകളുണ്ടാകും. ചില അറകൾക്കുള്ളിലാകട്ടെ ഏതാനും ഭാഗത്ത് പശപ്പുള്ള മണ്ണ് തേച്ച് അതിൽ മിന്നാമിന്നികളെ ജീവനോടെ ഒട്ടിച്ച് വച്ച് വൈദ്യുതീകരിക്കാറുമുണ്ട്. ഓരോ സീസണിലേക്കും ഉണ്ടാക്കുന്ന കൂടുകൾ അതിന്റെ കാലാവധി കഴിഞ്ഞ് നിലംപൊത്തുമ്പോൾ ഞങ്ങൾ അതെടുത്ത് പരിശോധിക്കും. മിന്നാമിനുങ്ങിന്റെ അവശിഷ്ടങ്ങൾ അതിൽ പറ്റിപ്പിടിച്ചിരിപ്പുണ്ടെങ്കിൽ വലിയൊരു കണ്ടുപിടുത്തം നടത്തിയതുപോലെ ആഹ്ലാദചിത്തരാകും. ഇന്നും നിലംപൊത്തിക്കിടക്കുന്ന അത്തരം കൂടു കണ്ടാൽ മറ്റാരുമില്ലെങ്കിൽ കൈയിലെടുത്ത് നോക്കാനുള്ള പ്രേരണയുണ്ടാകും.

ആദ്യ ദിവസം ഞാൻ ഒരുങ്ങി തീരുന്നതിന് മുമ്പ് തന്നെ കൂട്ടുകാർ വീട്ടിലെത്തി. കാലിനല്പം വേദനയുണ്ടെങ്കിലും അത് മറ്റുള്ളവർ അറിയാതിരിക്കാൻ പ്രത്യേകം ശ്രദ്ധിച്ചു. ഞങ്ങൾ കാണിച്ച ആ ധൈര്യത്തിന്റെ പേരിൽ താഴെ ക്ലാസിലുള്ള കുട്ടികളുടെ രക്ഷിതാക്കൾ ആ കുട്ടികളെയും ഞങ്ങൾക്ക് പിന്നാലെ തന്നെ യാത്രയാക്കി വിട്ടു. ചുരുക്കത്തിൽ വലിയൊരു ഘോഷയാത്രയുടെ ക്യാപ്റ്റന്മാരെപോലെയാണ് അന്ന് ഞങ്ങൾ സഞ്ചരിച്ചത്. കൊച്ചുകുട്ടികളുമായുള്ള സഹസഞ്ചാരത്തിനിടയിൽ ഒന്നെനിക്ക് ബോധ്യപ്പെട്ടു. ഞങ്ങൾ വലിയ കുട്ടികളായിരിക്കുന്നു. പരസ്പരം അറിയാതെ ആൺകുട്ടികൾക്കും പെൺകുട്ടികൾക്കും സ്വകാര്യമായി പറഞ്ഞു ചിരിക്കാവുന്നത്രകണ്ട് വളർച്ച. പിന്നീടുള്ള ജീവിതത്തിലെ പ്രതീക്ഷകളും സ്വപ്നങ്ങളുമൊക്കെ ഉയിർകൊണ്ടത് ആ വഴിത്താരകളിൽ തന്നെയാണ്.

മഴക്കാലം എന്നും ഞങ്ങൾക്ക് ഭീഷണിയാണ്. പ്രത്യേകിച്ചും കാട്ടു പാതയിലൂടെയുള്ള യാത്ര. അസ്ഥിഭ്രംശം സംഭവിച്ച കാലിന്റെ ബല ക്കുറവും അന്ന് പ്രശ്നമായിരുന്നു. മഴയത്ത് ബാഗും കുടയുമൊക്കെ പിടിച്ച് നടക്കാൻ ക്ലേശിക്കുന്നത് കണ്ടിട്ടാകാം ദീനാമ്മ പറഞ്ഞത് ബാഗ് പൗലോസിനെ ഏല്പിച്ചിട്ട് അവളുടെ കുടക്കീഴിൽ കയറി നടക്കൂ എന്ന്. ഒട്ടും പ്രതീക്ഷിക്കാത്ത ക്ഷണമായിരുന്നു. എന്റെ കുട ചുരുക്കി നില ത്തൂന്നാനും പിന്നെ അവളുടെ കുടക്കീഴിൽ ഒന്നിച്ച് നടക്കാനും ഞാനും ആഗ്രഹിച്ചു. പക്ഷേ അത് പ്രായോഗികമായില്ല. നിമിഷനേരം കൊണ്ട് പൗലോസ് എന്റെ ബാഗ് വാങ്ങി ദീനാമ്മയെ പിടിപ്പിച്ചു. പിന്നെ അവന്റെ കുടക്കീഴിൽ എന്നെയും കയറ്റി മുന്നോട്ട് നടന്നുപോയി. അത് കണ്ട് എല്ലാവരും ചിരിച്ചു. “കഷണ്ടിക്ക് മരുന്നില്ലെന്ന് അറിയാമല്ലോ.” അതിന് പിൻബലമായി മേഴ്സിയുടെ കമന്റും. മഴ നനഞ്ഞും ചെളിപുരണ്ടു മൊക്കെയുള്ള സാഹസികയാത്ര അതാണ് ഞങ്ങളുടെ സ്കൂൾ ജീവിത ത്തിന്റെ മുഖമുദ്ര.

ആ ദിവസം സ്കൂളിന് പിന്നിലെ പുഴയോരത്തെ കല്പടവിൽ ഭക്ഷണം കഴിഞ്ഞ് കൈ കഴുകി വരുമ്പോൾ ദീനാമ്മ വളരെ രഹസ്യ മായി എന്നെ ഒരു ഭാഗത്തേക്ക് മാറ്റിനിർത്തി. പിന്നീട് എന്റെ ബാഗിൽ ഞാൻ അതിഗോപ്യമായി വച്ചിരുന്ന ആയുധം അവൾ സ്വന്തം ബാഗിൽ നിന്ന് പുറത്തെടുത്ത് എന്നെ കാണിച്ചുകൊണ്ട് വികാരാധീനയായി പറഞ്ഞു. “നീയൊരു കുറ്റവാളിയായി പരിണമിക്കുന്നതും വിചാരണ നേരിടുന്നതൊന്നും കണ്ടുനിൽക്കാൻ എനിക്കാവില്ല. എനിക്കുവേണ്ടി ജീവൻ തൃണവത്ഗണിച്ച സഹപാഠി ഒരു പാട് ഒരുപാട് ഉയരങ്ങളി ലെത്താനാണ് താൻ ആഗ്രഹിക്കുന്നത്. മറ്റുള്ളവർക്ക് വേണ്ടി സ്വയം ത്യജിക്കാൻ തയ്യാറാവുന്നവരെ സംരക്ഷിച്ചുനിർത്തുന്നത് പരമകാരുണ്യ വാനായ പിതാവ് തന്നെയാണെന്നാണ് അമ്മ പറയുന്നത്. ഞാനും അതു തന്നെയാണ് വിശ്വസിക്കുന്നത്. നിനക്കായി ഞങ്ങളെന്നും പ്രാർത്ഥി ക്കുന്നുണ്ട്. ഇത്രയും പേർ നിനക്കൊപ്പം ഉണ്ടായിരിക്കെ എന്തിനാണ് അധൈര്യപ്പെടുന്നത്?”

ഇരുൾ പരത്തിയ മേഘങ്ങൾ വീണ്ടുമൊരു മഴയ്ക്ക് മുന്നറിയിപ്പ് നൽകവെ ആർദ്രമായ ആ കണ്ണുകളിലേക്ക് നോക്കി കൊണ്ടുതന്നെ കത്തി തിരിച്ചുവാങ്ങി. പിന്നെ മഴക്കാറ്റിൽ ത്രസിച്ചുനിന്ന ഓളപ്പരപ്പി ലേക്കത് വലിച്ച് എറിയുകയായിരുന്നു. ആ നടപടിക്രമം അവളൊട്ടും പ്രതീക്ഷിച്ചതല്ല. അതിനു പ്രേരകമായ എന്റെ മനസ്സിന്റെ വ്യാപാരം എന്തെന്നറിയാതെ സ്തബ്ധയായിനിന്ന കൂട്ടുകാരിക്ക് അന്ന് സമ്മാ നിച്ച പുഞ്ചിരി ഒരു ദീർഘനിശ്വാസമായിട്ടാണ് അവളിൽ സന്നിവേശി ച്ചത്.

“നിനക്കെന്നോട് പിണക്കമുണ്ടോ?”

വളരെ പതിഞ്ഞ സ്വരത്തിലാണ് അവൾ ചോദിച്ചത്.

"ഇല്ല."

ഇതിനോടകം കുടയുമായി പൗലോസ് ഓടിവന്നു.

"മഴ വരുന്നത് കണ്ടില്ലാന്നുണ്ടോ?"

അല്പം മാറി മരച്ചുവട്ടിൽ മറ്റുള്ളവർ നിൽക്കുന്നതും ഞങ്ങൾ കണ്ടു. ഞങ്ങൾ പറഞ്ഞത് അവൻ കേട്ടുകാണില്ല. പക്ഷേ എന്തോ സംഭവിക്കുന്നതായി അവർക്ക് ബോധ്യപ്പെട്ടിട്ടുണ്ട്. നിമിഷമാത്രയിൽ മഴയെത്തി. പൗലോസ് തന്ന കുട നിവർത്തിയപ്പോൾ അതിലേക്ക് ദീനാമ്മയും കയറി. ഞങ്ങൾ സ്കൂളിലേക്ക് നടന്നുപോയി.

"പൗലോസ് പിടിച്ചുവാങ്ങിയത് അവൻ തിരിച്ചുതന്നിരിക്കുന്നു."

ഒരേ കുടക്കീഴിൽ നടന്നുപോയ ഞങ്ങളെ നോക്കി സന്തോഷ് പറഞ്ഞ കമന്റ് എല്ലാവർക്കും ഇഷ്ടപ്പെട്ടതായിരുന്നു.

ഉച്ചയ്ക്കു ശേഷം ക്ലാസിലേക്ക് നടക്കുമ്പോൾ വരാന്തയിൽ കൈമളിന്റെ അച്ഛനെ കണ്ടു. കൈമൾ അന്നേരം ഞങ്ങൾക്കൊപ്പം ഉണ്ടായിരുന്നില്ല. എന്താകും വിശേഷമെന്ന് ആകാംക്ഷയോടെ അന്വേഷിച്ചപ്പോൾ ചിരിച്ചുകൊണ്ടാണ് അദ്ദേഹം മറുപടി പറഞ്ഞത്.

"എനിക്ക് പ്രൊമോഷനായി. നാട്ടിലേക്ക് ട്രാൻസ്ഫർ. രാഗേഷിന്റെ ടിസി വാങ്ങാനാണ് വന്നത് അവൻ എവിടെയാണ്?"

"ഇപ്പോൾ വിളിച്ചുകൊണ്ടുവരാം" എന്ന് പറഞ്ഞ് ജയശ്രീ ഓടിപ്പോയി. പ്രതീക്ഷിച്ചിരുന്നതാണെങ്കിലും ആ വാർത്ത ഒരു മിന്നൽപ്പിണർപോലെയാണ് മനസ്സിലൂടെ കടന്നുപോയത്. ജോയ്ച്ചന് പിന്നാലെ ഇപ്പോൾ രാഗേഷും. കൈമൾ പോകുന്നതിന്റെ തലേന്ന് സൈമൺ അങ്കിളിന്റെ വീട്ടിൽവെച്ച് ഒരു ലഞ്ച് ഒരുക്കിയിരുന്നു. ഞങ്ങൾ സുഹൃത്തുക്കൾ എല്ലാവരും അതിൽ പങ്കെടുത്തു. വലിയൊരു എസ്റ്റേറ്റിന് നടുവിലുള്ള ഒരേയൊരു വീട്. ഒന്ന് കരഞ്ഞ് വിളിച്ചാൽ പോലും ആരും സഹായത്തിനെത്തില്ലല്ലോ എന്ന് കൈമൾ പറഞ്ഞപ്പോൾ പിൻഭാഗത്ത് പണിക്കാർ താമസിക്കുന്ന രണ്ട്മൂന്ന് ചെറിയ വീടുകൾകൂടി ഉണ്ടെന്നവൾ പറഞ്ഞു. ഭക്ഷണം കഴിഞ്ഞ് കിട്ടിയ ഇടവേളയിൽ വീടിന്റെ എല്ലാ ഭാഗങ്ങളും ദീനാമ്മ ഞങ്ങളെ കാണിച്ചുതന്നു. അതിലൂടെ ഹെൻട്രിയുടെ സ്വകാര്യ മുറിയും. ലോക പ്രശസ്തരായ ബോക്സർമാരുടെ ചിത്രങ്ങളായിരുന്നു മുറിയിൽ അത്രയും. പിന്നെ അതുമായി ബന്ധപ്പെട്ട് ഹെൻട്രിക്ക് കിട്ടിയ ചില ഉപഹാരങ്ങളും. വലിയ ആദരവ് തോന്നിപോകുന്ന വ്യക്തിത്വമാണ് ഹെൻട്രിയുടേത്. പക്ഷേ ഇടയ്ക്കെപ്പോഴോ അയാൾ മയക്കുമരുന്നിന്റെ തടവറയിലകപ്പെട്ടു. എന്നാൽ അങ്കിൾ അതറിയുന്നത് ഹെൻട്രി ഡിഗ്രിക്ക് പഠിച്ചുകൊണ്ടിരിക്കുന്ന അവസരത്തിലാണ്.

അന്ന് മറ്റൊരു വിദ്യാർത്ഥിയെ മാരകമായി പരിക്കേല്പിച്ചതിന് പൊലീസ് കേസുണ്ടായി. ഹെൻട്രിയുടെ കോളേജ് വിദ്യാഭ്യാസത്തിന് അതോടെ തിരശ്ശീല വീണു. കേസിൽ നിന്ന് പിന്നീട് എങ്ങനെയോ

രക്ഷപ്പെട്ടു. അതിനു ശേഷം അയാളെ ഡിഅഡിക്ഷൻ സെന്ററിൽ കൊണ്ടുപോയി ചികിത്സിപ്പിച്ചു. അതിൽ നിന്ന് ഒരുവിധം രക്ഷ നേടിയ പ്പോൾ ആന്റിയുടെ സഹോദരൻ ഖത്തറിലേക്ക് കൊണ്ടുപോയി.

"ഹെൻട്രി ഇച്ചായൻ ഇവിടെ ഉണ്ടായിരുന്നുവെങ്കിൽ നിനക്കു ഭയ പ്പെടേണ്ടായിരുന്നല്ലോ."

അവൾ ചിരിച്ചു. പക്ഷേ പ്രതിവചിച്ചില്ല. പിന്നെ ഞങ്ങൾ മുറ്റത്തേക്കിറങ്ങി. കൂട്ടുകാരന് യാത്രപറയാനുള്ള സമയം വന്നെത്തി. ഏറെനാൾ കഴിയുന്നതിന് മുമ്പേ അവൻ ഞങ്ങളുടെ പൊതു സുഹൃത്തായി തീർന്നിരുന്നു. നാല് വർഷങ്ങളിലൂടെ ഞങ്ങൾ വളർത്തി യെടുത്ത സൗഹൃദത്തിനൊടുവിൽ അന്ന് യാത്ര പറഞ്ഞ് ഇറങ്ങിയ നിമിഷം ഇന്നും തെല്ല് നൊമ്പരത്തോടെ മാത്രമേ ഓർക്കാനാവൂ.

കാലം പക്ഷേ ആർക്കുവേണ്ടിയും കാത്തുനിൽക്കുന്നില്ലല്ലോ. തൊട്ടടുത്ത ദിവസവും പുസ്തകക്കെട്ടുകളുമായി ഞങ്ങൾ വീണ്ടും സ്കൂളിലേക്ക് യാത്ര തുടർന്നു. ഒരു ദിവസം ക്ലാസിലെത്തിയപ്പോൾ ഒട്ടും നിനച്ചിരിക്കാതെ ക്ലാസ് ലീഡർ പദവിയിലേക്ക് ടീച്ചർ ദീനാമ്മയെ നാമനിർദ്ദേശം ചെയ്തു. മുമ്പുള്ള രണ്ട് വർഷവും ക്ലാസ് ലീഡർ ഞാനാ യിരുന്നതുകൊണ്ട് പത്താം ക്ലാസിൽ എനിക്കൊരു പകരക്കാരനോ പകരക്കാരിയോ ഉണ്ടാകുമെന്ന് നിനച്ചില്ല. പക്ഷേ അത് ദീനാമ്മ ആയത് ഒരർത്ഥത്തിൽ എനിക്ക് ഇഷ്ടം തന്നെയായിരുന്നു. എങ്കിലും ആ മാറ്റം പൂർണമായും ഉൾക്കൊള്ളാൻ എനിക്കായില്ല. മനസ്സിൽ ചേക്കേറിയ ചെറി യൊരു നൊമ്പരം മാത്രം. അത് പക്ഷേ ഞാൻ മറ്റുള്ളവർ അറിയാതെ സൂക്ഷിച്ചുവച്ചു.

അന്ന് ഉച്ചയ്ക്ക് പുഴയോരത്തെ കല്പടവുകളിൽനിന്ന് തിരിച്ച് വരുമ്പോൾ അവളെന്നോട് ചോദിച്ചു.

"ക്ലാസ് ലീഡർ പദവി നഷ്ടപ്പെട്ടതിൽ നിനക്ക് ദുഃഖമില്ലേ?"

ആ ചോദ്യം ഞാൻ പ്രതീക്ഷിച്ചതുതന്നെയാണ്. എന്റെ മനോനില അവൾ കണ്ടെത്തുന്നത് സൂക്ഷ്മമാപിനിയിലൂടെയെന്നപോലെയാണ്. വസ്തുനിഷ്ഠമല്ലാത്ത വിശദീകരണങ്ങൾ അരിച്ച് പെറുക്കി മാറ്റിവെക്കു ന്നതും അതേ വൈദഗ്ധ്യത്തോടെ തന്നെയാണ്. എന്ത് ഉത്തരം പറ ഞ്ഞാലും അതിലെ നിരർത്ഥകത ക്ഷണമാത്രയിൽ അവൾ കണ്ടെത്തും. തന്മൂലം ഉണ്ടെന്നോ ഇല്ലെന്നോ പറയാതെ അപ്പോൾ മനസ്സിൽവന്ന ഒരു മറുപടി ഞാൻ കൊടുത്തു.

"നമ്മളിൽ ആരു ലീഡറായാലും ഒരു പോലല്ലേ, ഒരു നാണയത്തിന്റെ രണ്ടു പുറങ്ങൾ അത്രയല്ലേയുള്ളൂ."

അത് കേട്ടവൾ തൃപ്തയായില്ല. ഒരു നാണയത്തിന്റെ ഇരുപുറങ്ങൾ എന്നത് അടുപ്പത്തെയല്ല അകലത്തെയാണ് സാക്ഷ്യപ്പെടുത്തുന്ന തത്രേ.

“ഒരിക്കൽ പോലും തമ്മിൽ കാണാൻ വിധിക്കപ്പെടാത്ത, അഥവാ കണ്ടാൽ തന്നെ തിരിച്ചറിയാനാവാത്ത വൈവിധ്യമുള്ള മുഖങ്ങൾ എങ്ങനെയാണ് അടുപ്പത്തെ പ്രതിനിധീകരിക്കുക?”

അവൾ പറഞ്ഞുവച്ച നാണയത്തിന്റെ ഒരു മുഖം താനാണെന്ന് തോന്നിയപ്പോൾ ഏറെ അസ്വസ്ഥതയാണുണ്ടായത്.

“ഞാൻ പോകട്ടെ.”

പിന്നീട് വളരെ പെട്ടെന്ന് ക്ലാസിലേക്ക് ഓടി പോയി. എന്താണ് സംഭവിച്ചതെന്നറിയാതെ അവൾ അവിടെ തന്നെ നിൽക്കുന്നതാണ് കണ്ടത്.

പിന്നാലെ ക്ലാസിലെത്തിയ കൂട്ടുകാരി എന്നോട് വിശദമായി ചോദിക്കാൻ തക്കം പാർത്തിരിക്കുകയായിരുന്നു. പക്ഷേ അപ്പോഴേക്കും ബെല്ലടിക്കുകയും ഉച്ചയ്ക്ക് ആദ്യ പിരീയഡിലേക്കുള്ള ടീച്ചർ വന്നെത്തുകയും ചെയ്തു. പിന്നീട് ഒട്ടും വൈകാതെ എന്നെ ഓഫീസിലേക്ക് പറഞ്ഞു വിടാനുള്ള ഒരു കുറിപ്പ് വന്നു. വർദ്ധിച്ച ആകാംക്ഷയോടെ അവൾ എന്നെ തന്നെ നോക്കിയിരിക്കുമ്പോഴാണ് ഞാൻ പുറത്തേക്ക് നടന്നുപോയത്. തുടർന്ന് ഉച്ചയ്ക്കുള്ള മൂന്ന് പിരിയഡുകളിലും ഞാൻ ക്ലാസിലേക്ക് എത്തിയില്ല. എല്ലാ സുഹൃത്തുക്കളിലും അഭ്യുദയകാംഷികളിലും എന്റെ അഭാവം വലിയ ആകാംക്ഷയുളവാക്കി. അത്തരം ഒരു നടപടി മുമ്പൊന്നുമുണ്ടായിട്ടില്ലാത്തതാണ്.

ക്ലാസ് കഴിഞ്ഞപ്പോൾ ദേശീയ ഗാനം ആലപിക്കാൻ ബുക്കുകളും ബാഗുമൊക്കെയെടുത്ത് എല്ലാവരും അതാത് ക്ലാസുകൾക്ക് മുന്നിലുള്ള വിശാലമായ വരാന്തകളിലേക്ക് ഇറങ്ങിനിന്നു. ഈ സമയം ഓഫീസ് റൂമിൽനിന്ന് ഞാൻ ഇറങ്ങി അവർക്കൊപ്പം നിന്നു. എനിക്ക് പിന്നാലെ മുഖ്യ അധ്യാപകനും രുദ്രൻനായർ സാറും രക്ഷകർതൃസമിതിയിലെ അംഗങ്ങളും ഉണ്ടായിരുന്നു. ദേശീയ ഗാനം ആലപിക്കാൻ നിശ്ശബ്ദനായി കാത്തുനിൽക്കുമ്പോൾ അവളെന്റെ തോളിൽ തോണ്ടി വിളിച്ച് ആംഗ്യ ഭാഷയിൽ ചോദിച്ചു എന്തിനാകും വിളിച്ചതെന്ന്. പക്ഷേ അവളെ കൂടുതൽ ആകാംക്ഷഭരിതയാക്കാൻ ഞാൻ നിശ്ശബ്ദത പാലിച്ചു. ദേശീയ ഗാനം ആലപിക്കുന്ന പശ്ചാത്തലം എന്നെ ന്യായീകരിക്കുകയും ചെയ്തു. എന്നാൽ ആ ചടങ്ങ് കഴിഞ്ഞപ്പോൾ പോലും മറുപടി പറയാതെ ബുക്ക് എടുക്കട്ടെ എന്ന് പറഞ്ഞ് ക്ലാസിലേക്കോടി. അവിടെ ചെന്നപ്പോൾ എന്റെ ബാഗിനടുത്ത് തന്നെ അവളുടെ ബാഗും ചേർത്ത് വച്ചിരുന്നു. വീണ്ടും അവൾ ഓടിയെത്തി എന്താണ് സംഭവിച്ചതെന്ന് വീണ്ടും ചോദിച്ചു. അവളെ മുൾമുനയിൽ നിർത്തി കൊണ്ട് ഞാൻ പറഞ്ഞു. “ഈ സ്കൂളിന്റെ ചരിത്രത്തിലാദ്യമായി ബാലറ്റിലൂടെ സ്കൂൾ ലീഡറെ തിരഞ്ഞെടുക്കുന്നു. അതിലൊരു സ്ഥാനാർത്ഥി ഞാനാണ്. എതിർ സ്ഥാനാർത്ഥി ടെൻ ബിയിലെ വിശ്വാസും.”

ഈ സമയം ക്ലാസിലെ മറ്റു കുട്ടികളും അങ്ങോട്ട് ഓടി എത്തുന്നുണ്ടായിരുന്നു. ആ വാർത്ത എല്ലാവരും കരഘോഷത്തോടെ സ്വീകരിച്ചപ്പോൾ ദീനാമ്മ സ്വയം മറന്ന് എന്റെ കവിളിൽ ശക്തിയായി നുള്ളി വേദനിപ്പിച്ചു.

"നീ ഒരു കള്ളനാണ്."

കൗമാരം വച്ചുനീട്ടിയ നിഷ്കളങ്കതയുടെ ഒട്ടനേകം മുഹൂർത്തങ്ങളിൽ ഒന്നായിരുന്നു അത്.

വിശ്വാസ് എന്റെ നല്ല സുഹൃത്തായിരുന്നു. മറ്റുള്ളവർക്കും മത്സരത്തിൽ പങ്കെടുക്കാമായിരുന്നു എങ്കിലും മാനേജ്മെന്റിന്റെ നിർദ്ദേശങ്ങൾക്കപ്പുറം മത്സരത്തിനായി മറ്റാരും ഉണ്ടായിരുന്നില്ല. ഒരാഴ്ച നീണ്ടുനിന്ന എന്റെയും സുഹൃത്തുക്കളുടെയും സഹപാഠികളുടെയും ശക്തമായ പ്രചരണത്തിനൊടുവിൽ തെരഞ്ഞെടുപ്പ് നടന്നു. ഞാൻ സ്കൂൾ ലീഡറായി. അതേവർഷം തന്നെ പൗലോസിനെ എൻസിസിയുടെ അണ്ടർ ഓഫീസറാക്കുകയും ചെയ്തു.

ചെറിയൊരു മലയോര ഗ്രാമത്തിൽനിന്നെത്തിയ ഞങ്ങൾ പ്രശസ്തമായ മാരാംവീട് ഹൈസ്കൂളിന്റെ മുഖ്യധാരയിലെത്തിപ്പെട്ടത് വെറും യാദൃച്ഛികമായിരുന്നില്ല. കഠിനാധ്വാനത്തിന്റെയും പെരുമാറ്റ ശുദ്ധിയുടെയും സഹിഷ്ണുതയുടെയുമൊക്കെ പിൻബലത്തോടെ തന്നെയാണ്. ആ വിദ്യാലയത്തിലെ തന്നെ അതികായന്മാരായ ഗുരുക്കന്മാരുടെ അളവറ്റ സ്നേഹവാത്സല്യത്തിനും ശിക്ഷണത്തിനുമപ്പുറം മറ്റൊരകമ്പടിയും അന്നത്തെ ഞങ്ങളുടെ ജീവിതത്തിനുണ്ടായിരുന്നില്ല. നിസ്സീമമായ സ്നേഹത്തിന്റെയും അതിനേക്കാളുപരി സഹവർത്തിത്വത്തിന്റേയുമൊക്കെ ബാലപാഠം സ്വായത്തമാക്കിയതും അതേ വിദ്യാലയത്തിൽ നിന്നുതന്നെയാണ്.

രാപ്പാടിക്കുന്നിലെ പ്രിയപ്പെട്ട പൂക്കൾക്കും കുരുവികൾക്കുമൊപ്പം തന്നെ കാലവർഷം ഒട്ടൊന്ന് പിൻവാങ്ങി. ചിങ്ങമാസത്തിലെ നേർത്ത കുളിരുള്ള ഒരു പ്രഭാതത്തിൽ തൊഴിലാളികൾ ചെങ്കല്ല് ചുമന്ന് ജോയ്ച്ചന്റെ വീട്ടുമുറ്റത്തേക്ക് ഇടുന്നത് ഞാൻ കണ്ടു. അവധി ദിവസം ആഘോഷിച്ചുകൊണ്ട് പുതപ്പിൽ ചുരുണ്ടുകൂടി മടിയനായി കിടന്ന ഞാൻ പെട്ടെന്ന് ഉണർന്ന് അമ്മയ്ക്കരികിലേക്ക് ചെന്നു. അമ്മയിൽനിന്ന് ആ വാർത്തകേട്ട് ഞാൻ ഒരുപാട് ആഹ്ലാദിച്ചു.

"ജോയ്ച്ചന്റെ കുടില് പൊളിച്ച് നമുക്കൊരു ചെറിയ വീട് വച്ചിടാം. കാറ്റിനും മഴയ്ക്കുമൊന്നും തകർക്കാൻ ആവാത്തവിധം. എന്നെങ്കിലുമൊരിക്കൽ അവൻ വരും നിനക്ക് കൂട്ടിനായി. അപ്പോൾ വീടില്ലാന്ന് തോന്നരുതല്ലോ."

വീട് നിർമ്മാണത്തിനുള്ള എല്ലാ സാധനങ്ങളും ഞങ്ങളുടെ വീടിന്റെ മുന്നിലെ റോഡിൽ എത്തിച്ച ശേഷം തലച്ചുമടായിട്ടാണ് അവന്റെ വീട്ടിലേക്ക് കൊണ്ടുപോയത്. അന്ന് പകൽ മുഴുവൻ ഞാൻ അവന്റെ

തൊടിയിൽ തന്നെയാണ് ചെലവഴിച്ചത്. ഒരു ചെറിയ കുട്ടിക്ക് തോന്നാവുന്ന അത്രയും തന്നെ സന്തോഷമാണ് അനുഭവിച്ചത്. ജോയ്ച്ചന്റെ വീടിന്റെ പിൻഭാഗത്ത് വയലിലേക്ക് ചാഞ്ഞ് കിടക്കുന്ന ഒരു മാവുണ്ട്. വെട്ടിനീക്കാൻ അച്ഛൻ പലതവണ ശ്രമിച്ചിട്ടും ഞാനും ജോയ്ച്ചനും തടസ്സപ്പെടുത്തിയതുകൊണ്ടുമാത്രം അതവിടെ നിൽക്കുന്നതാണ്. ആ മാവിൽ ചില്ലകളിൽ ഇരിപ്പിടം ഉണ്ടാക്കി ഞങ്ങൾ കുട്ടിക്കാലത്ത് കളിച്ചിരുന്നതാണ്. അന്ന് ജോലിക്കാർ പോയപ്പോൾ ഞാനാ മാവിൽ കയറി. ചാഞ്ഞുവളർന്ന ശാഖകളിൽ വെറുതെ കിടന്നു. സന്ധ്യയാകാൻ ഇനിയും സമയമുണ്ട്. ഇതിനോടകം ഒരു ശബ്ദവും ഉണ്ടാക്കാതെ പിന്നിലൂടെ പൗലോസും സന്തോഷും വന്ന് വിളിച്ചു.

"ധൈര്യമുണ്ടെങ്കിൽ ഇറങ്ങിവാടാ."

ദേഹമാസകലം എണ്ണതേച്ച് പിടിപ്പിച്ച് ഒരു മല്ലയുദ്ധത്തിനെന്നപോലെയാണ് അവർ വന്ന് നിൽക്കുന്നത്. അവരുടെ ഉദ്ദേശ്യം തിരിച്ചറിഞ്ഞ ഞാൻ ആ വെല്ലുവിളി ഏറ്റെടുത്തു. പിന്നെ വരമ്പിലൂടെ മത്സരിച്ച് ഓടിച്ചെന്ന് ഞാവൽ മരത്തിന്റെ വേരിൽ ചവിട്ടി പുഴയിലേക്ക് ചാടി. ഒരു മണിക്കൂറോളം കഴിഞ്ഞപ്പോൾ ഞങ്ങളുടെ കണ്ണുകൾക്ക് ചുവപ്പ് നിറമായി, ആകാശത്തിനും.

വീട്ടിലെത്തിയപ്പോൾ അമ്മ തുളസിത്തറയിലും ഉമ്മറത്തും സന്ധ്യാദീപം തെളിയിച്ചിരുന്നു. അച്ഛനും കളരി ഗുരുവും ഉമ്മറത്ത് സംസാരിച്ചിരിക്കുന്നുമുണ്ട്. അമ്മ എന്തെങ്കിലും കൊസറാകൊള്ളി പറയാൻ സാധ്യതയുണ്ടെന്ന് തോന്നിയപ്പോൾ അതിന് മുമ്പേറായി ഞാൻ പറഞ്ഞു.

"ഇദ്ദേഹം പറഞ്ഞില്ലേ വെള്ളത്തിൽ നീന്തുന്നത് കാലിന് നല്ലതാണെന്ന്. ഞങ്ങൾ നീന്തിയിട്ട് വരികയാണ്."

ഗുരു പ്രതിവചിച്ചു.

"പിന്നെ എന്താണ് സംശയം?"

വെറ്റിലയും അടക്കയുമൊക്കെ വായയിലേക്ക് വച്ചുകൊണ്ട് അദ്ദേഹം സന്തോഷപൂർവം പ്രതികരിച്ചു.

"അയ്യംപള്ളിയിലെ ബേബിക്കെന്തായിരുന്നു? സൈക്കിളിൽനിന്ന് വീണ് ഒരു കൈ ഒടിഞ്ഞുപോയതല്ലേ, പ്ലാസ്റ്റർ വെട്ടിയപ്പോൾ കൈയ്ക്ക് ഒരു സ്വാധീനവുമില്ല. ഒരു പേപ്പർ എടുത്ത് പൊക്കാൻ പോലും അവന് ആകുമായിരുന്നില്ല. ഒരുപാട് ചികിത്സകളെല്ലാം നടത്തി ഫലിക്കാതെ വന്നപ്പോഴാണ് എന്റടുത്തെത്തിയത്. ഞാൻ പക്ഷേ തൊട്ടുപോലും നോക്കിയില്ല. രണ്ടാഴ്ച സന്ധ്യക്ക് മുമ്പായി ചെറു ചൂടുള്ള പുഴവെള്ളത്തിൽ ഓരോ മണിക്കൂർ നീന്തിയിട്ട് വരാൻ പറഞ്ഞു. പറഞ്ഞപോലെ തന്നെ അവർ വന്നു. പക്ഷേ ചികിത്സയ്ക്കായിരുന്നില്ല. ചികിത്സ ഇല്ലാതെ തന്നെ കൈ ശരിയാകുന്നുണ്ടെന്ന് പറയാൻ. നോക്കൂ ഇപ്പോഴവനെന്താ കുഴപ്പം ട്രാൻസ്പോർട്ടിൽ മെക്കാനിക്കായി സുഖമായി ജോലി ചെയ്ത്

ജീവിക്കുന്നു. ഈ അടുത്തകാലത്ത് എറണാംകുളത്തിനടുത്തെങ്ങോ നിന്ന് ഒരു പെണ്ണിനേയും കെട്ടി.

ഗുരു കുലുങ്ങി ചിരിച്ചുകൊണ്ട് മുറ്റത്തെ കോണിൽ പോയി നീട്ടി തുപ്പി. ശേഷം മുണ്ട് മടക്കി കുത്തി അവിടെ നിന്നു. പിന്നീട് പോകാൻ തുടങ്ങിയെങ്കിലും തിരിഞ്ഞ് നിന്ന് അച്ഛനോട് പറഞ്ഞു.

"ശിവാ, ഇവനോട് ആ പൗലോസിനേയും കൂട്ടി നാളെ സന്ധ്യക്ക് എന്നെ വന്ന് കാണാൻ പറഞ്ഞേക്കൂ. ഇതാണ് അതിന്റെ ഒരു പ്രായം. എസ്.ഐ. ആകണമെന്ന് ആഗ്രഹിച്ചാൽ പോരല്ലോ, അതിനുള്ള മനോ ധൈര്യവും വേണമല്ലോ. രണ്ട് മൂന്ന് മാസമായി പൗലോസിന്റെ അപ്പൻ എന്നോട് ശുപാർശയും ചെയ്ത് നടക്കാൻ തുടങ്ങിയിട്ട്."

ഒന്ന് ഇരുത്തി മൂളിയിട്ട് അദ്ദേഹം നടന്നുപോയി.

"ഇവനെയെന്താ, യുദ്ധത്തിന് വിടുന്നുണ്ടോ." അമ്മ ചാടിക്കയറി ഉമ്മറത്തേക്ക് വന്നു. "നീ ഒന്ന് സമാധാനിക്കൂ" എന്ന് അച്ഛൻ പറഞ്ഞിട്ടും അമ്മ നിർത്തിയില്ല.

"പത്താം ക്ലാസിൽ പഠിക്കുന്ന ചെക്കൻ, സ്കൂൾ ലീഡർ, പുല്ലാങ്കുഴൽ, ഗസൽ, വോളിബോൾ ഇതൊന്നും പോരാഞ്ഞിട്ട് ഇപ്പോൾ കളരിയും ഇവനാരിത്?"

അമ്മയോട് തർക്കിച്ച് നിൽക്കാൻ അച്ഛനാകുമായിരുന്നില്ല. ഷർട്ടെടുത്തിട്ട് നേരെ ഷോപ്പിലേക്ക് നടന്നുപോയി. ഞാൻ മെല്ലെ പിൻവലിഞ്ഞ് എന്റെ മുറിയിലേക്കും.

ദിവസങ്ങൾ വളരെ വളരെ പെട്ടെന്നാണ് കൊഴിഞ്ഞുവീണത്. ഞാൻ ഒരതിമാനുഷ്യനല്ലെങ്കിലും എന്റേതായ മികവ് മേൽപറഞ്ഞ എല്ലാ മേഖലകളിലും പ്രകടിപ്പിക്കാൻ എനിക്കായി. ഇതൊക്കെയാണെങ്കിലും മൂന്നാമത്തെ ടേം എത്തിയപ്പോൾ എല്ലാവരുടെയും പൾസ് റേറ്റിന് നേരിയ വർദ്ധനവ് ഉണ്ടായതായി ഓർക്കുന്നു. അന്ന് എൻ.സി.സിയിലെ ക്യാമ്പ് ഫയറിന് ശേഷമുള്ള അവസാനത്തെ പരേഡും കഴിഞ്ഞ് രുദ്രൻ സാർ ഞങ്ങൾക്കായി ഒരു നല്ല പ്രഭാഷണം നടത്തി. അത് പിന്നീട് സ്വയം വിമർശനത്തിനും ആത്മപരിശോധനയ്ക്കുമുള്ള പ്രചോദനമായി. പലപ്പോഴായി ഉണ്ടായ ചർച്ചകളും എത്തിച്ചേർന്ന നിഗമനങ്ങളുമൊക്കെ ആത്മാർത്ഥമായി അവലോകനം ചെയ്യുമെങ്കിൽ നമുക്ക് ഭാവിയിലേക്കുള്ള ലക്ഷ്യത്തെ കൂടുതൽ വ്യക്തമായി കാണാനാകുമത്രെ. ശരിയാണ്. ഒരേ ക്ലാസിൽ പഠിക്കാനും ഒരു വെളിപ്പാടകലങ്ങളിൽ ജീവിക്കാനുമുള്ള ഞങ്ങളുടെ ആഗ്രഹത്തിന് ഞങ്ങളുടെ സ്കൂൾ ജീവിതത്തോളം തന്നെ പഴക്കം ഉണ്ടായിരുന്നു. എന്നാൽ അന്ന് പെട്ടെന്നാണ് ജയശ്രീ ചോദിച്ചത്.

"അപ്പോൾ ഞങ്ങളെയാരും കെട്ടികൊണ്ട് പോകില്ലാന്നാണോ."

"അത്രയ്ക്ക് മണ്ടന്മാർ ഈ ഭൂമിയിലുണ്ടോ?"

സന്തോഷാണ് പറഞ്ഞത്. രണ്ടുപേരുടേയും സംശയം കേട്ട് എല്ലാവരും ചിരിച്ചു.

അത്രയ്ക്ക് മണ്ടന്മാർ വേറെ ഉണ്ടാകുമോ" എന്നാവും സന്തോഷ് പറഞ്ഞത് എന്ന പൗലോസിന്റെ വ്യാഖ്യാനം വന്നപ്പോൾ അർത്ഥതലങ്ങളിൽ പുതിയ മാനം ഉണ്ടായതുപോല തോന്നിയിട്ടാവും പിന്നീട് അതിനെക്കുറിച്ച് രണ്ടു പെൺകുട്ടികളും സംസാരിച്ചില്ല.

ഒട്ടും വൈകാതെ സ്കൂൾ വാർഷികം എത്തി. വാർഷികത്തിൽ പങ്കെടുക്കാൻ അന്ന് ഞങ്ങൾക്കൊപ്പം വീട്ടുകാരും വന്നിരുന്നു. കലാകായിക ഇനങ്ങളിൽ ധാരാളം പാരിതോഷികങ്ങൾ അന്നും ഞങ്ങൾ വാങ്ങിക്കൂട്ടി. ഓരോ പേര് വിളിക്കുമ്പോഴും അച്ഛനമ്മമാരുടെ മുഖത്തുണ്ടാകുന്ന പ്രകാശം ഒരനുഭവം തന്നെയാണ്. പക്ഷേ ഒരു നേർത്ത നൊമ്പരത്തിന്റെ അലകളുമായി അന്ന് മൈക്കിലൂടെ കേട്ട ലളിതഗാനം എന്നെ ഒരുപാട് അസ്വസ്ഥനാക്കി. ദീനാമ്മയുടെ ശബ്ദം. നാടകത്തിലഭിനയിക്കാൻ മേക്കപ്പ് ഇട്ടുകൊണ്ടിരുന്ന എനിക്ക് അതിന്റെ ആദ്യഭാഗം കേൾക്കാനായില്ല. ദീനാമ്മ പാടുമെന്ന വിവരം പറഞ്ഞിരുന്നുമില്ല. എങ്കിലും അതിന്റെ അവസാനഭാഗമെങ്കിലും കേൾക്കാൻ പുറത്തേക്ക് ഓടി ചെന്നു. അങ്ങനെ രണ്ടുവരികൾ മാത്രം കേട്ട് അസ്വസ്ഥനായി തിരിച്ച് മേക്കപ്പ് റൂമിലേക്ക് കയറിപ്പോയി. പക്ഷേ, അതെന്റെ മനസ്സിൽ പ്രതിധ്വനിച്ചുകൊണ്ടേയിരുന്നു.

"ഭൗമസംഗീതം മറന്നുപോയി

രാക്കിളി നിന്നേയും കാതോർത്തിരുന്നു"

അന്ന് രാത്രി തിരിച്ചുപോന്നത് ഞങ്ങളൊന്നിച്ചായിരുന്നില്ല. വനപാതയിലൂടെയുള്ള രാത്രിയാത്ര ആശാസ്യമല്ലാത്തതിനാൽ വീട്ടുകാർ ജീപ്പുകളിലാണെത്തിയത്. വഴിയേറെ വളഞ്ഞതാണെങ്കിലും റോഡ് യാത്ര സുരക്ഷിതമാണ്. ഇരുപത്തഞ്ച് കിലോമിറ്റർ സഞ്ചരിക്കാൻ ഒരു മണിക്കൂർ വേണമെന്ന് മാത്രം. ആ നേരമത്രയും ചിന്തിച്ചിരുന്നത് അവളെ കുറിച്ച് മാത്രമായിരുന്നു. ഒരു വിശകലനത്തിനും കണ്ടെത്താനാകാത്ത എന്ത് സ്വകാര്യ ദുഃഖമായിരിക്കും അവൾക്കുള്ളത്? വരികളിലും സംഗീതത്തിലുമുള്ള ദുഃഖം ധ്വനിയിലും സംയോജിക്കപ്പെട്ടിരുന്നു. ഒരു മത്സരബുദ്ധിയോടെ ഞങ്ങൾ നടത്തിയ പരിപാടികളുടെ വിലയിരുത്തലും വിമർശനങ്ങളുമൊക്കെ അന്ന് തന്നെ സാധ്യമാകാതെ പോയതും വലിയ ദുഃഖമാണ് ഉണ്ടാക്കിയത്.

കുഴികളും കുണ്ടുകളും അങ്ങിങ്ങ് കാണപ്പെട്ട റോഡിൽ ജീപ്പുകൾ ഒന്നൊന്നായി സഞ്ചരിക്കുന്നതിന്റെ വെളിച്ചം കാണാമായിരുന്നു. ആ യാത്രയിൽ അവൾ സഞ്ചരിച്ചിരുന്ന ജീപ്പ് ഏതാണെന്ന് പോലും തിരിച്ചറിയാനായില്ല. വർഷങ്ങളായി ഒന്നിച്ച് സഞ്ചരിച്ചിരുന്നവർ ഇതേപോലുള്ള ബോഗികളിൽ ഇനിയും വേറിട്ടായിരിക്കുമോ സഞ്ചരിക്കേണ്ടിവരിക. നാം ആഗ്രഹിക്കുന്നതുപോലെ വിധി സ്വന്തം അനുഭവങ്ങളെ രൂപപ്പെടുത്തി

തരണമെന്നില്ലല്ലോ. ആ രാത്രിയിൽ ഉറക്കമേ വന്നില്ല. മുമ്പൊരിക്കലും അത്രകണ്ട് അസ്വസ്ഥനായിട്ടുമില്ല. തൊട്ടടുത്ത പ്രവർത്തി ദിവസം ദീനാമ്മയോട് കുറെയേറെ കാര്യങ്ങൾ ചോദിക്കണമെന്ന് കരുതിവച്ചു. പക്ഷേ തമ്മിൽ കാണുമ്പോൾ മുമ്പെന്നേയും പോലെ അതിനുള്ള സാഹചര്യം ഉണ്ടാകില്ല. സാഹചര്യമുണ്ടെങ്കിലോ രാത്രിയുണ്ടായിരുന്ന മാനസികാവസ്ഥ ആയിരിക്കില്ല അപ്പോൾ.

പുഴയോരത്തെ കല്പടവിൽ വച്ച് കണ്ടപ്പോൾ ആ പാട്ടിനെ കുറിച്ച് ഞാൻ പറഞ്ഞു.

“അത് നിനക്കുമാത്രമായി ഒരിക്കൽ ഞാൻ പാടിത്തരുന്നുണ്ട്.”

വളരെ സന്തോഷത്തോടെ അവൾ അറിയിച്ചു. പിന്നീട് പടവുകൾ കയറി പോരുമ്പോൾ എന്നോട് പറയുകയായിരുന്നു.

“നീ ഒന്നിനേക്കുറിച്ചോർത്തും വിഷമിക്കരുത്.”

കുറച്ച് ദിവസമായി ഞാൻ അസ്വസ്ഥനാണെന്ന് എനിക്കുതന്നെ അറിയാമായിരുന്നത് കൊണ്ട് എന്തിനങ്ങനെ പറഞ്ഞുവെന്ന് ചോദിച്ചില്ല. പിന്നീട് സ്റ്റഡിലീവായിരുന്നു. അതിനായി ഞങ്ങൾ ഒരിടം കണ്ടെത്തി. പൂർണ്ണമായി പണിതീർന്നിട്ടില്ലെങ്കിലും ജോയ്ച്ചന്റെ പുതിയ വീട്. ഒറ്റയ്ക്കും കൂട്ട് ചേർന്നും വളരെ വാശിയിൽ ഞങ്ങൾ പഠിച്ചു. അന്ന് ചായയും ലഘുഭക്ഷണവുമൊക്കെ ഉണ്ടാക്കിത്തരാൻ അമ്മയ്ക്കും ഉത്സാഹമായിരുന്നു. ചിലപ്പോഴൊക്കെ അമ്മ രേവമ്മയെയും കൂട്ടിന് വിളിക്കും. പല ദിവസങ്ങളിലും ദീനാമ്മ അമ്മയോടൊപ്പം അടുക്കളയിൽ കയറി സഹായിക്കുമായിരുന്നു. പക്ഷേ പഠിക്കാനുള്ള സമയം നഷ്ടപ്പെടാതിരിക്കുന്നതിന് വേണ്ടി ഏറെനേരം അമ്മ അവളെ പാചകത്തിന് നിർത്താറില്ല. അമ്മയും അവളെ വളരെയധികം ഇഷ്ടപ്പെട്ടിരുന്നു, അതിലേറെ അച്ഛനും. എന്റെ വീടിനുള്ളിലും വരാന്തയിലുമൊക്കെ അവരെല്ലാവരും കയറിയിറങ്ങാറുണ്ട്, ഏറെ സ്വാതന്ത്ര്യത്തോടെ തന്നെ. പക്ഷേ അവിടെയെല്ലാം ദീനാമ്മയെ കാണുമ്പോൾ എന്റെ ജീവിതത്തിന് ഒരു പൂർണ്ണത കൈവരിച്ചതായി വെറുതെയാണെങ്കിലും സങ്കല്പിച്ചുപോയിട്ടുണ്ട്. ദീനാമ്മ കേൾക്കാതെ അന്നൊരു ദിവസം പൗലോസ് പറയുകകൂടി ചെയ്തു.

“ഇവൾ ഈ അടുക്കളയിൽ നിന്നുപോകത്തേയുള്ളൂ.”

എന്റെ ഭാവന ഇതൾ വിടർത്താനും ചിലപ്പോഴൊക്കെ ഭാരമറ്റ് ഒഴുകി നടക്കാനും ആ പ്രായത്തിൽ അതൊക്കെ ധാരാളമായിരുന്നു.

ഇങ്ങനെ ചിന്തിച്ചുപോയിരുന്നുവെങ്കിലും ആ വർഷം എസ്.എസ്. എൽ.സിക്ക് ഞങ്ങളുടെ സ്കൂളിൽനിന്ന് ഏറ്റവും കൂടുതൽ മാർക്ക് വാങ്ങി വിജയിച്ചതിനുള്ള മെഡലും കാഷ് അവാർഡും കരസ്ഥമാക്കിയത് ദീനാമ്മയാണ്. ആറ് മാർക്കിന്റെ വ്യത്യാസത്തിൽ രണ്ടാം സ്ഥാനത്തെത്തിയ എനിക്ക് അവാർഡോ മെഡലോ ഒന്നും കിട്ടിയതുമില്ല.

എന്റെ എല്ലാ സുഹൃത്തുക്കളും നല്ല നിലയിൽതന്നെയാണ് പാസ്സായത്. വളരെ മുമ്പെതന്നെ ഞങ്ങൾ തീരുമാനിച്ചിരുന്നതുപോലെ പട്ടണത്തിലെ ഏറ്റവും പുരാതനമായ കോളേജിൽ പ്രിഡിഗ്രിക്കുള്ള അഡ്മിഷൻ എടുത്തു. ഇതിനോടകം കുട്ടേട്ടൻ എൽഎൽബി പാസ്സായി വക്കീലായി എൻറോൾ ചെയ്തു. അത് ഞങ്ങളുടെ എസ്എസ്എൽസി പരീക്ഷയ്ക്കിടയിലായിരുന്നതുകൊണ്ട് ചടങ്ങിൽ പങ്കെടുക്കാൻ വീട്ടിൽനിന്ന് അച്ഛൻ മാത്രമേ പോയിരുന്നുള്ളൂ.

എന്റെ പരീക്ഷകഴിഞ്ഞ് എല്ലാവർക്കും കൂടി ഹൈദ്രാബാദിൽ പോകണമെന്ന് ബീനേച്ചി പറഞ്ഞുവച്ചതാണ്. പക്ഷേ ഏട്ടൻ വക്കീലായി പ്രാക്ടീസ് ചെയ്ത് തുടങ്ങിയതുകൊണ്ടും ബീനേച്ചിയുടെ പരീക്ഷയ്ക്ക് കാലതാമസം വന്നതുകൊണ്ടും ആ പദ്ധതി നടപ്പായില്ല. കോളേജിൽ പോകുന്ന ആദ്യദിവസം ഞങ്ങൾ സരസ്വതി ടീച്ചറുടെ അനുഗ്രഹം തേടി പോയിരുന്നു. ടീച്ചർ കൂട്ടിലങ്ങാടിയിലേക്ക് തിരിച്ചുപോകാനുള്ള ഒരുക്കത്തിലായിരുന്നു. ഏതൊക്കെയോ ചില ബന്ധുക്കൾ സമ്മർദ്ദം ചെലുത്തുന്നുണ്ടത്രെ.

“അവസാനകാലത്ത് ആരെങ്കിലുമൊക്കെ കൂട്ടിനായുണ്ടെങ്കിൽ നല്ലതല്ലേ?”

ടീച്ചർ ചിരിച്ചുകൊണ്ടാണ് അത് പറഞ്ഞതെങ്കിലും ആ ചിരിക്ക് പിന്നിൽ ഉറഞ്ഞുകൂടി നിൽക്കുന്ന ദുഃഖവും ഏകാന്തതയും അടുപ്പമുള്ളവർക്ക് വായിച്ചെടുക്കാൻ എളുപ്പമായിരുന്നു. വളരെ മുമ്പ് തന്നെ ആ സ്കൂളിൽനിന്ന് വിട്ടുപോയവരാണ് ഞങ്ങളെങ്കിലും നിത്യേനയെന്നോണം ഞങ്ങളിലാരെങ്കിലുമൊക്കെ ടീച്ചറെ തേടി ചെല്ലാറുണ്ട്. വേണ്ട സഹായങ്ങളും ചെയ്തു കൊടുക്കാറുണ്ട്. ആ ഓർമ്മ ഉള്ളതുകൊണ്ടാകും ടീച്ചർ ഒന്നുകൂടി വ്യക്തമാക്കി.

“നിങ്ങളെനിക്കൊപ്പമുള്ളപ്പോൾ മക്കളില്ലാത്ത ദുഃഖം ഞാൻ അറിഞ്ഞിട്ടില്ല. പക്ഷേ ഭർത്താവിന്റേതായ ചെറിയൊരു വീട് അവിടുണ്ട്. ആ ഓർമ്മകളുടെ സാമീപ്യം, ഇനിയും എനിക്കതല്ലേ അവശേഷിക്കുന്നുള്ളൂ? ഈ ജീവിതം സ്നേഹിച്ചുതീർക്കാനുള്ളതാണ് കുട്ടികളേ.”

ഞങ്ങൾ പടിയിറങ്ങുമ്പോൾ ടീച്ചർ ഉമ്മറക്കോലായിൽ ഞങ്ങളെ തന്നെ നോക്കിനിൽക്കുന്നുണ്ട്.

കോളേജ് ദിനങ്ങൾ

ഞങ്ങളും കോളേജ് വിദ്യാർത്ഥികളായി. അതിന്റേതായ ചില മാറ്റങ്ങൾ വസ്ത്രധാരണത്തിലും ഒരുക്കത്തിലുമൊക്കെ എല്ലാവരിലും പ്രകടമായിരുന്നു. എട്ടാം ക്ലാസുമുതൽ പത്താം ക്ലാസുവരെയുള്ള സ്ഥിരം യൂണിഫോം ഒഴിവാക്കാൻ കഴിഞ്ഞത് വലിയ കാര്യമായിട്ടാണ് ഞങ്ങളന്ന് കണ്ടത്. ഇതിനോടകം ഡിഗ്രി കഴിഞ്ഞ ബീനേച്ചി കെമിസ്ട്രിയിൽ ബിരുദാനന്തര ബിരുദത്തിനായി ഞങ്ങളുടെ കോളേജിൽതന്നെ ചേർന്നു. അതും എനിക്ക് സന്തോഷമുണ്ടാക്കി. ചില അവധി ദിവസങ്ങളുടെ തലേന്നാൾ ചേച്ചി ഞങ്ങൾക്കൊപ്പം എന്റെ വീട്ടിലേക്ക് വരും. കൂട്ടുകാരോടൊക്കെ വളരെ വേഗം ഇണങ്ങിച്ചേരാൻ ചേച്ചിക്കായി. ആ ജീവിതത്തിനിടയ്ക്ക് പലപ്പോഴും ദീനാമ്മയെ കുറിച്ച് ചേച്ചിയോട് പറയണമെന്ന് തോന്നിയിട്ടുണ്ട്. പക്ഷേ, ഏത് നിലയിലായിരിക്കും ചേച്ചി അത് ഉൾക്കൊള്ളുക എന്ന് തീർച്ചയില്ലാത്തത് കൊണ്ട് പറയാനുള്ള ധൈര്യം ഉണ്ടായില്ല. അല്ലെങ്കിൽതന്നെ പ്രത്യക്ഷമായ ഒരു വാഗ്ദാനവും ഞങ്ങൾക്കിടയിൽ അന്നേവരെ ഉണ്ടായിരുന്നില്ലല്ലോ. തമ്മിൽ കാണാതിരിക്കുമ്പോൾ തോന്നുന്ന അസ്വസ്ഥത നല്ല സൗഹൃദത്തിന്റെ ഭാഗമായും സംഭവിക്കാമല്ലോ.

ഇടയ്ക്കെല്ലാം ജോയ്ച്ചന്റെ കത്ത് വരാറുണ്ട്. ഒരു ഫോട്ടോ അയച്ചു തരാൻ പല തവണ ആവശ്യപ്പെട്ടിട്ടും അതുണ്ടായില്ല. പെട്ടെന്ന് ഒരു ദിവസം ഒരു മുന്നറിയിപ്പുമില്ലാതെ വന്ന് ഞങ്ങളെയൊക്കെ ഞെട്ടിക്കുമത്രെ. എന്നാൽ ഞങ്ങളുടെ ഫോട്ടോകൾ അമ്മയിലൂടെയും പൗലോസിലൂടെയുമൊക്കെ അവൻ കൈവശപ്പെടുത്തിവച്ചിട്ടുമുണ്ട്. അങ്കിളിന്റെ വർക്ക് ഷോപ്പിലെ ഹെഡ്മെക്കാനിക്കും സൂപ്പർവൈസറും അവനാണത്രെ. അത് വലിയൊരു വാർത്തയായിരുന്നു അന്ന് ഞങ്ങൾക്ക്.

ഇതിനിടയിൽ കോളേജ് വിദ്യാർത്ഥികൾക്കായി പ്രത്യേകിച്ചൊരു ബസ് സർക്കാർ അനുവദിച്ച് തന്നു. അത് പുറപ്പെടുന്നതാകട്ടെ രാപ്പാടിക്കുന്നിൽ നിന്നും. എന്തുകൊണ്ടും ഞങ്ങളുടെ വിദ്യാഭ്യാസ ജീവിതം അനുഗ്രഹിക്കപ്പെട്ടതായിരുന്നു. ജാഫർഖാൻ എന്ന സ്ഥിരം കണ്ടക്ടറും ബസിനുള്ളിലെ സ്ഥിരം യാത്രക്കാരായ വിദ്യാർത്ഥികളും വളരെ പെട്ടെന്ന്

ഇണങ്ങിചേർന്നു. തന്മൂലം ബസിന്റെ നിയന്ത്രണം വിദ്യാർത്ഥികൾക്കു തന്നെയായി. ഒരല്പം വൈകിപോയാലും ബസ് ഞങ്ങൾക്കായി കാത്ത് നിൽക്കും. ബീനേച്ചി ചില അവധി ദിവസങ്ങളിൽ വീട്ടിലേക്ക് വരുന്നതു പോലെതന്നെ ചില അവധി ദിവസങ്ങളിൽ ഞാൻ ചേച്ചിക്കൊപ്പം അടിവാരത്തേക്കും പോകുമായിരുന്നു. തുടർന്നുള്ള പ്രവർത്തിദിവസം കോളേജിലേക്ക് വരികയാണ് പതിവ്. പിന്നീട് വൈകിട്ടെല്ലാവരും കൂടി തിരിച്ചുപോകും.

അവധി തലേന്ന് ഞാൻ അടിവാരത്തേക്ക് പോകുമ്പോഴുണ്ടാകുന്ന ശൂന്യത പക്ഷേ ദീനാമ്മയ്ക്കിഷ്ടമായിരുന്നില്ല. ഒരിക്കൽ പറയാതെ പറയുകയും ചെയ്തു. “എന്തൊരു ബോറടിയാണ് ഈ ബസ് യാത്ര” എന്നും അങ്ങനെയാണോ എന്ന് ചോദിച്ചപ്പോൾ അവൾ ചിരിച്ചുകൊണ്ടാണ് പറഞ്ഞത്.

“ചില ദിവസങ്ങളിൽ.” പിന്നീട് ഒരു വിശദീകരണം ഞാനവളോട് ചോദിച്ചില്ല. പലവുരു ഞാൻ സംശയിച്ചിട്ടുള്ളത് തന്നെയാണ്. തന്മൂലം കോളേജിൽനിന്ന് അടിവാരത്തേക്കുള്ള യാത്ര ഞാൻ ഒഴിവാക്കി. പക്ഷേ അങ്ങോട്ട് പോകാൻ ക്ലാസില്ലാത്ത മറ്റു ചില ദിവസങ്ങൾ കണ്ടെത്തുകയും ചെയ്തു. സ്കൂൾ ലീഡറായിരുന്ന ഞാൻ വിദ്യാർത്ഥി രാഷ്ട്രീയത്തിൽ ചെന്ന് പെട്ടത് തികച്ചും സ്വാഭാവികമായിട്ടാണ്. അതവൾക്കിഷ്ടവുമായിരുന്നു. പക്ഷേ, ഇടവേളകളിൽ തണൽവൃക്ഷത്തിന് കീഴെ എന്റെ അഭാവം അവൾ ഇഷ്ടപ്പെട്ടിരുന്നുമില്ല. തന്മൂലം ഇലക്ഷൻ പ്രചരണമാണെങ്കിലും സമരമാണെങ്കിലും മറ്റെന്തുതന്നെയാണെങ്കിലും ബോധപൂർവം ഞാൻ ആ കാഴ്ചവട്ടത്തിലൂടെ കടന്നുപോകുമായിരുന്നു. അതവൾ തിരിച്ചറിയുകയും ചെയ്തിരുന്നു. തിളക്കമുള്ള ആ കണ്ണുകളിലെ സ്നേഹസ്പർശം എന്നും എന്റെ പിൻബലമായിരുന്നു. ദൗർബല്യവും. നഷ്ടപ്പെടുന്ന ക്ലാസിലെ നോട്ടുകൾ പകർത്തിതരാനും പഠിപ്പിച്ചു തരാനും എന്റെ ഇഷ്ടത്തിനൊത്ത് അവരെല്ലാവരും സന്നദ്ധരായിരുന്നു.

രണ്ടാംവർഷം ആർട്സ് ക്ലബ്ബ് സെക്രട്ടറിയായി മത്സരിച്ചപ്പോൾ എന്റെ പ്രചരണത്തിന് മുന്നിലുണ്ടായിരുന്നത് അവരാണ്. എണ്ണമറ്റ പ്രതിഭകൾക്ക് ജന്മം കൊടുത്ത മഹത്തായ കലാലയത്തിന്റെ ഓരോ ഇടനാഴികളിലും ഞങ്ങൾ കൂട്ടമായി സഞ്ചരിച്ചു. ചിലപ്പോഴൊക്കെ ഞാനും ദീനാമ്മയും തനിച്ചും. അന്നൊക്കെ ഭാവിയെക്കുറിച്ച് ഞാൻ ഗൗരവമായി ചിന്തിച്ചിട്ടുണ്ട്. പക്ഷേ ആ ചിന്തകളെല്ലാം എന്നിൽ ആശങ്കകൾ മാത്രമേ ഉണ്ടാക്കിയിട്ടുള്ളൂ. ഏറിവരുന്ന അഭ്യസ്തവിദ്യരും അവർക്കിടയിലെ തൊഴിലില്ലായ്മയും കാമ്പസിനുള്ളിൽ എന്നും ചർച്ചാവിഷയമായിരുന്നു. അത്തരം യാഥാർത്ഥ്യങ്ങളെ സ്വന്തം ജീവിതവുമായി കൂട്ടിച്ചേർത്ത് വായിക്കുമ്പോൾ ഒരു കുടുംബജീവിതത്തെ കുറിച്ച് സ്വപ്നം കാണാൻകൂടി അന്നാകുമായിരുന്നില്ല. ആ വർഷം ഞാൻ ഇലക്ഷനിൽ

ജയിക്കുകയും അനേകം കലാപരിപാടികൾ ആർട്സ് ക്ലബിന്റെ ഉത്തര വാദിത്വത്തിൽ നടത്തുകയും ചെയ്തു. സുദീർഘമായ ഒരു കാലഘട്ടം മുഴുവൻ ഓർത്തിരിക്കാൻ പോന്ന എത്രയെങ്കിലും മുഹൂർത്തങ്ങൾ ഓരോ ഹൃദയത്തിലും ആലേഖനം ചെയ്തുകൊണ്ടാണ് രണ്ടാം വർഷം അവസാനിച്ചത്. പിരിയാൻ ആഗ്രഹിച്ചിട്ടല്ല. വർഷം അവസാനിച്ചതു കൊണ്ട് പിരിഞ്ഞുപോകാൻ ഞങ്ങൾ നിർബന്ധിതരാകുകയായിരുന്നു. എന്നാൽ അന്നും ഞങ്ങൾ പ്രതിജ്ഞ പുതുക്കി, ഡിഗ്രിക്കും ഇതേ കലാ ലയത്തിൽതന്നെ തുടർന്ന് പഠിക്കണം.

രണ്ടാം വർഷ പ്രീഡിഗ്രി കോഴ്സിന്റെ അവസാന പരീക്ഷയും കഴിഞ്ഞ ദിവസം, എനിക്ക് ബീനേച്ചിക്കൊപ്പം അടിവാരത്തെത്തണം. അമ്മയുടെ അച്ഛന്റെ ശ്രാദ്ധദിനമാണന്ന്. അച്ഛനും അമ്മയും രാവിലെ തന്നെ അങ്ങോട്ട് പോയിട്ടുണ്ടായിരുന്നു. അന്ന് ഞാൻ ചോദിക്കാതെതന്നെ അവളെനിക്ക് അനുവാദം തന്നു. പ്രാക്ടിക്കൽ പരീക്ഷകൾ മുമ്പേ കഴി ഞ്ഞതുകൊണ്ട് റിസൾട്ട് വരുന്നതിന് മുമ്പ് ഞങ്ങൾക്കാർക്കും കോളേ ജിലേക്ക് വരേണ്ട ആവശ്യവും ഉണ്ടായിരുന്നില്ല. അന്നാദ്യമായി പക്ഷേ ദീനാമ്മയുടെ കണ്ണുകൾ നിറഞ്ഞ് നിൽക്കുന്നത് കണ്ടു. എന്താണ് സംഭ വിച്ചതെന്ന് ചോദിച്ചിട്ട് അവൾ പറഞ്ഞില്ല. അന്നവളുടെ കരങ്ങൾ രണ്ടും ഗ്രഹിച്ചുകൊണ്ട് എനിക്കറിയാവുന്ന ഭാഷയിലെല്ലാം സാന്ത്വനപ്പെടുത്തി.

“ഇതേ തിരുമുറ്റത്ത് ഇനിയുമെത്രയോ വർഷങ്ങൾ പഠിച്ചുതീർക്കാൻ ബാക്കിയുണ്ട്. ഈ വിധം ഒരു വെക്കേഷൻ നമുക്കിടയിൽ ആദ്യമായിട്ട ല്ലല്ലോ വന്നു ചേരുന്നത്.”

അതൊന്നും പക്ഷേ അവളെ സമാശ്വസിപ്പിക്കാൻ പോന്നതായിരു ന്നില്ല. ക്ലാസിന്റെ പിൻഭാഗത്തെ വലിയ കാറ്റാടി മരത്തിന്റെ ചുവട്ടിലേക്ക് പിന്നീടവളെന്നെ കൂട്ടിക്കൊണ്ടുപോയി. എന്തൊക്കെയോ പറയാൻ ശ്രമി ക്കുന്നുണ്ടായിരുന്നു. പക്ഷേ ഒന്നും സംസാരിച്ചില്ല. അത്രകണ്ട് വികാരാ ധീനയായി മുമ്പൊരിക്കലും ഞാനവളെ കണ്ടിരുന്നില്ല. എന്ത് സംഭവിച്ചു വെന്ന് പറയിപ്പിക്കാനുള്ള ശ്രമങ്ങളൊന്നും വിജയിച്ചതുമില്ല. അന്ന് അടി വാരത്തേക്കുള്ള യാത്ര ഞാൻ ഒഴിവാക്കുമെന്ന് പറഞ്ഞപ്പോൾ പക്ഷേ അവൾ അനുവദിച്ചില്ല. എന്നു മാത്രമല്ല പോകണമെന്ന് നിർബന്ധിക്കു കയും ചെയ്തു. എനിക്ക് അവളെ മനസ്സിലാക്കാനായില്ല. എങ്കിലും ഇത്രയേറെ ഞാൻ സ്നേഹിക്കപ്പെട്ടിരുന്നുവെന്ന് മുമ്പൊരിക്കലും തിരി ച്ചറിഞ്ഞിരുന്നില്ല. അതല്ലെങ്കിൽ മറ്റെന്തെങ്കിലും സമ്മർദ്ദത്തിൽ അവൾ അകപ്പെട്ടിട്ടുണ്ടാകുമോയെന്ന് ഞാൻ ഭയപ്പെട്ടു. കവിളിലൂടെ ഒലിച്ചിറ ങ്ങിയ കണ്ണീർ തുള്ളികൾ ഞാൻ വിരലുകൾകൊണ്ട് തുടച്ചുനീക്കിക്കള യുകയായിരുന്നു. “നിന്റെ ഒരു വിളിപ്പാടകലെ ഞാനെന്നുമുണ്ടാകും” എന്നു പറഞ്ഞത് ഒരുപാട് ശ്രദ്ധയോടെയാണ് അന്നവൾ കേട്ടുനിന്നത്. പിന്നീട് ഒരല്പനേരം കൂടി അവളെന്നെ നോക്കിനിന്നു. ഒടുവിൽ മുഖം തുടച്ച് പ്രസന്നവദനയായി മേഴ്സിയും പൗലോസും മറ്റും നിന്നിരുന്ന

ലൈബ്രറിയുടെ മുന്നിലേക്ക് നടന്നുപോയി. സമയം വൈകിയിരുന്നതു കൊണ്ട് വളരെ പെട്ടെന്ന് ഞാൻ ബീനേച്ചിയുടെ ക്ലാസിലേക്ക് ഓടി. എന്ത് ദുഃഖമാണ് അവളെ വേട്ടയാടുന്നതെന്ന് എനിക്ക് മനസ്സിലാക്കാനായില്ല. ഓർത്ത് നോക്കിയാൽ ആശങ്കപ്പെടാൻ ഒരുപാട് ഉണ്ടുതാനും. ഞാൻ വല്ലാത്ത സംഘർഷത്തിലാണ് ചെന്ന് പെട്ടത്. കുറച്ച് നേരം കാത്ത് നിന്നിട്ടും ബീനേച്ചിയുടെ ക്ലാസ് തീർന്നില്ല. എനിക്ക് തിരിച്ചറിയാനാകാത്ത ഒരുപാട് നൊമ്പരങ്ങളാണ് അപ്പോഴേക്കും മനസ്സിലേക്ക് പറന്നെത്തി ചേക്കേറിയത്. എനിക്ക് ദീനാമ്മയെ വീണ്ടും കാണാതിരിക്കാനായില്ല. അവൾക്ക് എന്നോട് എന്തോ പറയാനുണ്ടായിരുന്നില്ലേ? പിന്നാമ്പുറത്തെ കാറ്റാടി മരച്ചുവട്ടിലേക്ക് വിളിച്ചുകൊണ്ടുപോയത് അതിനായിരിക്കില്ലേ? പിന്നീടൊട്ടും വൈകിയില്ല. ചേച്ചിയുടെ ക്ലാസിന്റെ ജനാലയ്ക്കരികിൽ ബുക്കുകൾ വച്ചിട്ട് സർവ്വശക്തിയും സമാഹരിച്ചുകൊണ്ട് ബസ്സ്റ്റോപ്പി ലേക്ക് ഓടിച്ചെന്നു. ഞങ്ങൾ വന്ന് ഇറങ്ങുകയും കയറുകയും ചെയ്യുന്ന ആ മരച്ചുവട്ടിലേക്ക്. പക്ഷേ അവളെ ഒരിക്കൽകൂടി കാണാൻ എനിക്കാ യില്ല. അതിനോടകം അവർ പോയിക്കഴിഞ്ഞിരുന്നു.

പിന്നീട് ഒരു മാസത്തോളം അടിവാരത്ത് തന്നെയായിരുന്നു. വെക്കേ ഷൻ തുടങ്ങിയാലുടൻ ദീനാമ്മ അമ്മയുമായി ഔറംഗാബാദിലുള്ള ആന്റിയുടെ അടുത്തേക്ക് പോകുമെന്ന് പറഞ്ഞിരുന്നു. തന്മൂലം നാട്ടി ലേക്കെത്താൻ തിടുക്കം കാണിച്ചില്ല. പകൽ കുട്ടേട്ടൻ വീട്ടിലുണ്ടാകില്ല. ചേച്ചിക്കാണെങ്കിൽ സ്റ്റഡി ലീവും എങ്കിലും എന്നെ പറഞ്ഞുവിടാൻ അവർ തയ്യാറായില്ല. ഭാസിയങ്കിളിന്റെ വീട് അവിടെ മാറിമാറി വരുന്ന ന്യായാധിപന്മാർക്ക് വാടകയ്ക്കായി കൊടുത്തിരിക്കുകയാണ്. അക്കാ രണത്താൽ അങ്ങോട്ട് കടന്നുചെല്ലാനോ വെറുതെ കയറിയിരിക്കാനോ പറ്റില്ല. ആൾതാമസമില്ലെങ്കിൽ വീട് ജീർണ്ണിച്ചുപോകുമെന്നാണ് കുട്ടേട്ടൻ പറയുന്നത്. എത്രയൊക്കെ തിരിക്കിലാണെങ്കിലും ഞാൻ കൂടുതൽ ഒറ്റപ്പെട്ട് പോകാതിരിക്കാൻ ഏട്ടനും ചേച്ചിയും പ്രത്യേകം ശ്രദ്ധിക്കുമായിരുന്നു. കുട്ടേട്ടൻ ഇടയ്ക്കെല്ലാം സിനിമ കാണാൻ കൊണ്ടു പോകും. കോടതിക്കടുത്തുതന്നെയാണ് തിയേറ്റർ. അതിനടുത്തായി ചേട്ടന്റെ കൂട്ടുകാരൻ താമസിക്കുന്നുണ്ട്. രാജഗോപാലൻ വക്കീൽ. സിനിമയ്ക്കു പോകുമ്പോഴൊക്കെ ഏട്ടൻ കുറച്ചുനേരം അവിടെ കയറി സംസാരിച്ചിരിക്കാനും സമയം കണ്ടെത്തും.

എല്ലാ ദിവസവും വലിയമ്മാവൻ എന്നെ വിളിച്ച് കുറേനേരം വെറുതെ സംസാരിക്കും. എന്റെ വാക്കുകൾ കേൾക്കാൻ അദ്ദേഹത്തിന് ഒരുപാട് ഇഷ്ടമാണെന്ന് ബീനേച്ചിയോട് പറയുമത്രേ. പലദിവസവും ഞാൻ തനിയെ പുഴയോരത്ത് പോയി നിൽക്കും. എത്രയെങ്കിലും ആരവത്തോടെ കളിച്ചുതിമിർത്ത ബാല്യം അപ്പോഴൊക്കെ മനസ്സിൽ ഓടിയെത്തും. അതിൽ എപ്പോഴും ഭാസിയങ്കിളും കുടുംബവും ഉണ്ടാകും. ആ ഓർമ്മ കൾ എന്നെ വേദനിപ്പിക്കുകയും ചെയ്യും. അവരുമൊക്കെ ഇപ്പോൾ

വലുതായി കാണില്ലേ. സൗമിനി എന്നെ മനഃപൂർവം കബളിപ്പിക്കുകയായിരുന്നു. അതെല്ലാം തെല്ല് ജാള്യതയോടെയാണെങ്കിലും തിരിച്ചറിയാൻ ഞാൻ ഇത്രയും വളരേണ്ടിവന്നു. അമ്മയുൾപ്പെടെ എല്ലാവരുടെയും പിൻബലം അവൾക്കായിരുന്നു. എങ്കിലും സഹോദരങ്ങൾ ഇല്ലാത്ത ദുഃഖം എനിക്ക് മറക്കാനാകുന്നത് ഇവരെ കുറിച്ചെല്ലാം ഓർക്കുമ്പോൾ മാത്രമാണ്. അവിടെ ചെന്നാൽ തിരിച്ചുപോരാൻ തോന്നാത്തതും ആ ബന്ധത്തിന്റെ ഊഷ്മളതകൊണ്ട് തന്നെയാണല്ലോ.

ഒരു മാസം കഴിഞ്ഞപ്പോൾ ബീനേച്ചിക്ക് പരീക്ഷ തുടങ്ങി. അപ്പോഴേക്കും ഞാൻ വീട്ടിലേക്ക് തിരിച്ചുപോന്നു. ഒരു സന്ധ്യയോടെയാണ് വീട്ടിലെത്തിയത്. അച്ഛൻ ഷോപ്പിലാണ്. അമ്മയോട് കുശലം പറഞ്ഞ് മുറിയിൽ കയറി ലൈറ്റിട്ട് ഭിത്തിയിലെ കണ്ണാടിയിലേക്ക് നോക്കി. മീശ മാത്രമല്ല താടിയും വളർന്ന് പോയിട്ടുണ്ട്. എത്ര പെട്ടെന്നാണ് കാലം കടന്ന് പോകുന്നതെന്ന് ഓർത്തു. കുളികഴിഞ്ഞ് വന്ന് ചായ കുടിച്ചിരിക്കുമ്പോൾ പെട്ടെന്നാണ് ഫോൺബെല്ല് കേട്ടത്. ഞെട്ടിപ്പോയി ഞാൻ. ഫോൺകിട്ടിയ വിവരം അത്രനേരവും അമ്മ പറയാതിരുന്നത് എന്നെ സസ്പെൻസാക്കുന്നതിന് വേണ്ടി മാത്രമായിരുന്നു. ചാടിക്കേറി അമ്മയ്ക്കൊരു ഉമ്മകൊടുത്തിട്ട് ഫോൺ എടുത്തു. അച്ഛനായിരുന്നു ഫോണിൽ. അച്ഛനോട് ഒരു നൂറ് നന്ദി പറഞ്ഞു. ഒരുപാട് നാളത്തെ എന്റെ ആഗ്രഹമായിരുന്നു ഫോൺ.

ഞാൻ കുളിക്കാൻ പോയ നേരം എന്റെ വരവ് ഫോണിലൂടെ അച്ഛനെ അറിയിച്ചിട്ട് ഒന്നും അറിയാത്തതുപോലെ ഇരിക്കുകയായിരുന്നു അമ്മ. തൊട്ടടുത്ത ദിവസം തന്നെ എല്ലാ സുഹൃത്തുക്കളുടെയും നമ്പർ ശേഖരിക്കാനും മതിവരുവോളം വിളിക്കുവാനും മനസ്സ് വെമ്പൽ കൊണ്ടു. പക്ഷേ അച്ഛന്റെ മുറിയിൽ ചെന്നപ്പോഴുണ്ട് നിറയെ ഇംഗ്ലീഷ് മരുന്നുകൾ. പെട്ടെന്ന് ഓടി അടുക്കളയിൽ ചെന്ന് അമ്മയോട് ചോദിച്ചു വളരെ ലാഘവത്തോടെയാണ് അമ്മ പറഞ്ഞത് "അച്ഛന് ചെറിയൊരു നെഞ്ച് വേദന വന്നു. ഇപ്പോ പ്രശ്നമൊന്നുമില്ല." എന്നിട്ടെന്തുകൊണ്ട് എന്നെ അറിയിച്ചില്ലായെന്ന് ചോദിച്ചപ്പോൾ അറിയിക്കാൻമാത്രം ഒന്നുമുണ്ടായില്ലല്ലോ എന്നായിരുന്നു മറുപടി. എനിക്കാ മറുപടി തൃപ്തികരമായിരുന്നില്ല.

ഞാൻ ഷോപ്പിലേക്കോടി അച്ഛനപ്പോൾ പൗലോസിന്റെ വീട്ടിൽ ഏതോ മീറ്റിങ്ങിലായിരുന്നു. കടയിലുണ്ടായിരുന്ന രാഘവേട്ടനാണ് വിവരം പറഞ്ഞത്. "അറ്റാക്ക് ആയിരുന്നത്രേ. നാൽപ്പത്തെട്ട് മണിക്കൂർ വളരെ ക്രിട്ടിക്കലായിരുന്നു. പത്ത് ദിവസത്തോളം ആശുപത്രിയിൽ ചെലവഴിക്കേണ്ടിവന്നു. ഡിസ്ച്ചാർജായി വന്നതിന് ശേഷം പ്രത്യേകിച്ച് കുഴപ്പമൊന്നും കാണുന്നില്ല. പത്ത് ദിവസവും ഞാനും അമ്മയും ആശുപത്രിയിലുണ്ടായിരുന്നു. പിന്നെ ഇവിടെന്ന് ആരെങ്കിലുമൊക്കെയായി

എപ്പോഴും ഉണ്ടാകും. പൗലോസ് മിക്കവാറും ആശുപത്രിയിൽ തന്നെ യായിരുന്നു. കുഞ്ഞിനെ അറിയിക്കേണ്ടെന്ന് അച്ഛൻതന്നെയാണ് പറ ഞ്ഞത്. അടിവാരത്ത് എല്ലാവർക്കും അറിയാമായിരുന്നു. അവരെല്ലാം ആശുപത്രിയിൽ വന്നും പോയുമാണിരുന്നത്. ഇനിയെന്തുകൊണ്ടാണ് കുഞ്ഞിനെ അറിയിക്കാതിരുന്നതെന്ന പരിഭവം പറയരുത്. മനസ്സിന് വിഷമം തട്ടുന്ന ഒന്നും ഉണ്ടാകാതെ നോക്കണമെന്നാണ് ഡോക്ടർ പറ ഞ്ഞത്."

പൗലോസിന്റെ വീട്ടിലെത്തിയ ഞാൻ ജനാലയിലൂടെ മീറ്റിംഗിൽ സംസാരിച്ചുകൊണ്ടിരിക്കുന്ന അച്ഛനെ കണ്ടു. സ്വാഭാവിക സംസാരത്തി ലുള്ള ചടുലത പക്ഷേ അച്ഛന് നഷ്ടമായിട്ടുണ്ടായിരുന്നു. പൗലോസിന്റെ വീട്ടുമുറ്റത്തെ ഇരുട്ടിൽ നിന്ന് ഏറെ നൊമ്പരത്തോടെയാണ് അച്ഛനെ കണ്ടതും ആ വാക്കുകൾ ശ്രവിച്ചതും. പിന്നീട് പൗലോസിന്റെ മുറിയി ലേക്ക് ചെന്നു. അവനുമായി കുറെ നേരം സംസാരിച്ചിരുന്നു. അങ്ങനെ ദീനാമ്മ ഔറംഗാബാദിൽനിന്നും തിരിച്ചെത്തിയിട്ടില്ലെന്നറിഞ്ഞു. രാത്രിയിൽ അച്ഛനോടൊപ്പമാണ് തിരിച്ചുപോന്നത്. എന്റെ സാമീപ്യം പിന്നീടുള്ള ദിവസങ്ങളിൽ ഏറെ ആശാവഹമായ മാറ്റമാണ് അച്ഛനിലു ണ്ടാക്കിയത്. കൃത്യമായ മരുന്നും ഭക്ഷണവും മറ്റും കഴിക്കുന്നുണ്ടോ യെന്ന് ഞാനും ശ്രദ്ധിച്ചുതുടങ്ങി. അതുപോലെതന്നെ അച്ഛൻ ഷോപ്പിൽ നിന്ന് തിരിച്ചെത്താനാകുമ്പോൾ ഞാൻ അങ്ങോട്ട് ചെന്ന് കൂട്ടികൊണ്ടു പോരുന്നത് ഒരു ശീലമായി.

ഇതിനിടയിൽ റിസൾട്ട് വന്നു. എല്ലാവർക്കും ഫസ്റ്റ് ക്ലാസ്. മേഴ്സിക്ക് മാത്രം സെക്കന്റ് ക്ലാസേ ഉണ്ടായിരുന്നുള്ളൂ. ഞങ്ങൾക്കും കുടുംബാംഗ ങ്ങൾക്കിടയിലും ഏറെ ആഹ്ലാദം പകർന്നുതന്ന ദിവസമായിരുന്നു അത്. തൊട്ടടുത്ത ദിവസം ഞങ്ങൾ കോളേജിൽ ഒത്തുകൂടി. മാർക്ക് ലിസ്റ്റ് വാങ്ങാനും ഡിഗ്രിക്ക് ചേരാനുള്ള അപേക്ഷ വാങ്ങാനും. അന്ന് മുമ്പൊന്നു മില്ലാത്ത പ്രസരിപ്പായിരുന്നു ഞങ്ങൾക്ക്. കോളേജ് കോംമ്പൗണ്ടിലും പതിവ് മരത്തണലുകളിലും ഇടനാഴികളിലുമൊക്കെ ഞങ്ങൾ വെറുതെ ചുറ്റിത്തിരിഞ്ഞു. ഒരിക്കൽ നഷ്ടപ്പെട്ട സാമ്രാജ്യം തിരിച്ചുകിട്ടിയ കിരീടാ വകാശിയുടെ മനസ്സായിരുന്നു അപ്പോൾ. എന്നാൽ കാലവർഷത്തിന്റെ സാമീപ്യം വിളിച്ചറിയിച്ചുകൊണ്ട് ഇടയ്ക്കിടെ ശക്തമായ മഴയും പെയ്തിറങ്ങി. അന്നും തുടർന്നുള്ള നാല് ദിവസങ്ങളിലും ഡിഗ്രിക്കുള്ള അപേക്ഷകളിലെ നടപടിക്രമങ്ങൾ പൂർത്തിയാക്കാൻ ഞങ്ങൾ കോളേജിലുണ്ടായിരുന്നു.

പക്ഷേ ദീനാമ്മ അവൾ വന്നില്ല. വർദ്ധിച്ചുവന്ന ഹൃദയമിടിപ്പിന്റെ അകമ്പടിയോടെയാണ് പിന്നീട് ഓരോ ചുവടും വച്ചത്. ആ ഓരോ ചുവടിലും അന്വേഷിച്ചുകൊണ്ടിരുന്നത് ദീനാമ്മയെയാണ്. അവളെ മാത്രം പക്ഷേ കാണാനായില്ല. പുതിയ വിദ്യാഭ്യാസ വർഷം ആരംഭിച്ചതിനാൽ കോളേജ് നിറയെ വിദ്യാർത്ഥികളാണ്. വന്നുനിർത്തുന്ന ഓരോ ബസ്സിൽ

നിന്നും എത്രയോ കുട്ടികളാണ് നടന്നടുത്തത്. ഡിഗ്രിക്ക് ചേരാനുള്ള അപേക്ഷ സമർപ്പിക്കേണ്ടതിന്റെ അവസാന ദിവസം വെറും ഒരു മണിക്കൂർ മാത്രം ബാക്കിനിൽക്കെ ഞാൻ മുകൾനിലയിലെ വരാന്തയിൽനിന്ന് ബസ്സ്റ്റോപ്പിലേക്ക് നോക്കിനിന്നു. അവൾ വരില്ലയെന്ന് മനസ്സ് പറയുമ്പോഴും അതുൾക്കൊള്ളാൻ തയ്യാറായിരുന്നില്ല. ആ സമയത്താണ് ഓഫീസ് ക്ലാർക്ക് വിജയബോസ് അതിലെ വരുന്നത്. അയാളിൽനിന്ന് ആ വാർത്ത ഞാനറിഞ്ഞു. ദീനാമ്മമാത്യുവിന്റെ ആന്റി വന്ന് ടിസിയും മാർക്ക് ലിസ്റ്റും കോണ്ടാക്ട് സർട്ടിഫിക്കറ്റും മറ്റും വാങ്ങിപോയിരിക്കുന്നുവെന്ന്. ഒരു ഞെട്ടലോടെയാണ് ഞാനത് കേട്ടത്. പിന്നീട് വന്നുനിർത്തിയ ബസ്സുകളിൽനിന്നും ഇറങ്ങാൻ ആരുമുണ്ടായിരുന്നില്ല. ഓരോ ബസ്സിലും ആവുന്നവിധം കുട്ടികളെയും കയറ്റി മെല്ലെ മെല്ലെ നീങ്ങിപോകുന്ന കാഴ്ചയാണ് കണ്ടത്. കോളേജ് വരാന്തകളും പരിസരവുമൊക്കെ ശൂന്യമായപ്പോൾ ഞാൻ താഴേക്ക് ചെന്നു. മറ്റുള്ളവർ എന്നെ കാണാതെ ആശങ്കാകുലരായി നിൽക്കുന്നുണ്ടായിരുന്നു. ദീനാമ്മ പോയ വിവരം അവർ അറിഞ്ഞിരിക്കുന്നു. എന്നാൽ ആ വാർത്ത എന്നെ അറിയിക്കാൻ അവർ പതറുന്നത് കണ്ട് ആ വിവരം അറിഞ്ഞുവെന്നും വിജയബോസാണ് അറിയിച്ചതെന്നും അവരെ ധൈര്യപ്പെടുത്തി.

ഇരുൾമൂടിയ ഏതോ വിജനതയിൽ എന്നെ തനിച്ചാക്കിയിട്ട് അവൾ കടന്നുപോകുകയായിരുന്നു. അതിനെക്കുറിച്ചൊരു വിശകലനമോ വിശദീകരണമോ കണ്ടെത്താൻ എനിക്കായില്ല. ആ സൗഹൃദകൂട്ടായ്മയുടെ അമരക്കാരി അവൾതന്നെയാണ്. പ്രായത്തിൽകവിഞ്ഞ പക്വതയും ധൈര്യവും അവൾ പ്രകടിപ്പിച്ചു. അവളുടേതായ എല്ലാ തീരുമാനങ്ങളിലും അതിന്റെ പ്രതിഫലനം ഞങ്ങൾ കാണുകയും ചെയ്തിരുന്നു. ഇതിനിടയ്ക്കാണ് ജയശ്രീ ഒരു നിർദ്ദേശം വച്ചത്. നാളെ നമുക്കെല്ലാവർക്കും കൂടി ദീനാമ്മയുടെ വീട്ടിൽചെന്ന് അന്വേഷിക്കാമെന്ന്. ഒരു വാക്കുപോലും പറയാതെ തിരിച്ചുപോവാൻ നമ്മളെന്ത് തെറ്റാണ് ചെയ്തതെന്ന് അവളോട് ചോദിക്കണം. ആ തീരുമാനം ഞങ്ങളെല്ലാവരും അംഗീകരിച്ചു. പക്ഷേ ആ ഉദ്യമത്തിൽനിന്ന് വ്യക്തിപരമായി എന്നെ ഒഴിവാക്കിത്തരണമെന്ന് അവരോട് പറഞ്ഞു. അവർ അത് അംഗീകരിക്കുകയും ചെയ്തു.

ചിലപ്പോൾ സ്വച്ഛവും മറ്റുചിലപ്പോൾ പ്രക്ഷുബ്ധവുമാണല്ലോ സമുദ്രയാത്ര. ജീവിതവും അങ്ങനെതന്നെയാണെന്ന് പഠിച്ചുതുടങ്ങുകയായിരുന്നു ഞാൻ. പിറ്റേദിവസം സന്ധ്യയായപ്പോൾ പൗലോസ് വന്നു. ദീനാമ്മ ഔറംഗബാദിലേക്ക് പോയത്രെ. അമ്മയുടെ സഹോദരി അവിടെയുണ്ട്. ഏതോ കോൺവെന്റിൽ മദർ സുപ്പീരിയറാണ്. ദീനാമ്മയുടെ അമ്മ ആശുപത്രിയിൽ ചികിത്സയിലിരിക്കെ മരണപ്പെട്ടു. പരീക്ഷ കഴിഞ്ഞ് ഏറെ കഴിയുംമുമ്പ് തന്നെ ആ വീടും എസ്റ്റേറ്റും ഒക്കെ വിറ്റ് സൈമൺ അങ്കിളും കുടുംബവും അടിമാലിയിലേക്ക് പോയി. അതാണത്രെ അവ

രുടെയൊക്കെ നാട്. അവിടെവച്ചാണ് ദീനാമ്മയുടെ അമ്മ മരിക്കുന്നത്. ഏതോ ആവശ്യത്തിനായി തിരിച്ചുവന്നപ്പോൾ ഒരിക്കൽ സൈമൺ അങ്കിൾ പറഞ്ഞ് അന്നവിടെ താമസിച്ചിരുന്ന തൊഴിലാളികൾ അറിഞ്ഞ താണീകാര്യമത്രയും. പൗലോസിനെ ഞാൻ വീടിന് പുറത്തുകൊണ്ടു പോയി വളരെ നേരം സംസാരിച്ചുനിന്നു. പക്ഷേ ഒരു നിഗമനത്തിലും എത്തിച്ചേരാനായില്ല. എന്നോട് പോലും പറയാതെ എന്തുകൊണ്ട് പോയി എന്ന ചോദ്യത്തിന് എന്റെ അനുവാദം കിട്ടില്ലെന്ന് അവൾ പ്രതീക്ഷിച്ചു കാണും എന്നാണ് പൗലോസ് പറഞ്ഞത്. അനിഷ്ടസംഭവങ്ങളൊന്നും ഉണ്ടായിക്കാണില്ലല്ലോ എന്ന ചോദ്യത്തിനുള്ള പൗലോസിന്റെ പ്രതി കരണം എന്റെ അന്വേഷണത്തിനുള്ള മറുപടിയായിരുന്നു.

"അങ്ങനെയെന്തെങ്കിലും ഉണ്ടായിരുന്നെങ്കിൽ ടിസിയും കോണ്ടാക്ട് സർട്ടിഫിക്കറ്റും മാർക്ക്‌ലിസ്റ്റുമൊക്കെ വാങ്ങിപോകുമായിരുന്നില്ലല്ലോ."

വീണ്ടും ഒരുപാട് കാര്യങ്ങൾ ചോദിക്കാനും പറയാനും ബാക്കിവച്ചി ട്ടാണ് ആ രാത്രിയിൽ ഞാൻ തിരിച്ചുപോന്നത്. ദീനാമ്മയുടെ തിരോ ധാനം എന്നിൽ വലിയ സംഘർഷമൊന്നും ഉണ്ടാക്കുന്നില്ലെന്ന് പെരു മാറ്റ ഭാഷയിലൂടെ ഫലിപ്പിച്ചെടുക്കാൻ ശ്രമിച്ചുനോക്കുമായിരുന്നു. പക്ഷേ, അതൊരിക്കൽപോലും വിജയിച്ചില്ല. ഉടഞ്ഞുവീഴുന്ന സ്വപ്നങ്ങൾ ചില്ലു പാളികൾ പോലെയാണ്. അത് നമ്മെ കുത്തിമുറിപ്പെടുത്തികൊണ്ടേയി രിക്കും. എന്തൊക്കെയോർത്തിട്ടും അവളെ വെറുത്ത് പിന്മാറാനായില്ല. ഇരുണ്ട് മൂടികിടന്ന രാത്രി ഇനിയും വെളുക്കാതിരിക്കുമോയെന്ന് പോലും ആശങ്കപ്പെട്ട ദിവസങ്ങൾ എനിക്കുണ്ടായിരുന്നു. ആ സാമിപ്യം അത്ര കണ്ട് അമൂല്യമായിരുന്നു. തിരിച്ചും അങ്ങനെതന്നെയായിരുന്നുവെങ്കിലും അവളെ എനിക്ക് ഇഷ്ടമായിരുന്നു എന്ന് പറഞ്ഞിട്ടില്ല. മനപൂർവമല്ല, അത്തരമൊരു സംവേദനത്തിന്റെ ആവശ്യം ഞങ്ങൾക്കിടയിൽ ഉണ്ടായി രുന്നില്ല എന്നുതന്നെയാണ് ചിന്തിച്ചിരുന്നത്.

ഉറക്കം നഷ്ടമായ ഒരു രാത്രിയിൽ വെറുതെ ചോദിച്ചുപോയി. ഇത്രയും സൗഹൃദം ഉണ്ടാക്കാൻ പാടില്ലായിരുന്നോ എന്ന്. പക്ഷേ അന്ന് എന്റെ അന്തരംഗംപോലും എനിക്കെതിരെയാണ് പ്രതികരിച്ചത്. പലതും നാം അനുഭവത്തിൽനിന്നാണല്ലോ പഠിച്ച് തീർക്കേണ്ടത്. സുഖം മാത്രമല്ല ദുഃഖവും ചിലപ്പോൾ വ്യക്തിഗതമാകും. രണ്ടും അനുഭവിച്ചല്ലേ തീരൂ. അന്നുവരെയുള്ള യാത്രയിൽ എനിക്കൊരു നിഴലുണ്ടായിരുന്നു, ഹൃദ യത്തെ തണുപ്പിച്ച് നിർത്താനൊരു തണലും. അത് രണ്ടും നഷ്ടമായി.

അന്ന് വീട്ടിലേക്ക് വൈകിയെത്തിയതിനുള്ള ശകാരവും രാത്രി ഭക്ഷണവും ഒന്നിച്ചാണ് അമ്മ തന്നത്. അച്ഛൻ പക്ഷേ വഴക്ക് പറയില്ല. നാലാം ക്ലാസിൽ പഠിക്കുമ്പോൾ പെരുച്ചാഴിക്കൊപ്പം ചായക്കടയിൽ കയറി ഭക്ഷണം കഴിച്ചതിന് ആ രാത്രിയിൽ നല്ലൊരു ചൂരൽ പ്രയോഗ ത്തിന് ഞാൻ വിധേയനാക്കപ്പെട്ടു. ക്ലാസിൽ കയറാതെ കൈപ്പമുക്കിലെ ചായക്കടയിലിരുന്ന് ഭക്ഷണം കഴിക്കുന്നു എന്ന വാർത്ത അച്ഛനെ

വല്ലാതെ അലട്ടിക്കളഞ്ഞു. എന്നാൽ എനിക്കെതിരെ സ്വീകരിച്ച ശിക്ഷാവിധിയുടെ കാഠിന്യത്തിന്റെ പേരിൽ അച്ഛൻ പിന്നീട് അനുഭവിച്ചത് അതിലും വലിയ ദുഃഖമായിരുന്നു. പിന്നീട് ഇന്നുവരെ അച്ഛനെ നൊമ്പരപ്പെടുത്തുന്ന ഒരു നടപടിയും എന്റെ ഭാഗത്തുനിന്നും ഉണ്ടായിട്ടില്ല. മാത്രമല്ല അച്ഛനമ്മമാർക്കും നാട്ടുകാർക്കുമൊക്കെ അഭിമാനമായി തീരണമെന്ന സരസ്വതി ടീച്ചറിന്റെയും രുദ്രൻ നായർ സാറിന്റെയും ഉപദേശങ്ങൾ എന്നും മനസ്സിന്റെ പ്രാമുഖ്യങ്ങളിലുള്ളതുമായിരുന്നു.

പൗലോസിനെ വഴിയിൽ വച്ച് കണ്ട് സംസാരിച്ചതുകൊണ്ടാണ് താമസിച്ചത് എന്ന് പറഞ്ഞപ്പോൾ അച്ഛൻ തൃപ്തനായി. പുറത്ത് വച്ച് എന്തെങ്കിലും അനിഷ്ടസംഭവങ്ങൾ ഉണ്ടായിട്ടുണ്ടോ എന്ന് മാത്രമേ അച്ഛന് അറിയേണ്ടൂ. എന്നാൽ പ്രഭാതഭക്ഷണത്തിനിടയിലും കുറെ ചോദ്യങ്ങളുമായിട്ടാണ് അമ്മ വന്നത്. “ഉറങ്ങിയില്ലേ. എന്താണ് നിന്റെ പ്രശ്നം, നിനക്ക് എന്താണ് പറ്റിയത്” എന്നിങ്ങനെ പലതും. സൈമൺ അങ്കിൾ സ്ഥലം വിട്ട് പോയതും ദീനാമ്മ സ്ഥലത്തില്ലാത്തതും അച്ഛനറിയാം. അതെന്നിലുണ്ടാക്കുന്ന പ്രതികരണം എന്തായിരിക്കുമെന്നറിയാൻ രണ്ടുപേർക്കും അളവറ്റ ആശങ്കയാണുണ്ടായിരുന്നത്. എന്നാൽ എന്നിൽ അത് ഒരു സംഘർഷവും ഉണ്ടാക്കുന്നില്ല എന്ന് ബോധ്യപ്പെടുത്താൻ ഞാൻ കഠിനമായി ശ്രമിച്ചുകൊണ്ടിരുന്നു.

“എന്തെങ്കിലുമൊക്കെ ബുദ്ധിമുട്ട് ഉണ്ടെങ്കിൽപോലും കുട്ടികളെ തനിയെ വിടുക. കാരണം ഒരു പ്രശ്നത്തെയും അഭിമുഖീകരിക്കാതെ ആർക്കും ജീവിക്കാനാകില്ലല്ലോ, വിഷയം എന്തുതന്നെയാണെങ്കിലും അവർക്ക് തരണം ചെയ്യാൻ ആകുന്നില്ലെന്ന് കണ്ടാൽ ചോദിക്കാം, പക്ഷേ അത് നിന്റെ ശൈലിയിലല്ല.”

അതച്ഛന്റെ നിർദ്ദേശമായിരുന്നു. പക്ഷേ അമ്മയ്ക്ക് വേണ്ടി മാത്രം ഉള്ളതല്ലെന്ന് മാത്രം. അതിൽ എന്നെയും ലക്ഷ്യം വച്ചിരുന്നു. എന്റെ പിന്തുണയ്ക്കായി എന്നും അച്ഛനുണ്ടാകും എന്ന വാഗ്ദാനം.

“കുട്ടികളെത്തിച്ചേരാൻ വൈകുമ്പോൾ അമ്മമാർക്ക് പരിഭ്രമം ഉണ്ടാകും. അങ്ങനെ പരിഭ്രമിക്കുന്ന ഈ ഭൂമിയിലെ ആദ്യത്തെ അമ്മയല്ല ഞാൻ.”

അമ്മയ്ക്ക് ദേഷ്യം വന്നു. പിന്നെ അച്ഛനെ നോക്കികൊണ്ട് പറഞ്ഞു.

“അച്ഛന്മാരെ പോലെ വിപ്ലവകാരികളായിരിക്കില്ലല്ലോ അമ്മമാർ.”

അച്ഛൻ ചിരിച്ചുകൊണ്ട് എഴുന്നേറ്റ് പോയി, പിന്നാലെ ഞാനും.

രാപ്പാടിക്കുന്നിന്റെ ഏറ്റവും ഉച്ചിയിലാണ് പൗലോസിന്റെ വീട്. അവന്റെ വീട്ടിന്റെ പടിഞ്ഞാറ്റത്തുള്ള മുറിയിലിരുന്നാൽ നോക്കെത്താദൂരത്തോളമുള്ള വയലുകൾ കാണാം. അതിനു നടുവിലൂടെ തിമിർത്തൊഴുകുന്ന കുറ്റിപ്പുഴയാറും. സായംകാലങ്ങളിലെ പ്രകൃതി സൗന്ദര്യം കാണാൻ ഇതിലും ശ്രേഷ്ഠമായ മറ്റൊരിടം ആ കുന്നിൻപുറത്തുണ്ടാകില്ല.

ഞാനും പൗലോസും സന്തോഷുമായി ഏറെ നേരം അവിടെ സംസാരിച്ചിരുന്നു. അതിനിടയ്ക്കൊന്നും പക്ഷേ അവർ ദീനാമ്മയെക്കുറിച്ച് പരാമർശിച്ചില്ല. അതവർ ബോധപൂർവ്വം ഒഴിവാക്കുന്നതാണെന്ന് എനിക്കറിയാം. എന്നിൽ വന്നുചേരാനിടയുള്ള അസ്വസ്ഥതകളെ ഒഴിവാക്കിനിർത്തണം എന്നേ അവർ ചിന്തിച്ചുകാണൂ. അന്ന് പിന്നീട് അധികം വൈകാതെ ഞാൻ തിരിച്ചുപോന്നു. പൗലോസും സന്തോഷും അപ്പോഴും അവിടെ ഇരിക്കുന്നുണ്ടായിരുന്നു.

പകൽ യാത്ര ചോദിക്കുകയും രാത്രി വന്നെത്താതിരിക്കുകയും ചെയ്യുന്ന സായാഹ്നത്തിലെ അരനാഴികനേരം എനിക്കെന്നും വിസ്മയമാണ്. ദുഃഖമാണെങ്കിൽ ഏറെ ദുഃഖവും സന്തോഷമാണെങ്കിൽ ഏറെ സന്തോഷവും. എനിക്കു മാത്രമെന്നോണം നീക്കിവച്ച പകലിന്റെ ഈ പുറപ്പാട് കാണാൻ പലപ്പോഴും ആറ്റുതീരത്തെ ഞാവൽമരച്ചോട്ടിൽ ചെന്നിരിക്കാറുണ്ട്. കുട്ടിക്കാലത്ത് ജോയ്ച്ചൻ പറയുമായിരുന്നു. ദുഃഖങ്ങളെ ഓതിയകറ്റാൻ രാത്രിയുടെ ചുണ്ടുകളിൽ മന്ത്രങ്ങളുണ്ടെന്ന്. നിർധനത്വത്തിലേക്ക് ജന്മമെടുത്ത ബാലകനെ തെല്ലു സാന്ത്വനപ്പെടുത്താൻ സ്വന്തം അമ്മ പറഞ്ഞുകൊടുത്തതാകാം. പക്ഷേ രാവിന്റെ നിഗൂഢതകളിൽനിന്ന് പാറിപ്പറന്നെത്തുന്ന കാറ്റിന് അത്തരം മന്ത്രശക്തിയുണ്ടെന്ന് പിന്നീടെപ്പോഴോ ഞാനും വിശ്വസിച്ചു പോയിട്ടുണ്ട്. ഇന്ന് പക്ഷേ അറിയാം വൈവിദ്ധ്യമാർന്ന അത്തരം ചിന്തകൾക്ക് മാത്രമായി ഒരിടം നാം കല്പിച്ച് കൊടുത്തിട്ടുണ്ടല്ലോ. തൂത്തും തുടച്ചും സംരക്ഷിച്ച് വെക്കാൻ അതിന് ഒരു പേരും കൊടുത്തു. 'ബാല്യം.'

കാലവർഷത്തിന്റെ കുത്തൊഴുക്കിൽ നിറമുള്ള സന്ധ്യകളത്രയും മാഞ്ഞുപോയി. ഇതിനിടയിൽതന്നെ ഫിസിക്സ് ഐച്ഛികവിഷയമായെടുത്ത് ഞങ്ങൾ കലാലയ ജീവിതം ആരംഭിച്ചു. ആദ്യത്തെ കുറച്ച് ദിവസങ്ങൾക്ക് ശേഷം എല്ലാം പഴയപടിയായി. സ്ഥിരം ബസ്സ്, സ്ഥിരം കണ്ടക്ടർ, സ്ഥിരം പരിസരങ്ങൾ എന്തിന്റെയും തനിയാവർത്തനം. പക്ഷേ ഞാൻ മാത്രം അസ്വസ്ഥനായിരുന്നു. അത് മറ്റുള്ളവർ അറിയാതിരിക്കാനുള്ള പരിശ്രമം കുറച്ചൊക്കെ വിജയിച്ചിട്ടുണ്ടെന്നാണ് വിശ്വാസം. അതിലൊരു കാപട്യവും ഉണ്ടായിരുന്നില്ല. സഹപാഠികൾക്കൊപ്പം മുമ്പെന്നേയും പോലെ ജീവിച്ചുപോകാനുള്ള ആഗ്രഹം മാത്രമായിരുന്നു.

കാലം ചെല്ലുന്തോറും ദീനാമ്മ ഞങ്ങളുടെ സംഭാഷണങ്ങളിൽ ഇടയ്ക്കിടെ കടന്നുവന്നു. പകൽ അത് കേട്ട് സന്തോഷിക്കാനും സന്ധ്യകളിൽ അതേക്കുറിച്ച് തന്നെ ഓർത്ത് നൊമ്പരപ്പെടാനും പിന്നീട് ഒരുപാട് ഒരുപാട് ദിവസങ്ങൾ, അല്ല മാസങ്ങൾ എന്റെ ജീവിതത്തിലൂടെ കടന്നുപോയി. ഇതിനിടയിൽ പഠിക്കാനുള്ള ആർജവം ഞാൻ അറിയാതെ നഷ്ടപ്പെടുന്നുണ്ടായിരുന്നു. എന്നെക്കുറിച്ച് ഏറെ പ്രതീക്ഷയോടെ കാത്തിരിക്കുന്ന അച്ഛനമ്മമാർക്കും ഇരുട്ടിന്റെ വഴിത്താരയിൽ തനിച്ചാക്കി

കടന്നുപോയ ബാല്യകാലസഖിക്കുമിടയിൽ ഇനിയും പിടിച്ചുനിൽക്കാൻ ഏറെ നാൾ ബാക്കിയില്ലെന്ന് തിരിച്ചറിഞ്ഞു. ഇതിനിടയിൽ ഒന്നാം വർഷ പരീക്ഷയുടെ ഫലം പ്രഖ്യാപിച്ചപ്പോൾ എല്ലാ സുഹൃത്തുക്കൾക്കും പിന്നിലായിരുന്നു എന്റെ സ്ഥാനം. ജീവിതത്തിന്റെ മുഖ്യധാരയിൽനിന്നും ഞാൻ സ്വയം പിന്തള്ളപ്പെടുന്നതിന്റെ സൂചനയായിരുന്നു അതെന്ന് തിരിച്ചറിയാൻ ഏറെ ചിന്തിക്കേണ്ടിയിരുന്നില്ല. അകത്തുനിന്നും പുറത്തു നിന്നുമുള്ള ചോദ്യശരങ്ങൾക്ക് തൃപ്തികരമായി മറുപടി കൊടുക്കാനും എനിക്കായില്ല. എനിക്കെന്താണ് സംഭവിച്ചതെന്ന് അച്ഛനമ്മമാർ അറിയു മ്പോഴേക്കും വിധി എന്നിൽ അവശേഷിപ്പിച്ച ദിനങ്ങളെ എണ്ണി തിട്ട പ്പെടുത്തുകയായിരുന്നു. ഏറെ വൈകാതെ കുടുംബാന്തരീക്ഷത്തിൽ നിലനിന്ന സ്വാഭാവിക താളക്രമം ഞങ്ങൾക്ക് നഷ്ടമായിതുടങ്ങി. തിരിച്ചു പോകണമെന്ന് ആഗ്രഹിച്ചാലും കഴിയാത്തത്ര ദൂരം ഞാൻ സഞ്ചരിച്ചു പോയിരുന്നു. സ്വയം ഉയിർത്തെഴുന്നേൽക്കാനുള്ള വിദൂരസാധ്യതകൾ പോലും നഷ്ടമായ ആ രാത്രിയിൽ മറുപുറം എന്തെന്നറിയാത്ത ഇരു ളിന്റെ നിഗൂഢതയിലേക്ക് ഞാൻ നോക്കിനിന്നു.

ദീനാമ്മ ആരായിരുന്നു?

ഇഷ്ടമാണെന്ന സത്യം ഞങ്ങൾക്കിടയിൽ സംവേദനം ചെയ്യപ്പെട്ടിരുന്നില്ലെങ്കിലും അത് പറയാതെ പറഞ്ഞുപോയ ഒട്ടനേകം മുഹൂർത്തങ്ങളാണോർമ്മയിൽ. ഏറെയില്ലെങ്കിലും ഈ ജീവിതം ഇനിയും എങ്ങോട്ടാണ് ഒഴുകുന്നതെന്ന ആശങ്കയോടെയാണ് അന്ന് ഉറങ്ങിയത്. എന്നാൽ പുലരാൻ ചില നാഴികകൾകൂടി ബാക്കിനിൽക്കെ അമ്മ എന്നെ വിളിച്ചുണർത്തി അച്ഛന് എന്തോ ചില അസ്വസ്ഥതകൾ ഉണ്ടെന്ന് അറിയിച്ചു. ഞാനങ്ങോട്ട് ഓടിച്ചെന്നു. നിറഞ്ഞ കണ്ണുകൾ എന്റെ ദൃഷ്ടിയിൽ പെടാതിരിക്കാൻ വിഫലശ്രമം നടത്തുമ്പോഴും ഇടതുഭാഗം നെഞ്ചിൽ അച്ഛൻ സ്വയം അമർത്തിപ്പിടിച്ചിരുന്നു.

അന്ന് ജീപ്പ് ഓടിക്കാൻ വലിയ പരിചയം ഉണ്ടായിരുന്നില്ലെങ്കിലും വിജനമായ റോഡും പുതിയ ടാറിംഗും അനുകൂലമായ ഘടകങ്ങളായിരുന്നു. അന്ന് ഞാൻ തന്നെ വാഹനം ഓടിച്ച് അച്ഛനെ ആശുപത്രിയിൽ എത്തിച്ചു. അന്ന് തന്നെ ഉച്ചയോടടുത്ത് സർജറി വേണമെന്ന് അറിയിക്കുകയും ഒട്ടും വൈകാതെ അച്ഛനെ തിയേറ്ററിൽ കയറ്റുകയും ചെയ്തു. അമ്മ ഒരുപാട് അവശയായിരുന്നതിനാൽ സമ്മതപത്രം ഒപ്പിടാൻ എനിക്കാണ് തന്നത്. എന്നാൽ വലിയമ്മാവൻ അത് എന്നിൽനിന്ന് വാങ്ങി ഒപ്പിട്ടുകൊടുത്തു. പിന്നീട് അദ്ദേഹം എന്റെ തോളിൽതട്ടി സാന്ത്വനപ്പെടുത്തി. ഏറെ നേരമായി വിങ്ങിപ്പൊട്ടുകയായിരുന്നു ഞാൻ. ഉച്ചത്തിൽ കരയണമെന്ന് തോന്നിയെങ്കിലും മനസ്സ് മന്ത്രിക്കുകയായിരുന്നു.

"ഞാൻ ഒരു കുട്ടിയല്ലല്ലോ."

അച്ഛന്റെ പൊടുന്നനെയുള്ള അസുഖത്തിന് കാരണക്കാരൻ ഞാനായതിനാൽ അമ്മയ്ക്ക് എന്നോട് ഇഷ്ടക്കുറവ് ഉണ്ടാകുമെന്ന് വൃഥാ ചിന്തിച്ചു. പക്ഷേ അതായിരുന്നില്ല സംഭവിച്ചത്. പുറത്ത് ബഞ്ചിലിരുന്ന എന്റെ അടുത്ത് വന്നിരുന്ന് അമ്മ സാന്ത്വനപ്പെടുത്തി.

"മോൻ വിഷമിക്കരുത്, അച്ഛന്റെ എല്ലാ അസുഖങ്ങളും മാറും."

അമ്മയുടെ വാക്കുകളെ എന്നും വിശ്വാസമാണെനിക്ക്, അതെന്നും അത്രകണ്ട് വസ്തുനിഷ്ഠമായിരുന്നു. ആശുപത്രിയിൽ പരിമിതികളുണ്ടെന്നതിനാൽ വലിയമ്മാമനും കുടുംബവും അന്നുതന്നെ തിരിച്ചു

പോയി. എല്ലാ പകലുകളിലും അവർ വന്നുകൊണ്ടേയിരുന്നു. കൂടാതെ നാട്ടുകാരും സുഹൃത്തുക്കളും. അച്ഛൻ ഐ.സി.യുവിൽ ആയിരുന്നെങ്കിലും തമ്മിൽ കാണാനാകില്ലെങ്കിലും സന്ദർശകർ എത്രയെങ്കിലും വന്നുകൊണ്ടിരുന്നു.

ആദ്യപാദങ്ങളിലെ പ്രതീക്ഷയ്ക്ക് മങ്ങലേൽപ്പിച്ചുകൊണ്ട് ഓപ്പറേഷൻ കഴിഞ്ഞ് മൂന്നു ദിവസമായിട്ടും അച്ഛന് ബോധം വീണ്ടുകിട്ടിയില്ല. ബൈപ്പാസ് സർജ്ജറി കഴിഞ്ഞാൽ ബോധം തിരിച്ചുകിട്ടാൻ ഇത്രകണ്ട് വൈകുന്നത് സാധാരണമല്ലെങ്കിലും അപൂർവമായി അങ്ങനെയും സംഭവിക്കാറുണ്ടത്രെ. എന്നാൽ പിന്നീടുള്ള ഓരോ നിമിഷവും എന്തും സംഭവിച്ചേക്കാം എന്ന ഭയപ്പാട് ഞങ്ങൾക്കുണ്ടായി. അമ്മയുടെ പ്രതീക്ഷകൾ സാർത്ഥകമാകാൻ ഞാൻ പ്രാർത്ഥിക്കുകയായിരുന്നു. അച്ഛനെ ആശുപത്രിയിൽ അഡ്മിറ്റാക്കിയതിന് ശേഷം എനിക്കോ അമ്മയ്ക്കോ ഭക്ഷണം കഴിക്കാൻ തോന്നിയിട്ടില്ല. എന്നാൽ ഉച്ചയ്ക്ക് വലിയമ്മാവനും കുട്ടേട്ടനും നിർബന്ധിക്കുന്നതിനാൽ കാന്റീനിൽപോയി എന്തെങ്കിലും കഴിച്ചൂന്ന് വരുത്തും അത്രതന്നെ. നാലാമത്തെ ദിവസം ഉദിച്ചുയരുമ്പോൾ ഞങ്ങൾക്ക് ഉണ്ടായിരുന്ന എല്ലാ പ്രതീക്ഷകളും മങ്ങിത്തുടങ്ങി.

അന്ന് പകൽ വലിയമ്മാവനും കുടുംബവും എത്തിച്ചേരില്ലെന്ന് പറഞ്ഞിരുന്നു. അവർക്ക് മറ്റെന്തോ അടിയന്തിര ആവശ്യങ്ങൾ ഉണ്ടത്രെ. എന്നാൽ ഉച്ചയ്ക്ക് ശേഷം ബീനേച്ചി വരുമെന്നും രാത്രിയിൽ എനിക്കൊപ്പം നിൽക്കുമെന്നും ഉറപ്പ് തന്നിരുന്നു. അന്ന് വലിയമ്മാവൻ ഇല്ലാതിരുന്നതിനാൽ ഞങ്ങൾ കാന്റീനിലേക്ക് പോയതുമില്ല. നാലാമത്തെ ദിവസം ഉച്ചയ്ക്ക് ശേഷം ഐസിയുവിന് പുറത്തുള്ള ബഞ്ചിൽ അമ്മയും ഞാനും മാത്രമാണ് ഉണ്ടായിരുന്നത്. എന്റെ മനസ്സും ശരീരവും ഒരുപാട് ഒരുപാട് അവശതയിലേക്ക് എത്തിയിരുന്നു. എന്തെങ്കിലും ഭക്ഷണം കഴിക്കാൻ അമ്മ വളരെ നിർബന്ധിച്ചിട്ടും കൂട്ടാക്കിയില്ല. മനഃപൂർവമല്ല വിശപ്പ് മറന്നേ പോയിരുന്നു. ചലനം പോലും അസാധ്യമായിത്തീരുന്ന അത്രകണ്ട് അവശതയിലായിരുന്നു. പൊടുന്നനെ അമ്മയുടെ തോളിൽ ചാരി കണ്ണടച്ച് വെറുതെ കിടന്നു. ഒട്ടും ഉറങ്ങാതിരുന്ന എന്റെ ഓർമ്മകളിലേക്ക് പെട്ടെന്നാണ് അവൾ കടന്നുവന്നത്. ഒരു മയിൽപ്പീലി തണ്ട് എന്റെ കവിളിലൂടെ ഉരസി ഇക്കിളിപ്പെടുത്തി ഉണർത്താൻ ശ്രമിക്കുന്നതുപോലെ. കണ്ണ് തുറക്കാതിരുന്ന എന്നോട് അവൾ പറയുകയായിരുന്നു.

“നോക്കൂ ഞാൻ നിന്റെ അടുത്തുതന്നെയുണ്ട്.”

എല്ലാം എന്റെ തോന്നലാണെന്നറിയുന്നതുകൊണ്ട് കണ്ണ് തുറക്കണമെന്നേ തോന്നിയില്ല. പക്ഷേ ആ പാട്ട് ഞാൻ കേട്ടു, മുഴുവനായി. അതവൾ എനിക്കുവേണ്ടി പാടിത്തരികയായിരുന്നു.

"ഭൗമസംഗീതം മറന്നുപോയി
രാക്കിളി നിന്നെയും കാതോർത്തിരുന്നു."

അപ്രതീക്ഷിതമായ വികാരതീവ്രതയാണ് ആ രംഗം എന്റെ മനസ്സിൽ ഉണ്ടാക്കിയത്. ഒരു ഞെട്ടലോടെ ഞാൻ കണ്ണു തുറന്നു.

"എന്താണ്, എന്തുപറ്റി നിനക്ക്?"

അമ്മയെന്നെ നിവർത്തി ഇരുത്തി. ഒന്നുമില്ലെന്ന് പറഞ്ഞ് അമ്മയെ സമാധാനിപ്പിച്ചു.

പെട്ടെന്ന്തന്നെ പുറത്തെ വരാന്തയിലുണ്ടായിരുന്ന വലിയ തൂണിന്റെ മറവിലേക്ക് നടന്നുപോയി. നെഞ്ച് പിളർക്കുന്ന നൊമ്പരമായിരുന്നു. അച്ഛനുംകൂടി നഷ്ടപ്പെട്ടാൽ ഈ ഭൂമിയിൽ പിന്നെ എന്ത് ജീവിതമാണ്. മറ്റാരും കാണാതെ തേങ്ങി കരഞ്ഞുപോയി. അമ്മ ഏത് നിമിഷവും അങ്ങോട്ട് വന്നേക്കാം എന്നതുകൊണ്ട് പെട്ടെന്ന് നോക്കിയാൽ കാണാത്ത വിധം തൂണിന്റെ മറവിലേക്ക് കയറിനിന്നു. കണ്ണുനീർ തുള്ളികൾ തുടച്ചു കൊണ്ട് കുറേ നേരം അവിടെതന്നെ നിന്നു. നേർക്കാഴ്ചയിലെങ്ങും വലിയ മലനിരകളാണ്. കടന്ന് കയറിചെല്ലാൻ പ്രാപ്യമല്ലാത്തവ, എന്റെ ജീവിതം പോലെതന്നെ.

പെട്ടെന്ന് ആരോ നടന്നുവന്ന് എന്റെ പിന്നിൽനിന്ന് ഇരുതോളുകളിലും കൈകൾ വച്ചു. തിടുക്കത്തിൽ കണ്ണുനീർ തുടച്ചുകൊണ്ട് തിരിഞ്ഞു നോക്കി. അമ്മയായിരിക്കുമെന്നാണ് കരുതിയത്. പക്ഷേ ഞാനൊരിക്കൽ പോലും കണ്ടിട്ടില്ലാത്ത ഒരു വൈദികൻ, തൂവെള്ള കുപ്പായക്കാരൻ.

"മോനെന്തിനാണ് സങ്കടപ്പെട്ട് നിൽക്കുന്നത്?"

അദ്ദേഹം എന്റെ മുടിയിഴകളിലൂടെ വിരലോടിച്ചപ്പോൾ അനിയന്ത്രിത മായ അശ്രുക്കളാണ് എന്നിൽനിന്നും പ്രവഹിച്ചത്. ആ വലിയ മനുഷ്യൻ എന്നെ സ്വന്തം നെഞ്ചോട് ചേർത്ത് പിടിച്ച് സാന്ത്വനപ്പെടുത്തി. അത്ര കണ്ട് മാന്ത്രിക സ്പർശം മുമ്പൊരിക്കലും ഞാൻ അനുഭവിച്ചിട്ടുണ്ടായി രുന്നില്ല. എല്ലാ ദുഃഖങ്ങളും എന്നെ വിട്ടൊഴിയുന്നതുപോലെ തോന്നി. ഒട്ടുനേരം സംസാരിച്ച് കഴിഞ്ഞപ്പോൾ എനിക്കെന്റെ മാനസികാവസ്ഥയെ സാധാരണ നിലയിലേക്ക് കൊണ്ടുവരാനായി. എങ്കിലും ഭക്ഷണം കഴി ക്കാൻ ക്ഷണിച്ചപ്പോൾ അത് ഞാൻ നിരസിച്ചു.

"നാല് ദിവസമായി അച്ഛൻ അബോധാവസ്ഥയിലാണെന്നല്ലേ കുട്ടി പറഞ്ഞത്. അച്ഛന് ബോധം വന്നാൽ എനിക്കൊപ്പം ഭക്ഷണം കഴിക്കാൻ വരുമോ?"

ഒരു കുസൃതി ചിരിയോടെയാണ് അദ്ദേഹം അങ്ങനെ ചോദിച്ചത്.

"വരും."

പെട്ടെന്ന് ഞാൻ പ്രതികരിച്ചു.

"ശരിയെങ്കിൽ പോയി നോക്കിയിട്ടു വരൂ."

ഞാൻ വളരെ വേഗം ഐസിയുവിലേക്ക് ഓടി ചെന്നു. പുറമെ അമ്മയെ കണ്ടില്ല. വാതിൽ മെല്ലെ തുറന്ന് അകത്തേക്ക് നോക്കി. അതെ, അമ്മ സന്തോഷത്തോടെ അച്ഛനോട് എന്തോ പറയുന്നുണ്ട്. വാതിൽക്കൽ എന്നെ കണ്ടപ്പോൾ സിസ്റ്റർ പറഞ്ഞു.

"ഒന്ന് കണ്ടിട്ട് പോന്നോളൂ, അച്ഛന് ബോധം വന്നിട്ടുണ്ട്."

'ഈശ്വരാ' ഞാൻ അറിയാതെ വിളിച്ചുപോയി

അന്ന് അച്ഛന്റെ മുഖത്ത് ചെറിയൊരു പുഞ്ചിരി കണ്ടു.

കൈപ്പത്തി മെല്ലെ ചലിപ്പിച്ചുകൊണ്ട് ഭയപ്പെടേണ്ടെന്നും പറഞ്ഞു. പിന്നീട് കണ്ണീർ തുടച്ചുകൊണ്ട് അമ്മയും എനിക്കൊപ്പം പുറത്തേക്ക് നടന്നു. അവിടെനിന്ന് അമ്മയേയും കൂട്ടി ഞാൻ വൈദികന്റെ അടുത്ത് ചെന്നു.

"ഞാൻ പറഞ്ഞത് ശരിയായിരുന്നില്ലേ."

അദ്ദേഹം ചോദിച്ചു.

"അതേ."

അദ്ദേഹം എന്നെ നോക്കി ചിരിച്ചു. പിന്നീട് അമ്മയെ പരിചയപ്പെട്ടു. അതിന് ശേഷം സ്വയം പരിചയപ്പെടുത്തി.

"ഞാൻ ഫാദർ എഡ്വിൻ നിക്കോളാസ് ഈ ആശുപത്രിയുടെ ഭരണ സമിതി അംഗമാണ്. അതുപോലെതന്നെ നിങ്ങളുടെ രാപ്പാടിക്കുന്നിലെ ഇടവക പള്ളിയിലെ വികാരിയും ഫലത്തിൽ നമ്മൾ അയൽക്കാരാണ്. പള്ളിക്കും നിങ്ങളുടെ വീടിനുമിടയിൽ ഒരു വീടു മാത്രമല്ലേയുള്ളൂ. ഇട യ്ക്കിടെ ഞാൻ വന്ന് നിങ്ങളെ ഉപദ്രവിക്കുന്നുണ്ട്."

ഒരുപാട് ദിവസങ്ങൾക്ക് ശേഷമാണ് അന്ന് അമ്മയുടെ ചിരി കണ്ടത്.

ഞങ്ങളുടെ വീടും മറ്റും അദ്ദേഹം എങ്ങനെ അറിഞ്ഞു എന്ന് ചിന്തിച്ചപ്പോഴേക്കും പൗലോസ് അങ്ങോട്ടെത്തി. നിക്കോളാസ് അച്ഛൻ പറഞ്ഞു.

"ഇന്നൊരു രോഗിയെ സന്ദർശിക്കാൻ എത്തിയതാണ് ഞാൻ, ഇവിടെ വച്ച് പൗലോസിനെ കണ്ടു അയാളാണ് പറഞ്ഞത് തന്റെ കൂട്ടുകാരന്റെ ഫാദർ ഐസിയുവിൽ ഉണ്ടെന്ന്, എന്നാൽ ഗോപൻ ഇവിടെ തനിച്ച് നിൽക്കുന്നത് കണ്ടപ്പോൾ സ്വകാര്യമായിട്ടൊന്ന് സംസാരിക്കാൻ ഞാൻ പൗലോസിനെ മാറ്റി നിർത്തുകയായിരുന്നു."

പൗലോസ് വന്നപാടെ എന്നോട് പറഞ്ഞത് നിനക്ക് ഇദ്ദേഹത്തെ അറിയില്ലേ എന്നാണ്. പെട്ടെന്നെനിക്ക് ഓർമ്മിച്ചെടുക്കാൻ ആവാതെ വന്നപ്പോൾ പൗലോസ് ഒരു വിശേഷണം കൂടി പറഞ്ഞു.

"സോളമന് പണികൊടുത്ത കഥ ഞാൻ പറഞ്ഞിട്ടില്ലേ? അതിലെ നായകനാണ് ഇദ്ദേഹം."

ഞാൻ ചിരിച്ചു. കൂടെ അവർ രണ്ടുപേരും. എന്നാൽ ഒന്നും മനസ്സിലാകാത്തതുപോലെ അമ്മ ഞങ്ങളെ നോക്കിനിന്നു. പിന്നീട് അദ്ദേഹം പറഞ്ഞു.

"ഇനി ഗോപൻ വാക്കുപാലിക്കണം. എനിക്കൊപ്പം വന്ന് ഭക്ഷണം കഴിക്കണം."

അമ്മയ്ക്കുള്ള ഭക്ഷണം റൂമിലെത്തിച്ചിട്ടുണ്ട് അങ്ങോട്ട് ചെന്നാൽ മതി. കാർമേഘം കൊണ്ടെന്നപോലെ മൂടിനിന്ന അന്തരീക്ഷം എത്രയോ പെട്ടെന്നാണ് പ്രകാശമാനമായതെന്ന് ഞാൻ ഓർത്തു. അന്ന് ഞാൻ അദ്ദേഹത്തിനോടൊപ്പം പോയി ഭക്ഷണം കഴിച്ചു. ആശുപത്രി കമ്മിറ്റിക്കാരുടേതായ പ്രത്യേകം മുറിയിലിരുന്ന് ഞാനും പൗലോസും അദ്ദേഹവുമായി ഏറെനേരം സംസാരിക്കുകയും ചെയ്തു. തിരികെ റൂമിൽവന്ന് അമ്മയെയും കൂട്ടി ഒരിക്കൽകൂടി ഐസിയുവിൽ കയറി അച്ഛനെ കണ്ടു. അച്ഛന്റെ മുഖം വീണ്ടും പ്രസന്നമാകുന്നത് ഞാൻ അറിഞ്ഞു. പിന്നീട് ഞങ്ങൾ അദ്ദേഹത്തിനേയും പൗലോസിനേയും വരാന്തവരെ അനുഗമിച്ചു.

ദൈവത്തെപോലെ ഞങ്ങളുടെ ഇടയിലേക്ക് കടന്നുവന്ന വലിയ മനുഷ്യൻ. ആകസ്മികതയുടെ നേരനുഭവം ആയിരുന്നു. കണ്ണിൽനിന്നും മറയുന്നത് വരെ അമ്മയും ഞാനും അദ്ദേഹത്തെ നോക്കിനിന്നു. അല്പം കഴിഞ്ഞ് ഗേറ്റിലേക്ക് പോയി. ബീനേച്ചിയെ വരവേൽക്കാൻ. എന്റെ മുഖം കണ്ടപ്പോൾ തന്നെ ചേച്ചിക്ക് തൃപ്തിയായി. അച്ഛന് ബോധം തിരിച്ചുകിട്ടിയ വിവരവും പകലുണ്ടായ വിശുദ്ധ സംഗമവും കൃത്യമായി വിവരിച്ചുകൊടുത്തു. കാണെക്കാണെ ഞങ്ങളുടെ ജീവിതം സന്തോഷത്തിലേക്കും സമാധാനത്തിലേക്കും തിരിച്ചുവന്നു. ഐസിയുവിൽനിന്നും അച്ഛനെ റൂമിലേക്ക് മാറ്റി. അച്ഛൻ അനായാസം സംസാരിക്കുക മാത്രമല്ല മുമ്പത്തെ പോലെ എന്നെ കളിയാക്കികൊണ്ട് ചില നേരമ്പോക്കുകളൊക്കെ പറയാനും തുടങ്ങി. മാറിവന്ന ആ സാഹചര്യങ്ങൾ പിന്നീട് എന്നിലും ചില മാറ്റങ്ങൾക്ക് തുടക്കം കുറിച്ചു.

"വരണ്ടുണങ്ങിയ വയലുകളെ ജലസമൃദ്ധമാക്കുന്നതും അവിടെ നക്ഷത്രങ്ങൾക്ക് സമാനമായി പൂക്കളെ വിരിയിക്കുന്നതും എല്ലാ ജീവജാലങ്ങൾക്കും വേണ്ടിയാണ്. ആ നിയന്ത്രിതാവ് പക്ഷേ നമുക്ക് അദൃശ്യനാണെന്നുമാത്രം."

ആശുപത്രിയിൽ വരുമ്പോഴൊക്കെ നിക്കോളാസ് അച്ഛൻ ഇതുപോലെ പലതും സംസാരിച്ചുകൊണ്ടിരിക്കും. ചെറിയ കാര്യങ്ങളാണ് പറയുന്നതെങ്കിലും വളരെ ഇഷ്ടമാണ് അതെനിക്ക് കേട്ടിരിക്കാൻ. കൂടുതൽ കൂടുതൽ ആശങ്കകൾ എന്തെങ്കിലും പങ്കുവച്ചാലോ അപ്പോഴെല്ലാം ഒരേ ബൈബിൾ വാക്യമാണ് പറയുക.

"ഭയപ്പെടേണ്ട, ഞാൻ കൂടെയുണ്ട്."

എന്നിട്ട് പൊട്ടിച്ചിരിക്കും ഒരു കുട്ടിയെ പോലെ. ഏറെ വൈകാതെ തന്നെ അദ്ദേഹം ഞങ്ങൾക്ക് ഒരു നല്ല കുടുംബ സുഹൃത്തായിമാറി.

ആശുപത്രിയിൽവെച്ച് അന്ന് ഒരു ദിവസം ബീനേച്ചി ചോദിക്കുകയായിരുന്നു നിക്കോളാസ് അച്ഛൻ എന്ത് പണിയാണ് സോളമന് കൊടുത്തതെന്ന് നീയോ പൗലോസോ ഇതുവരേയും പറഞ്ഞില്ലല്ലോയെന്ന്. അത് വളരെ നാടകീയതയുള്ള ഒരു സംഭവമാണെന്ന മുഖവുരയോടെ പീന്നീട് ചേച്ചിക്ക് അത് വിവരിച്ചുകൊടുത്തു. സോളമന്റെ പിതാവ് ലൂക്കോസ് വളരെ സൗമ്യനും സത്യസന്ധനും പള്ളികാര്യങ്ങളിൽ കലവറയില്ലാത്ത സഹായിയുമായിരുന്നു. മാറിമാറിവരുന്ന ഓരോ വൈദികരും അയാളെ ഇഷ്ടപ്പെട്ടു. അങ്ങനെയാണ് പള്ളിമതിലിന് പുറത്ത് മുന്നിലായി പള്ളിയുടെ തന്നെ സ്ഥലത്ത് ചെറിയൊരു കുടിൽകെട്ടി ചായക്കച്ചവടം നടത്തി ഉപജീവനമാർഗം തേടാൻ പള്ളിക്കമ്മിറ്റി അനുവാദം കൊടുത്തത്.

ഞായറാഴ്ചകളിലോ പള്ളിയിലെ മറ്റ് വിശേഷ ദിവസങ്ങളിലോ മാത്രമേ കൃത്യമായ ഒരു വരുമാനം കിട്ടുമായിരുന്നുള്ളൂവെങ്കിലും എല്ലാ പ്രഭാതത്തിലും ചെറിയൊരു കച്ചവടം അയാൾക്ക് കിട്ടിപോന്നു. ലൂക്കോസിനും ഭാര്യ കത്രീനയ്ക്കും സോളമൻ എന്ന കുട്ടിക്കും കഷ്ടിച്ച് കഴിഞ്ഞുകൂടാൻ അതൊരുപാധിയായി. എന്നാൽ ലൂക്കോസിന്റെ മരണശേഷം ന്യായവഴികളിലൂടെ ആയിരുന്നില്ല സോളമന്റെ സഞ്ചാരം. നിരന്തരം കലഹിച്ചും മദ്യപിച്ചും അക്രമങ്ങളിൽ പങ്കുചേർന്നും അയാൾ മറ്റുള്ളവർക്ക് ഒരു ബാധ്യതയായി. വീടും ചായക്കടയും ഒരുപോലെ മേഞ്ഞ് സൂക്ഷിക്കാൻ കഴിയാതെ വന്നപ്പോൾ വീട് ഉപേക്ഷിച്ച് അയാൾ അമ്മയ്ക്കൊപ്പം ചായക്കടയിൽ താമസമായി. ജെഫ്രി എന്നൊരു ആജ്ഞാനുവർത്തിയും അയാൾക്കുണ്ടായിരുന്നു.

ഇങ്ങനെ പള്ളിക്കുമുന്നിൽ സോളമൻ വളർത്തിയെടുത്ത സാമ്രാജ്യം ഇടവകകാർക്ക് മാത്രമല്ല നാട്ടുകാർക്കും ഭീഷണിയായി. ഒഴിഞ്ഞു പോവാൻ പള്ളിക്കമ്മിറ്റിയും വൈദികരും എത്രതന്നെ നിർബന്ധിച്ചിട്ടും ഫലമുണ്ടായില്ല. ചായ കുടിക്കാൻതന്നെ ആരും അങ്ങോട്ട് വരാതായി. ഇതിനിടയ്ക്കാണ് ജെഫ്രിയോടൊപ്പം അതേ കടയിൽതന്നെ മദ്യപാനവും തുടങ്ങിയത്. ഇതിൽ അസ്വസ്ഥയായ കത്രീനച്ചേട്ടത്തി ഒരു മൺകുടം കൊണ്ട് ജെഫ്രിയുടെ തലയ്ക്ക് അടിച്ച് പരിക്കേൽപ്പിച്ചു. സോളമന് അത് പക്ഷേ സഹിക്കാനാവാത്ത അപമാനമായി മാറി. മറ്റു പലരും അത് കാണുകയും ചെയ്തു. ആ ക്ഷീണം തീർക്കുന്നതിന് ഒരു കത്തിയുമെടുത്ത് അയാൾ കത്രീനയുടെ പിന്നാലെ ഓടിച്ചെന്ന് ഭീഷണിപ്പെടുത്തി. അവർ പ്രാണരക്ഷാർത്ഥം കരഞ്ഞ് വിളിച്ച് ഓടുന്നതിനിടയി

ലാണ് ആ ചെറുപ്പക്കാരൻ ഒരു ജീപ്പിൽ സ്ഥലത്തെത്തിയതും പിന്നീട് ഒരു അഭ്യാസിയുടെ ലാഘവത്തോടെ കത്തി പിടിച്ച് വാങ്ങിയതും. ഇതിനിടയിൽ സോളമൻ നിലതെറ്റി റോഡിലേക്ക് തെറിച്ചുവീണു. ചുറ്റും കൂടിനിന്ന അനേകം മനുഷ്യർ അത് കാണുകയും ആർത്ത് വിളിച്ച് അപമാനിക്കുകയും ചെയ്തു. എല്ലാവരും ആ ചെറുപ്പക്കാരനെ നോക്കി നിൽക്കെ അയാൾ ജീപ്പിൽ കയറി പള്ളികോമ്പൗണ്ടിലേക്ക് പോയി. ജീൻസും ടി ഷർട്ടും ധരിച്ച് വന്ന ആ ചെറുപ്പക്കാരൻ ആരായിരിക്കും? കത്രീനയെ മാത്രമല്ല നാട്ടുകാരെപോലും കത്തിമുനയിൽ നിർത്താറുള്ള സോളമനെ നേരിടാൻ ഒരു സാധാരണ ചെറുപ്പക്കാരന് ആവില്ലല്ലോ. എല്ലാവരും അങ്ങനെയാണ് ചിന്തിച്ചത്. ഒരു പക്ഷേ സോളമന്റെ പശ്ചാത്തലം അറിയാത്ത ഏതെങ്കിലും വഴിപോക്കൻ ഒരു വൃദ്ധയെ ഉപദ്രവിക്കാൻ തുടങ്ങുന്നത് കണ്ട് ഇടപ്പെട്ടതാകാമല്ലോ. ആരാണെങ്കിലും നല്ല ഉശിരുള്ളവൻതന്നെ എന്ന് എല്ലാവരും പ്രകീർത്തിച്ചു.

പക്ഷേ അത് സോളമനോ ജെഫ്രിക്കോ ഉൾക്കൊള്ളാൻ പോന്നതായിരുന്നില്ല. പൊതുജനങ്ങൾക്ക് മുന്നിൽ അടിയേറ്റുവീണ നമ്മൾ അയാളോട് പകരം ചോദിച്ചില്ലെങ്കിൽ ഈ പള്ളിപരിസരത്ത് മാത്രമല്ല ഈ നാട്ടിൽപോലും ജീവിക്കാനാവില്ലെന്ന് രണ്ടുപേരും കണ്ടെത്തി. നിമിഷമാത്രയിൽ രണ്ടുപേരും കൂടി പള്ളികോമ്പൗണ്ടിലേക്ക് ഓടി. ചെറുപ്പക്കാരന് മനസ്സുകൊണ്ട് പിന്തുണ പ്രഖ്യാപിച്ച നാട്ടുകാരും അവരെ പിന്തുടർന്നു. സ്ഥിരം മദ്യപാനികളും അക്രമികളുമായ അവരെ ആ ചെറുപ്പക്കാരന് ഒറ്റയ്ക്ക് നേരിടാനാകുമോയെന്ന് മറ്റുള്ളവർ ആശങ്കപ്പെട്ടു. എന്നാൽ ജീപ്പിൽവന്ന ചെറുപ്പക്കാരൻ പള്ളിയുടെ വടക്കുഭാഗത്തുള്ള ഇരുനിലയിൽതീർത്ത മേടയിലേക്കാണ് പോയത്. മേടയ്ക്ക് മുന്നിൽ സോളമനും ജെഫ്രിയും കാത്തുനിന്നു. ഉച്ചത്തിൽ ആക്രോശിക്കുകയും ആ ചെറുപ്പക്കാരനെ ഇറക്കിവിടാൻ വികാരിയോട് ആവശ്യപ്പെടുകയും ചെയ്തു. എന്നാൽ പള്ളി വികാരി അന്ന് യാത്രയയപ്പ് വാങ്ങിയിരിക്കുകയാണ്. ഒരുപക്ഷേ അദ്ദേഹത്തെ കൂട്ടിക്കൊണ്ടുപോകാൻ വാഹനവുമായി വന്ന ബന്ധുവായിരിക്കും അത് എന്ന് എല്ലാവരും ഊഹിച്ചു.

"പള്ളിമേടയുടെ പിന്നിൽകൂടി പുറത്തേക്ക് ഒരു വഴിയുണ്ട്. നീ അവിടെ പോയി നിൽക്ക്."

സോളമൻ ജെഫ്രിയോട് ആജ്ഞാപിച്ചു.

"പിന്നിൽകൂടി ഒളിച്ചോടാനാണ് ഭാവമെങ്കിൽ കൂടുതലൊന്നും ആലോചിക്കണ്ട, തട്ടിയേച്ചാൽ മതി."

പിന്നീട് ഊരിപ്പിടിച്ച കത്തിയുമായി സോളമൻ വീണ്ടും അട്ടഹസിച്ചു. മേടയ്ക്കുള്ളിൽ പള്ളിക്കമ്മിറ്റിക്കാരും നിലവിലെ വൈദികനെ യാത്രയയ്ക്കാൻ വന്ന പല പ്രമുഖരും നിൽക്കുന്നുണ്ട് എന്നതൊന്നും സോളമന് പ്രശ്നമായിരുന്നില്ല. അഞ്ച് മിനിറ്റോളം കാത്ത് നിന്നിട്ടും ചെറുപ്പക്കാരനെ

കാണാതിരുന്ന സോളമന് താൻ വീണ്ടും അപമാനിതനാവുന്നതായി തോന്നിക്കാണും. അയാൾ മേടയ്ക്കുള്ളിലേക്ക് ഇരച്ചുകയറി. എന്നാൽ കയറിയതിനേക്കാൾ ഇരട്ടി വേഗത്തിൽ മുറ്റത്തേക്ക് മലർന്നടിച്ച് വീഴുകയും ചെയ്തു. പിന്നാലെ ഇറങ്ങിവന്നത് അതേ ചെറുപ്പക്കാരൻ തന്നെയായിരുന്നു. പക്ഷേ അപ്പോൾ ധരിച്ചിരുന്നത് ളോഹയാണെന്ന് മാത്രം. തൂവെള്ള സഭാ വസ്ത്രം. സോളമന് മാത്രമല്ല കാണികൾക്ക് പോലും ഹൃദയമിടിപ്പ് നിലച്ചപോയ നിമിഷങ്ങളായിരുന്നു. പള്ളിമുറ്റത്തെ പൂർണ നിശ്ശബ്ദതയ്ക്ക് ഭംഗംവരുത്തിയത് അതേ ചെറുപ്പക്കാരൻ തന്നെയാണ്.

"ഞാൻ എഡ്വിൻ നിക്കോളാസ്."

വാതിലിന്റെ ഇരുവശങ്ങളിലേക്കും കൈകൾ പിടിച്ചുകൊണ്ട് അദ്ദേഹം സ്വയം പരിചയപ്പെടുത്തി.

"ഇന്നുമുതൽ ഈ ഇടവകയിലെ വികാരിയാണ് ഞാൻ."

കഷ്ടപ്പെട്ട് എഴുന്നേൽക്കാൻ ശ്രമിച്ച സോളമനോടായിട്ട് അദ്ദേഹം പറഞ്ഞു.

"പിന്നിലെ കിണറ്റ് കരയിൽ നിന്റെ ചങ്ങാതി കിടപ്പുണ്ട്. പോകുമ്പോൾ വളരെ സൂക്ഷിച്ച് പൊക്കിയെടുത്ത് കൊണ്ടുപോയിക്കോളണം. താഴെയിട്ട് പൊട്ടിച്ച് കളയരുത്."

കൂടിനിന്ന ജനങ്ങൾ ആർത്തുവിളിച്ചും കൂക്കിയും അദ്ദേഹത്തിന് പിന്തുണ അറിയിച്ചു. ഇതിനോടകം സ്ഥലം മാറിപോകുന്ന വികാരിയച്ചൻ ജീപ്പിൽ കയറിയിരുന്നു. ജനക്കൂട്ടം അദ്ദേഹത്തെ കൈയുയർത്തി അഭിവാദ്യം ചെയ്തു. പിന്നീട് ആ ചെറുപ്പക്കാരൻ സോളമന്റെ നെഞ്ചിൽ ചൂണ്ടുവിരൽ തൊട്ട് അവസാന താക്കീതും കൊടുത്തു. "ഇരുപത്തിനാല് മണിക്കൂറിനുള്ളിൽ നിന്റെ സങ്കേതവും പൊളിച്ച് സ്ഥലം വിട്ടോണം."

സോളമൻ സ്വപ്നത്തിൽ പോലും പ്രതീക്ഷിക്കാതിരുന്ന നടപടിക്രമങ്ങളായിരുന്നു അത്. പിടിച്ചു നിൽക്കാൻ പിന്നീട് ആവതു പയറ്റി നോക്കി. പക്ഷേ ഒരു കുഞ്ഞിന്റെ പോലും പിന്തുണ അയാൾക്കുണ്ടായിരുന്നില്ല. കിട്ടിയ അവസരം പള്ളിക്കമ്മിറ്റിക്കാരും വേണ്ടവിധം ഉപയോഗിച്ചു. ഒടുവിൽ നിക്കോളാസ് അച്ചൻ ഇടപെട്ട് പള്ളിയിൽനിന്ന് വളരെ ദൂരത്തായി വനമേഖലയോട് ചേർന്ന് ഒരു വീട് വെച്ച് താമസിക്കാൻ കുറച്ച് സ്ഥലം കൊടുത്തു. അവിടെ പള്ളിയുടേതായ കുറച്ച് സ്ഥലത്ത് കൃഷി ചെയ്ത് ജീവിക്കാൻ അനുവാദവും. അതാണ് ഒരു അധോലോകത്തെ പള്ളിമുറ്റത്ത്നിന്ന് പറിച്ച്നട്ട കഥ. അമ്മയും ബീനേച്ചിയും അച്ഛനും അത് കേട്ട് അദ്ഭുതപ്പെട്ടിരുന്നുപോയി.

പതിനഞ്ചാം ദിവസം അച്ഛനെ ഡിസ്ചാർജ് ചെയ്തു. തിരിച്ചെത്തിയപ്പോൾ തികച്ചും സജീവമായ ഉണർവ്വാണ് ഞങ്ങളുടെ കുടുംബാന്തരീക്ഷത്തിൽ ഉണ്ടായത്. അത് നിക്കോളാസ് അച്ഛനെ പരിചയപ്പെട്ടത്

കൊണ്ടാണോ, അതോ ഹൃദയവാതായനങ്ങളിൽവന്ന് മന്ത്രിച്ച പ്രിയ സഖിയുടെ വാക്കുകൾ കേട്ടിട്ടാണോ എന്നറിയില്ല. രണ്ടും അന്നെനിക്ക് ഒരുപോലെയാണ് തോന്നിയത്.

"നോക്കൂ, ഞാൻ നിന്റെ അടുത്തുതന്നെയുണ്ട്."

ആ വാക്കുകൾ ഞാൻ കേട്ടത് സ്വപ്നത്തിലല്ല. പക്ഷേ യാഥാർത്ഥ്യ വുമായിരുന്നില്ല. അതെല്ലാം ഞാൻ തിരിച്ചറിയുമ്പോഴും സത്യസന്ധ മായ ഒരു ബോദ്ധ്യപ്പെടുത്തലിന്റെ ക്ലിപ്തത അതിൽനിന്ന് വേർതിരിച്ചെടു ക്കാനാണ് എനിക്ക് തോന്നിയത്. അതെ, ഞാൻ തനിച്ചല്ല എന്ന് തോന്നി തുടങ്ങിയത് അന്ന് മുതലാണ്. ഇടനേരങ്ങളിലെപ്പോഴെങ്കിലും കടന്നു വരുമായിരുന്ന നൊമ്പരങ്ങളെ ആ വിശ്വാസം കൊണ്ടുതന്നെയാണ് ഞാൻ പ്രതിരോധിച്ചത്.

രാജ്യമെമ്പാടും സ്വാതന്ത്ര്യദിനം ആഘോഷിച്ചുകൊണ്ടിരുന്ന ഒരു പ്രഭാതത്തിൽ വളരെ യാദൃച്ഛികമായി നിക്കോളാസ് അച്ചൻ കയറിവന്നു. ഞങ്ങളദ്ദേഹത്തെ സ്വീകരിച്ചിരുത്തി. അച്ചന്റെ ആരോഗ്യ വിവരങ്ങൾ ചോദിച്ചറിയാനുള്ള സൗഹൃദസന്ദർശനം മാത്രമായിരുന്നുവെങ്കിലും തുടർന്നുള്ള സംസാരത്തിൽ ഒരു കാര്യം കൂടി അദ്ദേഹം വ്യക്തമാക്കി.

"വളരെ പ്രാർത്ഥനയ്ക്കൊടുവിലാണ് വിദേശത്ത് നിന്നൊരു മടക്ക യാത്ര എനിക്ക് സാദ്ധ്യമായത്. കേരളത്തിൽ പ്രത്യേകിച്ച് ബന്ധുക്കളാ രെങ്കിലും ഉണ്ടായിട്ടല്ല. സ്വന്തം നാടിനോടുള്ള ഇഷ്ടം അത്രതന്നെ. പക്ഷേ വന്നെത്തിയ നിലയ്ക്ക് കുറെ കാര്യങ്ങൾ ചെയ്ത് തീർക്കണമെന്നുണ്ട്. അതേ ലക്ഷ്യത്തിനായി ചെറുപ്പക്കാരുടേതായ ഒരു കൂട്ടായ്മയെ കുറിച്ച് ചിന്തിച്ചപ്പോൾ പൗലോസാണ് ഗോപന്റെ പേര് നിർദ്ദേശിച്ചത്. സാഹിത്യം, പൊതുവിജ്ഞാനം എന്നീ വിഷയങ്ങളിൽ ഒമ്പതാം ക്ലാസിലെ കുട്ടികളെ ലക്ഷ്യം വച്ചുകൊണ്ടുള്ള ഒരു കർമ്മപദ്ധതി. കൂടാതെ പള്ളികോമ്പൗ ണ്ടിൽ നിലച്ചുപോയ വോളിബോൾ ടീമിനെ പുനർജീവിപ്പിക്കുകയും വേണം."

പിന്നീടുള്ള സംഭാഷണത്തിൽ അദ്ദേഹം ഒരു കളിക്കാരൻ മാത്രമല്ല കോച്ചും കൂടിയാണെന്നറിഞ്ഞപ്പോൾ ഞാൻ മനസ്സിലാക്കി അദ്ദേഹം എന്നെ തേടി വന്നതിന്റെ പൊരുൾ എന്തായിരിക്കുമെന്ന്. പിന്നീട് ഒരു നേരമ്പോക്കെന്നോണം ഞാനതമ്മയോട് പറഞ്ഞെങ്കിലും അമ്മ അത് ഉൾക്കൊണ്ടില്ല. മറിച്ച് വളരെ ഗൗരവമായി തന്നെ പ്രതികരിച്ചു.

"അച്ഛന് വേണ്ടിയും നമുക്കുവേണ്ടിയും ഒരു പ്രതിസന്ധിഘട്ടത്തിൽ നമുക്കൊപ്പം നിന്ന വലിയൊരു മനുഷ്യനാണത്. നിനക്കാവുന്നതു പോലെയെല്ലാം ചെന്ന് സഹകരിച്ച് കൊടുക്കുക. അച്ഛന്റെ ജീവൻ തിരിച്ച് കിട്ടിയതിന് നാം അദ്ദേഹത്തോട് എന്നും കടപ്പെട്ടാണിരിക്കുന്നതെന്ന് മറക്കുകയുമരുത്."

തൊട്ടടുത്ത ദിവസം പള്ളിയിൽ കൂടിയ മീറ്റിംഗിൽ ഹൈസ്കൂൾ

വിദ്യാർത്ഥികളായ പത്ത്പേരുണ്ടായിരുന്നു. പിന്നെ ഞാനും എന്റെ സുഹൃത്തുക്കളുമായി പത്ത് പേരും. അന്ന് എല്ലാവരെയുമായി അഭി സംബോധന ചെയ്തുകൊണ്ട് അദ്ദേഹം ഉദ്ബോധിപ്പിച്ചത് ചെറിയ കാര്യ ങ്ങൾ മാത്രം.

"നാം ജീവിക്കുന്നത് മറ്റുള്ളവർക്ക് വേണ്ടിയായിരിക്കണം. ദൈവ ത്തിന്റെ എല്ലാ സൃഷ്ടികളോടുമുള്ള കരുതൽ സ്വന്തം പ്രവൃത്തികളി ലെല്ലാം ഉറപ്പാക്കി നിർത്തണം. മറ്റുള്ളവർക്കായി ചെയ്യുന്ന സത്കർമ്മ ങ്ങൾ നമുക്ക് ശേഷവും ഭൂമിയിൽ പ്രകീർത്തിക്കപ്പെടുന്നുണ്ട്. ചിട്ടയായ ജീവിതം, വ്യായാമം, നിസ്വാർത്ഥമായ ചിന്തകൾ എന്നിവ എങ്ങനെയാണ് രൂപപ്പെടുത്തേണ്ടതെന്ന് എല്ലാവരെയും പഠിപ്പിച്ച് കൊടുക്കാൻ എന്റെ പക്കൽ തിയറികളില്ല. പ്രാക്ടിക്കലേയുള്ളൂ. അതെല്ലാം വളരെ സാവകാശം നിങ്ങൾ അഭ്യസിച്ച് തുടങ്ങും."

വളരെ ശ്രദ്ധയോടെയാണ് അന്ന് ഞങ്ങൾ അദ്ദേഹത്തെ കേട്ടിരു ന്നത്. അടുത്ത സായാഹ്നത്തിൽ എത്തുമ്പോൾ അദ്ദേഹത്തിന്റേതായ വലിയ ഗ്രന്ഥശേഖരമടങ്ങുന്ന വായനമുറി ഞങ്ങൾക്കെല്ലാവർക്കുമായി തുറന്ന് തന്നു. അതിൽ പുസ്തകങ്ങൾ മാത്രമല്ല അന്ന് മുഖ്യധാര യിലുണ്ടായിരുന്ന മിക്കവാറും ആനുകാലിക പ്രസിദ്ധീകരണങ്ങളു മുണ്ടായിരുന്നു. ഒരു ദിവസം ഒരു മണിക്കൂറെങ്കിലും വായനക്കായി എല്ലാവരും നീക്കിവെക്കണമെന്ന് നിർദ്ദേശിച്ചു. പത്താം ക്ലാസുകാരായ ആ കുട്ടികളെല്ലാം മുൻ പരിചയമുള്ളവരാണ്. ഞങ്ങൾക്ക് പിന്നാലെ ഹൈസ്കൂളിലേക്ക് സഞ്ചരിച്ച് വളർന്ന മിടുക്കന്മാർ. തന്മൂലം ജ്യേഷ്ഠ സഹോദരന്മാരോടെന്നപോലുള്ള ബഹുമാനം അവർ കാണിക്കുകയും ചെയ്തു.

കായികം

ഒട്ടും വൈകാതെ തന്നെ വോളിബോൾ കോർട്ടും സജീവമായി. നാം ചെന്നെത്തിനിൽക്കുന്ന പ്രവർത്തന മേഖല അത് എന്തുതന്നെയാണെങ്കിലും അത് നമുക്ക് സ്വന്തമാണെന്നുള്ള അർപ്പണബോധത്തോട് കൂടിയാവണം ജീവിക്കേണ്ടതെന്ന് അദ്ദേഹം കൂടെക്കൂടെ പറയുമായിരുന്നു. തുടർന്ന് വന്ന പല രാത്രികളിലും അദ്ദേഹത്തിന്റെ മുഖവും അയത്നലളിതമായ സംഭാഷണങ്ങളും മനസ്സിൽ ഉണ്ടാകുമായിരുന്നു. നല്ലൊരു കളിക്കാരന്റെ ശരീരഭാഷയോട് കൂടിതന്നെയാണ് അദ്ദേഹം ജീവിച്ചത്. കളിക്കളത്തിൽ മാത്രമല്ല കളത്തിന് പുറത്തും. തുടർന്നുള്ള ജീവിതം എന്നിൽ ക്രമാനുഗതമായ മാറ്റങ്ങളുണ്ടാക്കി. ഒന്ന് രണ്ട് മാസം കഴിഞ്ഞപ്പോൾ ഞങ്ങളുടെ കളി കാണാനും പലരും വന്നുതുടങ്ങി. സ്ഥിരമായ കളിയും വ്യായാമവും അമ്മയുടെതായ പ്രത്യേക ഭക്ഷണവുമൊക്കെയായപ്പോൾ മാനസികവും ശാരീരികവുമായ പുത്തൻ ഉണർവാണെന്നിലുണ്ടായത്. ഫാദർ ഒരു ഇന്ദ്രജാലക്കാരനെപോലെയാണെന്ന് എനിക്ക് തോന്നിയിരുന്നു. എന്നാൽ മുന്നോട്ട് വെക്കുന്ന ഓരോ ചുവടിലും ഒരു അഭ്യാസിയുടെ ജാഗ്രതയും മെയ്‌വഴക്കവും ഉണ്ടായിരിക്കണമെന്നാണ് അദ്ദേഹം ശഠിച്ചത്.

ദിവസങ്ങൾ വളരെ വേഗത്തിലാണ് കടന്നുപോയത്. ഇതിനിടയ്ക്ക് എപ്പോഴോ പൊലീസ് ഓഫീസർ ആകാനുള്ള ഞങ്ങളുടെ ചിരകാല മോഹം മനസ്സിൽ പുനർജനിച്ചു. അതിന്റെ ഭാഗമായി ഒരു സ്റ്റാർ നിലവാരത്തിലുള്ള സ്പോർട്സ് ഐറ്റംസ് ഞാനും പൗലോസും സാവകാശം പ്രാക്ടീസ് ചെയ്തുടങ്ങി. ഇതേ ലക്ഷ്യത്തോടെ രുദ്രൻനായർ സാറിനെ സമീപിച്ചപ്പോൾ അദ്ദേഹം ഞങ്ങൾക്ക് കുറെ ഉപദേശങ്ങൾ തന്നു. കൂടാതെ ഇരുപത് പൗണ്ടിന്റെ ഒരു ഷോട്ട്പുട്ടും കായികക്ഷമത പരിശീലനത്തിന് ആവശ്യമായ ചില ഉപകരണങ്ങളും. ഏതൊരു വിശേഷണങ്ങൾക്കുമപ്പുറത്തുള്ള ജീവിതത്തിന്റെ അർത്ഥതലങ്ങളെ തിരിച്ചറിയുക മാത്രമല്ല, സ്വധർമ്മത്തിന്റെ സങ്കീർണതകളിലേക്കുള്ള ആദ്യചുവടുവെപ്പും സാധ്യമായത് ആ തിരുമുറ്റത്ത് നിന്നുതന്നെയാണ്. കലാ കായിക വിനോദങ്ങൾക്കപ്പുറം വ്യക്തിത്വ വികാസത്തിനുതകുന്ന പ്രസംഗം, ചർച്ച

എന്നിവ സംഘടിപ്പിക്കാനുതകുമാറ് ഒരു ആർട്സ് ക്ലബ്ബും പള്ളിയോട് ചേർന്ന്തന്നെ രൂപീകരിച്ചു. കൂടാതെ ക്വയറിലെ വാദ്യ ഉപകരണങ്ങൾ പുതുക്കി വാങ്ങി, ആ സംഘത്തെ പുനർജീവിപ്പിച്ചെടുക്കുകയും ചെയ്തു. ആരും ചിന്തിക്കാത്തത്ര കണ്ട് ഭാവനാനിർഭരമായിരുന്നു അദ്ദേഹത്തിന്റെ മനസ്സ്. മനുഷ്യന് ഇത്രകണ്ട് കർമ്മനിരതനാകാൻ കഴിയുമെന്ന് ഞാൻ ആദ്യമായി കണ്ട് ബോധിച്ചതും അവിടെനിന്നാണ്. ഇതെല്ലാം കാണുകയും കേൾക്കുകയും ചെയ്ത ഇടവകക്കാർ മാത്രമല്ല അന്യമതക്കാരും അദ്ദേഹത്തെ വാഴ്ത്തി പറയാൻ മടികാണിച്ചില്ല.

ഒരു ദിവസം എന്നോട് മാത്രമായിട്ട് അദ്ദേഹം പറഞ്ഞു.

"സ്വയം ജീവിക്കുക, അന്യർക്ക് വേണ്ടി ജീവിക്കുക എന്നൊക്കെ പറയുന്നത് കേട്ട് ആശങ്കപ്പെടേണ്ടതില്ല. ഒരേ ഒരു ജീവിതശൈലി മതി. പക്ഷേ രണ്ടും കൂടി ആവിധം സമന്വയിപ്പിക്കണമെന്ന് മാത്രം. ജീവിതത്തെ അനായാസമാണ് നേരിടേണ്ടത്. അതിന് വളരെ ലളിതമായ ഒരു മാർഗവുമുണ്ട്. ദൈവത്തിന്റെ എല്ലാ സൃഷ്ടികളുടെയും സംരക്ഷണചുമതല നമുക്കുകൂടിയുള്ളതാണെന്ന് വിശ്വസിക്കുക."

ആ വാക്കുകളും ഉപദേശങ്ങളുമൊക്കെ വളരെ കരുതലോടുകൂടി തന്നെ ഞാനെന്റെ ജീവിതത്തിലേക്ക് പകർത്തികൊണ്ടിരുന്നു. ആ വിധം കുറെ നാളുകൾ കഴിഞ്ഞപ്പോൾ ദീനാമ്മ എന്ന കൂട്ടുകാരി മനസ്സിൽ വല്ലപ്പോഴും വന്നെത്തുന്ന അതിഥിയെ പോലെയായി. എന്നാൽ ക്വയറിലെ പാട്ടുകാരി മെറ്റിജോസ്ഫൈൻ ക്ലബ്ബിൽവച്ച് ദീനാമ്മയുടെ ആ ലളിതഗാനം വാദ്യോപകരണങ്ങളുടെ സഹായത്തോടെ പാടികേട്ടപ്പോൾ ഞാൻ പെട്ടെന്ന് അസ്വസ്ഥനായി. നിക്കോളാസ് അച്ചൻ ഉൾപ്പെടെ മറ്റു പലരും ആ പാട്ട് ആസ്വദിച്ചുകൊണ്ടിരിക്കെ നല്ലൊരു സദസ്സിൽനിന്ന് പെട്ടെന്ന് ഞാനിറങ്ങിപ്പോന്നത് അദ്ദേഹത്തിന് ഇഷ്ടമായില്ല. പിന്നീട് അദ്ദേഹം അത് എന്നെ അറിയിക്കുകയും ചെയ്തു. ഞാൻ ക്ഷമ പറഞ്ഞെങ്കിലും അദ്ദേഹം അംഗീകരിച്ചില്ല. ആ ഗാനം എന്ത് ചലനമാണ് എന്റെ മനസ്സിൽ ഉണ്ടാക്കിയതെന്ന് അദ്ദേഹം ആവർത്തിച്ചു ചോദിച്ചു. നല്ലൊരു പാട്ടിനിടയിൽ ഒരാൾമാത്രം ഇറങ്ങിപോകുന്നത് പാടുന്നയാളെ അപമാനിക്കുന്നതിന് തുല്യമല്ലേ എന്ന് ചോദിച്ചപ്പോൾ ശരിയാണെന്ന് സമ്മതിച്ചു പറഞ്ഞു.

"അതിന്റെ പിന്നിൽ ഞാനുമായി ബന്ധപ്പെട്ട ചില അനുഭവങ്ങൾ ഉണ്ട്. എനിക്കത് അങ്ങയെ അറിയിക്കണമെന്നുണ്ട്, പക്ഷേ ഇപ്പോൾ വേണ്ടെന്ന് മാത്രം."

തിരിച്ചുപോരുമ്പോൾ പൗലോസ് എന്നെ സാന്ത്വനപ്പെടുത്തി.

"സാരമില്ല കുറെക്കഴിയുമ്പോൾ നിനക്കെല്ലാം മറക്കാനായേക്കും."

"മറന്നേക്കാം പക്ഷേ മറക്കാതിരിക്കാനാണ് ഞാൻ ആഗ്രഹിക്കുന്നത്."

എന്റെ മറുപടി അവനെ ദേഷ്യപ്പെടുത്തി.

"നീ നന്നാവില്ല."

ഞാൻ ചിരിച്ചു. പിന്നീട് അവനും.

എന്നിലെ മാറ്റങ്ങൾക്ക് കാരണം നിക്കോളാസ് അച്ചനാണെന്ന് സുഹൃത്തുക്കളെ പോലെതന്നെ വീട്ടുകാരും മനസ്സിലാക്കി തുടങ്ങി. അങ്ങനെ എന്റെ വീട്ടിലും അദ്ദേഹത്തിന് ആരാധകരുണ്ടായി. ബീനേച്ചിയും കുട്ടേട്ടനും വിളിക്കുമ്പോഴൊക്കെ ഫാദറിനോട് അന്വേഷണം പറയാൻ എന്നെ ചുമതലപ്പെടുത്തി. അതെല്ലാം യഥാവിധി ഞാനദ്ദേഹത്തെ ധരിപ്പിക്കുകയും ചെയ്തു. അങ്ങനെയിരിക്കെ എന്റെ പിറന്നാൾ ദിവസം തികച്ചും അപ്രതീക്ഷിതമായി അദ്ദേഹം കയറിവന്നു. എന്റെ സുഹൃത്തുക്കളും ബീനേച്ചിയും മാത്രമാണ് പുറത്തുനിന്ന് ഉണ്ടായിരുന്നത്. അന്നെനിക്കായി അദ്ദേഹം പിറന്നാൾ ആശംസകൾ നേർന്നു. പിന്നെ തത്ത്വചിന്തകളടങ്ങിയ ഒരു ചെറിയ പുസ്തകം പാരിതോഷികമായി തന്ന് ഞങ്ങൾക്കുണ്ടായിരുന്ന സന്തോഷത്തെ പതിന്മടങ്ങ് ജ്വലിപ്പിച്ച് നിർത്തിയിട്ട് തിരിച്ച് പോകുകയും ചെയ്തു.

കാഴ്ചയ്ക്കപ്പുറം കാണാത്ത പുറങ്ങളും കേൾവിക്കപ്പുറം കേൾക്കാത്ത ശബ്ദങ്ങളുമുണ്ടെന്ന് അദ്ദേഹം അന്ന് പറഞ്ഞതിന്റെ അർത്ഥം വളരെ കഴിഞ്ഞാണ് മനസ്സിലാക്കിയത്. ആ രാത്രി മുഴുവൻ ആ സാമീപ്യവും അദ്ദേഹത്തിന്റെ വാക്കുകളുമായിരുന്നു മനസ്സ് നിറയെ. പിന്നീട് ഒരു ദിവസം മെറ്റി ജോസ്ഫൈൻ ഭക്തിഗാനങ്ങൾ പ്രാക്ടീസ് ചെയ്യുന്നത് കാണാൻ എന്നെയും ക്ഷണിച്ചു. അന്ന് ലൈബ്രറിയിലേക്ക് പോകാതെ അങ്ങോട്ട് ചെന്നു. അത്യന്ത്യം ഹൃദ്യമായ ഒരു ഗാനം ഭക്തിസാന്ദ്രമായിട്ട് അവൾ ആലപിച്ചു. ആ പാട്ടും അതിനോടൊപ്പം ചേർന്നൊഴുകിയ വാദ്യസംഗീതങ്ങളും എന്നെ കൂട്ടിക്കൊണ്ടുപോയത് ഏതോ മാസ്മരിക ലോകത്തേക്കായിരുന്നു. അതിനിടയിൽ ഫാദർ പിന്നിലൂടെ വന്നെന്റെ രണ്ടു തോളുകളിലും കൈവച്ചു. എനിക്ക് പക്ഷേ തിരിഞ്ഞു നോക്കേണ്ടിയിരുന്നില്ല. കാരണം അദ്ദേഹം പലപ്പോഴും അങ്ങനെ ചെയ്തിട്ടുണ്ട്. എന്നിൽ പൊടുന്നനെ ഒരു ആകസ്മികത സൃഷ്ടിച്ചെടുക്കാൻ വേണ്ടി മാത്രം.

ഒരു ജ്യേഷ്ഠസഹോദരന്റെയോ അതുമല്ലെങ്കിൽ ഒരു രക്ഷകന്റെയോ പോലും സ്ഫുടശുദ്ധമായ സാമീപ്യം അതിലൂടെ ഞാനറിഞ്ഞിരുന്നു. പിന്നീട് ഒരു പാട്ടിന്റെ ഇടവേളയിൽ അദ്ദേഹം പുറത്തേക്ക് കൂട്ടികൊണ്ടുപോയി. ചുറ്റും ഉയർന്നുനിൽക്കുന്ന മലനിരകളെയും അവയിൽ തട്ടിനിൽക്കുന്നതും തലോടി കടന്നുപോകുന്നതുമായ വെള്ളിമേഘങ്ങളെയും ഏറെ കൗതുകത്തോടെ നോക്കി നിൽക്കുന്നത് കണ്ടു. മേഘങ്ങളുടെ ഘോഷയാത്ര അല്പം നേരം ഞാനും ആസ്വദിച്ചുനിൽക്കെ പെട്ടെന്നായിരുന്നു ആ ചോദ്യം. "പിന്നീട് ആകാമെന്ന് പറഞ്ഞ ആ രഹസ്യത്തിന്റെ കഥ ഇപ്പോൾ തുറന്നു വെക്കാവുന്നതല്ലേ." ഞാനദ്ദേഹത്തെ നോക്കി.

എന്റെ വാഗ്ദാനം അദ്ദേഹം മറന്നിട്ടില്ലല്ലോ എന്നോർത്ത് ഉള്ളാലെ ചിരിക്കുകയും ചെയ്തു.

ആറാംക്ലാസിന്റെ തുടക്കത്തിൽ അന്ന് ഞാൻ കണ്ടെത്തിയ പ്രിയ സഹപാഠിയുടെ സ്നേഹോഷ്മളമായ ഓർമ്മകളിലൂടെ ഒന്ന് സഞ്ചരിച്ചു തീർക്കാൻ രണ്ട് മണിക്കൂറോളമെടുത്തു. അന്ന് ആ സമയദൈർഘ്യം അറിയാതെ സംഭവിച്ചുപോയതാണ്. എന്നാൽ എന്റെ വാക്കുകളത്രെയും അതീവ ശ്രദ്ധയോടെ അദ്ദേഹം ഏറ്റുവാങ്ങിയത് സ്വന്തം ഹൃദയത്തിലേക്കായിരുന്നുവെന്ന് വളരെ വർഷങ്ങൾക്ക് ശേഷമാണ് അറിയുന്നത്.

“ഞാൻ നിന്നെ വിഷമിപ്പിച്ചു അല്ലേ?”

അധരങ്ങളിൽ അകപ്പെട്ട നേർത്ത വിറയലോടെയാണ് അന്ന് ഞാൻ മറുപടി പറഞ്ഞത്.

“എന്നെ വേദനിപ്പിച്ചത് അങ്ങല്ല.” പിന്നീട് അല്പനേരത്തെ മൗനത്തിന് ശേഷമാണ് അദ്ദേഹം ചോദിച്ചത്.

“നിനക്ക് അവളെ ഇഷ്ടമായിരുന്നെങ്കിൽ പറയാമായിരുന്നില്ലേ?”

“പറയാതിരുന്നതായിരിക്കാം ഒരുപക്ഷേ എന്നിലുണ്ടായ വീഴ്ച്ച, ആ വിധം ഒരു അഭ്യർത്ഥന എന്റെ പ്രായത്തിലുള്ള വിദ്യാർത്ഥിക്ക് ചേർന്നതല്ലെന്ന് ചിന്തിച്ചുപോയി. അത്തരത്തിലുള്ള ചുറ്റുപാടുകളിലൂടെയാണ് വളർന്ന് വന്നത്.”

“അവൾ നിന്നോട് എന്തെങ്കിലും പറഞ്ഞിരുന്നോ?”

“ഇല്ല.”

“പിന്നെ എന്ത് ബന്ധമാണ് അവളിൽനിന്ന് പ്രതീക്ഷിക്കുക?”

“ഒന്നും പ്രതീക്ഷിക്കാനില്ല, അങ്ങ് പറഞ്ഞത് തന്നെയാകും ശരി.”

പിന്നീട് കടന്നുവന്ന നിശ്ശബ്ദത ഏറെ നേരം ഞങ്ങൾക്കിടയിൽ തങ്ങി നിന്നു. ഒടുവിൽ അദ്ദേഹം സ്വന്തം കൈപ്പത്തികൾ രണ്ടും കൂട്ടിയുരസി എന്റെ ഇരുകവിളുകളിലും ചേർത്തുവച്ചു. കളിക്കളത്തിൽ ഇറങ്ങുന്നതിന് മുമ്പ് പലപ്പോഴും ഞാൻ അങ്ങനെ ചെയ്യുന്നത് അദ്ദേഹം കണ്ടിട്ടുണ്ട്. ഒരുപക്ഷേ ഞങ്ങൾ തമ്മിലുണ്ടായിരുന്ന സൗഹൃദത്തിന് പുതിയൊരു മാനം കൂടി കണ്ടെത്തിയത് അന്ന് മുതലാകാമെന്ന് ചിന്തിച്ചിട്ടുണ്ട്. അന്ന് അദ്ദേഹത്തിനൊപ്പം ഭക്ഷണം കഴിക്കണമെന്ന് നിർബന്ധിച്ചപ്പോൾ നിഷേധിക്കാനായില്ല. അതിന് ശേഷം അദ്ദേഹം ജീപ്പെടുത്തു വന്ന് എന്നെയും കൂട്ടി പട്ടണത്തിനുമപ്പുറത്തുള്ള ഒരു അനാഥാലയത്തിലേക്കാണ് പോയത്. അവിടെ വെച്ച് അദ്ദേഹം ഫാദർ ക്ലമന്റിനെ പരിചയപ്പെടുത്തിത്തന്നു.

വന്ദ്യവയോധികനായ അദ്ദേഹം സർവ്വീസിൽ നിന്ന് വിരമിച്ച കോളേജ് പ്രൊഫസറായിരുന്നു. അന്ന് പക്ഷേ അനാഥാലയത്തിന്റെ രക്ഷാധികാരിയും നടത്തിപ്പുകാരനുമായിട്ടാണ് പ്രവർത്തിച്ചിരുന്നത്. തന്റെ

പെൻഷൻ തുകയും ബിഷപ്പ് ഹൗസിൽ നിന്ന് അനുവദിച്ച് കിട്ടുന്ന ഗ്രാന്റും സന്മനസ്സുള്ളവർ കൊടുക്കുന്ന സംഭാവനയുമൊക്കെ കൂട്ടിച്ചേർത്ത് നൂറോളം അനാഥബാല്യങ്ങളുടെ ജീവിതം കരുപ്പിടിപ്പിച്ചുകൊണ്ടിരിക്കുന്നു എന്ന് കേട്ടപ്പോൾ വളരെ ആദരവാണ് തോന്നിയത്. ഫാദർ ക്ലമന്റ് എന്ന ആ നാമധേയം മനസ്സിലെവിടെയോ ആലേഖനം ചെയ്യപ്പെട്ടതുപോലെയാണ് പിന്നീട് തോന്നിയിട്ടുള്ളത്.

ഒരു മണിക്കൂറോളം അവിടെ ചെലവഴിച്ച് തിരിച്ചു പോരുമ്പോൾ നിക്കോളാസ് അച്ചന്റെ കൈവശമുണ്ടായിരുന്ന പണം അടങ്ങുന്ന പേഴ്സ് ഫാദർ ക്ലമന്റിനെ എല്പിച്ചിരുന്നു. തിരിച്ചുള്ള യാത്രയിൽ അദ്ദേഹം പറയുകയായിരുന്നു.

"ആശ്രയമറ്റുപോകുന്നവരെ ഹൃദയത്തോട് ചേർത്തു നിർത്തി സംരക്ഷിക്കാൻ അനാഥാലയംവരെ സഞ്ചരിക്കണമെന്നില്ല. അതുമല്ലെങ്കിൽ അവർക്കൊരു തണലാകാൻ വൈദികനോ കന്യാസ്ത്രീയോ പോലും ആകണമെന്നില്ല."

ഞാനാ മുഖത്തേക്ക് നോക്കിയപ്പോൾ അദ്ദേഹം ചിരിച്ചു. റോഡിന്റെ കയറ്റത്തിൽവെച്ച് ഗിയർ ഡൗൺ ചെയ്ത് വീണ്ടും ആക്സിലേറ്റർ കൊടുക്കുമ്പോൾ എന്നോടായി പറഞ്ഞു.

"ന്യായം വിധിക്കാൻ ഒരാൾ ജഡ്ജിയാകണമെന്നില്ലല്ലോ, അതുപോലെ."

അതുകേട്ട് ഞാൻ ചിരിച്ചപ്പോൾ അദ്ദേഹവും പങ്കുചേർന്നു.

"എല്ലാവർക്കും അവരുടേതായ നിയോഗങ്ങൾ ഉണ്ടാവുമെന്ന് നിനക്കറിയോ?"

അതിന് ഉത്തരം പറയാതെ അദ്ദേഹത്തോട് ചോദിക്കുകയായിരുന്നു.

"അപ്പോൾ എനിക്കും കാണില്ലേ നിയോഗം."

"തീർച്ചയായും." അദ്ദേഹം പറഞ്ഞു.

"അതെന്തായിരിക്കുമെന്ന് ഇദ്ദേഹത്തിന് പറയാനാകുമോ?"

"ഇല്ല, ഞാനും അതാണ് അന്വേഷിച്ചുകൊണ്ടിരിക്കുന്നത്. പക്ഷേ ഞാൻ ഈ ഗ്രാമത്തിൽനിന്നും പോകുന്നതിനു മുമ്പ് അതിനുള്ള ഉത്തരം ഞാൻ നിന്നോട് പറഞ്ഞുതരുന്നുണ്ട്."

ആ സംഭാഷണം അദ്ദേഹം ഒരു ചിരിയിലൂടെ അവസാനിപ്പിച്ചുവെങ്കിലും എന്റെ മനസ്സിൽ ഇരുളടഞ്ഞ ഭാവിയെക്കുറിച്ചുള്ള ആശങ്കകൾ ഉറഞ്ഞുകൂടുകയാണ് ചെയ്തത്.

ഇതിനോടകം റോഡിൽ വന്ന് നിറഞ്ഞ കോടമഞ്ഞ് ദൃഷ്ടിയെ പൂർണമായും മറച്ചിരുന്നതിനാൽ ഏറെ നേരം ജീപ്പ് വഴിയോരത്ത് ഒതുക്കി നിർത്തേണ്ടതായി വന്നു. തൊട്ടുരുമ്മി കടന്നുപോയ മഞ്ഞിൻപാളികളത്രയും ഞങ്ങൾക്ക് സമ്മാനിച്ചത് ഗഗനചാരുതയുടെ ആകാശ

ക്കാഴ്ചകളാണ്. ഇതേ അനുഭവം പിന്നീടും പലതവണയും ഉണ്ടായിട്ടുണ്ട്. പക്ഷേ അദ്ദേഹം ഒപ്പം ഉണ്ടായിരുന്നപ്പോൾ തൊട്ടറിഞ്ഞ ആ ദിവസത്തിന്റെ ചാരുത ഒരിക്കൽപോലും പുനഃസൃഷ്ടിക്കപ്പെട്ടിട്ടില്ല. ജീവിതം മുന്നോട്ടു മാത്രമേ സഞ്ചരിക്കൂ എന്ന് അദ്ദേഹം പറയാറുള്ളത് അപ്പോഴൊക്കെ ഞാൻ ഓർത്തുപോകും.

പഠനം, വ്യായാമം, കളി എന്നിങ്ങനെയുള്ള പ്രവർത്തനങ്ങൾ വ്യാപരിച്ചുകിടന്ന എല്ലായിടത്തും ഞാൻ സജീവമായി. അത് അദ്ദേഹത്തിന് നന്നേ ബോധ്യപ്പെട്ടിട്ടുണ്ടെന്ന് തിരിച്ചറിയാനും കഴിഞ്ഞു. കാരണം മറ്റൊരു ചുമതലകൂടി ഇതിനോടകം എനിക്കേല്പിച്ചുതന്നു. പത്താം ക്ലാസിലും പ്രീഡിഗ്രിക്കുമായി പഠിക്കുന്ന തെരഞ്ഞെടുക്കപ്പെട്ട പതിനഞ്ച് വിദ്യാർത്ഥികൾക്ക് ജനറൽ നോളജും ജനറൽ ഇംഗ്ലീഷും പ്രത്യേകമായി പഠിപ്പിച്ചുകൊടുക്കുക. എല്ലാ ഞായറാഴ്ചയും രാവിലെ പത്തു മണി മുതൽ പന്ത്രണ്ടു മണിവരെയുള്ള സമയം എനിക്കും പൗലോസിനുമായി വീതിച്ചുതന്നു. അന്ന് പക്ഷേ എനിക്ക് അത് അത്ര എളുപ്പമായിരുന്നില്ലെങ്കിലും ആ നിർദ്ദേശത്തെ നിരസിക്കാൻ പ്രാപ്തനായിരുന്നില്ല. അന്ന് മാത്രമല്ല, ആ സ്നേഹസമ്മർദ്ദത്തിന് മുന്നിൽ ഒരിക്കൽപോലും ഒരു നിഷേധാത്മക നിലപാട് സ്വീകരിച്ചിട്ടില്ല.

എന്നാൽ അദ്ദേഹത്തിന്റെ ആ ലക്ഷ്യം സാക്ഷാത്കരിക്കാൻ ഒരുപാട് അധ്വാനിക്കേണ്ടിവന്നു. പിന്നീട് അത് എന്നെയും പൗലോസിനേയും പരന്ന വായനയിലേക്കാണ് കൊണ്ടുചെന്നെത്തിച്ചത്. അദ്ദേഹം രൂപീകരിച്ച അന്നത്തെ ക്ലാസിൽ സമൂഹത്തിലെ എല്ലാ വിഭാഗങ്ങളുടേയും പ്രതിനിധികൾ ഉണ്ടായിരുന്നു. അവരെയെല്ലാം അദ്ദേഹം തന്നെ നേരിട്ട് കണ്ടെത്തിയതുമാണ്. ക്ലാസ് തുടങ്ങി ഒരു മാസം കഴിഞ്ഞപ്പോൾ അഞ്ച് വിദ്യാർത്ഥികൾ കൂടി വന്നുചേർന്നു. പിന്നീടും ആവശ്യക്കാർ വന്നെങ്കിലും തത്ക്കാലത്തേക്ക് അവരെയെല്ലാം ഒഴിവാക്കുകയായിരുന്നുവെന്ന് പൗലോസ് പറഞ്ഞറിഞ്ഞു.

ആ നാട്ടിലെ ഭൗതിക സാഹചര്യങ്ങൾക്കിണങ്ങും വിധം ഒട്ടനവധി പ്രവർത്തനങ്ങളെകൊണ്ട് ഇടവകക്കാർ അന്നോളം കണ്ടിട്ടില്ലാത്ത പുനഃക്രമീകരണങ്ങൾ സാധ്യമാക്കിയ ആ വലിയ മനുഷ്യൻ ജാതിമത ഭേദമന്യേ എല്ലാവർക്കും ആദരണീയനായി മാറി. അതും വളരെ ചെറിയ കാലയളവ് കൊണ്ടുതന്നെ.

“മനുഷ്യന്റെ കർമ്മമേഖലകൾക്ക് മാതൃകയാക്കേണ്ടത് വലിപ്പവും ശക്തിയും കൊണ്ട് ശ്രദ്ധിക്കപ്പെടുന്ന ഗജവീരന്മാരെയല്ല, ഏറ്റവും ചെറുതായ ഉറുമ്പിൻകൂട്ടങ്ങളെയാണ്” എന്ന് ഒരിക്കൽ വളരെ കൗതുകപൂർവം അദ്ദേഹം പറഞ്ഞു. “ശക്തിയും ശരീരവുമല്ല ലക്ഷ്യബോധമാണ് മനുഷ്യനെ വിജയത്തിലെത്തിക്കുന്നത്. അത് പഠിപ്പിച്ചു തരുന്നതാകട്ടെ ഉറുമ്പുകളും.”

ഇടവകക്കാരനല്ലെങ്കിലും പള്ളിക്കമ്മിറ്റിയുടെ സാംസ്കാരികമേഖലയിലെ പ്രവർത്തനത്തിന് എന്റെ സജീവപിന്തുണയുണ്ടായിരുന്നു. അതുകൊണ്ടായിരിക്കണം ഒരുപക്ഷേ മറ്റുള്ളവരോടുള്ളതിനേക്കാൾ കരുതൽ അദ്ദേഹത്തിന് എന്റെ കാര്യത്തിലുള്ളതെന്ന് നേരംപോക്കിനാണെങ്കിൽ കൂടി മേഴ്സി പറഞ്ഞുവെച്ചത്. എനിക്കത് നിഷേധിക്കാൻ പറ്റുമായിരുന്നില്ല. കാരണം അതിൽ നേരംപോക്കിന്റെ കൗതുകം മാത്രമല്ല ചില യാഥാർത്ഥ്യങ്ങളുടെ പിൻബലവുമുണ്ട്. കളിക്കുമ്പോഴാണെങ്കിലും കളിക്കളത്തിന് പുറത്താണെങ്കിലും ഏതൊരു വിവാദത്തിനൊടുവിലും എന്റെ അഭിപ്രായങ്ങൾക്ക് കൂടുതൽ അംഗീകാരം കിട്ടിയിരുന്നു. അത് പക്ഷേ, ബോധപൂർവമായിരുന്നുവെന്ന് കരുതിയിട്ടില്ല. മുമ്പും അങ്ങനെതന്നെ ആയിരുന്നല്ലോ സംഭവിച്ചിരുന്നത്. ദീനാമ്മ വന്നുചേർന്നപ്പോൾ എന്റെ സാമർത്ഥ്യത്തിലൊരംശം അവൾ കവർന്നെടുത്തിരുന്നു എന്നതൊഴിച്ചാൽ.

“ഗോപാ നീ എന്താണ് സ്ട്രൈക്ക് ചെയ്യാതെ ചിരിച്ചുകൊണ്ട് ഇരിക്കുന്നത്?”

പൗലോസാണ് അതു ചോദിച്ചത്. ഒരു നിമിഷം ബ്ലഷായിപ്പോയി. പള്ളിയിലെ ക്ലബ്ബിലെ മേശയ്ക്ക് ചുറ്റുമിരുന്ന് കാരംസ് കളിക്കുകയായിരുന്ന എന്നിൽ അപ്രതീക്ഷിതമായിട്ടാണ് ഓർമ്മകൾ ചിറകടിച്ചത്. പെട്ടെന്ന് കർച്ചീഫെടുത്ത് മുഖം തുടച്ച് കളി തുടർന്നു.

രണ്ടാം വർഷ പരീക്ഷ കഴിഞ്ഞപ്പോൾ ഞങ്ങളുടെ ജീവിത ശൈലിയിൽ ഞങ്ങളറിയാതെതന്നെ വലിയ മാറ്റങ്ങളുണ്ടായി. പൊതുവെ സഹവാസ ശീലം കുറവുള്ളയാളാണ് സന്തോഷെങ്കിലും അപ്പോഴേക്കും എല്ലാ മേഖലകളിലേക്കും അവനും കടന്നുവന്നു. അതൊരർത്ഥത്തിൽ അനുഗ്രഹവുമായി. കാരണം കോച്ചിംഗ് ക്ലാസിൽ അവൻ ഞങ്ങൾക്കൊരു പകരക്കാരനായി ഉണ്ടാകുമല്ലോ. ഇടയ്ക്കെപ്പോഴോ അവൻ സൂചിപ്പിക്കുകയും ചെയ്തു, അല്പം മുമ്പെതന്നെ ഞങ്ങളോടൊപ്പം കൂടേണ്ടതായിരുന്നുവെന്ന്. എന്നാൽ നിക്കോളാസ് അച്ചൻ വളരെ പെട്ടെന്നുതന്നെ സന്തോഷിനെയും തന്റെ സുഹൃദ്വലയത്തിലാക്കി.

ചെറുപ്പക്കാർ എന്ന നിലയിൽ സാമൂഹികമായ അംഗീകാരവും അക്കാലത്താണ് ഞങ്ങൾക്ക് കിട്ടിത്തുടങ്ങിയതെന്നാണോർമ്മ. രണ്ടു വിഷയമാണെങ്കിൽപോലും മുന്നോട്ട് പോകുംതോറും വിദ്യാർത്ഥികളെ പഠിപ്പിക്കുന്നത് കൂടുതൽ കൂടുതൽ ശ്രമകരമായി വന്നു. എന്നാൽ അതിനനുസരിച്ചുള്ള ഗൃഹപാഠം ചെയ്ത് ക്ലാസ്സുകൾക്ക് ഒരു കോട്ടവും സംഭവിക്കാത്ത നിലയിൽ മുന്നോട്ടു കൊണ്ടുപോകാൻ പരിശ്രമിച്ചുകൊണ്ടേയിരുന്നു. വാസ്തവത്തിൽ അതൊരു വെല്ലുവിളി പോലെതന്നെയാണ് ഏറ്റെടുത്തത്. പൊതുവിജ്ഞാനം എന്നാൽ ചോദ്യവും ഉത്തരവും പഠിക്കലല്ലെന്ന് അവർക്ക് പറഞ്ഞുകൊടുത്തു, അതുപോലെതന്നെ ചരിത്ര മുഹൂർത്തങ്ങളെയല്ല ചരിത്രത്തെതന്നെയാണ് സ്വായത്തമാക്കേണ്ടതെന്നും. ആ വിഷയങ്ങളിലെല്ലാം അവർക്കെന്തിനും പോന്ന പിന്തുണ

കൊടുക്കാൻ ഒടുവിൽ ഞങ്ങൾക്കാവുമായിരുന്നു. അതിനുള്ള ആർജവം ഒന്നുരണ്ടു വർഷങ്ങൾകൊണ്ട് നേടിയെടുത്തതാണ്. എന്നാൽ കോച്ചിംഗ് ക്ലാസിൽ മാത്രമല്ല, വോളീബോൾ കളിയിലും പൊലീസിൽ ചേരാനുള്ള കായികക്ഷമതാപരിശീലനത്തിനും തുടങ്ങി ദൈനംദിന കർമ്മമേഖല കളിലെല്ലാം നിക്കോളാസ് അച്ചൻ വളരെ ശ്രദ്ധാലുവായിരുന്നു. ഇതിനിടെ നഷ്ടപ്പെട്ടുപോയ എന്റെ വിദ്യാഭ്യാസ നിലവാരം രണ്ടാംവർഷവും തുടർന്നുവന്ന മൂന്നാം വർഷവും ഞാൻ തിരിച്ചുപിടിച്ചു. ഫിസിക്സ് ഐച്ഛികവിഷയത്തിന് അന്ന് ആ കോളേജിലെ ഏറ്റവും കൂടുതൽ മാർക്ക് വാങ്ങിയത് ഞാനായിരുന്നു. എന്നാൽ ഒന്നാംസ്ഥാനത്തിന്റെ അംഗീകാരപത്രം ഏറ്റുവാങ്ങിയത് രണ്ടാംസ്ഥാനക്കാരന്റെ മനസ്സോടെ യാണ്. കാരണം ദീനാമ്മ ഞങ്ങൾക്കൊപ്പം ഇല്ലാത്തതുകൊണ്ടു മാത്ര മാണ് ഞാൻ ഒന്നാം സ്ഥാനക്കാരനായതെന്ന് ബോധ്യമുണ്ടായിരുന്നു. സെക്കന്റ് ഗ്രൂപ്പ് എടുത്ത് പഠിച്ച നമുക്ക് ഡിഗ്രിക്ക് ഫിസിക്സ് എടുക്ക ണമെന്ന് നിർദ്ദേശിച്ചത് അവളാണ്.

ഞാൻ മാത്രമല്ല എല്ലാ കൂട്ടുകാരും വളരെ നല്ല നിലയിലാണ് അന്ന് ഡിഗ്രി എടുത്തത്. സരസനും സഹൃദയനുമായ പൗലോസിന്റെ പിതാവ് ഞങ്ങളുടെ വിജയം ആഘോഷിക്കാൻ വലിയൊരു സൽക്കാരം തന്നെ സംഘടിപ്പിച്ചു. സുഹൃത്തുക്കളും അവരുടെയെല്ലാം കുടുംബാംഗങ്ങളും മാത്രം. പുറമെനിന്ന് നിക്കോളാസ് അച്ചനും രാഘവേട്ടനും അച്ഛന്റെ റെഡി മെയ്ഡ് ഷോപ്പിലെ പുതിയ ഫാഷൻ ഡിസൈനർ യാക്കോബ് എന്ന ചെറുപ്പക്കാരനും. അത്തരം ഒരു കൂട്ടായ്മ എല്ലാവർക്കും നന്നേ ബോധിച്ചു. ഞങ്ങളുടെ കുന്നിൻമുകളിലും മലമടക്കുകളിലും മുമ്പ് ആരും തന്നെ ഡിഗ്രി എടുത്തിട്ടില്ല. മെയ് മാസം വരച്ചു ചേർത്ത കുന്നിൻപുറത്തെ നിറസൗന്ദര്യത്തെ മനസ്സുകൊണ്ട് ആവാഹിച്ചെടുത്ത് ഞാനും സന്തോഷി ക്കുകയായിരുന്നു. പെട്ടെന്നാണ് പൗലോസിന്റെ പിതാവ് പറയുന്നത് "കുന്നിൻപുറത്തെ തെമ്മാടികളുടെ പേരിനൊപ്പം ഇനിയൊരു ഡിഗ്രി കൂടി എഴുതിവെക്കാമല്ലോ" എന്ന്. എല്ലാവരും അത് കേട്ട് ചിരിക്കുകയും സന്തോഷിക്കുകയും ചെയ്തു. പൊതുവെ കൂടുതൽ സന്തോഷം പ്രകടി പ്പിക്കാത്ത ആളാണ് അച്ഛനെങ്കിലും ആ ദിവസം പക്ഷേ അച്ഛനങ്ങനെ യായിരുന്നില്ല. വളരെ അപൂർവമായിട്ട് മാത്രമേ അച്ഛന്റെ സന്തോഷ പ്രകടനങ്ങൾ ഞാൻ കണ്ടിട്ടുള്ളൂ.

പൗലോസിന്റെ പിതാവ് പറഞ്ഞത് ശരിയായിരുന്നു. ഒരർത്ഥത്തിൽ ഞങ്ങൾ തെമ്മാടിക്കൂട്ടങ്ങളായിരുന്നു. ഗ്രാമീണരിൽ പലരുടെയും ക്ഷമയും സഹിഷ്ണുതയുമൊക്കെ പരീക്ഷിച്ച ബാല്യവും കൗമാരവും. അവയെല്ലാം ഓർമ്മകൾ മാത്രമായി അവശേഷിച്ചെങ്കിലും ഒന്ന് തിരിഞ്ഞു നോക്കിയാൽ പക്ഷേ, കൈമോശം വന്നത് ബാല്യവും കൗമാരവും മാത്ര മല്ലല്ലോ, ബാല്യത്തിൽ കൈപിടിച്ച സഖിയും കാലത്തിനൊപ്പം തന്നെ കടന്നുപോയി. എന്നാൽ ഇവിടെനിന്ന് മറ്റെങ്ങോട്ടും സഞ്ചരിച്ചു

പോകാനാവാതെ ഈ പൂമരങ്ങൾക്ക് കീഴിലെ മഞ്ഞിലും മഴയിലും വെയിലിലും മാത്രമല്ല, മാറിവന്ന ഓരോ ഋതുക്കൾക്കുമൊപ്പം ഓർമ്മകളും വിലയം പ്രാപിച്ചുകിടക്കുന്നു.

ദീനാമ്മയെക്കുറിച്ച് ഓർക്കുമ്പോഴൊക്കെ മനസ്സ് ആർദ്രമാകും. അപ്പോഴെല്ലാം ഞാനറിയാതെ പ്രതീക്ഷിച്ചുപോകും. എന്നെങ്കിലുമൊരിക്കൽ അവൾ തിരിച്ചുവരുമായിരിക്കുമെന്ന്. അഞ്ചാം ക്ലാസ്സിലേക്ക് ജയിച്ച ഞങ്ങളെ സരസ്വതി ടീച്ചറുടെ നിർദ്ദേശത്തിന് വഴങ്ങി മാരാംവീട് ഹൈസ്കൂളിലേക്ക് പറഞ്ഞ് വിടുമ്പോൾ മുപ്പതു കുട്ടികളാണ് അന്ന് ഒപ്പം ഉണ്ടായിരുന്നത്. അതിൽ ഓർമ്മവച്ച നാൾ മുതൽ കൂട്ടുചേർന്ന് നടന്നത് ഞങ്ങൾ ആറുപേരാണ്. പിന്നീട് അഞ്ചാംക്ലാസിലേക്കുള്ള യാത്ര തുടങ്ങുന്ന ദിവസം അന്ന് ഞങ്ങളുടെ രക്ഷകർത്താക്കൾ ഞങ്ങളെ ആറുപേരേയും പരസ്പരം കൈപിടിപ്പിച്ച് കൂട്ടംചേർത്ത് വിടുകയായിരുന്നു. അത്തരം ഒരു സുഹൃദ്വലയത്തിലേക്കാണ് പിന്നീട് ദീനാമ്മയും രാഗേഷ് കൈമളും കടന്നുവരുന്നത്. ഞങ്ങൾക്കെല്ലാവർക്കും ഒരേ മനസ്സായിരുന്നു. ആരും ഒറ്റപ്പെട്ട് പോയില്ല. എല്ലാവരും എല്ലാവർക്കും വേണ്ടി ജീവിച്ചു.

വല്ലപ്പോഴും വന്നെത്തുന്ന കാട്ടുമൃഗങ്ങളല്ലാതെ ഞങ്ങളുടെ മാർഗ്ഗത്തിൽ മറ്റൊരു തടസ്സവും വന്നുപെട്ടില്ല.

മനസ്സും ശരീരവും ബുദ്ധിയും ഉറയ്ക്കുന്നതിന് മുമ്പായിരുന്നുവെങ്കിലും ദീനാമ്മയ്ക്കെതിരെ നടന്ന ആക്രമണത്തെ പ്രതിരോധിച്ചത് സ്വയം മറന്നുകൊണ്ടാണ്. സ്നേഹവും സഹിഷ്ണുതയും സ്വന്തം ജീവിതത്തിലേക്ക് പകർത്തിയത് അതേ കൂട്ടായ്മയിൽ നിന്നുതന്നെയാണ്. നമുക്കെല്ലാവർക്കും ഈ കുന്നിൻമുകളിൽ വീട് വച്ച് താമസിക്കണമെന്ന് ആദ്യം ചിന്തിച്ചതും അതേ യാത്രയുടെ തുടക്കത്തിലാണ്. ഞങ്ങളിൽ ആര് തന്നെ ഒറ്റയ്ക്ക് സഞ്ചരിച്ചാലും മറ്റുള്ളവർക്ക് ഒരു ചോദ്യം മാത്രം. "എവിടെ പോയിരിക്കുന്നു കൂട്ടുകാർ." ഒരു ഗ്രാമം ഒന്നായി അംഗീകരിച്ചു തന്ന ആ കൂട്ടായ്മയിൽ നിന്ന് വീണുകിട്ടിയ ആത്മബലം പറഞ്ഞും എഴുതിയും ഫലിപ്പിക്കാനാവാത്ത വേറിട്ട ജീവിതമാണ് ഞങ്ങൾക്കു തന്നത്. കഴിഞ്ഞുപോയ നാളുകളെ പുനർജ്ജനിപ്പിച്ചു കിട്ടുമെങ്കിൽ അന്ന് ഞാൻ അവളോട് ചോദിക്കുമായിരുന്നു.

"നിന്നെ ഞാനിഷ്ടപ്പെട്ടിരുന്നുവെന്നത് ഞാൻ പറഞ്ഞു കേൾക്കാൻ മാത്രം അത്ര ദൂരത്തിലാണോ നിന്റെ മനസ്സിൽ ഞാനുണ്ടായിരുന്നത്."

ചുമലിൽ ഫാദറിന്റെ വലംകൈ അമർന്നപ്പോൾ പെട്ടെന്നാണ് ചിന്തിച്ചത് ഈ തിരക്കിനിടയിൽ എപ്പോഴാണ് ഞാൻ തനിച്ചായതെന്ന്. ചിരിക്കാനും സന്തോഷം ഭാവിക്കാനും ശ്രമിച്ചെങ്കിലും എന്റെ മനസ്സ് വായിച്ചെടുക്കാനുള്ള അടുപ്പം അദ്ദേഹത്തിനുണ്ടായിരുന്നു. അസ്തമയം കാണുന്നതിനായി പൗലോസ് നിർമ്മിച്ചുവെച്ച കോൺക്രീറ്റ് ബെഞ്ചിലേക്ക് പിന്നീട് അദ്ദേഹം എന്നെ കൂട്ടിക്കൊണ്ടുപോയി.

“നഷ്ടമാകുന്നതിനെക്കുറിച്ച് ഒരിക്കലും ചിന്തിക്കരുതെന്നല്ല. മുന്നോട്ടുള്ള യാത്രയ്ക്ക് വിഘാതം സൃഷ്ടിക്കുന്ന ഓർമ്മകളെ നിരാകരിച്ചേ മതിയാവൂ. സമുദ്രസമാനമായ ദുഃഖം മനസ്സിലുണ്ടെങ്കിലും മറ്റുള്ളവർ നമ്മിൽ നിന്ന് പ്രതീക്ഷിക്കുന്നത് പ്രസന്നത മാത്രമാണ്. നീ മനസ്സിലാക്കുന്നുണ്ടോ. എല്ലാ മനുഷ്യരിലും ദുഃഖമുണ്ട്. അവർ മറക്കാൻ ആഗ്രഹിക്കുന്നതിനെ നമ്മൾ ഓർമ്മിപ്പിക്കാതിരിക്കുകയാണ് വേണ്ടത്. എല്ലാ വീഴ്ചകളിൽ നിന്നും ദൈവം നമ്മെ രക്ഷിക്കുന്നുണ്ട്. കൊടുംവേനലിൽ കരിഞ്ഞുണങ്ങി നിലംപൊത്തുമെന്ന് കണ്ട പല വൃക്ഷങ്ങളും പിന്നീട് തളിർക്കുന്നതും പൂവിടുന്നതുമൊക്കെ അതിനുള്ള ദൃഷ്ടാന്തങ്ങളാണ്.”

അദ്ദേഹം പറഞ്ഞുതന്നതെല്ലാം ശ്രദ്ധാപൂർവം കേൾക്കുകയും പരമാവധി ഉൾക്കൊള്ളാൻ ശ്രമിക്കുകയും ചെയ്തു. എന്റെ തിരിച്ചറിവിലേക്കു വേണ്ടിയാകണം അദ്ദേഹം സ്വന്തം ജീവിതാനുഭവങ്ങളെ കൂടി പങ്കുവെച്ചത്. അന്ന് രാവേറെ ചെല്ലുവോളം ആ വാക്കുകൾ ചെവിയിൽ പ്രതിധ്വനിച്ചുകൊണ്ടേയിരുന്നു. അദ്ദേഹത്തിന് പന്ത്രണ്ട് വയസ്സുള്ളപ്പോൾ പപ്പയും രണ്ടനുജന്മാരും ഒരു വാഹനാപകടത്തിൽ മരണപ്പെട്ടു. അന്ന് കാറിലുണ്ടായിരുന്ന അമ്മ മാത്രമാണ് രക്ഷപ്പെട്ടത്. പക്ഷേ, ജീവൻ നഷ്ടമായില്ലെന്ന് മാത്രം. ഈ പ്രപഞ്ചവുമായി ഒരു ബന്ധവും പുലർത്താതെ പ്രജ്ഞയറ്റുപോയ അമ്മയുടെ കിടക്കയ്ക്കരികിൽ പിന്നീടങ്ങോട്ട് ഒരു കാവൽക്കാരനായിരുന്നു അദ്ദേഹം. നല്ലൊരു റബ്ബർ വ്യാപാരിയായ പിതാവിന് ധാരാളം തോട്ടങ്ങളും ഉണ്ടായിരുന്നു. ഏറെ സാമ്പത്തിക ഭദ്രതയുണ്ടായിരുന്ന കുടുംബപശ്ചാത്തലം വളരെ പെട്ടെന്ന് ശുഷ്കമായി. എല്ലാം നോക്കി നടത്താൻ സൂക്ഷ്മമായ പ്രാവീണ്യം നേടിയിട്ടില്ലാത്ത പന്ത്രണ്ടാം വയസ്സിൽ നഷ്ടങ്ങളുടെ കണക്കുമാത്രമേ ആരിൽനിന്നും കേൾക്കാനായുള്ളൂ.

ഭീമമായ സംഖ്യയാണ് അമ്മയുടെ ചികിത്സയ്ക്കായി വേണ്ടിയിരുന്നത്. അങ്കിളൊഴികെ മറ്റെല്ലാ ബന്ധുക്കളും അവരിൽനിന്ന് മെല്ലെമെല്ലെ അകന്നുപോയി. തൊട്ടടുത്ത വീട്ടിലെ ഒരു സ്ത്രീ എന്നും അവർക്ക് കൈത്താങ്ങായിരുന്നു. അതുകൊണ്ട് വിദ്യാഭ്യാസം മുടങ്ങിയില്ല. കുറച്ച് വസ്തുവഹകൾ വിറ്റ് അമ്മയുടെ ചികിത്സയ്ക്കുള്ള പണം കണ്ടെത്തണമെന്ന് അങ്കിളിന്റെ നിർദ്ദേശം പക്ഷേ വേഗത്തിൽ സാധ്യമായില്ല. കാരണം അവകാശികളിൽ ഒരാൾ സ്വബോധം നഷ്ടപ്പെട്ട നിലയിലും മറ്റൊരാൾ പ്രായപൂർത്തിയാകാത്ത നിലയിലും. ഒടുവിൽ കോടതിയുടെ അനുമതിയോടെ കുറച്ച് സ്ഥലം വില്പന നടത്തിക്കിട്ടിയ പണംകൊണ്ട് പട്ടണത്തിലെ വലിയൊരാശുപത്രിയിൽ അമ്മയെ ചികിത്സയ്ക്ക് വിധേയയാക്കി. പണമത്രയും ആശുപത്രിയിൽ ചെലവഴിച്ചുകൊണ്ടിരുന്നെങ്കിലും അമ്മയ്ക്ക് ബോധം തിരിച്ചുകിട്ടിയില്ല. കുറച്ചുനാൾ വീട്ടിലും പിന്നീട് ആശുപത്രിയിലുമായി ചികിത്സാ സംവിധാനം ക്ലിപ്തപ്പെടുത്തികൊണ്ട് ആശുപത്രി അധികൃതരും സഹകരിച്ചുപോന്നു. അമ്മയ്ക്കെന്താണ്

സംഭവിക്കുന്നതെന്ന് ആ ബാലന് തിരിച്ചറിവ് ഉണ്ടായിരുന്നില്ല. പിന്നീടുള്ള പല വർഷങ്ങളും കടന്നുപോയത് സ്വന്തം ബോധമണ്ഡലത്തിന്റെ സാക്ഷ്യപ്പെടുത്തലുകൾ ഇല്ലാതെയാണ്. ആ കാലത്തൊന്നും അദ്ദേഹം സമപ്രായക്കാരായ കുട്ടികളെ കണ്ടില്ല. അവർ പറവകളെ പോലെ പാറിപ്പറന്നതും പുഴയിൽ ചാടി നീന്തിത്തുടിച്ചതും ആ ദൃഷ്ടിയിലെങ്ങും വന്നെത്തിയതുമില്ല. ബോധം നഷ്ടപ്പെട്ട് ശയ്യാവലംബയായി പരിണമിച്ച അമ്മയെന്ന പരമമായ സത്യത്തിനപ്പുറം മറ്റൊരു നഷ്ടവും ഹൃദയം അടയാളപ്പെടുത്തിവെച്ചിരുന്നില്ല.

ഇതിനിടയിലാണ് അദ്ദേഹം പ്രീഡിഗ്രിക്ക് പഠിക്കുന്നതിനായി ഒരു ക്രിസ്ത്യൻ മാനേജ്മെന്റ് കോളേജിൽ ചേരുന്നതും ഫാദർ ക്ലമന്റ് എന്ന ചരിത്രാധ്യാപകനെ പരിചയപ്പെടുന്നതും. പിന്നീടുള്ള യാത്രയ്ക്ക് താങ്ങും തണലുമായി നിന്നത് ഫാദർ ക്ലമന്റാണ്. അദ്ദേഹത്തിന്റെ സഹവാസത്തിൽ നിന്നാണ് പ്രാർത്ഥന എന്ന സമസ്യയിലൂടെ ദൈവത്തിന്റെ സാമീപ്യം തിരിച്ചറിയാനാവുമെന്ന് കണ്ടെത്തിയത്. കൂടാതെ ദൈവം മനുഷ്യനായി ഉപദേശിക്കുന്ന ധാർമ്മികതയുടെ വചനങ്ങൾ നന്മതിന്മകളുടെ ലോകത്തുനിന്ന് നന്മയെ മാത്രം വേർതിരിച്ചെടുക്കാൻ ലക്ഷ്യം വച്ചുള്ളതാണെന്ന് അറിയുകയും ചെയ്തു. അത് പിന്നീടുള്ള ജീവിതത്തിൽ ആദ്ധ്യാത്മികതയുടെ അതിവിശാലമായ സാധ്യതകളെ അടുത്തറിയാനുള്ള ആത്മപ്രേരണയ്ക്ക് വഴിമരുന്നാകുകയും ചെയ്തു. പിന്നീട് വന്ന ഓണം അവധിനാളിൽ ഹോസ്റ്റലിൽനിന്ന് എല്ലാവരും നാട്ടിലേക്ക് പോയപ്പോൾ അദ്ദേഹം ആശ്രമത്തിലെ ചാപ്പലിൽ ആറ് രാത്രിയും പകലും തുടർച്ചയായ പ്രാർത്ഥനയിലായിരുന്നു.

എല്ലാ ആശ്രയവും നഷ്ടമാവുന്നവർക്കൊപ്പം എന്നും ദൈവം കൂട്ടായി നിൽക്കുമെന്ന് തിരിച്ചറിഞ്ഞത് അവിടെവെച്ചാണ്. ആ പ്രാർത്ഥന കഴിഞ്ഞ് വീട്ടിൽ തിരിച്ചെത്തിയപ്പോൾ തന്നെ സ്വീകരിക്കാൻ വാതിൽക്കൽ കാത്തുനിൽക്കുന്ന അമ്മയെ കണ്ട് അദ്ദേഹം പൊട്ടിക്കരയുകയായിരുന്നു. ബുദ്ധിശക്തി ഏറെക്കുറെ തിരിച്ചുകിട്ടിയ അമ്മയ്ക്ക് അല്പം ക്ലേശിച്ചിട്ടാണെങ്കിലും നടക്കാനും കഴിയുമായിരുന്നു. അങ്ങനെ ഒരിക്കലെങ്കിലും സ്വന്തം മാതാവ് കണ്ണ് തുറന്ന് സന്തോഷത്തോടെ തന്നെ ആശ്ലേഷിക്കുന്ന ആ മുഹൂർത്തത്തിനായുള്ള പ്രാർത്ഥന ദൈവം കൈകൊണ്ടു. എന്നാൽ മരുന്നിന്റെ ഫലപ്രാപ്തിയാണതെന്ന് മറ്റുള്ളവർ പറഞ്ഞപ്പോൾ അത് നിഷേധിക്കാനും അദ്ദേഹം തയ്യാറായില്ല. അന്ന് പതിനേഴ് വയസ്സുണ്ടായിരുന്ന സ്വന്തം മകന്റെ സന്തോഷാശ്രുക്കൾ അമ്മതന്നെ തുടച്ചുമാറ്റി മാറോട് ചേർത്തണച്ചു. അങ്ങനെയാണ് കൈയെത്തുന്ന ദൂരത്ത് തന്നെ പക്ഷേ ദൃഷ്ടിയിൽപെടാത്ത ഒരു ലോകം ആത്മീയതയ്ക്കുണ്ടെന്ന് അദ്ദേഹം ഉറച്ചു വിശ്വസിച്ചത്. കാണെക്കാണെ അമ്മ കൂടുതൽ ആരോഗ്യവതിയായി. ഒടുവിൽ അദ്ദേഹം തന്റെ ഗുരുസ്ഥാനീയനായ വൈദികശ്രേഷ്ഠന്റെ അനുഗ്രഹാശിസ്സുകളോടെ സഭാവസ്ത്രം ധരിക്കണമെന്ന

ആഗ്രഹം ബന്ധപ്പെട്ട അധികാരസ്ഥാനങ്ങളെ അറിയിക്കുകയായിരുന്നു. പിന്നീട് മൂന്ന് വർഷം കൂടി അമ്മയോടൊപ്പം ജീവിച്ച ശേഷമാണ് സെമിനാരിയിലേക്ക് യാത്രയായത്.

ഒരുപാട് വിസ്മയിപ്പിച്ച ആ ജീവിതാനുഭവങ്ങൾക്കു മുമ്പിൽ ഞാൻ ഒന്നുമായിരുന്നില്ല. സ്വന്തം തീരുമാനങ്ങളിലും അതുമായി ബന്ധപ്പെട്ട പ്രവർത്തനങ്ങളിലും അദ്ദേഹം നിലനിർത്തിപ്പോന്ന അർപ്പണബോധം ഞാനറിയാതെതന്നെ എന്നിലേക്ക് സന്നിവേശിക്കപ്പെട്ടിട്ടുള്ളതായി പിന്നീട് പലപ്പോഴും തിരിച്ചറിഞ്ഞിട്ടുണ്ട്. കാലം എല്ലാ ദുഃഖങ്ങളും നമ്മിൽ നിന്ന് അടർത്തിമാറ്റുമെന്ന അദ്ദേഹത്തിന്റെ ഉപദേശം സ്വന്തം അനുഭവങ്ങളുടെ പശ്ചാത്തലത്തിൽ നിന്നുതന്നെയാവും കണ്ടെത്തിയത്. എന്റേതിനേക്കാൾ എത്രയോ മടങ്ങ് തീക്ഷ്ണമായ അനുഭവങ്ങളിലൂടെ ജ്വലിപ്പിച്ചെടുത്തതാണ് ആ ജന്മം എന്നതു കൊണ്ടാകാം എല്ലാം കേട്ടിരുന്നിട്ടും ഒരു സാന്ത്വനവാക്കുപോലും അദ്ദേഹത്തിനോട് പറയാനായില്ല.

പിന്നീട് അദ്ദേഹം എന്റെ കണ്ണുകളിലേക്ക് തന്നെ നോക്കികൊണ്ടാണ് പറഞ്ഞത് "നാം കാണുന്ന മനുഷ്യരടക്കമുള്ള എല്ലാ ജീവജാലങ്ങളും ഒരിക്കൽ യാത്ര പറഞ്ഞ് പിരിയേണ്ടവരാണ്. പിന്നെ ഈ വിരഹത്തിന് എന്ത് പ്രസക്തിയാണുള്ളത്? സ്നേഹനിർഭരമായ ഓർമ്മകളും പ്രതീക്ഷകളും തന്നെയാണ് മനുഷ്യന് ജീവിക്കാനുള്ള പ്രാണവായു. എങ്കിലും അതേ പ്രാണവായുവിന്റെ തന്നെ അതിപ്രസരം മരണത്തിനും കാരണമാവുന്നുണ്ട്. മനുഷ്യന്റെ വൈകാരികമേഖലകളിലും ഇതേ പ്രവർത്തനം തന്നെയാണ് നടക്കുന്നത്. രണ്ടും സമാന്തരമായി സഞ്ചരിച്ചുകൊണ്ടേയിരിക്കുന്നു. ഒന്നിലും അടിപ്പെട്ട് വീഴാതിരിക്കണം. സുഖദുഃഖങ്ങൾക്കും ലാഭനഷ്ടങ്ങൾക്കുമിടയിൽ ഒരു സമവാക്യമുണ്ട്. അത് നീ കണ്ടെത്തിയേ മതിയാവൂ. അതിലൂടെ മാത്രമേ ജീവിതത്തെ കർമ്മനിരതമാക്കാനാവൂ."

ഞങ്ങൾ ആരായി തീരണം എന്ന ചർച്ച അകത്ത് നടക്കുന്നിതിനിടയിലാണ് നിക്കോളാസ് അച്ചൻ തന്റെ അനുഭവങ്ങളിലൂടെ എന്നെ കൂട്ടിക്കൊണ്ടുപോയത്. അന്ന് രാത്രിഭക്ഷണവും കഴിഞ്ഞ് പിരിയുമ്പോൾ ഞങ്ങളുടെയൊക്കെ ഭാവിയെക്കുറിച്ച് വ്യക്തമായി തീരുമാനങ്ങളെടുത്തിരുന്നു. അങ്ങനെയാണ് ഞാനും പൗലോസും എം.എസ്.ഡബ്ല്യുവിനും മേഴ്സിയും ജയശ്രീയും ബിഎഡ്ഡിനും ചേർന്നത്. അഭിഭാഷകനാകാൻ മോഹിച്ച സന്തോഷിന് തൃശൂരുള്ള അവന്റെ അമ്മവീട്ടിലേക്ക് താമസം മാറ്റേണ്ടതായും വന്നു. അന്നത്തെ എല്ലാ തീരുമാനങ്ങളും ഞങ്ങളുടെയെല്ലാം വ്യക്തിപരമായ താത്പര്യത്തിന്റെ അടിസ്ഥാനത്തിലായിരുന്നു. എങ്കിൽ പോലും ഞങ്ങളുടെ കൂട്ടായ്മയിൽ സ്വാഭാവികമായ ചില പരിമിതികൾ വന്നുപെട്ടു. പല ദിക്കുകൾ, വ്യത്യസ്തമായ കോളേജുകൾ എന്നിങ്ങനെയുള്ള വേർതിരിവുകളാണ് അതിനുകാരണം. സന്തോഷൊഴികെ ഞങ്ങളെല്ലാവരും പുറപ്പെടുന്നത് ഒരേ സമയത്താണെങ്കിലും തിരിച്ചെത്തുന്നത് പല സമയങ്ങളിലാണ്. എന്നും എനിക്കൊപ്പം പക്ഷേ

പൗലോസ് ഉണ്ടാകും. കാരണം ഞങ്ങൾ ഒരേ കോളേജിലും ഒരേ ക്ലാസി ലുമാണ് പഠിച്ചിരുന്നത്.

ഞങ്ങളെപ്പോലുള്ള സാധാരണ ഗ്രാമവാസികൾക്ക് ആ ചുറ്റുപാടു കളിൽനിന്ന് ഇത്രയേറെ പഠിച്ചെത്താൻ കഴിഞ്ഞത് പുതിയ തലമുറയ്ക്കും പ്രചോദനമായി. അതിന്റേതായ ആദരവ് ആ സമൂഹത്തിൽനിന്ന് ഞങ്ങൾ നേടി. നദികൾ പല വഴികളിലൂടെയും സഞ്ചരിച്ച് ഒന്നായി തീരുന്നു വെങ്കിൽ ഞങ്ങൾ പക്ഷേ, ഒരേ വഴികളിലൂടെ സഞ്ചരിച്ച് പലയിടങ്ങളി ലേക്കായി പിരിഞ്ഞുപോയി. ആ മാറ്റം പൊടുന്നനെ ഉൾക്കൊള്ളാൻ ഞങ്ങൾക്കാകുമായിരുന്നില്ല. മഴ നനഞ്ഞും കുടപിടിച്ചും സ്കൂളിലേ ക്കോടിയ ബാല്യത്തിന്റെ ഊഷ്മളത ഒരു നേർത്ത നൊമ്പരമായി അന്ന് മാത്രമല്ല ഇന്ന് ഈ വരികൾ കുറിക്കുമ്പോഴും എന്റെ മനസ്സിൽ ത്രസിച്ചു നിൽക്കുന്നുണ്ട്. നിറമുള്ള സന്ധ്യകളെ കാണാൻ വഴിയോരത്തെ പൂമര ച്ചോട്ടിൽ എത്രയോ സായാഹ്നങ്ങൾ ചിലവഴിച്ചിട്ടുണ്ട്. വൈകിയെത്തു മ്പോൾ കിട്ടുന്ന ശകാരം ഞാൻ മാത്രമല്ല ഞങ്ങളോരോരുത്തരും ഒട്ടനേകം തവണ കേട്ടുനിന്നിട്ടുമുണ്ട്.

ചില സ്വപ്നങ്ങൾ

ഞങ്ങളുടെ ക്ലാസുകളും ബിഎഡ് ക്ലാസുകളും വ്യത്യസ്ത സമയ ങ്ങളിലാണ് അവസാനിച്ചിരുന്നത്. എങ്കിലും ചിലപ്പോഴെങ്കിലും മേഴ്സിയും ജയശ്രീയും കോളേജിനടുത്തുള്ള വിശ്വപ്പന്റെ സ്റ്റുഡന്റ്സ് കോർണർ എന്ന ബുക്ക്സ്റ്റാളിലും അതിനോടു ചേർന്നുള്ള അദ്ദേഹത്തിന്റെ തന്നെ കൂൾബാറിലും കാത്തുനിൽക്കുമായിരുന്നു. വിശ്വപ്പനും രാപ്പാടിക്കുന്നിലെ ആദ്യ തലമുറയുടെ പിൻഗാമിയാണ്. കൈപ്പമുക്കിലെ കല്ലുവെട്ടുകുള ത്തിനടുത്ത് നല്ല നിലയിൽ പ്രവർത്തിച്ചിരുന്ന ഒരു കച്ചവട സ്ഥാപനം അദ്ദേഹത്തിനുണ്ടായിരുന്നു. എന്നാൽ റോഡ് വികസനത്തിനായി ആ സ്ഥലം ഗവൺമെന്റ് കണ്ടുകെട്ടിയപ്പോൾ കിട്ടിയ നഷ്ടപരിഹാരവും സ്വകാര്യ സമ്പാദ്യവുമൊക്കെ ചേർത്ത് പിന്നീട് അദ്ദേഹം കണ്ടെത്തിയ ഒരു ജീവിത മാർഗ്ഗമാണ് സ്റ്റുഡന്റ്സ് കോർണർ എന്ന ബുക്ക്സ്റ്റാളും കൂൾബാറും. ഞങ്ങൾ പരസ്പരം കണ്ടെത്താൻ അവിടെ ചെന്നു നിൽക്കു ന്നത് അദ്ദേഹത്തിന് ഒരുപാട് ഇഷ്ടമായിരുന്നു. നാട്ടിലെ വിശേഷങ്ങൾ കേൾക്കാനും അദ്ദേഹം തത്പരനുമായിരുന്നു.

ആയിടയ്ക്കാണ് മൊബൈൽ ഫോൺ രാപ്പാടിക്കുന്നിലും വന്നെത്തി യത്. അത് ഞങ്ങൾക്കേറെ സഹായകമായി. പിന്നീട് ഒട്ടും വൈകാതെ പൊലീസ് ഡിപ്പാർട്ട്മെന്റിലെ ജനറൽ എക്സിക്യുട്ടീവ് ബ്രാഞ്ചിലേക്കുള്ള സബ് ഇൻസ്പെക്ടർ തസ്തികയിലേക്ക് പി.എസ്.സി നോട്ടിഫിക്കേഷൻ വന്നു. എനിക്കും പൗലോസിനും അത് ഒരു ആവേശമായി. അതോടെ ആഴ്ചയിൽ ഒരിക്കൽ ഉണ്ടായിരുന്ന ഗുരുകുലസന്ദർശനം ആഴ്ചയിൽ രണ്ട് ദിവസമാക്കി. കായികപരിശീലനത്തിലും കൂടുതൽ ശ്രദ്ധ കേന്ദ്രീ കരിച്ചു. ഇതൊക്കെയാണെങ്കിലും പള്ളിയിലെ ക്ലാസുകൾക്ക് ഒരിക്കലും മുടക്കം വരുത്തിയില്ല. എഴുത്ത് പരീക്ഷയ്ക്ക് വിളിക്കുമ്പോൾ അത് ഞങ്ങൾക്ക് കൂടുതലും പ്രയോജനപ്പെടുമല്ലോയെന്ന സന്തോഷവു മുണ്ടായി. എത്രയോ കരുതലോടെയാണ് ഫാദർ ഓരോ ചുവടുകളും ഞങ്ങളെക്കൊണ്ട് വെപ്പിക്കുന്നതെന്നറിഞ്ഞപ്പോൾ ആ സന്മനസ്സിനോട് കൂടുതൽ ആദരവാണ് ഉണ്ടായത്.

മുമ്പൊരിക്കൽ അടിവാരത്ത് പോയപ്പോൾ കുട്ടേട്ടനുമായി കോടതിക്കടുത്തുള്ള ടാക്കീസിൽ പോയൊരു പഴയ തമിഴ് സിനിമ കണ്ടു. അതിലെ പൊലീസ് ഇൻസ്പെക്ടർ ബുള്ളറ്റിൽ പാഞ്ഞ് കള്ളന്മാരെയും കൊള്ളക്കാരെയുമൊക്കെ അടിച്ചുവീഴ്ത്തുന്ന രംഗങ്ങൾ ഞാൻ പൗലോസിന് വർണിച്ചുകൊടുത്തു. അവൻ അത് കേട്ട് ആവേശഭരിതനായി. അന്ന് രാത്രി അവൻ എന്നെ വിളിച്ച് ചോദിക്കുകയായിരുന്നു. നമുക്കും എന്തുകൊണ്ട് ഒരു ബുള്ളറ്റ് വാങ്ങിക്കൂടാ. തികച്ചും സമയോചിതമായിരുന്നു ആ നിർദ്ദേശം. പിന്നീട് അത് പ്രാവർത്തികമാക്കാൻ ഏറെ വൈകിയില്ല. ബുള്ളറ്റ് വാങ്ങുകയും ഞങ്ങൾ രണ്ടുപേരും ആവശ്യത്തിനും അല്ലാതെയും റോഡിലൂടെയും ഇടവഴിയിലൂടെയും ചീറിപ്പാഞ്ഞ് നടക്കാനും തുടങ്ങി. ഒരിക്കൽ മാത്രമേ അത് കോളേജിൽ കൊണ്ടുപോയുള്ളൂ. അന്ന് തിരിച്ചുപോരുമ്പോൾ മേഴ്സിയും ശ്രീദേവിയും ലിഫ്റ്റ് ചോദിച്ചു. സ്നേഹബുദ്ധിയാ ഞങ്ങളത് അനുവദിച്ചെങ്കിലും നാല് വീട്ടുകാർക്കും പിന്നെ കുറച്ച് നാട്ടുകാർക്കും അത് അത്രകണ്ട് ബോധിച്ചില്ല. മാത്രമല്ല മേഴ്സിയുടെ അപ്പച്ചൻ ജോർജ്ജ് ഇച്ചായൻ രഹസ്യമായിട്ടാണെങ്കിലും പൗലോസിന്റെ വീട്ടിൽ ചെന്ന് ഇത് ആവർത്തിക്കരുതെന്ന് പറയുകയും ചെയ്തു.

പൊതുവെ പെൺകുട്ടികളുടെ കാര്യത്തിൽ ആശങ്കപ്പെടുന്നയാളാണ് ജോർജ്ജ് ഇച്ചായൻ. ഇതിനിടയിലാണ് പത്തുവർഷത്തിന്റെ ഇടവേളയിൽ ജാനറ്റ് എന്ന മറ്റൊരു കുട്ടികൂടി ഉണ്ടായത്. ഓർമ്മവെച്ച നാൾ മുതൽ മേഴ്സിയും ജയശ്രീയും ഞങ്ങൾക്കൊപ്പം തന്നെയുണ്ട്. ചുറ്റുപാടുകളിൽ ഉണ്ടാകുന്ന മാറ്റം ഒരുപക്ഷേ ഞങ്ങൾ അറിയുന്നുണ്ടാവില്ലെന്നാണ് അമ്മയ്ക്ക് തോന്നിയത്. അത് ശരിയാകാം. കുട്ടിക്കാലത്ത് ഉണ്ടായിരുന്ന ജനസാന്ദ്രതയ്ക്ക് ചെറുതല്ലാത്ത വികാസം രാപ്പാടിക്കുന്നിലും സംഭവിച്ചിട്ടുണ്ട്. ആ ഗ്രാമത്തിന്റെ വളർച്ചയ്ക്കനുസൃതമായി വന്നെത്തിച്ചേക്കേറുന്നവരുടെ എണ്ണത്തിലും വളർച്ചയുണ്ട്. ഇനിയൊരിക്കലും കോളേജിലേക്ക് പോകാൻ മോട്ടോർ സൈക്കിൾ ഉപയോഗിക്കരുതെന്നുള്ള താക്കീത് ഉണ്ടാകുന്നത് അങ്ങനെയാണ്. അത് ഞങ്ങൾ സ്വീകരിക്കുകയും ചെയ്തു.

വീണ്ടും ഒരു മധ്യവേനൽ അവധിക്കുള്ള മുന്നൊരുക്കങ്ങളെ വിളിച്ചറിയിച്ചുകൊണ്ട് വാകമരങ്ങൾ പൂവിട്ടുതുടങ്ങി. ഇനിയും വന്നെത്തിയിരിക്കുന്നത് ജൂണിലെ നെയ്ത്തുകാരൻ പക്ഷികളാണ്. പക്ഷേ അതിന് മുമ്പുതന്നെ മേഴ്സിയുടെയും ജയശ്രീയുടെയും പരീക്ഷ കഴിഞ്ഞു. പതിനാറ് വർഷം നീണ്ടുനിന്ന തപസ്യയുടെ പര്യവസാനം അവർ രണ്ട് പേരും ആഘോഷിച്ചുനിന്ന ഒരു മെയ്മാസ പുലരിയിൽ പൂക്കൾ പരവതാനി വിരിച്ചിട്ട ചെറുറോഡിലൂടെ ഒരു അംബാസിഡർ കാർ ഞങ്ങൾക്കരികിൽ വന്നുനിന്നു. അതിൽ ഒരാൾ ചോദിക്കുകയായിരുന്നു 'മാളിയേക്കൽ ജോർജ്ജിന്റെ വീട് അറിയുമോ' എന്ന്. ജോർജ്ജ്, മേഴ്സിയുടെ

അപ്പച്ചനാണ്. ഞങ്ങൾ ആ വീട് കാണിച്ചുകൊടുത്തു. അവരിൽ സുമുഖനായ ഒരു ചെറുപ്പക്കാരൻ ഉണ്ടായിരുന്നു. ഞങ്ങളുടെ ഊഹം തെറ്റിയില്ല. മേഴ്സിക്ക് വിവാഹാലോചനയുമായി വന്നവരായിരുന്നു അവർ. ഞങ്ങൾ വീണ്ടും ചെന്ന് റോഡരികിൽ വച്ചിരുന്ന ബൈക്കിന ടുത്ത് നിന്നു. അരമണിക്കൂർ കഴിഞ്ഞ് അവർ തിരികെ വന്ന് കാറിൽ കയറി. എങ്കിലും കാർ സെൽഫ് എടുത്തില്ല. എന്നാൽ ആരും കാറിൽ നിന്ന് ഇറങ്ങുന്നതിന് മുമ്പു തന്നെ പൗലോസ് അതിന്റെ പിന്നിൽചെന്ന് തള്ളിക്കൊടുത്തു. പിന്നീട് അവൻ എന്നെയും സഹായത്തിന് വിളിച്ചു. കാർ സ്റ്റാർട്ടായി മുന്നോട്ടെടുത്തപ്പോൾ അവരിൽ ആരോ ഒരാൾ കൈ കൾ പുറത്തേക്കിട്ട് വീശി നന്ദി പ്രകടിപ്പിച്ചു. ഞങ്ങൾ അവർക്ക് പ്രത്യഭി വാദനം ചെയ്തു നിൽക്കെ കാർ കുന്നിറങ്ങി മെയിൻ റോഡിലേക്ക് കയറി. ഇതിനിടയിൽ ജോർജ്ജിച്ചായൻ പിന്നിലൂടെ വന്ന് ഞങ്ങളെ വീട്ടിലേക്ക് ക്ഷണിച്ചു. അദ്ദേഹത്തിന്റെ മുഖം അത്രയേറെ സന്തോഷമുൾക്കൊണ്ട് അതിനുമുമ്പ് ഒരിക്കലും ഞങ്ങൾ കണ്ടിട്ടില്ല.

ഞങ്ങൾ വീട്ടിലേക്ക് കയറി ചെല്ലുമ്പോൾ വിരുന്നുകാർക്കായി വച്ചി രുന്ന മധുരപലഹാരങ്ങൾ ഒന്നും തന്നെ എടുത്തുമാറ്റിയിരുന്നില്ല. കയറി ചെന്നതും ഒരു മടിയുമില്ലാതെ അതെല്ലാം പൗലോസ് എടുത്ത് ഭക്ഷിച്ചു തുടങ്ങി. വളരെ ഗോപ്യമായിട്ട് അവന്റെ ഉദ്യമം ഞാൻ തടസ്സപ്പെടുത്തി യെങ്കിലും വിജയിച്ചില്ല. “വണ്ടി തള്ളിവന്നതല്ലേ ക്ഷീണം കാണും എടുത്ത് കഴിച്ചോട്ടെ” എന്ന് മേഴ്സി പറഞ്ഞത് വലിയൊരു നേര മ്പോക്കിനും കൂട്ടച്ചിരിക്കും വഴിവെച്ചു. ഏറെ താമസിയാതെ ബിഎഡ്ഡിന്റെ ഫലപ്രഖ്യാപനം വന്നു. ഞങ്ങളുടെ രണ്ട് കൂട്ടുകാരികളും പാസ്സായി. ഞാനും പൗലോസും രണ്ടാം വർഷത്തിലേക്ക് കടക്കുമ്പോൾതന്നെ സബ് ഇൻസ്പെക്ടർ തസ്തികയിലേക്കുള്ള എഴുത്തുപരീക്ഷ കഴിഞ്ഞു. അത് പാസ്സായതായി ഏറെ താമസിയാതെ അറിവ് കിട്ടി. പിന്നീട് നടന്ന കായിക ക്ഷമതാ പരീക്ഷണത്തിലും ഞങ്ങൾ വിജയിച്ചു. അതിന്റെ ഫലം മത്സര ക്കളത്തിൽ വെച്ചുതന്നെ അറിയാനും കഴിഞ്ഞു. ഒരു സ്റ്റാർ നിലവാര ത്തിലുള്ള കായിക ക്ഷമതാമത്സരങ്ങൾ വളരെ മുമ്പ് തന്നെ ഞങ്ങൾക്ക് അനായാസം വഴങ്ങുമായിരുന്നു.

ഞങ്ങൾ സബ് ഇൻസ്പെക്ടർമാരായി എന്നുതന്നെ സ്വയം വിശ്വസിച്ച് ആത്മസംതൃപ്തി നേടിയ നാളുകളായിരുന്നു അത്. മുമ്പ് ഞാൻ കണ്ട സിനിമയിലെ നായകന്റെ സ്ഥാനത്ത് എന്നെ തന്നെ പകരം വച്ച് ചിന്തിച്ചു തുടങ്ങി. പൗലോസിനാകട്ടെ സ്വന്തം ശരീരഭാഷയിൽ പോലും ചില മാറ്റ ങ്ങൾ പ്രകടമായി. അവൻ വെറുതെ നടക്കുമ്പോഴും രണ്ടു ഭുജങ്ങളും അല്പം വിടർന്നുനിൽക്കുന്നതായി ഞാൻ മാത്രമല്ല അമ്മയും കണ്ടു പിടിച്ചു. എന്നാൽ ഞങ്ങളിൽ ആവിർഭവിച്ച പ്രത്യാശയ്ക്ക് മങ്ങലേല്പിച്ചു കൊണ്ട് പൗലോസിന്റെ ബൈക്ക് ഒരാക്സിഡന്റിൽപ്പെട്ടു. അമ്മവീട്ടിലേ ക്കുള്ള യാത്രയ്ക്കിടയിലാണ് ആ വാർത്ത ഞാൻ അറിയുന്നത്. യാത്ര

പെട്ടെന്ന് അവസാനിപ്പിച്ച് ഞാൻ ആശുപത്രിയിലെത്തി. ഐ.സി.യുവിൽ ആയിരുന്നതിനാൽ നേരിൽ സംസാരിക്കാനായില്ല. എങ്കിലും മറ്റുള്ളവരിൽനിന്ന് വിവരങ്ങൾ അറിയാൻ കഴിഞ്ഞു. ചെറുതും വലുതുമായ ധാരാളം മുറിവുകൾ ഉണ്ടെന്നൊഴിച്ചാൽ തലയ്ക്കും എല്ലിനും ക്ഷതമേറ്റിരുന്നില്ല.

അല്പസമയത്തിനകം നിക്കോളാസ് അച്ചൻ ആശുപത്രിയിലെത്തി. വിദഗ്ധ പരിശോധനയ്ക്കൊടുവിൽ അവിടെതന്നെ കിടത്തി ചികിത്സിക്കാമെന്ന് ആശുപത്രി അധികൃതർ പറഞ്ഞപ്പോഴാണ് ഞങ്ങൾക്ക് ആശ്വാസമായത്. രണ്ടാമത്തെ ദിവസം തന്നെ പൗലോസിനെ മുറിയിലേക്ക് മാറ്റി. ബൈക്കിൽനിന്ന് വീണു എന്ന് പറയുമ്പോഴും അവനിൽ കണ്ട മുറിവുകളുടെ സ്വഭാവം അത്തരം ഒരു അപകടത്തെ ന്യായീകരിക്കാൻ പോന്നതല്ലെന്ന് നിക്കോളാസ് അച്ചൻ പറഞ്ഞു. വലതുതോളിന് പിന്നിൽ ഇരുതല മൂർച്ചയുള്ള കത്തിപ്രയോഗത്തിലെന്നപോലെ ആഴത്തിൽ ഒരു മുറിവുണ്ടായിരുന്നു. എന്നാൽ അത് റോഡിൽനിന്ന് പുറത്തേക്ക് തെറിച്ചു വീണപ്പോൾ പൊട്ടിയ ചില്ലുകഷ്ണങ്ങൾ കൊണ്ടും ഉണ്ടായേക്കാമെന്ന് പിന്നീട് ഡോക്ടർതന്നെ പറഞ്ഞപ്പോഴാണ് പൗലോസിന്റെ പ്രസ്താവന വിശ്വസിക്കാൻ ഞങ്ങൾ തയ്യാറായത്. അല്ലെങ്കിൽതന്നെ പൗലോസിനോട് ആർക്കാണ് ശത്രുതയുണ്ടാവുക?

അപകടം പിണഞ്ഞത് പൗലോസിനാണെങ്കിലും നഷ്ടം സംഭവിച്ചത് എനിക്കാണ്. ഭാസിയങ്കിളും കുടുംബവും കൂടി അടിവാരത്ത് വന്നവിവരം അറിയിച്ചിട്ടാണ് ഞാൻ അങ്ങോട്ട് പുറപ്പെട്ടത്. പക്ഷേ അവർ തിരിച്ചു പോയിട്ടും എനിക്ക് ആശുപത്രിയിൽനിന്ന് പോരാനായില്ല. എന്റെ ബുദ്ധിമുട്ട് അമ്മ അവരെ പറഞ്ഞ് മനസ്സിലാക്കിയെങ്കിലും അത് ഒരു ന്യായീകരണമായി സ്വീകരിക്കാൻ അവരാരും തയ്യാറായിരുന്നില്ല. രമ്യേച്ചി ഡോക്ടറായെന്ന് ഞാനറിഞ്ഞിരുന്നു. അതുപോലെ ശ്രീകുമാർ എഞ്ചിനീയറിങ്ങിൽ അവസാന വർഷം എത്തിയെന്നും. പക്ഷേ സൗമിനി മെഡിസിന് പഠിക്കുകയാണെന്ന വാർത്ത അന്നോളം എന്റെ ചെവിയിൽ എത്തിയിരുന്നില്ല. അല്ലെങ്കിൽതന്നെ ബാലികാബാലന്മാരായിരിക്കുമ്പോൾ ഉണ്ടാകുന്ന രക്തബന്ധത്തിന്റെ ഊഷ്മളത വലുതാകുമ്പോൾ ഉണ്ടാകണമെന്നില്ലല്ലോ എന്നു ചിന്തിച്ചു സമാധാനിച്ചു.

പൗലോസിനെ ആശുപത്രിയിൽനിന്ന് കൊണ്ടുവന്നതിന് ശേഷം കുറേ ദിവസം വിശ്രമത്തിലായിരുന്നു. പിന്നീട് ഗുരുകുലത്തിൽ ഉഴിച്ചിലും പിഴിച്ചിലുമൊക്കെയായി വീണ്ടും കുറെ നാൾ. അങ്ങനെ ഒരു മാസത്തോളം പൗലോസിന് ക്ലാസ്സും നഷ്ടമായി. അതിന് ശേഷം വീണ്ടും കോളേജിൽ പോയിത്തുടങ്ങിയപ്പോൾ പി.എസ്.സിയിൽനിന്ന് അഭിമുഖത്തിനുള്ള ക്ഷണം വന്നു. ഇതിനോടകം പൗലോസ് തനിക്ക് നഷ്ടമായ ആരോഗ്യം വീണ്ടെടുത്തിരുന്നു. അതൊന്ന് ഉറപ്പു വരുത്താൻ ഗുരു

കുലത്തിലെ അഭ്യാസത്തിന് പുറമെ പന്തു കളിയിലും കൂടുതൽ ശ്രദ്ധ കേന്ദ്രീകരിച്ചു. ഒപ്പത്തിനൊപ്പം ഞാനും കൂട്ടിനുണ്ടായിരുന്നുവെങ്കിലും എന്തെല്ലാമോ ആശങ്കകൾ പൗലോസിനെ അലട്ടുന്നുണ്ടായിരുന്നു. ഒരു പക്ഷേ അമിതമായി മോഹിച്ച തൊഴിൽ കൈവിട്ടുപോകുമോ എന്ന ഭയപ്പാടാകാം. അവന് വിഷമമുണ്ടാക്കുമെന്ന് കരുതി ഞാനതൊന്നും ചോദിക്കാൻ മെനക്കെട്ടില്ല. തനിക്ക് ഈ ജോലി അനിവാര്യമാണെന്നവൻ ഇടയ്ക്കെല്ലാം പറഞ്ഞ് കേട്ടിട്ടുണ്ട്. എന്റെ അവസ്ഥയും അതിൽ നിന്ന് ഒട്ടും വ്യത്യസ്തമായിരുന്നില്ല.

അങ്ങനെ ഒരു കൂടിക്കാഴ്ചയ്ക്ക് മൂന്ന് ദിവസം മാത്രം ബാക്കി നിൽക്കെ ഒരു സായാഹനത്തിൽ നിക്കോളാസ് അച്ചൻ വീട്ടിലേക്ക് കയറി വന്നു. നേരം തെറ്റിയ നേരത്തുള്ള സന്ദർശനത്തിനു പിന്നിൽ എന്തോ അത്യാവശ്യമുണ്ടാകുമെന്ന് ഞങ്ങൾ ഊഹിച്ചു. അച്ഛൻ അദ്ദേഹത്തെ സ്വീകരിച്ച് വീടിനുള്ളിലേക്ക് കയറ്റിയിരുത്തി. പറയാൻ ആഗ്രഹിച്ചുവന്ന എന്തോ ഒന്ന് പറയാൻ വിമ്മിട്ടപ്പെടുന്ന ആ വലിയ മനുഷ്യന്റെ നിശ്ശബ്ദതയിലൂടെ ചില നിമിഷങ്ങൾ കടന്നുപോയി. അദ്ദേഹം എന്തുതന്നെ ആവശ്യപ്പെട്ടാലും അത് നിവർത്തിക്കാൻ ഞങ്ങൾ തയ്യാറാകുമെന്ന് അറിവുള്ളത് കൊണ്ടാകാം അത്തരം ഒരു പ്രതിസന്ധിയിൽ അദ്ദേഹം ചെന്നെത്തിനിൽക്കുന്നത്.

“ഞങ്ങൾ എന്ത് സഹായമാണ് ചെയ്യേണ്ടതെന്ന് ഇദ്ദേഹം അറിയിച്ചാലും”.

അച്ഛനാണ് ആ നിശ്ശബ്ദതയ്ക്ക് വിരാമം സൃഷ്ടിച്ചത്.

“പ്രകടമായ വികസനം ഇനിയും വിദൂരമായി നിൽക്കുന്ന ഈ മലയോരഗ്രാമത്തിൽ ജനിച്ചു വളർന്ന നിങ്ങൾക്ക് എന്റെ വാക്കുകൾ എത്ര കണ്ട് സ്വീകാര്യമാണെന്ന് അറിയില്ല. പക്ഷേ എനിക്കിത് പറയാൻ ഇനി മറ്റൊരവസരം ഉണ്ടാകുകയുമില്ല”.

അദ്ദേഹം എന്താണ് പറയുന്നതെന്നറിയാൻ ഞങ്ങൾ കാതോർത്ത് നിന്നു.

“ഒരു ഉദ്യോഗത്തിന്റെ പ്രാധാന്യത്തെ ഞാൻ ഒട്ടും കുറച്ചു കാണുന്നില്ല. ഇന്റർവ്യൂന് പോയാൽ ഗോപന് ഈ ജോലി കിട്ടിയെന്നുമിരിക്കും. പക്ഷേ, അതിലും നല്ലൊരു സാധ്യത ഞാൻ അവനിൽ കാണുന്നുണ്ട്. അതുകൊണ്ട് ഇപ്പോൾ പ്രതീക്ഷിച്ചുകൊണ്ടിരിക്കുന്ന അഭിമുഖം ഒഴിവാക്കണം.”

അക്ഷരാർത്ഥത്തിൽ ഞങ്ങളെ ഞെട്ടിക്കുന്നതായിരുന്നു ആ നിർദ്ദേശം. അച്ഛൻ ഇടയ്ക്ക് കയറി ചോദിച്ചു.

“അങ്ങ് എന്താണ് ആഗ്രഹിക്കുന്നത്?”

“പറയാം, സിവിൽ സർവീസ് പരീക്ഷ എഴുതാനുള്ള ഒരു അവസരം നാം അവന് ഉണ്ടാക്കിക്കൊടുക്കണം. നിങ്ങൾ അനുവദിക്കുമെങ്കിൽ അതിനുള്ള വഴികളത്രയും ഞാൻ തന്നെ കാണിച്ചുകൊടുക്കുന്നുണ്ട്.”

അച്ഛന്റെ മറുപടി പെട്ടെന്നായിരുന്നു.

“എന്റെ മകനെക്കുറിച്ചുള്ളതിനേക്കാൾ വിശ്വാസം എനിക്ക് അങ്ങയിലുണ്ട്. മകനെ സിവിൽ സർവീസ് പരീക്ഷയിൽ വിജയിപ്പിക്കാനായിട്ടല്ല, അവന്റെ ജീവിതത്തിലേക്കുള്ള വെളിച്ചം കൃത്യമായി പ്രകാശിപ്പിച്ചു കൊടുക്കാൻ അങ്ങേക്കാകും എന്നുള്ളതുകൊണ്ടാണ്. അങ്ങേക്ക് മാത്രമേ അതിന് കഴിയൂ. ഈ കുടുംബം മുഴുവൻ എന്നും അങ്ങയോട് കടപ്പെട്ടാണ് നിൽക്കുന്നത്.”

അദ്ദേഹം ആഗ്രഹിച്ച മറുപടി തന്നെയാണ് കിട്ടിയത്. പിന്നീട് ഒട്ടും വൈകാതെതന്നെ തിരിച്ചുപോയി. ഇതിനോടകം അമ്മ സന്ധ്യാദീപം കൊളുത്തിവെച്ചിരുന്നു

അച്ഛന്റെ തീരുമാനം പെട്ടെന്ന് ഉൾക്കൊള്ളാൻ എനിക്കോ അമ്മയ്ക്കോ ആകുമായിരുന്നില്ല. ഒരു സാധാരണ മലയോര ഗ്രാമത്തിൽ ജനിച്ചുവളർന്ന ഒരാൾക്ക് വളരെ പെട്ടെന്ന് പ്രാപ്യമാകുന്ന ഒന്നല്ല സിവിൽ സർവീസ് പരീക്ഷയിലെ വിജയം.

മറ്റുള്ളവരിൽനിന്ന് വഴിമാറി സഞ്ചരിക്കാൻ എന്ത് വ്യക്തിപ്രഭാവമാണ് എനിക്കുള്ളത്. പൊലീസ് ഓഫീസർ ആകണമെന്നുള്ളത് ഏറെ കാലപ്പഴക്കമുള്ള മോഹവുമാണ്. പൊടുന്നനെ വാക്കുകൊടുത്തപ്പോൾ അമ്മ പ്രതിഷേധിച്ചതിന്റെ അടിസ്ഥാനവും മറ്റൊന്നുമായിരുന്നില്ല. എന്നാൽ അമ്മയുടെ വിമർശനത്തിനൊടുവിൽ അച്ഛൻ നിർദ്ദേശിച്ചത് എന്റെ അഭിപ്രായം ചോദിക്കാനാണ്. വിഷമം ഉണ്ടായിരുന്നുവെങ്കിലും ഒരു മറുപടിക്കായി അന്ന് പക്ഷേ എനിക്ക് ഏറെ പരതേണ്ടിവന്നില്ല. പുത്രധർമ്മത്തെ മഹത്വത്കരിച്ചുകൊണ്ട് അമ്മ ബാല്യത്തിൽ പറഞ്ഞുതന്ന ഒട്ടനേകം കഥാസന്ദർഭങ്ങളാണ് അപ്പോൾ മനസ്സിൽ ഓടിയെത്തിയത്.

അച്ഛൻ ചൂണ്ടിക്കാണിച്ചുതരുന്ന ഏതൊരു മാർഗത്തിലൂടെയും സഞ്ചരിക്കാൻ ഞാൻ പ്രതിജ്ഞാബദ്ധനാണെന്ന് പറഞ്ഞപ്പോൾ അമ്മയുടെ കണ്ണു നിറഞ്ഞൊഴുകുന്നത് കണ്ടു. അന്ന് അമ്മ എന്നെ ചേർത്തുപിടിച്ച് തലയിൽ കൈവച്ച് അനുഗ്രഹിക്കുകയായിരുന്നു. കാലത്തിന്റെ താളുകളിൽ എഴുതിച്ചേർത്തുവെക്കാൻ പോന്ന വേറിട്ട അനുഭവങ്ങളും തേടിയുള്ള യാത്ര അവിടെനിന്നാണ് ആരംഭിക്കുന്നത്. അപ്പോഴെല്ലാം വലിയമ്മാവന്റെ വാക്കുകൾ എന്റെ മനസ്സിലുണ്ടാകുമായിരുന്നു.

“ലക്ഷ്യം മാത്രമേ നമുക്ക് സ്വന്തമായുള്ളൂ. അതിന്റെ പ്രാപ്യത മനുഷ്യകല്പിതമല്ലെന്ന് എപ്പോഴും ഓർത്തിരിക്കണം.”

സിവിൽ സർവീസ് പരീക്ഷ എഴുതണമെന്ന് ഫാദർ, പൗലോസിനോട് പറഞ്ഞില്ല. അവൻ അതിന് വഴങ്ങില്ലെന്ന് അദ്ദേഹം മനസ്സിലാക്കിയിട്ടുണ്ടാകും. പിന്നീട് പൗലോസിനെ കണ്ടപ്പോൾ അവൻ പറഞ്ഞതും മറിച്ചായിരുന്നില്ല. ഒരു ജോലി അവനെ സംബന്ധിച്ചിടത്തോളം അനിവാര്യമാണത്രേ. അതെന്തുകൊണ്ടാണെന്ന് പക്ഷേ അവൻ വിശദീകരിച്ചില്ല.

മേഴ്സിക്ക് വിവാഹാലോചനയുമായി ഒരു റവന്യൂ ഉദ്യോഗസ്ഥൻ പിന്നീട് വന്നു. അവർക്കും മേഴ്സിയെ ഇഷ്ടമായി. തുടർനടപടികൾക്കായി വേണ്ടതെല്ലാം ഉടനെ അറിയിക്കാമെന്ന് പറഞ്ഞ് അവർ പോയി. എങ്കിലും പിന്നീട് ഒരനക്കവും ഉണ്ടായില്ല. അത് ജോർജ്ജ് ഇച്ചായനെ ഒരുപാട് ആശങ്കാകുലനാക്കി. കുട്ടികൾ കൂട്ടംകൂടി നടക്കുന്നത് കണ്ട് അസൂയാലുക്കൾ ആരെങ്കിലും വേണ്ടാത്തത് പറഞ്ഞു പരത്തുന്നുണ്ടാകും എന്നാണ് അദ്ദേഹം ചിന്തിച്ചത്. എങ്കിലും മേഴ്സിക്ക് ഇടവകയുടെ കീഴിലുള്ള പട്ടണത്തിലെ ഹൈസ്കൂളിൽ ടീച്ചറായി നിയമനം കിട്ടി. അതിന്റെ സന്തോഷത്തിൽ വിവാഹാലോചനയിലുണ്ടായ പ്രതിസന്ധിയെ കുറിച്ച് ഇച്ചായൻ മറക്കുകയും ചെയ്തു. ഞങ്ങൾക്ക് സന്തോഷിക്കാൻ വീണ്ടും ശുഭവാർത്തകളെത്തി. പൗലോസിന് സബ് ഇൻസ്പെക്ടറായി സെലക്ഷൻ കിട്ടി.

വിജയത്തിന്റെ പടവുകളിലേക്ക് ഓരോരുത്തരായി കയറിപ്പാകുന്നത് ആത്മഹർഷത്തോടെയാണ് ഞങ്ങൾ നോക്കിനിന്നത്. ഞങ്ങൾ മാത്രമല്ല. രാപ്പാടിക്കുന്നിലെ ഓരോ മനുഷ്യഹൃദയത്തിലും അവൻ സ്വകാര്യ അഹങ്കാരമായി മാറിയത് വളരെ പെട്ടെന്നാണ്. അഷ്ടിക്ക് വക തേടിവന്ന ഒരു പറ്റം മനുഷ്യരുടെ പിൻതലമുറകളിൽ വന്ന ശ്ലാഘനീയമായ മാറ്റത്തെ ഒട്ടും കുറച്ച് കാണാൻ ആരും ഒരുക്കമായിരുന്നില്ല. പൗലോസ് പൊലീസ് ട്രെയിനിംഗ് കോളേജിലേക്ക് പുറപ്പെടുന്നതിന് രണ്ടു ദിവസം മുമ്പ് ഞങ്ങളുടെ വീട്ടിൽവെച്ച് ഒരു യാത്രയയപ്പ് നൽകി. ഞങ്ങളുടേതായ സ്ഥിരം കുടുംബാംഗങ്ങളും നിക്കോളാസ് അച്ചനും മാത്രം. മുമ്പൊരിക്കലും ഇത്രയും പ്രൗഢമായ ഒരു ചടങ്ങും അതിനോടനുബന്ധിച്ചുള്ള അത്താഴ വിരുന്നും ഞങ്ങൾക്കിടയിൽ ഉണ്ടായിട്ടില്ല. അതിനെക്കുറിച്ച് ജോർജ്ജ് ഇച്ചായൻ പറഞ്ഞപ്പോൾ അച്ചന്റെ മറുപടി കേട്ട് എല്ലാവരും ചിരിച്ചു. "മുമ്പെന്നേയും പോലെയല്ലല്ലോ ഒരു പൊലീസ് സബ് ഇൻസ്പെക്ടറുടെ അന്തസ്സിന് ചേർന്നതായിരിക്കണ്ടേ ചടങ്ങുകൾ." പൗലോസ് ആകട്ടെ എന്നും തെല്ല് ഭയത്തോടുകൂടിയേ പൊലീസുകാരെ കണ്ടിട്ടുള്ളൂ. കുട്ടിക്കാലത്ത് ഭക്ഷണം കഴിക്കാതിരുന്നാൽ പൊലീസിനെ വിളിക്കും എന്ന് പറഞ്ഞ് ഭീഷണിപ്പെടുത്തിയാണത്രേ ആഹാരം കൊടുത്തിരുന്നത്. കാക്കി വസ്ത്രങ്ങളും തൊപ്പിയും ലാത്തിയും തോക്കുമൊക്കെ സ്വപ്നത്തിൽപോലും ഭയവിഹ്വലത സൃഷ്ടിച്ച പ്രിയ ചങ്ങാതിയുടെ ജീവിത സമർപ്പണം ഒടുവിൽ അതേ മേഖലയിലേക്കുതന്നെയാണ് ചെന്നെത്തിയത്. എന്നും സഹയാത്രികനായ ഞാൻ ഒരു സന്ദിഗ്ധഘട്ടത്തിൽ

തനിച്ചാക്കി പിന്മാറിയതിൽ എപ്പോഴെങ്കിലും അവൻ നൊമ്പരപ്പെട്ടു കാണുമോ. പൗലോസിനെ കുറിച്ച് ഓർക്കുന്ന ചില സന്ദർഭങ്ങളിലെങ്കിലും ആ ചോദ്യം ഞാനെന്നോട് തന്നെ ചോദിക്കാറുണ്ട്. ഒറ്റയ്ക്കും കൂട്ടമായും പൗലോസിന് ഭാവുകങ്ങൾ ആശംസിച്ചുകൊണ്ടുള്ള ആ ചടങ്ങ് ഏറെ രാത്രിയാകുന്നതുവരെ നീണ്ടുനിന്നു. നിക്കോളാസ് അച്ചൻ മാത്രം മുമ്പേ തിരിച്ചുപോയിരുന്നു. എല്ലാവരും പിരിഞ്ഞുപോയിക്കഴിഞ്ഞ് ഞാൻ മുറിയിൽ കയറി വാതിൽ അടച്ചു. വീണ്ടും ഒറ്റപ്പെടുകയാണ്. ഇന്നുവരെ പൗലോസ് ഉണ്ടായിരുന്നു. ഇനി കോളേജിലേക്കുള്ള യാത്രയ്ക്കും സായാഹ്നങ്ങളിലെ വിവിധ പരിപാടികളിലും തനിച്ചാകും. മനസ്സാരോ ടെങ്കിലുമൊക്കെ പങ്കുവെക്കാനായില്ലെങ്കിൽ ഒരുപക്ഷേ ഓർമ്മകളുടെ തടവറകളിലേക്ക് വീണ്ടും തിരിച്ചുപോയേക്കുമോ എന്ന് ഭയപ്പെട്ടു. എത്രയോ പെട്ടെന്നാണ് വർഷങ്ങൾ കടന്നുപോയത്. എന്തെല്ലാം ചമയ ങ്ങളാണ് ഒരു ജീവിതംകൊണ്ട് മനുഷ്യൻ അണിഞ്ഞുതീർക്കേണ്ടത്.

സോദരൻ

പിന്നീട് എപ്പോഴോ ഉറക്കത്തിലേക്ക് വഴുതിവീഴുമ്പോൾ വാതിലിൽ അച്ഛൻ മുട്ടി വിളിച്ചു.

"നീ ഒന്ന് ഉമ്മറത്തേക്ക് വന്നേ, ആരാണ് വന്നിരിക്കുന്നതെന്ന് നോക്കൂ." അദ്ഭുതപ്പെട്ടുപോയി.

അതിരുകളില്ലാത്ത സാന്ത്വനവുമായി എന്നെ തേടി വന്ന അതിഥിയെ കണ്ണിമവെട്ടാതെ നോക്കിനിന്നു. ഒരുപാട് വലുതായി, മിടുക്കനായി, തടിയ നായി.

"ജോയ്ച്ചൻ."

ജീവിതത്തിന്റെ ഇടസന്ധ്യയിൽവെച്ച് പിരിഞ്ഞുപോയ പ്രിയ സുഹൃത്തിന്റെ പുനഃസമാഗമം എന്തെന്നില്ലാത്ത ആവേശമാണ് നൽകി യത്. എന്നും എന്നോട് ഉൾച്ചേർന്ന് നിന്ന സതീർത്ഥ്യൻ എന്നതിനേ ക്കാളേറെ സഹോദരസ്ഥാനീയനാണവൻ. പൊടുന്നനെ ചാടിയെണീറ്റ് സ്തബ്ധനായിനിന്ന എന്നെ കെട്ടിപ്പിടിച്ച് ഉയർത്തുകയും താഴെ നിർത്തുകയും ചെയ്തുകൊണ്ട് എല്ലാവരും കേൾക്കെ വിളിച്ചുപറയുക യായിരുന്നു.

"ഇനി ഞാൻ എങ്ങോട്ടും പോകില്ല. എന്നും നിനക്കൊപ്പം ഞാനു ണ്ടാകും കൂട്ടുകാരാ."

എന്തൊരു സന്തോഷത്തിമിർപ്പായിരുന്നു ആ മുഖത്ത്. ശ്വാസം അടക്കിപ്പിടിച്ച് ആ രംഗങ്ങൾ വീക്ഷിച്ചുനിന്ന അമ്മയോട് പിന്നീട് അവൻ ചോദിച്ചു.

"എന്തെങ്കിലും ഭക്ഷണം എനിക്ക് തരാനാകുമോ?"

കണ്ണുകൾ നിറഞ്ഞതുകൊണ്ടാകണം അമ്മ പൊടുന്നനെ അകത്തേക്ക് നടന്നു. അല്പനേരം കഴിഞ്ഞ് ഞങ്ങൾ അച്ഛനൊപ്പം ഭക്ഷണമുറിയി ലേക്ക് ചെല്ലുമ്പോൾ ഡിന്നറിനായി പാകപ്പെടുത്തിയ എല്ലാ വിഭവങ്ങളും അവനായി വിളമ്പിവെച്ചിരുന്നു. അതെല്ലാം കണ്ണിൽപ്പെട്ട ജോയ്ച്ചന്റെ സന്തോഷത്തിന് അതിരില്ലായിരുന്നു. കൈപ്പത്തി രണ്ടും കൂട്ടിയുരസി

നേരെ പൈപ്പിനടുത്തേക്ക് ഓടി. എന്നിട്ട് കുയിലിന്റെ ശബ്ദത്തിൽ നീട്ടി ഒരു കൂവ്വൽ. അതുകേട്ട് ഞങ്ങൾ എല്ലാവരും ചിരിച്ചു. അവൻ പണ്ടും അങ്ങനെയാണ്. ഇഷ്ടപ്പെട്ട ഭക്ഷണങ്ങളൊക്കെ കണ്ടാൽ കുയിലിനെ പോലെ കൂവും. ചിലപ്പോൾ അതേറ്റ് പിടിക്കാൻ ഒരു കുയിലമ്മ പരിസരത്തെ വൃക്ഷക്കൊമ്പിലെവിടെയെങ്കിലും ഉണ്ടായെന്നുമിരിക്കും.

“അല്ല ജോയ് നീ ഈ സ്വഭാവം നിർത്തിയില്ലേ, മുംബൈയിലും ഇങ്ങനെയാണോ?”

അമ്മയാണ് ചോദിച്ചത്.

“അയ്യോ മുംബൈയിൽ ഞാൻ ഡീസന്റല്ലേ?”

“അപ്പോൾ ഇവിടെ ഡീസന്റല്ലേ?” ഞാൻ ചോദിച്ചു.

അവന്റെ മറുപടി പെട്ടെന്നായിരുന്നു.

“ഇല്ല, ഇവിടെ ഞാനൊരു തറയാണെടാ... വെറും തറ.”

എന്നിട്ടവൻ ഉച്ചത്തിൽ ചിരിച്ചു. അത് കേട്ട് ഞങ്ങളും. തൊട്ടടുത്ത ദിവസം അച്ഛൻ പണികഴിപ്പിച്ചുകൊടുത്ത പുതിയ വീട് കണ്ട് അവൻ വികാരാധീനനായി.

“എന്നെങ്കിലുമൊരിക്കൽ നീ വരുമെന്ന് കരുതി ഈ വീടും ഞങ്ങളും നിന്നെ കാത്ത് നിൽക്കുകയായിരുന്നു.”

അച്ഛനാണ് അത് പറഞ്ഞത്.

തുടർന്നുള്ള ദിവസങ്ങളിൽ നാട്ടിൽ സെറ്റിൽ ചെയ്യുന്നതിന്റെ ഒരുക്കത്തിലായിരുന്നു അവൻ. പട്ടണത്തിലേക്കുള്ള വഴിയിൽ എന്നാൽ പട്ടണത്തിന് പുറത്തായി പൂട്ടിക്കിടന്ന ഒരു വർക്ക്ഷോപ്പും വാഹനങ്ങളുടെ ബോഡി ബിൽഡിംഗ് യാർഡും ചേർന്നുള്ള ഒരു കെട്ടിടം, സ്ഥലം ഉൾപ്പെടെ വിലയ്ക്ക് വാങ്ങി. ആധുനിക സജ്ജീകരണങ്ങൾ ഉൾപ്പെടുത്തിക്കൊണ്ട് പിന്നീട് അത് പുതുക്കിപ്പണിയുകയും ചെയ്തു. ഇതിനിടെ വാഹനങ്ങളുടെ ബോഡി നിർമ്മാണത്തിലും വർക്ക്ഷോപ്പുമായി ബന്ധപ്പെട്ട ഇതരജോലികളിലും വൈവിധ്യം നേടിയ മൂന്ന് മഹാരാഷ്ട്രക്കാരെ കൂടി നാട്ടിലേക്ക് ക്ഷണിച്ചുവരുത്തി. കൂടാതെ നാട്ടിൽനിന്ന് രണ്ടുപേരെ, വാച്ച്മാൻ ഉൾപ്പെടെ അവൻതന്നെ തിരഞ്ഞെടുക്കുകയും ചെയ്തു. പിന്നീട് വർക്ക്ഷോപ്പിന്റെ പണി പൂർത്തിയായെങ്കിലും വെഞ്ചെരിപ്പിന് നിക്കോളാസ് അച്ചൻ പറഞ്ഞ അഞ്ച് ദിവസം കൂടി ബാക്കിനിൽക്കെ തന്റെ പുതിയ ജീപ്പിൽ മഹാരാഷ്ട്രക്കാരായ വിദഗ്ധന്മാരുടെ ഇഷ്ടത്തിന് വഴങ്ങി കേരളത്തിന്റെ ഇതരഭാഗങ്ങൾ കാണാൻ യാത്രതിരിച്ചു. ഒരുപാട് ഒരുപാടു സന്തോഷമാണ് സ്വന്തം നാട്ടിൽ എത്തിയതിന്റെ പേരിൽ ആ മുഖത്ത് ഞാൻ കണ്ടത്.

പിന്നീട് ജോയ്ച്ചൻ വർക്ക്ഷോപ്പ് തുടങ്ങി ഏറെ കഴിയുന്നതിന് മുമ്പ് തന്നെ എന്റെ അച്ഛനമ്മമാരുടെ നിർബന്ധത്തിന് വഴങ്ങി അവർ

തന്നെ കണ്ടെത്തിയ മെറ്റിൽഡ എന്നൊരു പെൺകുട്ടിയെ വിവാഹം കഴിക്കുകയും ചെയ്തു. മെറ്റിൽഡയെ ഞങ്ങൾക്ക് മുൻപരിചയമുള്ള താണ്. ആ കുട്ടി ഞങ്ങളുടെ ജൂനിയറായി ഡിഗ്രിക്ക് പഠിച്ചിരുന്നു. പരീക്ഷ കഴിഞ്ഞ ഉടനെയായിരുന്നു ജോയ്ച്ചനുമായിട്ടുള്ള വിവാഹം നടന്നത്. നല്ല സാംസ്കാരിക പാരമ്പര്യമുള്ള ഒരു കർഷക കുടുംബത്തിലെ ഒരേ ഒരു പെൺകുട്ടിയാണ് അവളെന്ന് അച്ഛൻ പറഞ്ഞു. അച്ഛന് ആ കുടുംബത്തെ മുമ്പേ അറിവുള്ളതുമാണ്. അമ്മയുടെ സാക്ഷ്യപ്പെടുത്തൽ ഒന്നുകൊണ്ടുമാത്രമാണ് ആ കല്യാണം നടന്നതെന്ന് ജോയ്ച്ചൻ ഇടയ്ക്കൊക്കെ പറയും.

“അല്ലെങ്കിൽ ഇത്രയും നല്ലൊരു പെണ്ണിനെ കിട്ടാൻ എനിക്ക് എന്ത് യോഗ്യതയാണ് ഉള്ളത്, നീ പറയൂ.”

അവനെന്നോട് കൂടെക്കൂടെ പറയാറുള്ളതാണ് ഇത്.

മുംബൈയിലെ അങ്കിൾ മരിച്ചപ്പോൾ സ്വത്തുക്കൾ അത്രയും ജോയ്ച്ചനാണ് എഴുതിവച്ചിരുന്നത്. മക്കളില്ലെങ്കിലും ഒരു മകന്റെ സ്ഥാനത്തുനിന്ന് മരണം വരെ അവരെ രണ്ടുപേരെയും സ്വന്തം അച്ഛനമ്മമാരായിക്കണ്ട് നോക്കി സംരക്ഷിച്ചത് അവനായിരുന്നു. എന്നാൽ അത്രകണ്ട് സാമ്പത്തിക ഭദ്രതയോടെയാണ് താൻ തിരിച്ചുവന്നിരിക്കുന്നതെന്ന വിവരം അന്ന് അവൻ ഞങ്ങളിൽനിന്ന് മറച്ചുവച്ചു. അത് ബോധപൂർവമായിരുന്നില്ല. അമ്മ അവന് കൊടുത്തുകൊണ്ടിരുന്ന പരിഗണന ഒട്ടും കുറയരുതെന്ന് ആഗ്രഹിച്ചിട്ടുമാത്രമാണ്. അവന് ഈ ഭൂമിയിൽ ഏറ്റവുമധികം സ്നേഹിച്ചിരുന്നത് അമ്മയെയാണ്. ഒരു പക്ഷേ, അമ്മ കഴിഞ്ഞേ ഞാൻ പോലും ആ മനസ്സിൽ ഉണ്ടാകൂ.

ഞാൻ എം.എസ്.ഡബ്ല്യു രണ്ടാം വർഷം എത്തിയപ്പോൾ നിക്കോളാസ് അച്ചന് സ്ഥലമാറ്റ ഉത്തരവ് ഇറങ്ങിയതാണ്. എന്നാൽ ബിഷപ്പിന്റെ പ്രത്യേക പരിഗണനയുടെ പേരിൽ അതേ ഇടവകയിലുള്ള പ്രവർത്തന കാലാവധി അദ്ദേഹം ആവശ്യപ്പെട്ടതുപോലെതന്നെ മൂന്ന് വർഷത്തേക്ക് കൂടി നീട്ടി കൊടുക്കുകയായിരുന്നു. പിന്നീട് ഏറെ വൈകാതെ തന്നെ ഞാൻ എം.എസ്.ഡബ്ല്യൂ പാസ്സായി. റിസർച്ചിന് രജിസ്റ്റർ ചെയ്തു. എങ്കിലും സിവിൽ സർവീസ് പരീക്ഷയ്ക്ക് അപേക്ഷിച്ചിരുന്നതിനാൽ കൂടുതൽ ശ്രദ്ധിച്ചിരുന്നത് സിവിൽ സർവീസ് പരീക്ഷയ്ക്കുള്ള വിഷയങ്ങളായിരുന്നു.

ഒരു ദിവസം നിക്കോളാസ് അച്ചന്റെ ഡൽഹിയിലുള്ള സുഹൃത്തും വൈദികനുമായ ഫാദർ മാർട്ടിൻ പയ്യാലുക്കൽ അദ്ദേഹത്തെ സന്ദർശിക്കാൻ വന്നിരുന്നു. ചുരുങ്ങിയ സമയമാണെങ്കിലും അദ്ദേഹം എന്നെയും കണ്ടു സംസാരിച്ചു. ഡൽഹിയിൽ സിവിൽ സർവീസ് കോച്ചിംഗ് സെന്ററുകൾ കാര്യക്ഷമമായി പ്രവർത്തിക്കുന്നുണ്ടെന്ന് അദ്ദേഹത്തിൽ നിന്ന് ഞാൻ അറിഞ്ഞു. അങ്ങോട്ട് ചെന്നാൽ പഠിക്കാൻ വേണ്ട എല്ലാ

സൗകര്യവും അദ്ദേഹം തന്നെ ഒരുക്കിത്തരാമെന്നും പറഞ്ഞു. ആ കൂടിക്കാഴ്ചയ്ക്ക് ശേഷം ഡൽഹിയിലേക്കുള്ള യാത്ര എങ്ങനെയാണ് സാധ്യമാക്കേണ്ടതെന്ന് കൂടെക്കൂടെ ചിന്തിച്ചുകൊണ്ടിരുന്നു. ഒരു ദിവസത്തിന്റെ ഏറിയ പങ്കും വായനയ്ക്കും ഇടയ്ക്കെല്ലാം വരുന്ന ക്ലാസുകൾക്കും ചിലവഴിച്ചു. എന്നാൽ പൗലോസിന്റെ അഭാവം ചിലപ്പോഴെങ്കിലുമൊക്കെ ദീനാമ്മയെക്കുറിച്ച് ഓർക്കാനും കാരണമായി. അവൾ എവിടെയായിരിക്കുമെന്നും എന്തു ചെയ്യുകയായിരിക്കുമെന്നും മനസ്സ് എപ്പോഴും എന്നോടു തന്നെ ചോദിക്കുന്നതാണ്. ഒരു വാക്കുപോലും പറയാതെ കടന്നുപോയിട്ടും അതെന്നെ പരാജയത്തിന്റെ നെല്ലിപ്പടിയോളം കൊണ്ടു ചെന്നെത്തിച്ചിട്ടും അവളെക്കുറിച്ച് ഞാൻ ചിന്തിച്ചതെന്നും അപ്രകോപിതനായിട്ടാണ്. കാരണം ആ സ്നേഹസൗഹൃദത്തിന് പേരിട്ട് വിളിക്കാനായില്ലെങ്കിലും ആ ബന്ധത്തിന്റെ സമഗ്രതയെക്കുറിച്ച് എനിക്ക് പൂർണ്ണബോധ്യമുണ്ടായിരുന്നു.

ഈ കാലയളവിൽ നിക്കോളാസ് അച്ചൻ നാട്ടിലെ സമാരാധ്യനായ വ്യക്തിപ്രഭാവമായി വളർന്നുകഴിഞ്ഞിരുന്നു. ഏതൊരു സാംസ്കാരിക ചടങ്ങിലും ജാതിമതഭേദമന്യേ അദ്ദേഹം ക്ഷണിതാവായി. അക്ഷീണനായി അലയാൻ വിധിക്കപ്പെട്ടതാണ് ജീവിതമെന്ന് അദ്ദേഹം പറയുമ്പോൾ ഞാൻ തിരിച്ചറിഞ്ഞത് അദ്ദേഹത്തിന്റെ തന്നെ ജീവിതചര്യകളെയാണ്. മറ്റുള്ളവർക്കായി അദ്ദേഹം കാണിക്കുന്ന ആത്മാർത്ഥത ഒരു മതത്തിന്റെ ജീവന ശൈലിയായിട്ട് ആരും വ്യാഖ്യാനിച്ചെടുത്തില്ല. എങ്കിലും അദ്ദേഹം ആർജ്ജിച്ചിരുന്ന ഉൾക്കരുത്തിന്റെയും ആത്മാർപ്പണത്തിന്റെയും ഉറവ തേടി ബൈബിൾ ഉൾപ്പെടെയുള്ള ക്രിസ്തീയ ഗ്രന്ഥങ്ങൾ ഞാൻ പഠനവിഷയമാക്കി. അത് അദ്ദേഹം അറിയാതിരിക്കാൻ പ്രത്യേകം ശ്രദ്ധിക്കുകയും ചെയ്തു. പരീക്ഷയെ ലക്ഷ്യം വെച്ചല്ലാതെ മറ്റൊരു വായനയിലും ഏർപ്പെട്ട് സമയം കളയരുതെന്ന് മുമ്പേ നിർദ്ദേശിച്ചിരുന്നതാണ്.

ഇതിനിടയിൽ ഒരു ദിവസം വലിയമ്മാവന്റെ ഫോൺ വന്നു. അച്ഛനും അമ്മയും അങ്ങോട്ട് ചെല്ലണമത്രേ. ഏട്ടന്റെയും ബീനേച്ചിയുടെയും വിവാഹ നിശ്ചയവുമായി ബന്ധപ്പെട്ട കാര്യങ്ങൾ ചർച്ച ചെയ്യാനായിരുന്നു. ബീനേച്ചി ഇതിനോടകം എം.എയും എം.ഫിലും കഴിഞ്ഞു നിൽക്കുകയാണ്. ബീനേച്ചിയുടെ ഭാവിവരൻ ഒരു കോളേജ് അധ്യാപകനായിരുന്നു. സജീവനെന്നാണ് പേര്. അതുപോലെ ഏട്ടന്റെ ഭാവി വധു ബാങ്ക് ഉദ്യോഗസ്ഥയായ മൃദുല എന്ന പെൺകുട്ടിയും. അതുകേട്ട് ഏറെ സന്തോഷിച്ചത് ഞാനാണ്. ഒരുപാടു നാളായി എല്ലാവരും കൂടി ചേർന്നിട്ട്. ഉപരിപ്ലവമായിട്ടാണെങ്കിലും പിണക്കം പറഞ്ഞുപോയ ഹൈദ്രാബാദുകാരെയും ഒന്ന് അനുനയിപ്പിച്ചെടുക്കാമല്ലോ. രമ്യച്ചേച്ചിയുടെ വിവാഹവും താമസിയാതെ ഉണ്ടായേക്കുമെന്നും പയ്യൻ മലയാളിയായതുകൊണ്ട് ആ വിവാഹവും കേരളത്തിൽവെച്ചുതന്നെ നടക്കുമെന്നും അമ്മ പറഞ്ഞുകേട്ടതും എന്റെ സന്തോഷത്തെ പതിന്മടങ്ങ് വർദ്ധിപ്പിക്കാൻ പോന്നതായിരുന്നു.

പക്ഷേ, ഞാൻ ആഗ്രഹിച്ചതായിരുന്നില്ല പിന്നീട് സംഭവിച്ചത്. അതിനടുത്ത ദിവസം നിക്കോളാസ് അച്ചൻ എന്നെ വിളിപ്പിച്ച് ആറുമാസത്തെ കോച്ചിംഗിനായി ഡൽഹിയിലേക്ക് പോകണമെന്ന് പറഞ്ഞു. പള്ളിയിലെ ക്ലാസെടുക്കാൻ ജോയി എബ്രഹാം എന്ന എഞ്ചിനീയറിംഗ് ബിരുദധാരിയെ തത്ക്കാലത്തേക്ക് അദ്ദേഹം ചുമതലപ്പെടുത്തുകയും ചെയ്തു.

സംസ്ഥാനത്തിന് പുറത്ത് ഇത്രയേറെ ദൂരത്തിലേക്ക് സഞ്ചരിക്കുന്നത് നടാടെയാണെങ്കിലും വീട്ടുകാർക്കൊന്നും യാതൊരു ആശങ്കയും ഉണ്ടായിരുന്നില്ല. ഒടുവിൽ ഞാൻ ഡൽഹിയിൽ എത്തിച്ചേർന്നു. സങ്കല്പത്തിൽ മാത്രമുണ്ടായിരുന്ന ചരിത്രസമുച്ചയങ്ങൾ പലതും കൺമുമ്പിൽ കണ്ടതിന്റെ വിസ്മയം തെല്ല് വിട്ടൊഴിയുന്നതിന് മുമ്പുതന്നെ റെയിൽവെ സ്റ്റേഷനിൽ എന്നെ കാത്തുനിന്ന ജോഷി എന്ന സെമിനാരി വിദ്യാർത്ഥിയുടെ കൈയിലെ പേര് എഴുതിയ പ്ലക്കാർഡ് ഞാൻ കണ്ടു. ജോഷിക്കൊപ്പമായിരുന്നു എന്റെ താമസം ഒരുക്കിയിരുന്നത്. ഹോസ്റ്റൽ വാർഡൻ ഫാദർ പോൾ ലൂയിസ് ആണ് എനിക്ക് വേണ്ട എല്ലാ ഒരുക്കങ്ങളും അവിടെ ചെയ്തിരുന്നത്.

ഫാദർ എഡ്വിൻ നിക്കോളാസിനെ കുറിച്ച് വളരെ ബഹുമാനത്തോടെയാണ് അദ്ദേഹം പരാമർശിച്ചത്. ഞാൻ സുരക്ഷിതനാണെന്നറിഞ്ഞപ്പോൾ ബന്ധുക്കൾക്ക് സമാധാനമായി. താമസിച്ചിരുന്ന ഹോസ്റ്റലിന്റെ എതിർവശത്താണ് സിവിൽ സർവീസ് കോച്ചിംഗ് സെന്റർ. രണ്ട് കെട്ടിടങ്ങൾക്ക് നടുവിൽ ഒരു റോഡ് മാത്രം. എല്ലാ സായാഹ്നങ്ങളിലും ഞാനും ലൂയിസ് അച്ചനും സെമിനാരിയിലെ മൈതാനത്ത് നടക്കാൻ സമയം കണ്ടെത്തി. അപ്രകാരം പഠനവും വ്യായാമവും ഇടകലർത്തിയ സ്വച്ഛമായ ജീവിതശൈലി എന്നിൽ വീണ്ടും ആരോഗ്യകരമായ മാറ്റങ്ങൾ ഉണ്ടാക്കി.

ഇതിനിടയിൽ വിവാഹനിശ്ചയം മാത്രമല്ല, രമ്യചേച്ചിയുടേതടക്കം മൂന്ന് വിവാഹങ്ങളും നടന്നു. പക്ഷേ, ആ വിവരങ്ങളൊന്നും വീട്ടുകാരോ ബന്ധുക്കളോ എന്നെ അറിയിച്ചിരുന്നില്ല. നാട്ടിലേക്ക് തിരിച്ചുവരാനുള്ള യാത്രാടിക്കറ്റിനൊപ്പം ഉണ്ടായിരുന്ന ഒരു കുറിമാനത്തിൽനിന്നും ഞാൻ അത് വായിച്ചെടുക്കുകയായിരുന്നു. ആറ് മാസത്തെ കഠിനമായ ശിക്ഷണത്തിനൊടുവിൽ സിവിൽ സർവീസ് പ്രാരംഭ പരീക്ഷ എഴുതി തിരിച്ചു പോരുമ്പോൾ വിവാഹവുമായി ബന്ധപ്പെട്ട ഒരു ചടങ്ങിലും പങ്കെടുക്കാനാകാഞ്ഞതിന്റെ ദുഃഖം മാത്രമായിരുന്നു മനസ്സിൽ.

നാട്ടിലെത്തിയതിന്റെ പിറ്റേന്നാൾതന്നെ അടിവാരത്ത് പോയി. ബീനേച്ചിയേയും കുട്ടേട്ടനേയും കണ്ടു. ഭാസിയങ്കിളും കുടുംബവും വിവാഹ ചടങ്ങുകൾക്ക് ശേഷം ഹൈദ്രാബാദിലേക്ക് തിരിച്ചുപോയിരുന്നു. ബീനേച്ചി ഒരുപാട് വാചാലയായിരുന്നു. എല്ലാവരും ചേർന്ന് മൃദുല ച്ചേച്ചിയെ പരിചയപ്പെടുത്തിത്തന്നു. ബീനേച്ചിയുടെ സഹയാത്രികൻ അന്ന് അവിടെയുണ്ടായിരുന്നില്ല. പത്ത് ദിവസത്തെ ലീവ് തരപ്പെടുത്താൻ കോളേജിൽ പോയിരിക്കുകയാണത്രെ. എങ്കിലും അസ്തമയത്തിന്

മുമ്പായിതന്നെ അദ്ദേഹവും എത്തിച്ചേർന്നു. വലിയമ്മാമന്റെ കുടുംബാന്തരീക്ഷത്തിന് പ്രകടമായ മാറ്റം സംഭവിച്ചിട്ടുണ്ട്. അന്ന് രാവേറെ ചെല്ലുവോളം ഞങ്ങളെല്ലാവരും കൂടി സംസാരിച്ചിരുന്നു. പിന്നീട് അവരെല്ലാം സ്വന്തം മുറിയിലേക്കു പോയപ്പോൾ ഞാൻ ഒറ്റപ്പെട്ടു.

ഞാൻ ദില്ലിയിലായിരുന്നപ്പോൾ പള്ളിയിൽ ക്ലാസെടുത്തുകൊണ്ടിരുന്ന ജോയി എബ്രഹാം ഞാൻ മടങ്ങിയെത്തുന്നതിനും ഒരാഴ്ച മുമ്പ് സ്പെയ്സ് സെന്ററിൽ ശാസ്ത്രജ്ഞനായിട്ട് നിയമനം കിട്ടി പോയിരുന്നു. തന്മൂലം ഞാൻ വന്നപാടെ ക്ലാസെടുക്കാനുള്ള ചുമതലയും വീണുകിട്ടി. ഇതേ സമയത്തുതന്നെ വളരെ സങ്കീർണമായ ഒരു കുടുംബ പ്രശ്നത്തിനും ഞാൻ സാക്ഷിയാകേണ്ടിവന്നു. മേഴ്സിക്ക് വന്ന മൂന്നാമത്തെ വിവാഹാലോചനയും മുടങ്ങിപ്പോയി. അത് ജോർജ് ഇച്ചായനെ ഒട്ടൊന്നുമല്ല പിടിച്ചുലച്ചത്. ഉടനെ തന്നെ നടക്കുമെന്ന് കരുതിയ രണ്ട് ആലോചനകളാണ് മുമ്പേ മുടങ്ങിപ്പോയത്. മൂന്നാമതും അത് ആവർത്തിച്ചപ്പോൾ ഒരു വിസ്ഫോടനത്തിന്റെ വക്കിലാണ് അദ്ദേഹം ചെന്നെത്തിയത്. പയ്യന്റെ വീട്ടുകാർ അയച്ചുകൊടുത്ത ഒരു കത്ത് ജോർജ് ഇച്ചായന്റെ കൈയിലുണ്ടായിരുന്നു.

"മേഴ്സിയും താനുമായി വർഷങ്ങളോളം പഴക്കമുള്ള പ്രേമബന്ധമാണുള്ളതെന്നും ഈ വിവാഹാലോചനയിൽനിന്നും താങ്കൾ പിന്മാറണ" മെന്നുമാണ് കത്തിന്റെ ചുരുക്കം. അത് എഴുതിയിരിക്കുന്നതുമാകട്ടെ പൗലോസും. സമാനതകളില്ലാത്ത സൗഹൃദക്കൂട്ടായ്മ നിലനിന്നുപോന്ന നാല് കുടുംബങ്ങളിലും ആ കത്ത് സൃഷ്ടിച്ച പ്രകമ്പനം ചെറുതായിരുന്നില്ല. എങ്കിലും കുന്നിൻപുറത്തെ മറ്റാരുടെയെങ്കിലും ചെവികളിലേക്ക് ആ വാർത്ത കടന്നുചെല്ലാതിരിക്കാനുള്ള ആത്മനിയന്ത്രണം എല്ലാവരും പാലിക്കുകയും ചെയ്തു.

അച്ഛൻ ജോർജ്ജ് ഇച്ചായനേയും പൗലോസിന്റെ അപ്പച്ചനെയും രവി അങ്കിളിനേയും വീട്ടിലേക്ക് വിളിപ്പിച്ചു. ഈ വാർത്ത ആരുടെയെങ്കിലും ചെവിയിൽ പെട്ടാൽ നിഷ്കളങ്കമായ ഞങ്ങളുടെ സൗഹൃദത്തെ മറ്റുള്ളവർ കള്ളനാണയങ്ങളായി ചിത്രീകരിക്കുമല്ലോയെന്നോർത്ത് ഞാൻ ഭയപ്പെട്ടു. പൗലോസ് അങ്ങനെ ഒരു കത്ത് എഴുതില്ലെന്ന് ഞാൻ തീർത്തുപറഞ്ഞു. കത്തിലുണ്ടായിരുന്ന കൈയക്ഷരത്തിൽനിന്ന് എനിക്ക് അത് കണ്ടെത്താനുമായി. തൊട്ടടുത്ത നിമിഷത്തിൽ പക്ഷേ, ഞാൻ പ്രതിരോധത്തിനായി കണ്ടുവച്ച വാക്കുകളത്രയും കണ്ഠത്തിൽ കുരുങ്ങുകയായിരുന്നു. എന്റെ ഭാവവ്യത്യാസം കണ്ടപ്പോൾ എല്ലാവരുടെയും ശ്രദ്ധ എന്നിലേക്ക് കേന്ദ്രീകരിച്ചു. പെട്ടെന്ന് അച്ഛനെ ഞാൻ അകത്തെ മുറിയിലേക്ക് കൂട്ടിക്കൊണ്ടുപോയി ആ രഹസ്യം പറഞ്ഞുകൊടുത്തു.

"കത്തിലെ അക്ഷരങ്ങൾക്ക് ഒരു അവകാശിയേ ഈ ഭൂമിയിലുള്ളു. അത് മേഴ്സി മാത്രമാണ്."

അച്ഛൻ അത് അവതരിപ്പിച്ചപ്പോൾ എല്ലാവരും സ്തംഭിച്ചിരുന്നുപോയി. അച്ഛൻതന്നെയാണ് അവരെ സാന്ത്വനപ്പെടുത്താനുണ്ടായിരുന്നത്. എന്നാൽ പൗലോസിനെ ഈ വിവരം അറിയിച്ച് സമ്മർദ്ദത്തിലാക്കരുതെന്ന് നിർദ്ദേശിക്കുകയും ചെയ്തു. രണ്ടാഴ്ചകൂടി ചെന്നാൽ ട്രെയിനിംഗ് അവസാനിക്കുമല്ലോ.

അന്ന് തന്നെ അച്ഛൻ മേഴ്സിയുമായി ഫോണിൽ ബന്ധപ്പെട്ടു. കത്തിന്റെ നിജസ്ഥിതിയെ കുറിച്ച് അന്വേഷിക്കുകയും ചെയ്തു. വിവാഹാലോചനയുമായി വന്നവർക്ക് ഇത്തരമൊരു കത്ത് എഴുതിയത് തികച്ചും അപക്വമായെന്ന് അല്പം പരുഷമായിട്ടാണ് അച്ഛൻ പറഞ്ഞത്. എന്നാൽ മേഴ്സിയുടെ മറുപടി തികച്ചും ക്ഷമാപൂർവമായിരുന്നു.

“അങ്കിൾ തെറ്റിദ്ധരിക്കരുത്. അത് എഴുതേണ്ടയാൾ ട്രെയിനിംഗിലായിപ്പോയില്ലേ, ട്രെയിനിംഗ് തീരുംമുമ്പ് എത്രതന്നെ വിവാഹാലോചനകൾ വന്നാലും ഇതേപോലെതന്നെ എഴുതിക്കോളണമെന്ന് സത്യം ചെയ്യിച്ചിട്ടാണ് പൗലോസ് പോയത്.”

ആ മറുപടി കേട്ട് അച്ഛൻ മാത്രമല്ല, പിന്നീട് അത് അറിഞ്ഞ പൗലോസിന്റെ അപ്പച്ചനും അമ്മച്ചിയും അനുജനുമൊക്കെ പൊട്ടിച്ചിരിക്കുകയായിരുന്നു. ഗൗരവമേറിയ വിഷയമാണെങ്കിലും എത്രയോ ലാഘവത്തോടെയാണ് കുട്ടികൾ ഇതിനെയൊക്കെ സമീപിക്കുന്നതെന്ന് ആ രാത്രിയിൽ അച്ഛൻ അമ്മയോട് പറയുന്നത് ഞാൻ കേട്ടു. തനിക്ക് ഒരു തൊഴിൽ അനിവാര്യമാണെന്ന് പൗലോസ് പറഞ്ഞിരുന്നതിന്റെ ഒരു കാര്യം അപ്പോഴാണ് എനിക്കു മനസ്സിലാക്കാനായത്. ആ രാത്രിയിൽ ഞാൻ പൗലോസിനെ വിളിച്ച് സംസാരിച്ചു. മേഴ്സിയെ നഷ്ടപ്പെടാതിരിക്കാൻ തനിക്ക് മറ്റു വഴികളില്ലായിരുന്നെന്ന് അവൻ പറഞ്ഞു.

രണ്ട് പെൺമക്കളുണ്ടായത് ജോർജ്ജ് ഇച്ചായനെന്നും സന്തോഷമാണ് നൽകിയത്. എങ്കിലും അത് അദ്ദേഹത്തിന്റെ സ്വതസിദ്ധമായ ആത്മവിശ്വാസത്തെ പരിമിതപ്പെടുത്തുകയാണ് ചെയ്തത്. അതുകൊണ്ട് എന്നിൽ പൂർണ്ണ വിശ്വാസം ഉണ്ടാകുന്നതുവരെ ഞാൻ കാത്തിരിക്കാൻ നിർബന്ധിതനായി. ഒരു വിവാഹ നിർദ്ദേശം അദ്ദേഹം അംഗീകരിച്ചേക്കാം. പക്ഷേ, ഒരു പ്രേമബന്ധം നിലനിൽക്കുന്നത് ഒരിക്കൽ പോലും അദ്ദേഹം ഉൾക്കൊള്ളില്ല. മാത്രമല്ല വളരെ നിർബന്ധപൂർവം മറ്റൊരു വിവാഹം മേഴ്സിക്ക് നടത്തിച്ച് കൊടുത്തെന്നും വരും. ഈ വിവരങ്ങളത്രയും എന്നോട് ഉപദേശിച്ചുതന്നത് മേഴ്സി തന്നെയാണ് എന്ന് അവൻ പറഞ്ഞു.

പിന്നീട് ട്രെയിനിംഗ് കഴിഞ്ഞ് പൗലോസ് എത്തി. തൊട്ടടുത്ത ദിവസം സന്തോഷ് ഉൾപ്പെടെ ഞങ്ങളെല്ലാവരും എന്റെ വീട്ടിൽ സമ്മേളിച്ചു. പൗലോസിന്റെ വിവാഹത്തിനായിട്ടുള്ള ഭാവുകങ്ങൾ നേരുകയും ചെയ്തു.

"ഇത് ഞാൻ പണ്ടേ ഉറപ്പിച്ച കല്യാണമാണെടാ" തത്സമയം വന്നെത്തിയ ജോയ്ച്ചൻ അത് കൊട്ടിഘോഷിച്ചു.

"ഇനിയും ഇതുപോലുള്ള ആചാരമര്യാദകളുമായി മറ്റാരെങ്കിലും വരാനിരിക്കുന്നുണ്ടോ ആവോ?"

ഇത് കേട്ട് മുറിയിലേക്ക് കയറിവന്ന അമ്മയുടെ കൈയിലിരുന്ന ട്രേയിലെ ചായക്കപ്പുകൾ തെല്ലൊന്ന് കുലുങ്ങിത്തുളുമ്പി. വീണ്ടും എല്ലാവരും പൊട്ടിച്ചിരിച്ചതല്ലാതെ അങ്ങനെയൊന്നും ഉണ്ടാകില്ലെന്ന് ആരും പറഞ്ഞില്ല. ഇതിനിടയിൽ പോസ്റ്റുമാൻ വന്ന് വിളിച്ചപ്പോൾ ഞാനും അമ്മയും ഒരുമിച്ചാണ് ഇറങ്ങിച്ചെന്നത്. അന്ന് ഒപ്പിട്ട് വാങ്ങിയ കത്തിനുള്ളിൽ സിവിൽ സർവീസ് പ്രാരംഭ പരീക്ഷയിൽ ഞാൻ വിജയിച്ചതിന്റെ റിസൾട്ട് ഉണ്ടായിരുന്നു. ജയിക്കുമെന്ന് പ്രതീക്ഷിച്ചിരുന്നെങ്കിലും വിജയിച്ചുകൊണ്ടുള്ള ഫലപ്രഖ്യാപനം വന്നെത്തിയപ്പോൾ വേറിട്ടൊരനുഭവമായിരുന്നു. അപ്പോൾ തന്നെ ഞാൻ നിക്കോളാസ് അച്ചനെ വിളിച്ച് വിവരം പറഞ്ഞു. അന്ന് വൈകീട്ട് അദ്ദേഹത്തെ കണ്ടപ്പോൾ ഞാൻ ചോദിക്കുകയായിരുന്നു.

"വീണൊന്ന് കരയാനോ, തളർന്നു നിൽക്കാനോ പോലും അനുവദിക്കാത്ത ഏതൊരു ദിവ്യതേജസ്സാണ് പിതാവേ എനിക്കൊപ്പം സഞ്ചരിച്ചുകൊണ്ടിരിക്കുന്നത്?"

അദ്ദേഹം അതുകേട്ട് ചിരിക്കുക മാത്രം ചെയ്തു. എങ്കിലും ആ ചോദ്യം നിരാകരിക്കാതെതന്നെ അല്പനേരം എന്റെ കണ്ണുകളിലേക്ക് നോക്കിനിന്നിട്ടാണ് നടന്നുപോയത്. അന്ന് ക്ലാസ് ഉണ്ടായിരുന്നില്ല. എങ്കിലും ക്ലാസ് മുറിയിൽ ചെന്ന് തനിയെ ഇരുന്നു. വേർതിരിച്ചറിയാനാവാത്ത ഒട്ടനേകം സമ്മർദ്ദങ്ങളാണ് അപ്പോൾ ഞാൻ അനുഭവിച്ചുകൊണ്ടിരുന്നത്. അന്നത്തെ സായാഹ്ന കുർബാനയിൽ അദ്ദേഹത്തിന്റെ പ്രഭാഷണം മൈക്കിലൂടെ ഒഴുകിയടുക്കുന്നതാണ് പിന്നീട് ഞാൻ ശ്രദ്ധിച്ചത്.

"ദൈവം തന്റെ സൃഷ്ടികൾക്കായി സൂക്ഷിക്കുന്ന കരുതലാണ് പ്രേമം, അതിനോട് കിടപിടിക്കാൻ മറ്റൊന്നുമില്ല. അതിനാൽ നിങ്ങൾക്ക് വേണ്ടി നന്മ ചെയ്യുന്ന ദൈവത്തെ സ്വന്തം ഹൃദയത്തോട് ചേർത്തുവെച്ചും നിങ്ങളെ ആശ്രയിക്കുന്നവരെ ചിറകിനടിയിൽ തണലേകി നിർത്തിയും പ്രാർത്ഥിക്കുക. അതിലൂടെ നിങ്ങൾക്ക് സ്വന്തം ജീവിതലക്ഷ്യം കണ്ടെത്താനാകും, ഒടുവിൽ ആ രക്ഷകനെയും."

ആ സന്ദേശം എനിക്കുള്ള മറുപടിയായിട്ടാണ് അപ്പോൾ തോന്നിയത്. ഹൃദയത്തെ ത്രസിപ്പിച്ചു നിർത്തിയ ആ പ്രകാശവഴിയിലൂടെ ഒട്ടനേകം കാതം മനസ്സുകൊണ്ട് സഞ്ചരിച്ചു. അങ്ങനെ ഒരു രക്ഷകനെ ഒരിക്കൽ പോലും കണ്ടെത്താനാകില്ല എന്ന് അറിയുമ്പോഴും വീണ്ടും വീണ്ടും അന്വേഷിച്ചുകൊണ്ടേയിരിക്കാനാണ് ഇഷ്ടപ്പെട്ടത്.

പിന്നീട് ഏതാനും ദിവസങ്ങൾക്കുള്ളിൽതന്നെ വീണ്ടും ദില്ലിയിലേക്ക് പുറപ്പെടേണ്ടിവന്നു. അന്നും എല്ലാ സൗകര്യങ്ങളും ഒരുക്കിത്തന്നത് നിക്കോളാസ് അച്ചൻ തന്നെയാണ്. അന്ന് യാത്ര പുറപ്പെട്ടപ്പോൾ പതിവിന് വിപരീതമായി അദ്ദേഹം റെയിൽവെസ്റ്റേഷൻ വരെ അനുഗമിച്ചു. ട്രെയിൻ പുറപ്പെടും മുമ്പ് എന്ന് ആശ്ലേഷിക്കുകയും ശിരസ്സിൽ കൈവച്ച് അനുഗ്രഹിക്കുകയും ചെയ്തു. മുമ്പെന്നേക്കാളും സ്നേഹവായ്പ് ആ സാമീപ്യം കൊണ്ട് തിരിച്ചറിഞ്ഞു. ട്രെയിൻ പുറപ്പെട്ടെങ്കിലും അദ്ദേഹം ഉൾപ്പെടെയുള്ള ബന്ധുജനങ്ങളെയെല്ലാം സൈഡ്ഗ്ലാസിലൂടെ ഞാൻ നോക്കിയിരുന്നു. അന്ന് അറിയുന്നുണ്ടായിരുന്നു, നിക്കോളാസ് അച്ചന് പ്രത്യേകമായി അനുവദിച്ചുകിട്ടിയ മൂന്നുവർഷവും അവസാനിക്കുകയാണെന്ന്.

“നന്നായി പഠിക്കുക, പരീക്ഷ കഴിയുവോളം ആരെക്കുറിച്ചും ചിന്തിക്കരുത്. ഫോണിലൂടെയാണെങ്കിലും ആരെയും വിളിച്ച് സമയം കളയരുത്. നിനക്കായി ഞങ്ങൾ എപ്പോഴും പ്രാർത്ഥിക്കുന്നുണ്ട്. ദൈവം നിന്നെ അനുഗ്രഹിക്കും.”

ട്രെയിനിന്റെ താളാത്മകമായ ശബ്ദം ദ്രുതഗതിയിൽ എത്തിയപ്പോഴും ആ വാക്കുകളത്രയും കർണപുടങ്ങളിൽ പ്രതിധ്വനിച്ചുകൊണ്ടിരുന്നു.

ദില്ലിയിൽ ചെന്ന് വീണ്ടും ഫാദർ പോൾ ലൂയിസിനെ കണ്ടു. മുമ്പ് ഉപയോഗിച്ചിരുന്ന അതേ മുറിതന്നെ അനുവദിച്ചുതന്നു. അന്ന് പക്ഷേ അതേ മുറിയിൽ ജോഷിയുണ്ടായിരുന്നില്ല. പകരം ഫൈസൽ എന്ന കർണാടകക്കാരൻ. ഫൈസലും സിവിൽ സർവീസ് പരീക്ഷാർത്ഥിയായിരുന്നു. വളരെ പക്വതയുള്ള പെരുമാറ്റക്കാരനാണ് അയാൾ. ഞങ്ങൾ നല്ല സുഹൃത്തുക്കളുമായി.

തുടർന്നുള്ള തീവ്രപരിശീലനത്തിനൊടുവിൽ വേറെയും ചില സുഹൃത്തുക്കളെ കിട്ടി. കോച്ചിംഗിന്റെ അവസാനനാളിൽ ഞങ്ങൾ ആറ് പേർ ചേർന്ന് ഒരു തീരുമാനമെടുത്തു. പരീക്ഷയ്ക്ക് ശേഷം ഇന്ത്യയിൽ ഉടനീളം സഞ്ചരിക്കുക. ഒരുപക്ഷേ പരീക്ഷയിൽ വിജയിച്ചാൽ ഇന്റർവ്യു ബോർഡിനെ അഭിമുഖീകരിക്കാൻ അത് കൂടുതൽ പ്രയോജനപ്പെടുകയും ചെയ്യും. അതിനുള്ള സമ്മതം വീട്ടിൽനിന്നും നിക്കോളാസ് അച്ചനിൽ നിന്നും എനിക്കു ലഭിച്ചിരുന്നു.

പിന്നീടുള്ള ദിനരാത്രങ്ങളിൽ പഠനവിഷയങ്ങളെ കുറിച്ചല്ലാതെ മറ്റൊരു വാക്കും ആരും സംസാരിച്ചില്ല. ഒടുവിൽ വളരെ തൃപ്തികരമായിതന്നെ പരീക്ഷ എഴുതി. പിന്നീടുള്ള രണ്ട് ദിവസം ഉറക്കവും ഭക്ഷണവും മാത്രമായിരുന്നു.

ഇതിനിടയിൽ ഫാദർ പോൾ ലൂയിസ് ഞങ്ങളെ വിളിപ്പിച്ച് ഒരു നിർദ്ദേശം വച്ചു. വിദേശീയരായ മൂന്ന് വനിതകളും ഒരു പുരുഷനും യുകെയിൽനിന്ന് ഇന്ത്യ സന്ദർശിക്കാനായി വരുന്നുണ്ട്. അതിൽ രണ്ടുപേർ

കന്യാസ്ത്രീകളാണ്. മദർ തെരേസയുടെ പ്രവർത്തന മേഖലകൾ നേരിൽ കണ്ട് പഠിക്കാനാണ് അവരെത്തുന്നത്. മറ്റുരണ്ട് പേർ ഭാര്യാഭർത്താക്കന്മാരാണ്. അവരെല്ലാവരും യുകെയിലെ പ്രസിദ്ധമായ യൂണിവേഴ്സിറ്റിയിലെ അധ്യാപകരുമാണ്. അവർക്കൊപ്പം സഞ്ചരിക്കുമെങ്കിൽ താമസം, ഭക്ഷണം എന്നിവ പള്ളിയുടേതായ ഇടത്താവളങ്ങളിൽ സജ്ജമാക്കാനാകും. അത് ഞങ്ങൾക്ക് വളരെ സ്വീകാര്യമായിരുന്നു. പക്ഷേ അവർക്കായി പത്ത് ദിവസങ്ങൾകൂടി കാത്തിരിക്കേണ്ടിവന്നു. മാർട്ടീന, കാതറിൻ എന്നിവർ മധ്യവയസ്കരായ കന്യാസ്ത്രീകളായിരുന്നു. പിന്നെ മധ്യവയസ്കനായ വില്യംസ് എന്ന പുരുഷനും അദ്ദേഹത്തിന്റെ ഭാര്യ മിസ്സിസ് ആൻ വില്യംസും. വളരെ പെട്ടെന്ന് ഞങ്ങളെല്ലാവരും സുഹൃത്തുക്കളായി. മലയാളം നന്നായി എഴുതാനും വായിക്കാനും അറിയുന്ന മിസ്സിസ് ആൻ വില്യംസ് എന്നെ അദ്ഭുതപ്പെടുത്തിയ പ്രതിഭാസമായിരുന്നു. രണ്ട് ദിവസം കഴിഞ്ഞപ്പോഴാണ് അവർ പറഞ്ഞത് ബ്രിട്ടീഷ് പൗരത്വമുള്ള അവരുടെ അമ്മ മലയാളിയും അച്ഛൻ ഇംഗ്ലീഷുകാരനുമാണെന്ന്. ഇംഗ്ലീഷിൽ കഥകളും കവിതകളുമൊക്കെ എഴുതാറുണ്ടെന്നും. പിന്നീടുള്ള ദിവസങ്ങളിൽ അവർ കേരളത്തെക്കുറിച്ച് ഒരുപാടു കാര്യങ്ങൾ ചോദിച്ചു. അതിനുള്ള എന്റെ വിശദീകരണം വില്യംസിനാണ് ഏറെ ഹരമായത്. ശേഷം എന്റെ നാടിനെക്കുറിച്ചും ബാല്യത്തെക്കുറിച്ചുമൊക്കെ അവർ ചോദിച്ചു മനസ്സിലാക്കി.

എന്റെ അനുഭവങ്ങൾ പക്ഷേ അവർ കേട്ടിരുന്നത് ഒരു നോവലിന് സമാനമായിട്ടാണ്. കാടും കുന്നും പൂക്കളും പക്ഷികളുമൊക്കെ ചേർന്ന ഗ്രാമഭംഗി അവർ വിഭാവനം ചെയ്ത് എടുത്തിട്ടുണ്ടാവണം. അതേ യാത്രയിൽ തന്നെ നാട്ടിൻപുറവും സന്ദർശിക്കണമെന്നവർ നിർബന്ധിച്ചു. എന്നെ സംബന്ധിച്ചിടത്തോളം എല്ലാ സംസ്ഥാനങ്ങളിലൂടെയും ഒരോട്ടപ്രദക്ഷിണമെങ്കിലും നടത്തണമെന്നും ഭാരതീയരുടെ വൈവിധ്യമാർന്ന തൊഴിലും ജീവിതശൈലികളും നേരിട്ട് കണ്ട് പഠിക്കണമെന്നതും ചരിത്രം പഠിച്ചുതുടങ്ങിയ കാലം തൊട്ടേയുള്ള മോഹമായിരുന്നു. പക്ഷേ ഞങ്ങളുടെ ഒരു മാസത്തെ യാത്ര ഇരുപത് ദിവസം കൊണ്ട് കൽക്കട്ടയിൽവെച്ച് അവസാനിപ്പിക്കേണ്ടതായി വന്നു. അപ്പോഴേക്കും സിവിൽ സർവീസ് പരീക്ഷയുടെ റിസൾട്ട് വന്നു. ഞാനും ഫൈസലും ഞങ്ങൾക്കൊപ്പമുണ്ടായിരുന്ന ഡൽഹിയിൽനിന്നുള്ള ഗൗതമും വിജയിച്ചു. തന്മൂലം തൊട്ടടുത്ത ദിവസം തന്നെ ഡൽഹിയിലേക്ക് മടങ്ങാൻ ഞങ്ങൾ തീർച്ചപ്പെടുത്തി. അന്ന് രാത്രിയിൽ കൽക്കട്ട സെന്റ് പീറ്റേഴ്സ് കത്തീഡ്രലിന്റെ അതിഥിമന്ദിരത്തിൽ വെച്ച് മിസിസ് ആൻ വില്യംസ് ആണ് കൂടുതൽ വാചാലയായത്.

എന്റെ നാട്ടിൻപുറത്തെ സുഹൃത്തുക്കളെക്കുറിച്ചും പൂത്തുനിൽക്കുന്ന വാകമരങ്ങൾ നിറഞ്ഞ കുന്നിൻപുറങ്ങളെക്കുറിച്ചും യാത്ര പറയാതെ

പിരിഞ്ഞുപോയ കൂട്ടുകാരിയെക്കുറിച്ചും അവർ കുറിപ്പെഴുതി സൂക്ഷിച്ചിരുന്നു. ദീനാമ്മയെ ഈ ജീവിതത്തിൽ എവിടെയെങ്കിലും വെച്ച് കണ്ടുമുട്ടാതിരിക്കില്ലെന്ന് അവർ ഉറപ്പിച്ച് പറഞ്ഞു. എല്ലാ ജീവിതവും ഒരു കഥയ്ക്കുള്ള ഇതിവൃത്തത്തോടെയാണ് അവസാനിക്കുന്നതെങ്കിലും പക്ഷേ, ഒന്നും അവസാനിക്കാതെതന്നെ ഇതുവരെയുള്ള എന്റെ അനുഭവങ്ങളുടെ പശ്ചാത്തലത്തിൽ ഒന്നെഴുതി തുടങ്ങുമെങ്കിൽ അതിന് ഒരു നോവലിന്റെ പരിവേഷമുണ്ടാവുമെന്ന് ആദ്യം എന്നോട് പറഞ്ഞത് മിസ്സിസ് ആൻ വില്യംസാണ്. വില്യംസും അതിനെ ആത്മാർത്ഥമായി തന്നെ പിന്തുണച്ചു. ഒരർത്ഥത്തിൽ ഇതെഴുതാനുള്ള പ്രേരണ അവിടെവച്ചാണ് എനിക്ക് കിട്ടുന്നത്. ഇന്ന് ഇത് എഴുതിക്കൊണ്ടിരിക്കുമ്പോൾ അക്കാര്യം ഞാൻ ഓർക്കുന്നുമുണ്ട്.

പിന്നീട് ഞങ്ങൾ സെൻട്രൽ റെയിൽവെ സ്റ്റേഷനിൽ നിന്ന് യാത്ര തിരിക്കുമ്പോൾ അതിഥികൾ നാല് പേരും യാത്രയാക്കാൻ എത്തിയിരുന്നു. ഭാരതത്തെ കണ്ടെത്താൻ ഇറങ്ങിയ ആ വിദേശീയരെ പിന്നീടെന്നെങ്കിലും കാണുമോ എന്നാണ് ഓർത്തത്. എങ്കിലും നമ്മുടെ രാജ്യത്തെക്കുറിച്ച് അവർ പറഞ്ഞ നല്ല വാക്കുകൾ എക്കാലവും ഓർത്തിരിക്കാൻ പോന്ന അഭിമാനമാണ് ഉണ്ടാക്കിത്തന്നത്. വണ്ടി പുറപ്പെടാൻ തുടങ്ങവെ ആൻ വില്യംസ് ഇംഗ്ലീഷിൽ എഴുതി പ്രസിദ്ധീകരിച്ച ഒരു കവിതാ സമാഹാരം എനിക്കും ഫൈസലിനും സമ്മാനിക്കുകയും ചെയ്തു. മറ്റുള്ളവർക്ക് പിന്നീട് അയച്ചുകൊടുക്കാമെന്ന് വാഗ്ദാനവും ചെയ്തു.

പഴയ ലാവണം

ദില്ലിയിൽ തിരിച്ചെത്തി പഴയ ലാവണത്തിന്റെ ചുവരുകൾക്കുള്ളിൽ വീണ്ടും പരിശീലനം ആരംഭിച്ചു. അതിനിടയ്ക്ക് ഒരു ദിവസം ഫാദർ മാർട്ടിൻ പയ്യാലുക്കൽ ഞങ്ങളെ സന്ദർശിച്ച് ആത്മവിശ്വാസത്തിനായി ചില ഉപദേശങ്ങളും തന്നു. വലിയ സ്നേഹവും സഹകരണവുമാണ് ഞങ്ങൾ അവിടെനിന്ന് അനുഭവിച്ചത്. ഒടുവിൽ ഏറെ ആശങ്കകൾക്ക് ഇടം നൽകാതെ അഭിമുഖം കഴിഞ്ഞു. പിന്നീട് കൽക്കട്ടയിൽ വച്ച് അവസാനിപ്പിച്ച യാത്ര അവിടെനിന്ന് തന്നെ ഞങ്ങൾ പുനരാരംഭിച്ചു. ഞാനും ഫൈസലും ഗൗതമും മാത്രം. ഗൗതമിന് ഏറെ വൈകാതെ ദില്ലിയിലേക്ക് തിരിച്ചുപോകാനുള്ളുകൊണ്ട് യാത്രകളിൽ ചില മാറ്റങ്ങൾ വരുത്തിയിരുന്നു. അങ്ങനെ കർണാടകവും തമിഴ്നാടും കേരളത്തിന്റെ കുറച്ച് ഭാഗങ്ങളും ചുറ്റിത്തിരിഞ്ഞ് ഒരു സായാഹ്നത്തിൽ ഞങ്ങൾ മൂന്ന് പേരും രാപ്പാടിക്കുന്നിലെത്തി. അവിടം താൻ വിവരിച്ചതിനേക്കാൾ എത്രയോ മനോഹരമാണെന്ന് വളരെ അദ്ഭുതത്തോടെയാണ് ഗൗതം സൂചിപ്പിച്ചത്. അതേ അഭിപ്രായം തന്നെയാണ് ഫൈസലിനുമുണ്ടായത്. അന്ന് രാത്രിയോടെയാണ് വീട്ടിലെത്തിയത്. തൊട്ടടുത്ത പ്രഭാതം ഞങ്ങൾക്കായി കരുതിവച്ചിരുന്നത് ഈ ജീവിതത്തിലെ ഏറ്റവും വലിയ പുരസ്കാരമായിരുന്നു. ഐ.എ.എസ് കിട്ടിയ രണ്ട് മലയാളികളിൽ ഒരാൾ ഞാനായിരുന്നു. ഫൈസലും ഗൗതമും ഇന്ത്യൻ പൊലീസ് സർവീസിലേക്കും തെരഞ്ഞെടുക്കപ്പെട്ടു.

എന്നെ സ്നേഹിക്കുകയും ഞാൻ സ്നേഹിക്കുകയും ചെയ്ത ഒട്ടനേകം പേരോട് മനസ്സാ നന്ദി പറഞ്ഞു. പിന്നെ സമീപത്തുണ്ടായിരുന്ന അച്ഛനെ ആശ്ലേഷിക്കുകയും സന്തോഷം വരുമ്പോൾ ഞാനെന്നും ചെയ്യുന്നതുപോലെ അമ്മയുടെ കവിളിൽ ഒരു ഉമ്മയും നൽകി. ഞാൻ പുറത്തേക്ക് ഇറങ്ങവെ എന്റെ ലക്ഷ്യം മനസ്സിലാക്കിയിട്ടെന്നോണം അമ്മ പറയുകയായിരുന്നു.

"പള്ളിയിലേക്ക് പോകേണ്ട. ഒരു മാസം മുമ്പ് നിക്കോളാസ് അച്ചന് ട്രാൻസ്ഫറായി. അദ്ദേഹം ഇറ്റലിയിലേക്കാണ് പോയത്."

ഒരു നടുക്കത്തോടെയാണ് ഞാൻ അതു കേട്ടത്. എന്റെ കണ്ണുകൾ നിറഞ്ഞുപോയി. എന്നെ ആശ്വസിപ്പിക്കാനെന്നോണം അമ്മ പറഞ്ഞു.

"നിന്നെ അറിയിക്കരുതെന്ന് അദ്ദേഹം പ്രത്യേകം പറഞ്ഞിരുന്നു."

ഞാൻ ഓർക്കുകയായിരുന്നു ദില്ലിയിലേക്ക് യാത്ര പുറപ്പെട്ടപ്പോൾ അദ്ദേഹം എന്നോട് പറഞ്ഞുവച്ചിരുന്നു, ഇനി ഐ.എ.എസ് കിട്ടിയ ശേഷമേ തന്നെ വിളിക്കാവൂ എന്ന്. സ്തബ്ധനായി നിന്ന എന്നോട് അമ്മ വിശദീകരിച്ചുതന്നു.

"എല്ലാ മതക്കാരും ചേർന്ന് അതിഗംഭീരമായ യാത്രയയപ്പാണ് അദ്ദേഹത്തിന് കൊടുത്തത്. സോളമന് സ്വന്തമായ സ്ഥലവും വീട് വെക്കാനുള്ള പണവും അദ്ദേഹം കൊടുത്തു. പള്ളി പരികർമ്മിയായി അയാളെ നിയമിക്കുകയും ചെയ്തു."

ഞാൻ വിജയിച്ച വാർത്ത വളരെ പെട്ടെന്ന് തന്നെ എല്ലാവരിലുമെത്തി. പലരും എന്നെ അഭിനന്ദിക്കാൻ വന്നുകൊണ്ടിരുന്നതിനാൽ സുഹൃത്തുക്കൾക്കൊപ്പം ചെല്ലേണ്ടെന്ന് അവർ പറഞ്ഞു. തുടർന്ന് ആ ചുമതല ജോയ്ച്ചൻ ഏറ്റെടുത്തു. ഏറെ വൈകാതെ അവന്റെ ജീപ്പിൽ കയറ്റി സുഹൃത്തുക്കളെ എയർപോർട്ടിലേക്ക് കൊണ്ടുപോയി.

എവിടെനിന്നോ എന്റെ ജീവിതത്തിലേക്ക് കടന്നുവന്ന മനുഷ്യസ്നേഹി. ഒരു ജ്യേഷ്ഠസഹോദരന്റെ സ്നേഹവാത്സല്യത്തോടെയാണ് അദ്ദേഹം എന്നെ സംരക്ഷിച്ചു നിർത്തിയത്. മതങ്ങളുടെയും മറ്റേതൊരു വിഭാഗീയതകളുടെയും അതിരുകൾക്കപ്പുറത്തുനിന്ന് സൗഹൃദം ഒരു കലയാണെന്ന് ഞങ്ങളെ ബോധ്യപ്പെടുത്തിത്തന്ന ആ പുണ്യാത്മാവിന്റെ സാമീപ്യമില്ലാതെ എനിക്കൊരു നിലനില്പുണ്ടാകുമോയെന്ന് ശങ്കിച്ചു. അന്ന് അദ്ദേഹത്തെ കാണാനാവില്ലെന്ന് അറിയാമെങ്കിൽക്കൂടി അസ്തമയത്തിന് മുമ്പായി പള്ളിമുറ്റത്തേക്ക് നടന്നു ചെന്നു. അവിടെ യാതൊരു അനക്കവും ഉണ്ടായിരുന്നില്ല. ഭക്തിഗാനങ്ങളോ സന്ധ്യാകുർബാനയോ കുട്ടികളുടെ കൂത്തരങ്ങോ ഒന്നുമില്ലാത്ത ഒരു ദിവസം അന്നാദ്യമായിട്ടാണ് കണ്ടത്. പൗലോസും ഞാനും മാറിനിന്നതോടെ കളിയും അവസാനിച്ചിരുന്നു. എന്നും സജീവമായിരുന്ന കളിക്കളത്തിൽ പലവിധത്തിലുള്ള ചെടികളും മുളച്ചു പൊന്തിത്തുടങ്ങി. ഏതൊരു സംസ്കൃതിയും ആ നാടിന്റെ ഭരണാധികാരിയുടെ ഭാവനാവൈഭവത്തെ ആശ്രയിച്ചാണ് നിൽക്കുന്നതെന്ന് അദ്ദേഹം പറയാറുള്ളത് ഓർത്തു. സ്വർണമേഘക്കൂമ്പാരങ്ങൾക്ക് നടുവിൽ സൂര്യൻ അസ്തമിച്ച് മറയാൻ നിമിഷങ്ങൾ മാത്രം ബാക്കിനിൽക്കെ ഞാൻ ആഗ്രഹിച്ചുപോയി. പിന്നിൽനിന്ന് വന്ന് ആ കൈവെള്ളകൾ എന്നും എന്നപോലെ എന്റെ തോളിൽ സ്പർശിച്ചിരുന്നെങ്കിൽ എന്ന്.

"ആ തമ്പുരാൻ പോയി സാറെ."

വിതുമ്പുന്ന ആ മനുഷ്യനെ കണ്ട് ഞാൻ അദ്ഭുതപ്പെട്ടുപോയി.

"സോളമൻ."

"കൂടെ പോവാൻ നമുക്ക് പറ്റില്ലല്ലോ സാറെ, പാഴ്കെട്ടിൽ ഒടുങ്ങേണ്ട ഈ ജന്മത്തിന് കുടുംബജീവിതം എന്താണെന്ന് പഠിപ്പിച്ചു തന്നത് അദ്ദേഹമാണ്."

അല്പനേരം കൂടി എനിക്കൊപ്പം നിന്നിട്ട് സന്ധ്യാമണിയടിക്കാൻ സമയമായെന്ന് പറഞ്ഞ് അയാൾ നടന്നുപോയി. കണ്ണുകൾ തുടച്ച് അരികിലൂടെ കടന്നുപോയ സോളമനെ ഏറെ വിസ്മയത്തോടെ നോക്കിനിൽക്കെ ഞാനറിയാതെ ചോദിച്ചു പോയി.

"അങ്ങ് ആരായിരുന്നു?"

മണിമുഴക്കം ഭക്തിസാന്ദ്രമാക്കിയ പള്ളിമുറ്റത്ത് നിന്ന് പിന്നീട് ഞാൻ തിരിച്ചു നടക്കുകയായിരുന്നു.

ഞങ്ങളുടെ കുടുംബത്തിൽനിന്ന് ഐ.എ.എസ് കിട്ടുന്ന ആദ്യത്തെ ആൾ എന്ന നിലയിൽ എല്ലാവർക്കും അതൊരു അഭിമാനമായിരുന്നു. തൊട്ടടുത്ത ദിവസം പ്രഭാതത്തിൽ തന്നെ വലിയമ്മാവനും കുടുംബവും വന്നെത്തി. അന്ന് തന്നെ ഉച്ചയ്ക്കുശേഷം ബീനേച്ചിയും സജീവേട്ടനും. അന്ന് വലിയമ്മാവൻ വന്നപ്പോൾ ഏറ്റവും അധികം സന്തോഷം പ്രകടിപ്പിച്ചത് അമ്മയാണ്. അമ്മ എന്നും ചെയ്യാറുള്ളതുപോലെ വീട്ടിൽ നിന്ന് ഇറങ്ങിച്ചെന്ന് ആ പാദങ്ങൾ തൊട്ട് വന്ദിച്ചു. കുഞ്ഞുന്നാൾ മുതൽ അമ്മയിൽ നിന്ന് പകർന്ന് കിട്ടിയ ആ ശീലം ഞാനും മറന്നിട്ടുണ്ടായിരുന്നില്ല. ആ ചരണങ്ങളിൽ ഞാനും സ്പർശിച്ചു.

"കുട്ടി നന്നായി വരും" എന്ന് അദ്ദേഹം പറയാറുള്ളതും ഞാൻ ഓർത്തു. ഇരുകരങ്ങളും കൊണ്ട് വലിയമ്മാവൻ എന്നെ പിടിച്ചുയർത്തിയപ്പോൾ ആ കണ്ണുകൾ ആർദ്രമായത് കണ്ടു. പക്ഷേ പതിവുള്ളതു പോലെ കുട്ടി നന്നായി വരും എന്ന് പറയാൻ ശ്രമിച്ചിട്ട് വാക്കുകൾ പുറത്തേക്ക് വന്നില്ല. പകരം എന്നെ ആശ്ലേഷിക്കുകയായിരുന്നു.

ഏറെ വൈകാതെ ട്രെയിനി അസിസ്റ്റന്റ് കലക്ടറായി നിയമിതനായി. അതേ ജില്ലയിൽതന്നെ പൗലോസ്, സ്റ്റേഷൻ ഹൗസ് ഓഫീസർ ആയത് തികച്ചും യാദൃച്ഛികമായിരുന്നു. അന്നൊരിക്കൽ ഞാൻ കലക്ടർക്കൊപ്പം ക്വാറി ലൈസൻസുമായി ബന്ധപ്പെട്ട ഒരു പരാതിയെ കുറിച്ച് അന്വേഷിക്കാൻ പോയി തിരിച്ചുവരുമ്പോൾ എന്റെ താത്പര്യത്തിന് വഴങ്ങി വാഹനം പൗലോസിന്റെ സ്റ്റേഷൻ കോമ്പൗണ്ടിലേക്ക് കയറ്റിനിർത്തി. ആദ്യം അവൻ ഭയപ്പെട്ട് പോയെങ്കിലും പിന്നാലെ ഞാൻ ഇറങ്ങുന്നത് കണ്ടപ്പോൾ അവന് ആശ്വാസമായി. ഒരു സൗഹൃദസന്ദർശനമാണെന്ന് കലക്ടർതന്നെ അവനോട് പറയുകയും ചെയ്തു. പൗലോസിന്റെ പൊലീസ് സ്റ്റേഷനിൽ നിന്ന് മുപ്പത് കിലോമീറ്റർ ദൂരത്തിലായിരുന്നു എന്റെ ഔദ്യോഗിക വസതി. അന്ന് രാത്രി എന്റെ ക്ഷണമനുസരിച്ച് അവൻ വന്നു. പക്ഷേ വ്യക്തിപരമായ കൂടിക്കാഴ്ച്ചയിൽ ഉപചാരങ്ങൾ

ഒഴിവാക്കണമെന്ന് പറഞ്ഞത് അവൻ ഉൾക്കൊണ്ടില്ല. മാത്രമല്ല ഞാൻ ആഗ്രഹിക്കാത്ത അകലം അവൻ എന്നിൽ നിന്നും പാലിച്ചു. ആ പെരുമാറ്റം എന്നെ അസ്വസ്ഥനാക്കി. തന്മൂലം മുമ്പെന്നത്തേയുംപോലെ സൗഹൃദത്തിന്റെ ഇഴയടുപ്പം അന്ന് അനുഭവിച്ചില്ല.

ട്രെയിനിംഗ് പൂർത്തിയായപ്പോൾ സബ് കലക്ടറായി നിയമിതനായി. അതിന് ശേഷം ഒരു മാസം കഴിഞ്ഞപ്പോൾ പൗലോസും മേഴ്സിയും തമ്മിലുള്ള വിവാഹം കഴിഞ്ഞു. ഞാനടക്കം എല്ലാ സുഹൃത്തുക്കളും സജീവമായി പങ്കെടുത്ത ചടങ്ങായിരുന്നു അത്. വിവാഹ ചടങ്ങുകൾ കഴിഞ്ഞ് വീട്ടിലെത്തിയപ്പോൾ ഞാൻ നിക്കോളാസ് അച്ചനെ ഫോണിൽ വിളിച്ചു. ആഴ്ചയിൽ ഒരിക്കലെങ്കിലും അന്നൊക്കെ അദ്ദേഹത്തെ വിളിച്ചു സംസാരിക്കുമായിരുന്നു. ആഗ്രഹിച്ചാൽത്തന്നെ എപ്പോഴും ഇറ്റലിയിൽ നിന്ന് പറന്നെത്താൻ ആകില്ലല്ലോ എന്ന് പറഞ്ഞെന്നെ സാന്ത്വന പ്പെടുത്തും. പൗലോസിന്റെ വിവാഹത്തിനെങ്കിലും അദ്ദേഹം വന്നെത്തു മെന്ന് പ്രതീക്ഷിച്ചു. പക്ഷേ അതും ഉണ്ടായില്ല. അദ്ദേഹം എന്നിൽ നിന്ന് യാത്ര പറഞ്ഞ് പോയിട്ട് അന്നേക്ക് മൂന്നു വർഷമായിരുന്നു. വലിയൊരു സ്വകാര്യ നൊമ്പരമാണ് അത് എന്നിൽ സൃഷ്ടിച്ചുകൊണ്ടിരുന്നത്.

അന്നു രാത്രിയിൽ അച്ഛനും ഞാനും അമ്മയുമായി വളരെ നേരം സംസാരിച്ചിരുന്നു. വിവാഹം കഴിക്കാൻ ഞാൻ ആരെയെങ്കിലും കണ്ടു വച്ചിട്ടുണ്ടോ എന്ന് പരോക്ഷമായിട്ടാണെങ്കിലും അമ്മ ചോദിച്ചു. അമ്മയെ സംബന്ധിച്ചിടത്തോളം അത് അനുനയത്തിന്റെ ഭാഷ്യമായിരുന്നു. കാരണം പൗലോസ് മേഴ്സിയെ വിവാഹം കഴിച്ചപ്പോൾ ഇനിയുള്ളത് ജയശ്രീയാണ്. ക്ഷേത്രജീവനക്കാരനായ അച്ഛന്റെ ചെറിയ വരുമാനത്തിൽ ഒതുങ്ങി കഴിഞ്ഞുവരുകയാണവർ. എങ്കിലും എനിക്ക് അതിൽ താത്പര്യ മുണ്ടെങ്കിൽ വീട്ടിൽനിന്നും നിരുപാധിക പിന്തുണയുണ്ടാകുമെന്ന സൂചന യാണ് അമ്മ തന്നത്. പക്ഷേ അങ്ങനെ ഒരു ബന്ധം ഞങ്ങൾക്കിടയിൽ ഉണ്ടായിരുന്നില്ലല്ലോ. അത് അറിഞ്ഞുകൊണ്ടുതന്നെയാണ് അമ്മ ചോദിച്ചതും.

മേഴ്സി സുന്ദരിയായിരുന്നു. പക്ഷേ പൗലോസിന്റെ സങ്കല്പത്തി ലുള്ള നിറം അവൾക്കുണ്ടായിരുന്നില്ല. അത്തരം ഒരു ന്യൂനത വൃഥാ കണ്ടെത്തിയതാണെങ്കിൽ കൂടി അത് മറന്ന് എപ്പോഴാണവൻ ഇഷ്ടപ്പെട്ടു തുടങ്ങിയതെന്ന് സഹസഞ്ചാരിയായിരുന്ന ഞാൻ പോലും അറിഞ്ഞി രുന്നില്ല. അടുത്ത പ്രഭാതത്തിൽ തിരിച്ചുപോരുന്നതിന് മുമ്പായി സന്തോഷിനെ കണ്ടു. അവൻ എൻറോൾ ചെയ്ത് പ്രസിദ്ധനായ ഒരു വക്കീലന്റെ ജൂനിയറായി അമ്മവീട്ടിൽ താമസിച്ച് പ്രാക്ടീസ് തുടങ്ങി യിരിക്കുകയാണ്. അന്ന് ഒരു മുഖവുരയുമില്ലാതെ സന്തോഷിനോട് ചോദിച്ചു. ജയശ്രീയെ വിവാഹം കഴിക്കാൻ താത്പര്യമുണ്ടോ എന്ന്. അവൻ അത് ആഗ്രഹിക്കുന്നുണ്ടാവും എന്ന് കരുതിത്തന്നെയാണ്

ചോദിച്ചത്. ഒരു ജൂനിയർ വക്കീലായ തനിക്ക് കൃത്യമായ വരുമാനമൊന്നു മില്ലാതെ കുടുംബ ജീവിതത്തെ കുറിച്ച് ചിന്തിക്കാനാകില്ലല്ലോ എന്നാണ് അവൻ പറഞ്ഞത്. ഇവനും ഒട്ടും മോശക്കാരനല്ലല്ലോ എന്നോർത്ത് ഞാൻ ഉള്ളാലെ ചിരിച്ചുപോയി. പക്ഷെ ആ തോളിൽ തട്ടി സാന്ത്വനപ്പെടുത്തി സന്തോഷിന്റെ ആഗ്രഹം നടക്കുമെന്ന് ഉറപ്പിച്ച് പറഞ്ഞു. ഞങ്ങളുടെ എല്ലാവരുടേയും പിന്തുണ അതിന് ഉണ്ടാകുമെന്നും അറിയിച്ചു. കൂടാതെ അഭിഭാഷകർക്ക് മാത്രം നേടാവുന്ന ഉദ്യോഗങ്ങൾക്കായി പരിശ്രമിച്ചു കൊണ്ടിരിക്കണമെന്നും നിർദ്ദേശിച്ചു.

ഞാൻ വീട്ടിലുള്ള ദിവസങ്ങളിലെല്ലാം എനിക്കൊപ്പം ഭക്ഷണം കഴി ക്കാൻ ജോയ്ച്ചൻ ഉണ്ടാകും. ഒരു ദിവസം അവൻ എന്നോട് ചോദിക്കുക യായിരുന്നു. കൂടെ പോരട്ടെ എന്ന്. അതൊരു നേരംപോക്കാണെന്ന് അറിയാമെങ്കിലും ഞാൻ പറഞ്ഞു,

“ദൂരെ ദൂരെ സഞ്ചരിച്ച് പോകുമ്പോൾ എന്റെ അച്ഛനമ്മമാർക്ക് തുണ യായിട്ട് നീ ഇവിടെ ഉണ്ടല്ലോ എന്നതാണെന്റെ ഉറപ്പ്.”

അവൻ ഉടനെ മറുപടി പറഞ്ഞു.

“അത് നീ പറഞ്ഞത് ശരിയാണ്. പക്ഷേ ആ വാചകത്തിൽനിന്ന് എന്റെ എന്ന വാക്ക് ഒഴിവാക്കണം. അച്ഛനമ്മമാർ എന്റെയും കൂടിയാ ണെടാ. ഒരു ഇടി ഞാൻ വച്ചുതരും. കലക്ടറാണെന്നൊന്നും ഞാൻ നോക്കില്ല.”

എന്നിട്ടവൻ അമ്മയെ നോക്കി കണ്ണടച്ചു. പിന്നെ പതിവുള്ളതുപോലെ പൊട്ടിച്ചിരിച്ചു. പക്ഷേ എനിക്കറിയാം എന്റെ പദപ്രയോഗം ചെറുതായിട്ടാ ണെങ്കിലും അവനെ നൊമ്പരപ്പെടുത്തിയിട്ടുണ്ടെന്ന്.

“സോറി”

“മര്യാദയ്ക്ക് അങ്ങനെ പറഞ്ഞോളൂ.”

പിന്നെ അവൻ ഞങ്ങൾക്കഭിമുഖമായി നിന്നില്ല. കൈ കഴുകി നേരെ ജീപ്പിൽ ചെന്ന് കയറി.

“ഞാൻ പോകുവാന്നെ, വൈകീട്ട് ആശുപത്രിയിൽ കയറി മെറ്റിയെ കണ്ടിട്ടേ വരൂ.”

അത് അമ്മയ്ക്കുള്ള അറിയിപ്പാണ്. മെറ്റിൽഡയെ പ്രസവത്തിനായി ആശുപത്രിയിൽ അഡ്മിറ്റ് ചെയ്തിരിക്കുകയായിരുന്നു. തൊട്ടടുത്ത ദിവസം തന്നെ അവന് ഒരു മകൻ ഉണ്ടായി.

എല്ലാ സൗഹൃദവും ഊഷ്മളമായി നിലനിർത്തിക്കൊണ്ട് തന്നെ ഔദ്യോഗിക ജീവിതവുമായി മുന്നോട്ട് പോയി. ഏറെ വൈകാതെ കളക്ട റായി നിയമിക്കപ്പെടുകയും ചെയ്തു. നിക്കോളാസ് അച്ചനെ ഫോണിൽ കൂടി ബന്ധപ്പെട്ടുകൊണ്ടിരുന്നെങ്കിലും അതിന്റെ ഇടവേളകൾക്ക് ഞാൻ അറിയാതെതന്നെ ദൈർഘ്യം കൂടുന്നുണ്ടായിരുന്നു. സ്വകാര്യമായ ഒരു

വിശ്രമ സമയം പലപ്പോഴും കിട്ടാറില്ലായിരുന്നു. ഒരു ദിവസത്തെ ഔദ്യോഗികമായ സമയക്രമങ്ങൾ പോലും എഴുതിത്തയ്യാറാക്കുന്നത് ഞാൻ അറിഞ്ഞിരിക്കണമെന്ന് നിർബന്ധമില്ല. അറിഞ്ഞാൽത്തന്നെ വായിച്ച് നോക്കി ബോധ്യപ്പെടാറുമില്ല. ഇതൊക്കെയാണെങ്കിലും എല്ലാം അറിയാനും ഉൾക്കൊള്ളാനും അദ്ദേഹത്തിന് അറിയാമായിരുന്നു. ഞാൻ വിവാഹിതനാകണമെന്ന് അദ്ദേഹം നിർബന്ധിച്ചു കൊണ്ടേയിരുന്നു.

“തിരിച്ചുവരില്ല എന്നറിയാവുന്ന പെൺകുട്ടിയെ ഒരിക്കൽ പോലും നിനക്ക് തള്ളിപ്പറയാൻ ആവാത്തത് നല്ല മനസ്സുകൊണ്ടുതന്നെയാണ്. അതിന്റെ പേരിൽ പക്ഷേ, പുത്രധർമ്മം വെടിഞ്ഞ് ജീവിക്കുന്നതിന് എന്ത് ന്യായീകരണമാണ് ഉണ്ടാവുക. നല്ല മനസ്സുള്ളവർക്കെന്നും നന്മയല്ലേ ചെയ്യാനാവൂ.”

മുമ്പും വളരെ കർക്കശത്തോടെ തന്നെയാണ് വിവാഹത്തെക്കുറിച്ച് അദ്ദേഹം പ്രതിപാദിച്ചിട്ടുള്ളത്. അച്ഛന്റെ ആരോഗ്യ സംരക്ഷണത്തിനായി സൂക്ഷ്മനിരീക്ഷണം നടത്തിക്കൊണ്ടിരിക്കുന്ന ഒരാൾക്ക് അദ്ദേഹത്തിന്റെ ഇഷ്ടങ്ങളെ തിരിച്ചറിയാൻ കഴിയാത്തത് എന്തുകൊണ്ടാണ്. അദ്ദേഹം എന്നോട് ഉപദേശിക്കുന്നതെല്ലാം വസ്തുതാപരമാണെന്നറിയാം. നിക്കോളാസ് അച്ചൻ മാത്രമല്ല. അച്ഛനും അമ്മയും അമ്മവീട്ടുകാരും മറ്റു ബന്ധുക്കളും സുഹൃത്തുക്കളുമെല്ലാം ഒരേ സ്വരത്തിൽ ആവശ്യപ്പെട്ടുകൊണ്ടിരിക്കുന്നത് അതുതന്നെയാണ്. വിവാഹത്തിനുള്ള എന്റെ സമ്മതം.

അങ്ങനെ വിവാഹിതനാകേണ്ടത് എന്റെ ബാധ്യതയായി തീർന്ന ഒരു കാലഘട്ടത്തിലാണ് കുട്ടേട്ടന്റെ ബാർ അസോസിയേഷൻ വാർഷിക കുടുംബമേളയ്ക്ക് എന്നെ മുഖ്യാതിഥിയായി ക്ഷണിച്ചത്. ഏട്ടന്റെ ക്ഷണം എത്രയെങ്കിലും അഭിമാനത്തോടെയാണ് ഞാൻ സ്വീകരിച്ചത്. അമ്മയ്ക്കും അത് കേട്ടപ്പോൾ ഒരുപാട് ഇഷ്ടമായെന്ന് ഫോണിൽ കൂടി സംസാരിച്ചപ്പോൾ മനസ്സിലായി.

കൃത്യസമയത്തുതന്നെ ഞാൻ അവിടെ എത്തി. കോടതികളോട് ചേർന്നുള്ള ഓഡിറ്റോറിയം വർണാഭമായി അലങ്കരിച്ചും വൈദ്യുത വിളക്കുകളാൽ അത്യധികം മോടിപിടിപ്പിച്ചും കാണപ്പെട്ടു. നിറയെ വക്കീലന്മാരും അവരുടെ കുടുംബാംഗങ്ങളും. അതിന് നടുവിലൂടെയുള്ള മാർഗത്തിലൂടെ എന്നെയും ഉദ്ഘാടകനായ ജഡ്ജിയേയും സ്റ്റേജിലേക്ക് ആനയിച്ചു. സൗമ്യനായ ജഡ്ജി ചടങ്ങുകൾക്ക് മുമ്പുതന്നെ എന്നോട് കുശലാന്വേഷണം നടത്തി. ഞാൻ രാമദാസ് വക്കീലിന്റെ അനുജനാണെന്നും വളരെ അഭിമാനപൂർവം പറഞ്ഞുകൊടുത്തു. മൂന്ന് ജില്ലകൾക്കപ്പുറത്ത് നിന്ന് ഞാൻ അങ്ങോട്ട് എത്തിച്ചേരാനുള്ള കാരണം അതിലൂടെ അദ്ദേഹം മനസ്സിലാക്കുകയും ചെയ്തു.

കുട്ടേട്ടന്റെ ഔദ്യോഗിക നാമം രാമദാസ് എന്നാണ്. രാമദാസ് വക്കീലിനെ ഞാൻ വിളിക്കുന്നത് കുട്ടേട്ടൻ എന്നാണെന്ന് അറിഞ്ഞപ്പോൾ

കൗതുകപൂർവം അദ്ദേഹം എന്നെനോക്കി ചിരിക്കുകയും ചെയ്തു. ഓഡിറ്റോറിയത്തിന്റെ മുൻനിരയിൽ ഇടതുഭാഗത്തായി ബീനേച്ചിയും മൃദുല ഏടത്തിയും ഇരിക്കുന്നുണ്ടായിരുന്നു. ഉദ്ഘാടന പ്രസംഗം നടന്നു കൊണ്ടിരിക്കെ മുൻനിരയിൽ മധ്യഭാഗത്തായി ഇരുന്ന ഏറെ ശാലീന യായ ഒരു പെൺകുട്ടി എന്റെ ശ്രദ്ധയിൽപ്പെട്ടു. മുമ്പൊന്നും ഞാൻ കണ്ടിട്ടില്ലാത്ത അത്രകണ്ട് വശ്യത ആ മുഖത്ത് ഉണ്ടായിരുന്നു. തികച്ചും അലസമായിട്ടെന്നോണം ഒന്ന് രണ്ട് തവണ കൂടി ഞാൻ കുട്ടിയെ ശ്രദ്ധിച്ചു. ഒരു മാത്രയെങ്കിലും കണ്ണുകൾ ഇടഞ്ഞിട്ടുണ്ടാകാം. ഉദ്ഘാടന പ്രസംഗത്തിന് ശേഷം മിസ് ശ്രീപ്രിയയുടെ സെമിക്ലാസിക്കൽ സോങ്ങ് ഉണ്ടെന്ന് മൈക്കിലൂടെ അറിയിച്ചപ്പോൾ ഞാൻ പിൻനിരകളിലേക്കാണ് നോക്കിയത്. പക്ഷേ എഴുന്നേറ്റ് വന്നതാകട്ടെ എന്നെ അദ്ഭുതപ്പെടുത്തി ക്കൊണ്ടിരുന്ന അതേ പെൺകുട്ടിതന്നെ.

വേദിയിലും സദസ്സിനിരുപുറവും ജ്വലിപ്പിച്ചുനിർത്തിയ അലങ്കാര വിളക്കുകളുടെ നിറപ്പകിട്ടിൽ ചുവന്ന വസ്ത്രം ധരിച്ചുനിന്ന പെൺകുട്ടി അതിമനോഹരമായി പാടുകയും ചെയ്തു. സംഗീതെ എന്റെ ദൗർബല്യ മാണെങ്കിൽകൂടി അന്ന് ഞാൻ മറ്റാരും കാണാതെ ശ്രദ്ധിച്ചത് ആ പെൺ കുട്ടിയെ മാത്രമാണ്. സ്റ്റേജിൽനിന്നും ഇറങ്ങാൻ നേരം ഒരു നിമിഷം അവൾ എനിക്ക് അഭിമുഖമായി വന്ന് പോകുകയും ചെയ്തു. പിന്നീട് അതേ വേദിയിൽ വെച്ച്തന്നെ ബാർ അസോസിയേഷന്റേതായ ഒരു ഉപ ഹാരം കൊടുത്ത് ഹസ്തദാനം ചെയ്യാനുള്ള ബഹുമതിയും എനിക്ക് കിട്ടി. വീണ്ടും വേദിയുടെ മുന്നിൽ വന്നിരുന്ന ശ്രീപ്രിയ പിന്നീടെപ്പോഴാണ് തിരിച്ച് പോയതെന്ന് പക്ഷേ ഞാൻ കണ്ടില്ല. വീണ്ടും വന്നിരുന്നുവെങ്കിൽ എന്ന് ഞാൻ ആഗ്രഹിച്ചെങ്കിലും അത് ഉണ്ടായില്ല.

ഏറെ വൈകാതെ ആഘോഷപരിപാടികൾ ബാക്കി നിൽക്കെയാണ് യാത്ര പറഞ്ഞത്. ഏട്ടനും ബാർ അസോസിയേഷൻ സെക്രട്ടറിയും ബീനേച്ചിയും മൃദുലേടത്തിയുമൊക്കെ വാഹനത്തിന് അടുത്തുവരെ എന്നെ അനുഗമിച്ചു. അന്ന് പുലർച്ചയോടെയാണ് ഔദ്യോഗിക വസതി യിൽ എത്തിയത്. സെക്യൂരിറ്റിക്കാർ ഗേറ്റ് അടച്ചപ്പോൾ ഞാൻ മുകൾ നിലയിലെ കിടപ്പുമുറിയോട് ചേർന്നുള്ള സിറ്റൗട്ടിൽ ഇറങ്ങി നിൽക്കുക യായിരുന്നു. അടച്ചിട്ട ഗേറ്റിലേക്ക് നോക്കി നിൽക്കെ പിന്നീട് തിരി ച്ചെത്തിയ വഴിയിലൂടെ മനസ്സുകൊണ്ട് വെറുതെ പിന്നോക്കം സഞ്ചരിച്ചു പോയി. ആ യാത്ര പിന്നീട് ചെന്നെത്തിയത് അതേ ഓഡിറ്റോറിയത്തി ലാണ്. അപ്പോഴവിടെ ആ പെൺകുട്ടി മാത്രമേ ഉണ്ടായിരുന്നുള്ളൂ. വീട് എവിടെയാണ് എന്ന് ചോദിക്കാൻ തുനിഞ്ഞതാണ്. അപ്പോഴേക്കും വാതിലിൽ സെക്യൂരിറ്റി നിന്ന ഉദ്യോഗസ്ഥൻ വന്ന് മുട്ടി. സമയം വൈകി എന്ന് അറിയിച്ചു. ഉറക്കത്തിലായിരുന്ന ഞാൻ കിടക്കയിൽ നിന്ന് എഴുന്നേറ്റ് തത്രപ്പെട്ട് ഒരുങ്ങി, പ്രഭാതത്തിൽ ഒമ്പതരയ്ക്ക് വച്ചിരുന്ന വകുപ്പ് മന്ത്രിയുടെ മീറ്റിംഗിൽ പങ്കെടുക്കുകയും ചെയ്തു.

അന്ന് രാത്രി ഉറങ്ങാൻ കിടന്നപ്പോഴും ഞാൻ ഓർക്കുകയായിരുന്നു. എന്തുകൊണ്ടാകും ആ പെൺകുട്ടിയോട് ഇത്രകണ്ട് ഇഷ്ടം തോന്നാൻ കാരണം. ഓർത്തെടുക്കുമ്പോഴൊക്കെ അവൾ എനിക്ക് സ്വന്തമാണെന്ന പ്രതീതി. പക്ഷേ അങ്ങനെയൊന്നും ഏട്ടനോടും ബീനേച്ചിയോടും പറയാനാകില്ല. അവരെന്താകും ധരിക്കുക. പക്ഷേ ഉറക്കം നഷ്ടപ്പെട്ടപ്പോൾ ഞാൻ ഫോണെടുത്ത് മനസ്സിന്റെ തെളിമയുള്ള ചിന്തകളിൽനിന്നും മാഞ്ഞുപോകാതെ നിൽക്കുന്ന ആ പെൺകുട്ടിയെക്കുറിച്ച് ചോദിക്കാനായി ഏട്ടനെ വിളിച്ചു. പക്ഷേ ചോദിച്ചത് ബാർ അസോസിയേഷന്റെ പരിപാടികളെക്കുറിച്ചാണ്. വളരെ നന്നായിരുന്നെന്നും സമയോചിതമായിരുന്നു എന്റെ പ്രസംഗമെന്നും സൂചിപ്പിച്ചു. പിന്നീട് ഏട്ടൻ കലാപരിപാടികളെ കുറിച്ച് വാചാലനായി. അരമണിക്കൂറോളം ഞാൻ മൂളിക്കേട്ടുകൊണ്ടിരുന്നു. പക്ഷേ അങ്ങോട്ട് എന്തെങ്കിലും ചോദിക്കാനായില്ല. ഏട്ടൻ സംസാരിച്ച് തീരുന്നതിനു മുമ്പുതന്നെ ഞാൻ ഉറങ്ങിപ്പോകുകയും ചെയ്തു.

തൊട്ടടുത്ത ദിവസം ഉച്ചയ്ക്കുശേഷം ആദിവാസി കോളനിയിലേക്കുള്ള റോഡിന് സ്ഥലം ഏറ്റെടുക്കുന്നതുമായി ബന്ധപ്പെട്ട സന്ദർശനം ഉണ്ടായിരുന്നു. റബ്ബർ എസ്റ്റേറ്റിന്റെ ഒരു ഭാഗത്തുകൂടിയുള്ള സ്ഥലമെടുപ്പുമായി ബന്ധപ്പെട്ട് വലിയൊരു തർക്കം കുറേ കാലമായി നിലനിൽക്കുന്നതാണ്. അതിനാൽ നോട്ടിഫിക്കേഷൻ തയ്യാറാക്കാനാകാതെ രാഷ്ട്രീയ സമ്മർദ്ദത്തിൽപ്പെട്ട് കിടന്ന ഫയൽ എത്രയും പെട്ടെന്ന് തീർപ്പാക്കണമെന്ന് വകുപ്പ് മന്ത്രിയുടെ തലേദിവസത്തെ പരിപാടിയുടെ മിനിറ്റ്സിൽ ഉൾപ്പെടുത്തിയിരുന്നു. എന്ത് സമ്മർദ്ദ തന്ത്രം ഉപയോഗിച്ചും വ്യവസായ പ്രമുഖനായ ഭൂവുടമയോട് സംസാരിച്ച് പ്രശ്നം രമ്യതയിൽ എത്തിക്കണം എന്നായിരുന്നു നിർദ്ദേശം. അതിന്റെ ചർച്ച റെസ്റ്റ് ഹൗസിൽ തുടങ്ങിയത് വളരെ വൈകുവോളം നീണ്ടുപോയി. ആ സ്ഥലം അക്വയർ ചെയ്യാനുള്ള പ്രാരംഭ നിർദ്ദേശം ഗവണ്മെന്റിലേക്ക് അയച്ചാൽ ഗുരുതരമായ പ്രത്യാഘാതം ഉണ്ടാവുമെന്ന് എസ്റ്റേറ്റ് ഉടമ ഭീഷണിപ്പെടുത്തിയെങ്കിലും അത് അംഗീകരിച്ച് കൊടുക്കാൻ എനിക്കാകുമായിരുന്നില്ല.

നാനൂറോളം ആദിവാസി കുടുംബങ്ങളെ പുറം ലോകവുമായി ബന്ധിപ്പിക്കാനുള്ള മറ്റൊരു പദ്ധതിയും സർക്കാറിനു മുന്നിൽ ഉണ്ടായിരുന്നില്ല. മാത്രമല്ല എസ്റ്റേറ്റിന്റെ ഒരറ്റത്ത് കൂടി മുന്നൂറു മീറ്റർ റോഡ് സാധ്യമായാൽ ഉടമയ്ക്കും പ്രയോജനം ഉണ്ടാകും എന്നതറിഞ്ഞിട്ടും ദുരഭിമാനത്തിന്റെ പേരിൽ മാത്രമാണയാൾ പ്രതിബന്ധങ്ങൾ സൃഷ്ടിച്ചത്. എങ്കിൽ സർക്കാർ ഏകപക്ഷീയമായിതന്നെ മുമ്പെന്നെയുംപോലെ ഇതിനായുള്ള ആദ്യ നോട്ടിഫിക്കേഷൻ ഇറക്കുമെന്ന് പറഞ്ഞാണ് തിരിച്ചു പോന്നത്.

രാത്രിയിൽ മലയിറങ്ങി വരുമ്പോൾ നമ്പർ പ്ലേറ്റില്ലാത്ത ഒരു ജീപ്പിൽ രണ്ടുമൂന്നുപേർ വഴി തടയുകയും വിജനമായ വനപാതയിൽവെച്ച്

ഞങ്ങൾക്ക് നേരെ അക്രമത്തിന് തുനിയുകയും ചെയ്തു. തോക്കെടുക്കാതെ പ്രതിരോധിക്കാൻ നിർദ്ദേശിച്ചത് പക്ഷേ ഗൺമാനെ പ്രതിരോധത്തിലാക്കി. ആയുധധാരികളായ അവരോട് പിടിച്ചുനിൽക്കാനാകില്ലെന്ന് കണ്ടപ്പോൾ ഡ്രൈവറും ഇറങ്ങിച്ചെന്നു. പിന്നാലെ ഞാനും. കാറിന്റെ ഹെഡ്‌ലൈറ്റിൽ ഞങ്ങൾ മൂന്ന് പേരും ചേർന്ന് പ്രതിരോധിച്ചപ്പോൾ എതിരാളികൾക്ക് പിടിച്ചുനിൽക്കാനാകാതെ അവർ ജീപ്പിൽ കയറി രക്ഷപ്പെട്ടു. ഇതിനോടകം എന്റെ കൈത്തണ്ടയിൽ കത്തികൊണ്ടുള്ള മുറിവുണ്ടായി. ഒപ്പമുള്ളവർക്കും ചെറിയ തോതിൽ പരിക്കു പറ്റിയിരുന്നു. വളരെ കാര്യമായ പരിക്ക് എതിർകക്ഷികൾക്ക് ഉണ്ട് എന്ന് അറിയാമെങ്കിലും പക്ഷേ വാർത്തകളത്രയും ഞങ്ങൾക്ക് അനുകൂലമായിട്ടാണ് വന്നത്. അജ്ഞാതരായ അക്രമികൾ കലക്ടറെ ആക്രമിച്ചു പരിക്കേല്പിച്ചു എന്ന വാർത്ത വലിയ തലക്കെട്ടുമായി പത്രങ്ങളിൽ സ്ഥാനം പിടിച്ചു. അന്ന് രാത്രിതന്നെ ചാനലുകളിലും അതെത്തി. നേരം പുലരും മുമ്പുതന്നെ അച്ഛനും അമ്മയും ജോയ്ച്ചനും എത്തി. ജോയ്ച്ചൻ ആ സംഭവസ്ഥലത്തെല്ലാം പോയി വിശദമായി അന്വേഷിച്ചിട്ടുവന്നു. പൊലീസും കേസ് എടുത്ത് ഊർജ്ജിതമായി അന്വേഷണം ആരംഭിച്ചു. ഇതിനോടകം എസ്റ്റേറ്റ് ഉടമയെ പൊലീസ് ദീർഘമായ ചോദ്യം ചെയ്യലിന് വിധേയമാക്കി. പക്ഷേ അയാൾ ആവർത്തിച്ച് പറഞ്ഞത് ഇത്തരം ഒരു അവിവേകം താൻ കാണിക്കില്ലെന്നാണ്.

ഗവൺമെന്റിനേയും ജനങ്ങളേയും ആശ്രയിച്ചാണ് തന്റെ എല്ലാ സ്ഥാപനങ്ങളും നിലനിൽക്കുന്നതെന്നും ഒരു കലക്ടറെ ആക്രമിച്ച് എന്തെങ്കിലും നേട്ടം ഉണ്ടാക്കാമെന്ന് കരുതാനുള്ള ബുദ്ധിശൂന്യത തനിക്കില്ലെന്നും അയാൾ ആണയിട്ട് പറഞ്ഞു. അദ്ദേഹമാണ് ഇത് ചെയ്തതെന്ന് പറയാനുള്ള ഒരു തെളിവും ഞങ്ങളുടെ ഭാഗത്ത് ഉണ്ടായിരുന്നുമില്ല. എങ്കിലും അന്ന് രാത്രി തന്നെ മുഖ്യമന്ത്രി അക്രമത്തെ അപലപിക്കുകയും അതിനടുത്ത ദിവസം വകുപ്പ് മന്ത്രി എന്നെ ആശുപത്രിയിൽ സന്ദർശിക്കുകയും ചെയ്തപ്പോൾ അത് വലിയൊരു വിഷയമായി മാറി. ഇതിനോടകം തന്നെ ഞങ്ങൾ ആവശ്യപ്പെട്ട അതേ അളവിൽ മരങ്ങളെല്ലാം സ്വന്തം നിലയിൽ മുറിച്ച് നീക്കി റോഡിനുള്ള സ്ഥലം ഭൂവുടമ സർക്കാറിന് സറണ്ടർ ചെയ്യുകയായിരുന്നു.

രണ്ട് ദിവസം കഴിഞ്ഞ് ഞാൻ ആശുപത്രിയിൽനിന്ന് ഡിസ്ചാർജ് ആയതിന് ശേഷം റോഡിന്റെ പണിയും ആരംഭിച്ചു. ജോയ്ച്ചനും അച്ഛനും അമ്മയും തിരിച്ചു പോയപ്പോൾ വീണ്ടും ഞാനെന്റെ ജോലിയിൽ സജീവമായി. ആരോടും അങ്ങോട്ട് വരേണ്ടതില്ലെന്ന് അച്ഛൻ പറഞ്ഞുവച്ചിരുന്നു. അവർ പോയ അന്ന് രാത്രിയിലും പതിവുള്ളപോലെ ഞാൻ ബീനേച്ചിയെ വിളിച്ചു. വീണ്ടും ആ പെൺകുട്ടിയുടെ പാട്ടിനെക്കുറിച്ച് ചോദിച്ചു. അവളെ തനിക്ക് അറിയാമെന്നും എന്തിനാണ് അന്വേഷിക്കുന്നതെന്ന് ചോദിച്ചപ്പോൾ ഞാൻ ഒന്ന് പതറിപ്പോയെങ്കിലും ആ പാട്ട് എനിക്ക് ഇഷ്ടമായെന്ന്

പറഞ്ഞു. അത് കേട്ട് ചേച്ചി വാചാലയായി. തനിക്ക് വളരെ അടുപ്പമുള്ള ഒരു വീട്ടിലേതാണ് ആ കുട്ടിയെന്നും കാഴ്ചയിലെ പോലതന്നെ നല്ല സ്വഭാവവും പെരുമാറ്റവുമാണെന്ന് വിശദീകരിച്ച് തന്നു. എന്നിട്ട് നിനക്ക് ആ പാട്ടുവേണോ എന്ന ഒരു ചോദ്യവും. ആ ചോദ്യത്തിന് രണ്ട് അർത്ഥം ഉണ്ടായിരുന്നതിനാൽ പെട്ടെന്ന് ഒരു മറുപടി പറയാൻ എനിക്കായില്ല. എനിക്കത് വേണമെന്ന് പറയണമെന്ന് തോന്നി. പക്ഷേ അതിനുള്ള ലാഘവത്വം മനസ്സിനില്ലായിരുന്നു. ജീവിതത്തിലെ പല നിർണ്ണായകഘട്ട ങ്ങളിലും എനിക്ക് സംഭവിച്ചിട്ടുള്ളതാണ് ഇത്. ഉൾവലിഞ്ഞ് നിൽക്കുക. മറ്റുള്ളവർ എന്നെ തെറ്റിദ്ധരിക്കുമെന്ന് വൃഥാ സങ്കൽപ്പിക്കുക. അത് പലപ്പോഴും തെറ്റായ സന്ദേശമാണ് മറ്റുള്ളവർക്ക് കൊടുക്കുന്നത്. പക്ഷേ ഇവിടെ അങ്ങനെയായിരുന്നില്ല സംഭവിച്ചത്. ഒരു ജീവിതം മുഴുവൻ എന്നോട് ഉൾച്ചേർന്ന് നിന്ന സഹോദരങ്ങൾക്ക് ഞാൻ പറയുന്നത് മാത്ര മല്ല, പറയാൻ ആഗ്രഹിക്കുന്നതും കണ്ടെത്താനാകുമായിരുന്നു.

പകലിന്റെ തീക്ഷ്ണമായ ചൂടിലും വിശ്രമമില്ലാത്ത ജോലികളിലും അനുബന്ധ യാത്രകളിലുമൊക്കെ പിന്നീട് ഞാൻ അക്ഷീണനായിരുന്നു. സ്വാഭാവിക ജീവിതത്തിന്റെ അന്നേവരെയുള്ള രസതന്ത്രം മാറ്റിക്കുറിക്ക പ്പെടുന്നത് ഞാനറിഞ്ഞു. ഉറക്കത്തിനായി നീക്കിവെക്കുന്ന കുറഞ്ഞ മണി ക്കൂറുകളിൽനിന്നു പോലും ഏറെ നേരം കവർന്നെടുക്കാൻ പോന്ന ഓർമ്മ കൾ സമ്മാനിച്ചുകൊണ്ട് ശ്രീപ്രിയ എന്ന പെൺകുട്ടി എനിക്കൊപ്പം നിന്നു.

കൗമാരത്തിന്റെ കളിത്തൊട്ടിൽ

കൗമാരത്തിന്റെ കളിത്തൊട്ടിലിൽ ആടിയും പാടിയും ചുവടുവച്ച കൂട്ടുകാർക്കിടയിൽ നിന്ന് പിന്നീട് എവിടേക്കോ നടന്നുപോയ പെൺകുട്ടി. തുടർന്നുള്ള ചിന്തകളിലൂടെ എനിക്കൊരു കാമുകിയായി. പക്ഷേ പിരിയുന്നതിന് മുമ്പോ പിമ്പോ സമാനമായ വികാരം അവൾക്കുണ്ടായിരുന്നെങ്കിൽ സുദീർഘമായ ഈ കാലഘട്ടത്തിനിടയ്ക്ക് ഒന്നു വിളിക്കാതിരിക്കുമോ? കണ്ണുനീർ തുടച്ച് യാത്രയയച്ച പെൺകുട്ടിക്ക് പിന്നീട് എന്താവും സംഭവിച്ചിട്ടുണ്ടാകുക. അവളിൽനിന്ന് പിരിയാൻ നിർബന്ധിതനാകുമ്പോഴും ഈ ഭൂമിയുടെ മറ്റൊരു പ്രതലത്തിൽ ആ കൂട്ടുകാരി ആരോഗ്യത്തോടുകൂടി ജീവിച്ചിരിക്കുന്നുണ്ടാകണമേ എന്ന് മാത്രമാണ് ഞാൻ ആഗ്രഹിച്ചത്.

ഒന്ന് മറക്കാൻ എത്ര തന്നെ തീവ്രമായി ശ്രമിച്ചുവെന്നിരിക്കട്ടെ അത്ര തന്നെ സജീവമായി ഒരു കാലഘട്ടത്തിന്റെ ഓർമ്മതുടിപ്പുകൾക്കൊപ്പം അവൾ നിറഞ്ഞു നിൽക്കും. അന്ന് ഞാൻ ചിന്തിക്കുകയായിരുന്നു. എനിക്ക് ചുറ്റുമുള്ള സുഹൃത്തുക്കൾ എന്നിൽനിന്ന് എന്തെല്ലാമോ മറച്ചുവെക്കുന്നുണ്ട്. അത് എന്ത് തന്നെയാണെങ്കിലും ദീനാമ്മയുടെ തിരോധാനം എനിക്ക് ഒരു സമസ്യയായിരുന്നു. വിശ്രമമില്ലാത്ത പകലിനൊടുവിൽ അസ്വസ്ഥനായി വീണുറങ്ങാനുള്ള വെറും ഓർമ്മകൾ മാത്രം. ആ വിധം എത്രയോ ദിനരാത്രങ്ങളാണ് ജീവിതത്തിലൂടെ കടന്ന് പോയത്. വേർപാടിന്റെ ഒമ്പതു വർഷങ്ങൾക്കു ശേഷം ചുറ്റുപാടുകളുടെ പൂർണ സമ്മർദ്ദത്തിന് വിധേയനായി ജീവിതത്തെ കൂടുതൽ പ്രായോഗികമായി വിശകലനം ചെയ്യാൻ പഠിക്കുകയായിരുന്നു. അതിന്റെ പ്രേരകശക്തി ശ്രീപ്രിയതന്നെയാകാം. എത്രയോ പെൺകുട്ടികൾ കൺമുന്നിലൂടെ കടന്നുപോയിട്ടും മുൻജന്മത്തിലൂടെയെന്നോണം അവളിൽ ആകൃഷ്ടനായത് എത്രയോ പെട്ടെന്നാണ്.

അന്ന് രാത്രിയിൽ ഏട്ടന്റെ ഫോൺ വന്നു. അല്പം മറഞ്ഞും പിന്നെ തെളിഞ്ഞുമുള്ള സംഭാഷണം. ബീനേച്ചി പറഞ്ഞുവത്രെ എനിക്ക് ശ്രീപ്രിയയെ ഇഷ്ടമാണെന്ന്. ഞാൻ അങ്ങനെ പറഞ്ഞിട്ടില്ലല്ലോ എന്ന് പ്രതികരിച്ചപ്പോൾ എനിക്കത് സമ്മതിച്ചു കൊടുക്കാനുള്ള ജാള്യത

മാത്രമാണ് മനസ്സിൽ ഉണ്ടായിരുന്നത്. എനിക്കറിയാം ഞാൻ പറയാത്തത് എന്റെ മനസ്സിൽനിന്ന് അവർ വായിച്ചെടുക്കും. പിന്നീട് എന്നെ സമ്മർദ്ദ ത്തിലാക്കാതിരിക്കാനാവും ഏട്ടൻ പറഞ്ഞു,

"ചിലപ്പോൾ ബീനയ്ക്ക് തോന്നിയതാവാം. നീ അമ്മയെ വിളിച്ച് ചോദിച്ചിട്ട് വീണ്ടും എന്നെ വിളിക്കുക."

അപ്പോൾ തന്നെ അമ്മയെ വിളിച്ച് ഞാൻ സംസാരിച്ചു.

"കുട്ടനും ബീനയും പറഞ്ഞാൽപ്പിന്നെ എന്താണ് ആലോചിക്കാനുള്ളത്, നിന്റെ കാര്യത്തിൽ ഒരു തീരുമാനം എടുക്കാൻ അവരേക്കാൾ കഴിവുള്ളത് മറ്റാർക്കാണെടാ?"

അമ്മയുടെ മറുപടിയിൽ സ്നേഹപൂർവമാണെങ്കിൽ കൂടി ഒരു ശാസനയുണ്ടായിരുന്നു. അമ്മയ്ക്ക് ആ തീരുമാനം അത്രയേറെ ഇഷ്ട വുമായിരുന്നു. മാത്രമല്ല ബീനേച്ചിയുടേയും ഏട്ടന്റെയും വിവാഹത്തിന് അച്ഛനും അമ്മയും ശ്രീപ്രിയയെ കണ്ടിട്ടുമുണ്ടത്രേ. എങ്കിലും പെണ്ണു കാണൽ ചടങ്ങിന് എനിക്കൊപ്പം വരാൻ അവർ രണ്ടുപേരും തയ്യാറാ യില്ല. തന്മൂലം ഞാനും ഏട്ടനും മാത്രമാണ് പോയത്. അതും യാതൊരു മുന്നറിയിപ്പും കൂടാതെ. എന്റെ ആഗ്രഹം പോലെതന്നെ ആ പെൺ കുട്ടിയും മുത്തശ്ശിയും മാത്രമാണ് അന്ന് അവിടെയുണ്ടായിരുന്നത്. മറ്റുള്ള വർ ഒരു വിവാഹത്തിൽ പങ്കെടുക്കാൻ പോയിരിക്കുന്നുവത്രേ. മുൻകൂട്ടി അറിയിക്കാത്തതിന് മുത്തശ്ശി ഏട്ടനോട് പരിഭവം പറയുകയും ചെയ്തു.

"നിങ്ങൾ സംസാരിക്കൂ'' എന്ന് പറഞ്ഞ് ചെന്നപാടെ ഏട്ടൻ മുത്തശ്ശി യുടെ മുറിയിലേക്ക് പോയി. അങ്ങനെ എന്തെങ്കിലുമൊക്കെ സംസാരി ക്കാനുള്ള അവസരം ഏട്ടൻ ഒരുക്കിത്തന്നു എങ്കിലും സംസാരിച്ചതത്രയും ശ്രീപ്രിയയാണ്. പൊടുന്നനെ അത്രകണ്ട് തുറന്ന് സംസാരിക്കാൻ എനിക്കാവുമായിരുന്നില്ല. അതും തികച്ചും അപരിചിതമായ ചുറ്റുപാടിൽ. പക്ഷേ അവളുടെ സംസാരശൈലിയും നിഷ്കളങ്കമായ ചോദ്യങ്ങളും ശരീരഭാഷയുമൊക്കെ അവളോടുള്ള ഇഷ്ടത്തെ വർധിപ്പിക്കുകയാണ് ചെയ്തത്. തിരിച്ചു പോരാൻ തുടങ്ങുമ്പോൾ അവൾ ചോദിക്കുകയായി രുന്നു. "മുമ്പെവിടെയെങ്കിലും ഇങ്ങനെ പെണ്ണുകാണൽ ചടങ്ങിന് പോയിട്ടുണ്ടോ"യെന്ന്. സാധാരണ ഗതിയിൽ അത്തരം ചോദ്യം പെണ്ണു കാണാൻ വരുന്ന ഒരു പുരുഷനോടും പെൺകുട്ടികൾ ചോദിച്ചു കാണില്ല. എങ്കിലും ആ ചോദ്യം ഇഷ്ടപ്പെട്ടു. കാരണം അങ്ങനെ പോയിട്ടില്ല എന്ന് പറയാൻ കഴിഞ്ഞത് ആ സന്ദർഭത്തിന്റെ മാറ്റുകൂട്ടാൻ ഉപകരിക്കുമല്ലോ.

കാറിലേക്ക് കയറാൻ തുടങ്ങുംമുമ്പേ കുട്ടേട്ടൻ ശ്രീപ്രിയയുമായി എന്തെല്ലാമോ സംസാരിച്ചു. കാറിന് ഉള്ളിലായതുകൊണ്ട് എനിക്കത് കേൾക്കാൻ ആയില്ല. എങ്കിലും അവൾക്ക് കുട്ടേട്ടന്റെ കുടുംബവുമായി നല്ല അടുപ്പമുണ്ടെന്ന് മനസ്സിലാക്കി. അതുകൊണ്ടുതന്നെയാകുമല്ലോ ഇത്തരത്തിൽ ഒരു ബന്ധത്തിനായി ഏട്ടൻ ഇറങ്ങിത്തിരിച്ചത്.

യാത്രയ്ക്കിടയിൽ പിന്നീട് ഞാനൊന്നും സംസാരിക്കാതിരിക്കുന്നത് കണ്ട് ഏട്ടൻ ചോദിച്ചു. "നിനക്ക് അവളെ ഇഷ്ടമായില്ലേ എന്ന്. എന്നാൽ എന്റെ മറുപടി ഞാൻ ഒരു ചിരിയിലൊതുക്കി. ഏട്ടൻ ഉടനെ ഫോണെ ടുത്ത് അമ്മയെ വിളിച്ചു. എന്നിട്ട് പറഞ്ഞു, ഗോപൻ വിവാഹത്തിന് സമ്മതിച്ചിരിക്കുന്നുവെന്ന്. അതറിഞ്ഞ അമ്മ അന്ന് എന്നോട് കാണിച്ച സ്നേഹവായ്പ് എനിക്കൊരിക്കലും മറക്കാനാവുന്നതല്ല. കാരണം എന്റെ ഏതെങ്കിലും ഒരു തീരുമാനത്തിന് അത്രകണ്ട് ഇഷ്ടവും സ്വീകാര്യതയും മുമ്പൊരിക്കലും അച്ഛനമ്മമാരുടെ ഭാഗത്തുനിന്ന് ഉണ്ടായിട്ടില്ലെന്നാണ് ഓർമ്മ.

മുമ്പെന്നൊക്കെയോ വിഭാവനം ചെയ്തിരുന്ന കുടുംബജീവിതത്തിന്റെ സ്നേഹസാന്നിധ്യം ഹൃദയത്തിൽ ആധിപത്യം ഉറപ്പിച്ച ദിനരാത്രങ്ങളായി രുന്നു പിന്നീട്. അങ്ങനെയുള്ള ഒരു രാത്രിയിൽ തികച്ചും അപ്രതീക്ഷിത മായി ഞാൻ തിരിച്ചറിയുകയായിരുന്നു ശ്രീപ്രിയയെ നിമിഷമാത്രയിൽ ഇഷ്ടപ്പെട്ട് പോയത് എന്തുകൊണ്ടാണെന്ന്.

അതേ ശാലീനഭംഗി, ചടുലമായ സംഭാഷണം, വശ്യമായ പുഞ്ചിരി, ശരീരഭാഷ അതെല്ലാ സൗമിനിയോടുള്ള സമാനതകളായിരുന്നു. ഒറ്റപ്പെട്ടു പോയ എന്റെ മനസ്സിൽ ഞാൻ പോലും അറിയാതെ അത്താണിയായി നിന്ന പെൺകുട്ടി അവൾ തന്നെയാണ്. സൗമിനി. അതുകൊണ്ട് തന്നെ യാകും ആ രൂപസാദൃശ്യത്തിൽ മനസ്സ് അടിയറവ് പറഞ്ഞ് പോയത്. സുദീർഘമായ ഒരു കാലഘട്ടം കൊണ്ട് സൗമിനി വളർന്ന് എത്താൻ സാധ്യതയുള്ള അതേ രൂപം തന്നെയാണ് ശ്രീപ്രിയയ്ക്കുണ്ടായിരുന്ന തെന്ന് തീർത്തും വിശ്വസിക്കാനാണ് തോന്നിയത്. അങ്ങനെയെങ്കിൽ പക്ഷേ ശ്രീപ്രിയ എന്ന പെൺകുട്ടിയേയും ഒരേ മനസ്സോടെ ഇണങ്ങിയും പിണങ്ങിയും ജീവിച്ച സൗമിനിയുടെ ബാല്യകാല സ്മൃതികളെയും വേർ തിരിച്ചു കാണാൻ നിർബന്ധിതനാകും.

അപ്പോൾ അസമയമായിരുന്നു എങ്കിൽകൂടി പെട്ടെന്ന് ഫോണെടുത്ത് അമ്മയെ വിളിച്ചു. ഭാസിയങ്കിൾ ഇപ്പോൾ എവിടെയാണെന്ന് ചോദിച്ചു. നേരമില്ലാത്ത നേരത്തുള്ള ചോദ്യംകേട്ട് അമ്മ ഭയന്നുപോയിട്ടുണ്ടാകും. അല്പനേരത്തെ നിശബ്ദതയ്ക്കു ശേഷം അച്ഛനാണ് മറുപടി പറഞ്ഞത്. അങ്കിൾ ഹൈദ്രാബാദിലുണ്ടെന്ന്. സൗമിനിയെക്കുറിച്ച് ചോദിച്ചപ്പോൾ അവളും അവിടെത്തന്നെയാണെന്ന് പറഞ്ഞു. ഇപ്പോൾ ഇതിനെകുറി ച്ചെല്ലാം ചോദിക്കാൻ എന്തെങ്കിലും പ്രശ്നമുണ്ടോയെന്ന് അച്ഛൻ ചോദി ക്കുകയായിരുന്നു.

"പ്രത്യേകിച്ച് കാര്യമൊന്നുമില്ല. പക്ഷേ ഒരു വിഷയം ചോദിച്ചറിയാൻ വേണ്ടി മാത്രമാണ്."

പിന്നീട് ഫോൺ വെക്കാൻ തുടങ്ങവെ അച്ഛൻ പറഞ്ഞു,

"വിളിച്ചത് നന്നായി. നിശ്ചയത്തിന്റെ ഡേറ്റ് അടുത്തമാസം ആറാം തിയ്യതിയാണെന്ന് മറക്കാതിരിക്കണം."

അടുത്ത പ്രഭാതത്തിൽ ഞാൻ ബീനേച്ചിയെ വിളിച്ചു. ഞായറാഴ്ച്ച അവിടെ ഉണ്ടാവും എന്ന് ഉറപ്പു വരുത്തിയ ശേഷം ഞാൻ വരുന്നുണ്ടെന്ന് അറിയിച്ചു. സജീവേട്ടൻ അടക്കം എല്ലാവരും ഉണ്ടായിരുന്ന ഒരു മധ്യാഹ്ന ത്തിൽ അവിടെ എത്തിച്ചേർന്നു. ഉമ്മറത്തുണ്ടായിരുന്ന വലിയമ്മാവനോട് ആദരവ് പ്രകടിപ്പിച്ച മാത്രയിൽത്തന്നെ ഓരോരുത്തരായി പുറത്തേക്ക് വന്നു. പിന്നെ ഉച്ചത്തിലുള്ള സംസാരവും പതിവുള്ള ബഹളവും പൊട്ടി ച്ചിരികളുമൊക്കെയായി. ഭക്ഷണമുറിയിലേക്ക് കടക്കാൻ തുടങ്ങുമ്പോൾ തന്നെ അച്ഛനും അമ്മയും കൂടി അവിടെ എത്തിച്ചേർന്നു. ഞാൻ എത്തുന്ന വിവരം അന്നുതന്നെ ചേച്ചി അവരെ അറിയിച്ചിരുന്നു. ചേച്ചിയുമായി സ്വകാര്യചർച്ചയാണ് ഞാൻ ഉന്നം വച്ചിരുന്നതെങ്കിലും അച്ഛനമ്മമാരുടെ സാന്നിധ്യം പിന്നീട് സഹായകമായി.

കാഠിന്യം ചോർന്നുപോയ വെയിൽ സ്വർണപരവതാനി വിരിച്ചിട്ട പുഴ യോരത്തേക്ക് അന്നു ഞാൻ ചേച്ചിയെ കൂട്ടിക്കൊണ്ടുപോയി. പൊടുന്ന നെയുള്ള എന്റെ സന്ദർശനത്തിന് എന്തെങ്കിലും പ്രത്യേകമായ ഉദ്ദേശ്യം ഉണ്ടാകുമെന്ന് അറിവുള്ളതുകൊണ്ടാകാം ഒരു മുഖവുരയും കൂടാതെ ചേച്ചി ചോദിക്കുകയായിരുന്നു എന്തു പ്രശ്നമാണെന്നെ അലട്ടിക്കൊണ്ടി രിക്കുന്നതെന്ന്. ഒരു മുന്നൊരുക്കവും കൂടാതെ ഞാൻ പറഞ്ഞു,

"ഈ വിവാഹത്തിൽനിന്ന് എന്നെ ഒഴിവാക്കിത്തരണം."

എന്റെ അഭ്യർത്ഥന കേട്ട് ചേച്ചി പതറിപ്പോയതായിട്ടാണ് എനിക്കു തോന്നിയത്. പക്ഷേ, എനിക്കത് ഉന്നയിക്കാതിരിക്കാൻ പറ്റുമായിരുന്നില്ല.

"അന്യോന്യം പറഞ്ഞുവെച്ച് വിവാഹനിശ്ചയത്തിന്റെ തിയ്യതിയും കൈമാറിയ ശേഷം ഇപ്പോഴെങ്ങനെയാണ് ഒരു തടസ്സം പറയുന്നത്. നീ തന്നെയല്ലേ ഒക്കെത്തിനും അനുവാദം തന്നത്?"

ചേച്ചിയുടെ ചോദ്യത്തിനു മുമ്പിൽ പിടിച്ചുനിൽക്കാനായില്ലയെങ്കിലും എനിക്ക് എന്നെ വിശദീകരിച്ചല്ലേ പറ്റൂ.

"അവൾ എനിക്കൊപ്പം ഉണ്ടായിരുന്നു എന്നത് ഞാൻ അറിഞ്ഞിരു ന്നില്ല, ശ്രീപ്രിയയെ കാണുംവോളം. പക്ഷേ ഈ നിമിഷം അവൾ എനി ക്കൊപ്പം ഉണ്ട്. ഇവിടെ ഈ പുഴയോരത്ത് പോലും." അതുകേട്ട് ചിരിച്ചു കൊണ്ടാണ് ചേച്ചി പിന്നീട് ചോദിച്ചത്. "ആരാണാവോ ആ സർവ്വവ്യാപി."

"സൗമിനി."

"സൗമിനിയോ, അതിന് നീ അവളെ കണ്ടിട്ടുണ്ടോ?"

തികച്ചും വസ്തുനിഷ്ഠമായ ചോദ്യത്തിന് മുമ്പിൽ വ്യക്തമായ ഉത്തര മുണ്ടായിരുന്നില്ല. എങ്കിലും പറഞ്ഞൊപ്പിക്കുകയായിരുന്നു.

"ശരിയാണ്. പതിനഞ്ച് വർഷങ്ങൾക്കുമുമ്പ് അവൾ അഞ്ചാം ക്ലാസിൽ പഠിക്കുമ്പോഴാണ് കണ്ടത്. അന്ന് ഭാസിയങ്കിളിന്റെ കൈയിൽ തൂങ്ങി എനിക്ക് മുഖം തരാതെ ട്രെയിനിൽ കയറി പോയത് ഓർക്കുന്നു. പിന്നീട് അവളെക്കുറിച്ച് അന്വേഷിക്കാതിരുന്നതും വിരളമായിട്ടാണെങ്കിലും ഹ്രസ്വ

സന്ദർശനത്തിന് വന്നപ്പോഴൊക്കെ എത്തിച്ചേരാതിരുന്നതും എന്റെ തെറ്റ് തന്നെയാണ്."

പിന്നീട് ഒരിക്കൽ പോലും കാണാതെ എനിക്കവളോട് ഇഷ്ടം തോന്നിയത് എങ്ങനെയാണെന്നുള്ള ചേച്ചിയുടെ ചോദ്യത്തിന് വ്യക്തമായ മറുപടി എനിക്കില്ലായിരുന്നു. കാരണം ഈവിധം ഇഷ്ടം തോന്നിത്തുടങ്ങിയത് എപ്പോഴാണെന്ന് എനിക്കറിയില്ലായിരുന്നു. സൗമിനിയോടുള്ള ഇഷ്ടത്തിന്റെ തിരിച്ചറിവ് ശ്രീപ്രിയയിൽ സൗമിനിയുടെ സമാനതകൾ കണ്ടതു മുതലാണ്. അപ്പോഴാണ് ഞാനറിഞ്ഞത് എന്റെ ഒറ്റപ്പെടലിൽ എപ്പോഴോ ഞാൻ പോലുമറിയാതെ ആ ഓർമ്മകൾ എന്നിൽ സന്നിവേശിക്കപ്പെട്ടിട്ടുണ്ടെന്ന്.

"ശരിയാകാം. സമാനതകളുള്ള ശ്രീപ്രിയയുടെ വിവാഹ നിശ്ചയം നമ്മൾ ഉപേക്ഷിച്ചു എന്നിരിക്കട്ടെ, അപ്പോഴും സൗമിനി നിന്നെ വിവാഹം കഴിക്കാൻ ഇഷ്ടപ്പെടുമെന്ന് എന്ത് ഉറപ്പാണുള്ളത്? നീ ഓർക്കുന്നുണ്ടോ? ഒരുപാട് വാക്കുകളിലൂടെ പണ്ടൊക്കെ പറഞ്ഞ് വച്ചത്. അവൾ എനിക്കൊരനുജത്തിയാണെന്ന്. അവളുടെ ചിന്തകളിലും അങ്ങനെയായിക്കൂടെന്നില്ലല്ലോ?"

അത്തരം ഒരു സാധ്യതയെ നിരാകരിക്കാൻ ആകുമായിരുന്നില്ല എങ്കിലും പറഞ്ഞുവച്ചു.

"അന്നത്തെ കാഴ്ച്ചപ്പാടുകൾക്ക് പുനഃരാഖ്യാനം കൊടുക്കാൻ എനിക്കാകുന്നുണ്ടല്ലോ. അതുപോലൊരു മാറ്റം അവളിലും പ്രതീക്ഷിക്കാവുന്നതല്ലേ ഉള്ളൂ. സഹോദരങ്ങളായി കാണേണ്ട പ്രായത്തിൽ കൊടുക്കുന്ന നിർവചനങ്ങൾ ആ പ്രായത്തിനൊപ്പം തന്നെ അവസാനിച്ചു പോകേണ്ടതല്ലേ. ആചാരമര്യാദകൾ അനുസരിച്ചും കീഴ്‌വഴക്കമനുസരിച്ചും നിയമസാധുതയുള്ള ഒരു കാര്യമല്ലേ ഞാൻ പറയുന്നത്."

എന്തൊക്കെയാണ് അന്ന് പറഞ്ഞുവെച്ചതെന്ന് കൃത്യമായി ഓർത്തെടുക്കാൻ ആവില്ല. യാതൊരു മുന്നൊരുക്കവും ഇല്ലാതെ പറഞ്ഞുപോയതാണ് ഏറെയും. അതിനെല്ലാം പിന്നിൽ ഒരു ലക്ഷ്യം മാത്രമേ എനിക്കുണ്ടായിരുന്നുള്ളൂ. ഒരേയൊരു ലക്ഷ്യം.

"ഇപ്പോൾ ഇത്രകണ്ട് വാചാലനാകുന്ന നിനക്ക് വല്ലപ്പോഴും ഒരു കത്തെങ്കിലും അവൾക്കെഴുതിക്കൂടായിരുന്നോ?"

"ഞാൻ പറയുന്നത് ഒന്ന് ശ്രദ്ധിക്കൂ."

വിവാഹമെന്നത് മനസ്സിന്റെ വിദൂരമേഖലകളിൽ പോലും വന്നെത്തിയിട്ടില്ലാത്ത പ്രായത്തിൽ ഞാനവൾക്ക് എഴുതിയിരുന്നു. അമ്മയ്ക്ക് നിരന്തരം വന്നുകൊണ്ടിരുന്ന കത്തുകളിൽ ഭാസിയങ്കിളിന്റെ അഡ്രസ്സ് ഉണ്ടാകും. അതിൽ നോക്കി ഒരു കത്ത് ഞാൻ സൗമിനിക്ക് അയച്ചു. അന്ന് ഞാൻ എട്ടാം ക്ലാസ് വിദ്യാർത്ഥിയാണ്. മറുപടി കിട്ടാതിരുന്നപ്പോൾ ഒരു മാസം കഴിഞ്ഞ് ഒന്നു കൂടി എഴുതി. അതേ അഡ്രസ്സിൽ.

"എന്നിട്ട്." വളരെ ആകാംക്ഷയോടെയാണ് ചേച്ചി ചോദിച്ചത്.

"എന്നിട്ടെന്താകാനാ, രണ്ടു കത്തുകളും കൂടി ഒരു വലിയ കവറി ലിട്ട് അങ്കിൾ അമ്മയ്ക്ക് അയച്ചുകൊടുത്തു."

അതുകേട്ട് കുറേ നേരത്തേക്ക് നിർത്താതെ ചിരിക്കുകയായിരുന്നു ചേച്ചി.

"അപ്പഴും അങ്കിളിനോടും മോളോടും ഒന്നും ദേഷ്യം തോന്നിയില്ലല്ലോ നിനക്ക്, ഭാഗ്യം"

"അന്നൊക്കെ അങ്കിളിനോട് അനിഷ്ടം തോന്നിയിരുന്നു. പിന്നീട് പക്ഷേ അത് തന്നെയാണ് നിക്കോളാസ് അച്ചൻ പഠിപ്പിച്ചതും. പഠിക്കു മ്പോൾ അത് മാത്രം മതിയത്രേ. ആവശ്യത്തിനപ്പുറം ഫോൺവിളികൾ പോലും വേണ്ടെന്നാണ് അദ്ദേഹം ശഠിച്ചത്. എങ്കിലും ഏറെ കഴിയും മുമ്പ് തന്നെ ഞാൻ മനസ്സിലാക്കിയിരുന്നു, അങ്കിളിന്റെ ഹൃദയത്തിന്റെ ഒരു ഭാഗം അമ്മയാണെന്ന്. അമ്മയ്ക്കെഴുതുന്ന കത്തുകളിൽ ചിലതി ലെങ്കിലുമൊക്കെ എന്നോടുള്ള ഇഷ്ടത്തിന്റെ സാക്ഷ്യപ്പെടുത്തലുകൾ കണ്ടിട്ടുണ്ട്. അല്ലെങ്കിൽ തന്നെ ഒന്നു ശാസിക്കാനും സ്നേഹിക്കാനും പിന്നെ ഒന്ന് നിയന്ത്രിക്കാനുമൊക്കെ തലയ്ക്കു മുകളിൽ ആരെങ്കിലു മൊക്കെ ഉണ്ട് എന്ന് അറിയുന്നതു വരെയല്ലേ കുടുംബക്കൂട്ടായ്മയ്ക്ക് അർത്ഥമുണ്ടാകൂ. എല്ലാം കൈമോശം വന്നാൽ പിന്നെ എന്ത് ജീവിത മാണ്. മേൽക്കൂരയില്ലാത്ത വീടുകൾ പോലെയാകില്ലേ."

പിന്നീട് കുറെ നേരത്തേക്ക് ചേച്ചി ഒന്നും സംസാരിക്കാതെ എന്നെ ത്തന്നെ നോക്കി നിന്നു. ഒടുവിൽ സാവകാശം എന്റെ അടുത്തുവന്ന് എന്നെ സാന്ത്വനപ്പെടുത്തുകയായിരുന്നു.

"നിന്നെ അലട്ടുന്ന പ്രശ്നം ഇതുമാത്രമാണെങ്കിൽ ഇനിയും ഒരു പെരുമീൻ ഉദിക്കുംമുമ്പേ എല്ലാം പരിഹരിച്ചിരിക്കും. ഭാഗ്യമെന്ന് പറയട്ടെ, നിന്റെ എല്ലാ ബന്ധുമിത്രാദികളും ഇന്ന് ഇവിടെ ഉണ്ടല്ലോ."

പുഴക്കടവിൽനിന്ന് തിരിച്ച് പോരുമ്പോൾ ഞാൻ ഓർക്കുകയായിരുന്നു. എന്ത് മാന്ത്രികവിദ്യയാണ് ആ കൈയിലുള്ളതെന്ന്. ഞാൻ മുകളിലുള്ള അമ്മയുടെ മുറിയിലേക്ക് പോകുമ്പോൾ താഴെ എല്ലാവരും ചേർന്ന് ചില തീരുമാനങ്ങളെടുത്തു. ഒട്ടുനേരം കഴിഞ്ഞ് ബീനേച്ചി എന്റെ മുറിയിലേക്ക് കയറിവന്നിട്ട് പറഞ്ഞു.

"ഒരു ധർമ്മസങ്കടത്തിലേക്കും നിന്നെ ഞങ്ങൾ കൊണ്ട് ചെന്നെത്തി ക്കുന്നില്ല. നിന്റെ ഇച്ഛാശക്തിയോട് അത്രകണ്ട് മതിപ്പാണ് ഞങ്ങൾക്ക്. ബാല്യത്തിൽ കണ്ടുപിടിച്ച സ്നേഹത്തിന്റെ വേരുകളും തേടി ഇനിയെ ങ്ങോട്ടും സഞ്ചരിക്കേണ്ടതില്ല. നീ അന്വേഷിക്കുന്ന ആളും കണ്ടെത്തിയ ആളും ഒന്നു തന്നെയാണ്. സൗമിനിക്ക് അപരയില്ല. അത്തരം ഒരു അപരയെ നീതന്നെ സൃഷ്ടിച്ചെടുക്കുകയായിരുന്നു. അഞ്ചാം ക്ലാസിൽ വെച്ച് യാത്രപറഞ്ഞ് പോയ മുറപ്പെണ്ണിന്റെ ഔദ്യോഗിക നാമം തിരിച്ചറി യാതിരുന്നത് വലിയ തെറ്റൊന്നുമല്ല. പക്ഷേ നിനക്കതറിയില്ലെന്ന് ഞങ്ങൾ

മനസ്സിലാക്കിയിരുന്നില്ല. ബാർ അസോസിയേഷൻ പരിപാടിയുടെ വേദിയിൽവച്ച് നീ അവളെ അദ്ഭുതത്തോടെ കണ്ട് തിരിച്ചറിയുന്നത് കാണാനാണ് ഞങ്ങളെല്ലാവരും കാത്തിരുന്നത്. ഡോക്ടർ ശ്രീപ്രിയ എന്ന് പറഞ്ഞ് അവളെ വേദിയിലേക്ക് ക്ഷണിക്കാതിരുന്നതും നീ അവളെ തിരിച്ചറിയുന്നത് കൗതുകത്തോടെ കണ്ടുനിന്ന് സന്തോഷിക്കാൻ വേണ്ടി മാത്രമാണ്. പക്ഷേ അതുണ്ടായില്ല. ആ സന്ദർഭം ഉപയോഗപ്പെടുത്തി ഒരു ചെറിയ നാടകം ഞങ്ങൾ എഴുതിവച്ചു. നീ അതിൽ ഭംഗിയായി ജയിക്കുകയും ചെയ്തു. അത്രമാത്രം."

പിന്നെ ചേച്ചി പുറത്തേക്ക് കൈ നീട്ടി വാതിൽപടിക്കപ്പുറം മറഞ്ഞു നിന്ന സൗമിനിയെ മുറിക്കുള്ളിലേക്ക് പിടിച്ചു കയറ്റി. അപ്പോൾ അവൾ വാചാലയായിരുന്നില്ല. മുഖം പോലും ഒന്ന് ഉയർത്തി നോക്കിയില്ല. എന്നാൽ ഞങ്ങളെ തനിച്ചാക്കി ചേച്ചി പുറത്തേക്കു പോകുകയും ആ വഴിക്കുതന്നെ മുറിക്ക് പുറത്തുള്ള സ്വിച്ച് അമർത്തി മുറിക്കുള്ളിലെ വെളിച്ചം അണയ്ക്കുകയും ചെയ്തു. മുറിക്കുള്ളിൽ ആകെ ഇരുട്ട് പരന്നുവെങ്കിലും ആ ഇരുട്ടിലൂടെ ഞാൻ എന്റെ മുഖം രക്ഷിച്ചു നിർത്തി. അന്യോന്യം ഒന്നും സംസാരിക്കാതെ കുറെ നിമിഷങ്ങൾ ഞങ്ങൾ അവിടെ നിന്നിട്ടുണ്ടാവും. എന്നാൽ ഒട്ടും വൈകാതെ തന്നെ അമ്മ കയറി വന്ന് "ഈ മുറിയിൽ ലൈറ്റില്ലേ" എന്ന് ചോദിച്ചു. പിന്നെ പുറത്തെ സ്വിച്ചിട്ട് അവിടം പ്രകാശമാനമാക്കുകയും ചെയ്തു.

"ലൈറ്റ് ഉണ്ടായിരുന്നു. കറന്റ് ചാർജ് കൂടാതിരിക്കാൻ ലൈറ്റ് അണച്ച് നിർത്തിയിരുന്നതാണ്. ഞാനല്ല, ബീനേച്ചി."

അമ്മയെ നോക്കി ചിരിച്ചുകൊണ്ട് ഞാൻ പുറത്തേക്കു പോകുമ്പോൾ അമ്മ വാത്സല്യപൂർവ്വം സൗമിനിയെ തന്നിലേക്കടുപ്പിച്ച് ആശ്ലേഷിക്കുന്നത് കണ്ടു. ഒരു അബദ്ധം എനിക്ക് സംഭവിച്ചതിനെ ഉറ്റവർ എല്ലാവരും കൂടി ചേർന്ന് ആഘോഷമാക്കി മാറ്റുകയായിരുന്നു. ഒരുവിധം അമ്മയിൽ നിന്ന് രക്ഷപ്പെട്ട് തിടുക്കത്തിൽ പടിയിറങ്ങുമ്പോൾ എല്ലാവരും എന്നെത്തന്നെ പ്രതീക്ഷിച്ച് നോക്കി നിൽക്കുകയായിരുന്നു. അവർക്കിടയിൽ ഭാസിയങ്കിളും ചെറിയമ്മായിയും കൂടി ഉണ്ടായിരുന്നു. അവരെല്ലാം ഹൈദ്രാബാദിലാണെന്ന് പറഞ്ഞ് അച്ഛൻ പോലും സൗമിനിക്ക് പിന്തുണ പ്രഖ്യാപിക്കുകയായിരുന്നു. അല്ലെങ്കിൽതന്നെ എന്റെ എല്ലാ ബന്ധുക്കളും എക്കാലവും ശരിവച്ചിട്ടുള്ളത് അവളെ തന്നെയായിരുന്നു.

പടികൾ ഓടിയിറങ്ങിയ ഞാൻ എല്ലാവരെയും കണ്ട് പെട്ടെന്ന് സാവകാശമാക്കി.

"എന്റെ ശേഷക്കാരനെ കണ്ടിട്ട് എനിക്ക് മനസ്സിലാകുന്നില്ല. പിന്നെ എന്റെ മകളെ അവൻ തിരിച്ചറിയാത്തതിലെന്താണ് അദ്ഭുതം?"

അച്ഛന്റെ തോളിൽ കൈവച്ചുകൊണ്ട് ഭാസിയങ്കിൾ വീണ്ടും പറയുകയായിരുന്നു.

"ശിവാ, നിന്റെ മോൻ മിടുക്കനാണെടാ, നിന്നെ പോലെ തന്നെ."

ആ രാത്രിയിൽ ഞങ്ങൾ ആരുംതന്നെ ഉറങ്ങിയിട്ടില്ലെന്നു പറയാം. ഞാനും സൗമിനിയും ബീനേച്ചിയും കൂടി അമ്മയുടെ മുറിയിൽ ഏറെ നേരം ഇരുന്നും പിന്നെ കിടന്നുമൊക്കെ സംസാരമായിരുന്നു. ഞാൻ ചെല്ലുമ്പോഴൊക്കെ മുമ്പും അങ്ങനെ തന്നെയാണു സംഭവിച്ചിട്ടുള്ളത്. അച്ഛനും അമ്മയും അമ്മാവനും മറ്റുള്ളവരും താഴെ പൂമുഖത്തും സംസാരിച്ചുകൊണ്ടിരിക്കുന്നത് ഞങ്ങൾക്കു കേൾക്കാമായിരുന്നു. ഒരുപാട് നാളുകൾക്കു ശേഷമാണ് മനസ്സ് സ്വച്ഛമായിരുന്നത്. പലയാമങ്ങളും പിന്തള്ളപ്പെട്ട എതോ ഒരു സന്ധിയിൽവച്ച് സൗമിനി ഉറക്കത്തിലേക്ക് വഴുതിപ്പോകുന്നത് കണ്ടു. അവൾ ഉറങ്ങിയെന്ന് ബോധ്യം വന്നപ്പോൾ ബീനേച്ചി പറയുകയായിരുന്നു. ഞാനും സൗമിനിയും തമ്മിലുള്ള വിവാഹം ഞങ്ങൾ കുട്ടികളായിരിക്കുമ്പോൾ തന്നെ പറഞ്ഞുവച്ചിരുന്നതാണെത്രെ. അതു പക്ഷേ, എന്നോടോ സൗമിനിയോടോ ആരും അറിയിച്ചില്ലെന്നുമാത്രം. അതുകൊണ്ടാണ് അവൾ വാശിപിടിച്ചതും ഏട്ടൻ എന്നെ അന്വേഷിച്ചു വരുന്നത് വരെ കാത്തിരിക്കുമെന്ന് പറഞ്ഞതും.

“ഇന്നത്തേതുപോലെ ഒരു നാടകം അരങ്ങേറിയില്ലായിരുന്നുവെങ്കിൽപ്പോലും നീ അന്വേഷിച്ച് വരുമെന്ന് എക്കാലവും അവൾ വിശ്വസിച്ചിരുന്നു. പകൽ പുഴയോരത്ത് വെച്ച് ഇവളെ തേടി കണ്ടെത്താനുള്ള നിന്റെ ഇച്ഛാശക്തി കണ്ടപ്പോൾ ഗദ്ഗദത്തോടെയാണ് ഞാൻ ചിന്തിച്ചത്, എത്രയോ ധന്യമായിരുന്നു ഇവളുടെ പ്രാർത്ഥനയെന്ന്.”

തൊട്ടടുത്ത പ്രഭാതത്തിൽ ഞങ്ങൾ കണികണ്ടത് ജോയിച്ചനെയാണ്.

“ഇവിടെ ആരുമില്ലേ” എന്ന വിളിമാത്രം. പക്ഷേ ബെല്ലടിക്കാൻ അവൻ തയ്യാറായതുമില്ല. പലരും ഒന്ന് മയങ്ങിയിരുന്നത് തന്നെ പുലർച്ചെയാണ്. കുറച്ച് നേരം കഴിഞ്ഞപ്പോൾ വലിയമ്മാവൻ വന്ന് വാതിൽ തുറന്നു. അപരിചിതനായ ഒരാൾ ജീപ്പുമായി പുറത്ത് നിൽക്കുന്നതു കണ്ട് ആരാണെന്ന് അദ്ദേഹം ചോദിച്ചു. ജീപ്പിന്റെ പിന്നിലാകട്ടെ കപ്പയും കുറെ ചക്കയും. ഇതാർക്കാണ് എന്നു ചോദിച്ചപ്പോൾ അവൻ പ്രതികരിച്ചത് ഇങ്ങനെയാണ്.

“വലിയമ്മാവനല്ലേ, ഇത് കലക്ടർ സാറിന് കൊടുക്കാനുള്ളതാ.”

എവിടെന്നാ വരുന്നത് എന്ന് ചോദിച്ചപ്പോൾ

“രാപ്പാടിക്കുന്നിൽ നിന്ന് വരുന്നതാ, പേര് ജോയി എന്നാണ്.”

അത് കേട്ട് വലിയമ്മാവൻ ഉച്ചത്തിൽ ചിരിച്ചു.

“താനാണല്ലേ ജോയ്, എല്ലാവരും പറഞ്ഞ് പറഞ്ഞ് തന്റെ ചരിത്രം കുഞ്ഞുന്നാൾ മുതൽ എനിക്കറിയാം. നീണ്ട പത്ത് വർഷത്തെ സ്കൂൾ വിദ്യാഭ്യാസം ഏഴാം ക്ലാസിൽ വച്ച് അവസാനിപ്പിച്ച ആള്.” ജോയ്ച്ചൻ അത് കേട്ട് ചിരിച്ചുപോയി.

“ഇതൊക്കെ കൊണ്ടുവരാൻ ആരാണ് പറഞ്ഞേല്പിച്ചത്?”

“അതോ, ഈയമ്മ.”

“ഈയമ്മയോ?” അപ്പോഴേക്കും അമ്മ പടിയിറങ്ങിവരികയും ചെയ്തു. പിന്നാലെ ഞാനും ഇതെല്ലാം കേട്ടുകൊണ്ടാണ് ഇറങ്ങിവന്നത്.

“ദാ- ഈയമ്മ, ഇനിയിപ്പോ ഈയമ്മ ഇവിടെ ഇല്ലെങ്കിലും ഞാൻ വിളിക്കുന്നത് ഈയമ്മ എന്നുതന്നെയാണ്. ”

“എനിക്ക് രണ്ട് അമ്മയാണ് ഉള്ളത്. അതിലൊരാളാണ് ഈയമ്മ.”

“നീ അതിരാവിലെ തന്നെ പോന്നോ” എന്ന് അമ്മ ചോദിച്ചപ്പോൾ “ഇവൻ ഇവിടെ വന്നിട്ടുണ്ടെന്ന് അറിഞ്ഞാൽ പിന്നെ എനിക്കവിടെ ഇരിക്കാൻ പറ്റ്വോ? എങ്ങനെയെങ്കിലും ഒന്ന് നേരം വെളുപ്പിച്ചെടുക്കാൻ നോക്കുകയായിരുന്നു.”

ഏട്ടന്റെ ഒപ്പം ക്ഷേത്രത്തിൽ പോകാൻ ഒരുങ്ങിനിൽക്കുകയായിരുന്നു ഞാൻ. അപ്പോഴാണ് ജോയ്ച്ചൻ എത്തിയത്. ബ്രേക്ക്ഫാസ്റ്റ് കഴിച്ചു കൊണ്ടിരിക്കുമ്പോഴാണ് സൗമിനി കടന്നുവന്നത്. ജോയ്ച്ചന്റെ മുഖത്ത പ്പോൾ സന്തോഷമാണോ ആശ്ചര്യമാണോ എന്ന് എനിക്ക് തിരിച്ചറിയാ നായില്ല. എങ്കിലും അവൻ എന്റെ ചെവിയിൽ പറഞ്ഞു.

“നിന്നെ ഞാൻ സമ്മതിച്ചിരിക്കുന്നു ഗോപാ. നീ ഇവിടെവന്നാൽ തിരിച്ചുവരാൻ മടിക്കുന്നത് എന്താണെന്ന് ഇപ്പോഴാണ് മനസ്സിലാക്കിയത്.”

പിന്നീട് ഭക്ഷണം കഴിച്ചുകൊണ്ടിരിക്കുമ്പോൾ തന്നെ സൗമിനി ജോയ്ച്ചനോട് പറഞ്ഞു.

“പണ്ട് ഏട്ടൻ ഇവിടെ വരുമ്പോൾ നിൽക്കാൻ കൂട്ടാക്കാറില്ല. അവി ടെ ജോയ്ച്ചൻ ഒറ്റയ്ക്കാണെന്ന് പറയും.”

“ശരിയാണ് അവൻ പറഞ്ഞത്. ഇവരൊക്കെ ഉണ്ടായിരുന്നില്ലെങ്കിൽ ഞാനെന്നോ പിരിഞ്ഞുപോകേണ്ടവനായിരുന്നു.”

ഭാസിയങ്കിളും കുടുംബവും അവരുടെ പുഴയോരത്തെ വീട്ടിലേക്ക് വന്ന് താമസിക്കണമെന്ന് അച്ഛൻ അന്ന് എനിക്ക് വേണ്ടി അവരോട് പറഞ്ഞ് സമ്മതിപ്പിക്കുകയായിരുന്നു. അതിന്റെ ഭാഗമായി അന്ന് പകൽ മുഴുവൻ അവിടെ നടന്ന ശുചീകരണ പ്രവർത്തനങ്ങളിൽ ഞാനും ജോയ്ച്ചനും ഏട്ടനുമൊക്കെ ഭാഗഭാക്കായി. ബീനേച്ചിയും സൗമിനിയു മൊക്കെ ഞങ്ങൾക്കൊപ്പം തന്നെ നിന്നത് എനിക്കേറെ സന്തോഷവുമായി. നഷ്ടപ്പെട്ട് പോയെന്ന് കരുതിയതെല്ലാം തിരിച്ചുകിട്ടുമ്പോഴുണ്ടാകുന്ന അനുഭൂതി. അർദ്ധമനസ്സോടെയാണ് അന്ന് തിരിച്ചു പോന്നത്. ഞാൻ മാത്രമല്ല. അച്ഛനും അമ്മയ്ക്കും ജോയ്ച്ചനും ഏതാണ്ട് അതേ മനസ്സ് തന്നെയായിരുന്നു. യാത്ര പറഞ്ഞ് ഞാൻ കാറിലേക്ക് കയറിയപ്പോൾ പിൻസീറ്റിലെ ഗ്ലാസിനരികിൽ സൗമിനിയും ബീനേച്ചിയും വന്നുനിന്നു. എല്ലാവരും എന്നെ യാത്രയയയ്ക്കാൻ അവർക്കൊപ്പം തന്നെ മുറ്റത്തേക്ക് വന്നതുകൊണ്ടാകാം ഒന്ന് കൈവീശാതെ ഒരു പുഞ്ചിരിയിൽ എല്ലാം ഒതുക്കുകയായിരുന്നു സൗമിനി.

ശ്രീകുമാറിന് എഞ്ചിനീയറിംഗ് കഴിഞ്ഞ ഉടനെ ഓസ്ട്രേലിയിലെ കാൻ ബറായിൽ ജോലി കിട്ടിയെന്ന് മാത്രമേ ഞാൻ അറിഞ്ഞിരുന്നുള്ളൂ.

അന്നത്തെ മടക്കയാത്രയിൽ ചേച്ചി ഫോണിലൂടെ അറിയിക്കുകയായിരുന്നു. അവൻ സഹപ്രവർത്തകയായ ഒരു ഓസ്ട്രേലിയൻ വനിതയെ വിവാഹം കഴിച്ചുവെന്ന്. അതിന്റെ പേരിൽ അങ്കിളുമായി അഭിപ്രായ വ്യത്യാസം ഉണ്ടാകുകയും പിന്നീട് ഒന്ന് ഫോണിൽ പോലും ബന്ധപ്പെടാത്ത നിലയിലേക്ക് അത് എത്തുകയും ചെയ്തുവത്രേ. കാൻബറയിൽ നിന്നും ലോകത്തിന്റെ പലഭാഗത്തേക്കും കമ്പനിക്കുവേണ്ടി യാത്ര ചെയ്യേണ്ടതുള്ളതു കൊണ്ട് അവന്റെ കൃത്യമായ അഡ്രസ്സോ ഫോൺ നമ്പർ പോലും അങ്കിളിന്റെ കൈയിലില്ല. ക്ഷമിച്ചൂന്ന് അറിയിക്കാനും തിരിച്ചൊന്നു വിളിക്കാനും ആ ഫോണിന്റെ മറുതലയിൽ അവൻ ഉണ്ടായിരുന്നുവെങ്കിൽ എന്നു മാത്രമാണ് അങ്കിൾ ഇപ്പോൾ പറയുന്നത്. അച്ഛനെ ധിക്കരിച്ച് താൻ ചെയ്ത അതേ തെറ്റ് തന്നെയാണ് മകൻ തന്നോട് ചെയ്തതെന്ന് ഒരിക്കൽ സ്വകാര്യമായി വലിയമ്മാവനോട് പറഞ്ഞു. എല്ലാം അറിയുമ്പോഴും അറിയാത്തത് പോലെ പെരുമാറുക. ഇതെല്ലാം ഒരിക്കൽ കൂടി നിനക്ക് വേണ്ടി ആവർത്തിച്ച് പറയാൻ ഒരുപക്ഷേ അദ്ദേഹത്തിന് കഴിഞ്ഞെന്നു വരില്ല. എന്നെ ശേഷക്കാരനായിട്ടോ, മരുമകനായിട്ടോ അല്ല അദ്ദേഹം കാണുന്നതെന്നും സ്വന്തം മകന്റെ സ്ഥാനത്ത് കാണുമ്പോൾ അതേ ഉത്തരവാദിത്വം എന്നിൽ ഉണ്ടാകണമെന്നും ചേച്ചി പറഞ്ഞു.

ഒട്ടും ചെറുതല്ലാത്ത ആഘാതമാണ് ആ വാർത്ത എന്റെ മനസ്സിൽ ഉണ്ടാക്കിയത്. എന്റെ ചിന്തകൾ അന്ന് അവന്റെ ചുറ്റും വലംവെച്ചുനിന്നു. അങ്ങോട്ടു ചെന്നും ഒന്ന് അന്വേഷിക്കാവുന്നതല്ലേയുള്ളൂ എന്ന് തൊട്ടടുത്ത ദിവസം ഞാൻ ചേച്ചിയോട് പറയുകയായിരുന്നു. അപ്പോഴാണ് അറിയിച്ചത് അങ്കിളിന്റെ മനസ്സിലുള്ള അറിവുകൾ മാത്രമാണ് എന്നോട് പറഞ്ഞതെന്ന്. ബാക്കി കാര്യങ്ങൾ ചേച്ചി പറയുമെങ്കിൽ അതറിയുന്ന മൂന്നാമത്തെയാൾ ഞാനായിരിക്കുമത്രേ. കാരണം ഏട്ടൻ ആരും അറിയാതെ കുറെയധികം ബുദ്ധിമുട്ടിയിട്ടാണെങ്കിലും സ്വന്തം നിലയിൽ അവന്റെ ജോലി സ്ഥലത്ത് പോയന്വേഷിച്ചു. എന്നാൽ അപ്പോഴേക്കും ശ്രീകുമാറും അവന്റെ ഭാര്യയും ആ കമ്പനിയിൽനിന്നും കുറേക്കൂടി സാധ്യതയുള്ള മറ്റേതോ ഒരു കമ്പനിയിലേക്ക് മാറിപ്പോയിരുന്നു. ഒരുപക്ഷേ യു.കെയിൽ ഉണ്ടായേക്കാം എന്ന് അവന്റെ തന്നെ പഴയ സഹപ്രവർത്തകൻ പറഞ്ഞ അറിവാണ് ഇപ്പോൾ നമുക്കുള്ളത്. യു.കെയിലെ മേൽവിലാസം അറിയില്ലെങ്കിലും എംബസി വഴി ചില നീക്കങ്ങളൊക്കെ ഏട്ടൻ നടത്തിയിട്ടുണ്ട്. എന്നെങ്കിലും ഒരിക്കൽ അവൻ തിരിച്ചുവരുമെന്ന പ്രതീക്ഷയിലാണ് ഞങ്ങളെല്ലാവരും.

മുൻ തീരുമാനപ്രകാരം വിവാഹനിശ്ചയം നടന്നു. രണ്ടു വീടുകളും മുന്നിലെ പുഴയോരവും അത്യന്തം ഭംഗിയായി മോടി പിടിപ്പിച്ചിരുന്നു. എന്റെ സുഹൃത്തുക്കളടക്കം വിവാഹനിശ്ചയത്തിന് വന്ന എല്ലാവർക്കും ആ വീടും പരിസരവും നന്നേ ഇഷ്ടപ്പെട്ടു. പക്ഷേ അന്നും സൗമിനിയോട് സ്വതന്ത്രമായി സംസാരിക്കാൻ ഇടം കിട്ടിയില്ല. എങ്കിലും വലിയൊരു ഇടവേളയില്ലാതെതന്നെ ഞങ്ങളുടെ വിവാഹം നടന്നു. അന്ന്

വൈകീട്ട് വീട്ടിൽവെച്ച് വിവാഹസത്കാരം ഉണ്ടായിരുന്നതൊഴിച്ചാൽ വലിയ ആർഭാടമൊന്നും ആ ചടങ്ങിനുണ്ടായിരുന്നില്ല.

രാപ്പാടിക്കുന്നിന്റെ തനതായ സൗന്ദര്യവും പൂക്കളുടെ നിറസാന്നിധ്യവും കൂടി കണ്ടപ്പോൾ അവൾ ചോദിക്കുകയായിരുന്നു. ഇത് ഏത് രാജ്യ മാണെന്ന്. അദ്ഭുതത്തോടെയുള്ള ആ ചോദ്യം കേട്ട് ഞാൻ ചിരിച്ചു. ചുവപ്പ് കമ്പിളിയിൽ പാതി മുഖം മറച്ച സൂര്യൻ ഒളികണ്ണാലെ നോക്കി അസ്തമിച്ചു മറയുന്നത് പിന്നീട് ഞങ്ങൾ രണ്ടുപേരും കണ്ടു. തിരക്കി നിടയിലായിരുന്നെങ്കിൽ പോലും. പുലർച്ചെ ഞാനുണരും മുമ്പെ അടുക്കള ഭാഗത്ത് അവൾ അമ്മയോട് എന്തെല്ലാമോ സംസാരിച്ചു കൊണ്ടിരിക്കുന്നത് കേട്ടു. ഇരുട്ടിന്റെ സാന്ദ്രത നന്നേ കുറഞ്ഞെങ്കിലും സ്ഥിരം പക്ഷികളുടെ നാമസങ്കീർത്തനം അവസാനിച്ചിരുന്നില്ല. മഴയ്ക്കു മുമ്പെ കൃഷിയിറക്കാൻ ഒരുക്കിയിട്ടിരുന്ന വയലേലകളിൽ മൂടൽമഞ്ഞിന്റെ കൂമ്പാരങ്ങൾ എത്രയെങ്കിലും വീണടിഞ്ഞുകിടന്നത് കൗതുകമായി. കഴിഞ്ഞുപോയ ജീവിതതാളുകളിലേക്ക് എന്നെ നേർക്കുനേർ ബന്ധി പ്പിച്ച് നിർത്തുന്ന സൗന്ദര്യമാണത്.

വീടിന്റെ പിൻഭാഗത്തെ വയൽക്കരയിൽ ഒട്ടുനേരം നോക്കി നിൽ ക്കവെ ജോയ്ച്ചൻ അടുത്തേക്ക് വന്നു. ഒട്ടും വൈകാതെ സൗമിനിയും വന്ന് സമീപത്തായി നിന്നു. ഞാൻ കണ്ടുകൊണ്ട് നിന്ന അതേ കാഴ്ച കൾ തന്നെയാണ് അവളെയും ആകർഷിച്ചത്. അതിരാവിലെ കുളി ച്ചൊരുങ്ങി ഇതെങ്ങോട്ടാണ് എന്ന് ചോദിച്ചപ്പോൾ, എങ്ങോട്ട് വേണ മെങ്കിലും പോകാമല്ലോ നീ എന്തിനാണ് ഇതിലൊക്കെ ഇടപെടുന്നതെന്ന് തമാശരൂപേണ ജോയ്ച്ചൻ പറഞ്ഞു. അതിവിസ്തൃതമായ പാടശേഖര ങ്ങളിലേക്കും അതിനപ്പുറം പർവ്വതങ്ങളിൽ ചേക്കേറിയ മേഘപാളികളി ലേക്കും വിസ്മയപൂർവം അവൾ നോക്കിനിന്നു.

സൗമിനി മുമ്പൊരിക്കൽപ്പോലും ഞങ്ങളുടെ വീട്ടിൽ വന്നിട്ടുണ്ടാ യിരുന്നില്ല. അല്പം ദൂരെ വയലുകൾക്ക് നടുവിലൂടെയുള്ള റോഡ് അവളുടെ ശ്രദ്ധയിൽപെട്ടു. അതെങ്ങോട്ട് പോകുന്നതാണെന്ന് ചോദിച്ച പ്പോൾ അത് സ്വർഗത്തിലേക്കുള്ള ഞങ്ങളുടെ വഴിയായിരുന്നെന്ന് ജോയ്ച്ചൻ പറഞ്ഞ് കേട്ടപ്പോൾ ഞാൻ മാത്രമല്ല അവളും ചിരിച്ചുപോയി. പിന്നീട് അവൻ തന്നെ വിശദീകരിച്ചു. അത് ഞങ്ങൾ സ്കൂളിലേക്ക് നടന്ന് പോയിക്കൊണ്ടിരുന്ന വഴിയായിരുന്നെന്നും എന്നാൽ പിന്നീടത് വാഹന ങ്ങൾക്ക് സഞ്ചരിക്കാൻ പറ്റുന്ന റോഡായിട്ട് പരിവർത്തനപ്പെടുത്തുകയാ യിരുന്നു എന്നും. അങ്ങനെ ഓരോന്നും കണ്ടും സംസാരിച്ചും നിൽക്കുന്ന തിനിടയിൽ അമ്മ വന്നു. രണ്ടുപേരും കൂടി ക്ഷേത്രത്തിലേക്ക് പോയി. അമ്മയെ അത്രയധികം സന്തുഷ്ടയായി മുമ്പൊരിക്കലും കണ്ടിട്ടില്ല. ഒരുപാട് നാളത്തെ പ്രാർത്ഥന ഫലപ്രാപ്തിയിലെത്തിയതിന്റെ സന്തോഷ മാണ് ആ മുഖത്തുണ്ടായിരുന്നത്. അന്ന് ഉച്ചയ്ക്ക് എല്ലാ സുഹൃത്തു ക്കളെയും ക്ഷണിച്ചിരുന്നു. കൈമളൊഴികെ എല്ലാവരും വന്നെത്തി. ഒരല്പം വൈകീട്ടാണെങ്കിലും കൈമളിന് സെക്രട്ടറിയേറ്റിൽ ഉദ്യോഗം

കിട്ടി. പിന്നീട് അവിടെതന്നെയുള്ള ഒരു ഉദ്യോഗസ്ഥയുമായി വിവാഹവും ഉറപ്പിച്ചു. തന്മൂലം എന്റെ വിവാഹത്തിന് അവന് എത്തിച്ചേരാനായില്ല. എന്നാൽ ഞങ്ങളെല്ലാവരും അവന്റെ വിവാഹത്തിന് തിരുവനന്തപുരത്ത് എത്തിച്ചേരണമെന്ന് നിർബന്ധിക്കുകയും ചെയ്തു. കല്യാണത്തിന്റെ മുന്നൊരുക്കത്തിലായിരുന്നു അവനെന്നതുകൊണ്ട് ആ വിശദീകരണം എല്ലാവർക്കും സ്വീകാര്യമായിരുന്നു.

പൗലോസിന്റെയും ജോയ്ച്ചന്റെയും ചെറിയ കുട്ടികളെയും അവർ കൊണ്ടുവന്നിരുന്നു. പൗലോസിന്റെ മകന് ആൽവിൻ എന്ന് പേരിട്ടപ്പോൾ സാമ്പ്രദായിക ശൈലി കൈവെടിഞ്ഞ് ഗൗതം എന്നാണ് ജോയ്ച്ചന്റെ മകന് പേരിട്ടത്. ദില്ലിയിൽനിന്ന് എനിക്കൊപ്പം രാപ്പാടിക്കുന്നിൽ വരികയും പിന്നീട് ഐ.പി.എസുമായി തിരിച്ചുപോകുകയും ചെയ്ത ആളാണ് എന്റെ സുഹൃത്ത് ഗൗതം. വളരെ സൗമ്യനും വിനയാന്വിതമായ പെരുമാറ്റത്തിന് ഉടമയുമാണവൻ. ഏതാണ്ട് ഒരു ദിവസത്തോളം ജോയ്ച്ചനും അവർക്കൊപ്പം ചിലവഴിച്ചിട്ടുണ്ട്. ഒരുപക്ഷേ ആ നല്ല ഓർമ്മകളിൽ നിന്നാവും ഗൗതം എന്ന പേര് കണ്ടെത്തിയതെന്ന് അന്ന് രാത്രിയിൽ ഞാൻ സൗമിനിയോട് പറഞ്ഞു. പക്ഷേ, അത് കേട്ടപാടെ സൗമിനി നിഷേധിച്ചു. ആ പേര് കല്യാണം കഴിഞ്ഞപ്പോൾ തന്നെ ജോയ്ച്ചൻ കരുതിവച്ചിരുന്നതാണത്രെ. അമ്മയാണ് പറഞ്ഞത്. തന്റെ പ്രിയമിത്രത്തിന്റെ പേരിനോട് സാമ്യമുള്ള മറ്റൊരു നാമം അതാണത്രെ.

"ഗൗതം."

ഗോപൻ എന്ന പേരിനോട് ഇത്രകണ്ട് സാദൃശ്യമുള്ള മറ്റ് ഏതൊരു പേരാണ് ഉണ്ടാവുകയെന്ന് അവൻ അമ്മയോട് ചോദിച്ചിരുന്നുപോലും. ഞാൻ അദ്ഭുതപ്പെട്ടുപോയി. എന്റെ കാര്യം വരുമ്പോഴൊക്കെതന്നെ എന്നെക്കാൾ എത്രയോ കാതം മുന്നിലാണവൻ ചിന്തിച്ചുപോകുന്നത്. സൗമിനിക്ക് എന്റെ സുഹൃത്തുക്കളെയെല്ലാം വളരെ ഇഷ്ടമായി. ഇനിയും ആരെങ്കിലും വരാനുണ്ടായിരുന്നോ എന്ന് ചോദിച്ചപ്പോൾ. ദീനാമ്മയെ കുറിച്ചും രാഗേഷ് കൈമളെ കുറിച്ചും ഞാൻ ചെറുതായി വിശദീകരിച്ചു കൊടുത്തു. മൂന്ന് ദിവസത്തെ രാപ്പാടിക്കുന്നിലെ താമസത്തിനിടയിൽ ബാല്യകൗമാരങ്ങൾ ചിലവഴിച്ച് തീർത്ത ഒട്ടനേകം മേച്ചിൽപ്പുറങ്ങൾ അവൾക്ക് പരിചയപ്പെടുത്തിക്കൊടുത്തു. പിന്നീട് ഞങ്ങൾ നടന്നു തീർത്ത സ്കൂളിലേക്കുള്ള മൂന്ന് കിലോമീറ്റർ ദൂരം കാറിൽ സഞ്ചരിച്ചുപോയി. രുദ്രൻനായർ സാറിനെയും കണ്ടു. സൗമിനിയെ അദ്ദേഹത്തിന് പരിചയപ്പെടുത്തികൊടുത്തു. വാക്കുകളിലൂടെ അല്ലെങ്കിലും വിവാഹത്തിന് അദ്ദേഹം കുടുംബസമേതം വന്ന് പങ്കെടുത്തതിന് ഞങ്ങൾക്കുള്ള കൃതജ്ഞത അറിയിക്കാൻവേണ്ടി കൂടിയായിരുന്നു ആ സന്ദർശനം. അന്ന് തിരിച്ച് പോരുമ്പോൾ അദ്ദേഹം ഓർമ്മപ്പെടുത്തുകയായിരുന്നു, ഞങ്ങളുടെ എല്ലാവരുടെയും കുട്ടികളെ അതേ സ്കൂളിൽതന്നെ ചേർത്ത് പഠിപ്പിക്കണമെന്ന്. അത് ആ സ്കൂളിന് കിട്ടാവുന്ന ഏറ്റവും വലിയ അംഗീകാരമായിരിക്കുമെന്നും അദ്ദേഹം കൂട്ടിച്ചേർത്തു.

മടക്കയാത്രയിൽ ഫോറസ്റ്റ് വാച്ച് ടവറിൽ കയറി നോക്കാൻ ഞാൻ മറന്നില്ല. ഞങ്ങൾ പഠിക്കുന്ന കാലത്തുണ്ടായിരുന്ന ഫോറസ്റ്റർ മുസ്തഫ തങ്ങൾ ആയിരുന്നു അന്നത്തെ ഫോറസ്റ്റ് റേഞ്ച് ഓഫീസർ. പോൾ അലക്സാണ്ടർ സർ എ.സി.എഫായിട്ട് റിട്ടയർ ചെയ്തിട്ട് ഇപ്പോൾ സംഗീത സംവിധായകനായ മകനൊപ്പം ചെന്നൈയിലാണ് താമസം എന്ന റിഞ്ഞു. വിജനമായ വനപാതയിലൂടെ നടന്നുപോയികൊണ്ടിരുന്ന ഞങ്ങൾക്ക് എന്നും ഒരു രക്ഷകനെപോലെയായിരുന്നു അദ്ദേഹം. ആ വലിയ മനുഷ്യൻ ഞങ്ങൾക്കുതന്ന സ്നേഹസംരക്ഷണത്തെകുറിച്ച് വിശദമായിതന്നെ സൗമിനിക്ക് പറഞ്ഞുകൊടുത്തു.

അവധി തീരാൻ മൂന്ന് ദിവസം ബാക്കിനിൽക്കെ ഞങ്ങൾ അടിവാര ത്തേക്ക് പോയി. അച്ഛനും അമ്മയും കൂടി അവിടേക്കുള്ള പ്രത്യേക ക്ഷണിതാക്കളായതിനാൽ അവരും ഞങ്ങൾക്കൊപ്പം കൂടി. വീട്ടുകാര്യ ങ്ങൾ നോക്കാൻ അമ്മ രേവമ്മയെ ചുമതലപ്പെടുത്തി. അടുത്ത കാല ത്തായി നന്നേ കാഴ്ച കുറവുണ്ടെങ്കിലും ഏല്പിച്ച ഉത്തരവാദിത്വം സന്തോഷത്തോടെയാണവർ ഏറ്റെടുത്തത്. മാത്രമല്ല ഞങ്ങൾ തിരിച്ചു പോരുന്നതിന്റെ അന്ന് ജോയ്ച്ചനെയും കുടുംബത്തെയും കൂടി അടിവാര ത്തേക്ക് എത്തിച്ചേരാൻ ക്ഷണിക്കുകയും ചെയ്തു.

"വിവാഹം എന്ന തിരുകർമ്മം വ്യക്തി ജീവിതത്തിൽ നാം അറിയാത്ത ചില ആശ്രയ സങ്കേതങ്ങൾ തുറന്നുതരുന്നതുപോലെ തന്നെ സാമൂഹികജീവിതത്തിൽ നിനച്ചിരിക്കാത്ത ചില അംഗീകാരങ്ങളും നേടി ത്തരുന്നുണ്ട്." നിക്കോളാസ് അച്ചന്റെ ഈ വാക്കുകൾ അന്വർത്ഥമാക്കുന്ന തായിരുന്നു വിവാഹത്തിന് ശേഷമുള്ള എന്റെ ദിവസങ്ങൾ. അടിവാരത്ത് ചെന്നെത്തിയതിന്റെ തൊട്ടടുത്ത പുലർച്ചെതന്നെ സൗമിനി എന്നെ വിളിച്ചുണർത്തി. രണ്ടു മൂന്ന് ദിവസമായി ബാക്കി വച്ച ഉറക്കം അത്രയും ഉറങ്ങിത്തീർക്കണമെന്ന് ആഗ്രഹിച്ചിരുന്നുവെങ്കിലും അന്നും അത് സാധ്യ മായില്ല. കാരണം ഏറെ ദൂരെയല്ലാത്ത ദേവീ ക്ഷേത്രത്തിൽ എന്നെയും കൊണ്ട് ചെല്ലാമെന്ന് അവൾ പ്രാർത്ഥിച്ചിട്ടുണ്ടായിരുന്നുവത്രേ. ആറ്റു വിളക്കുകളും വെള്ളാട്ടും തെയ്യങ്ങളുമുള്ള ആ പൗരാണിക ക്ഷേത്രവു മായി ബന്ധപ്പെട്ട ഒട്ടനവധി ഓർമ്മകൾ എന്റെ മനസ്സിലും സജീവമാണ്.

പൂർവ്വകാല സ്മൃതികളുടെ അതിവിശിഷ്ടസങ്കേതമാണ് സൗമിനിയുടെ മനസ്സെന്ന് ചേച്ചിയെപ്പോഴും പരാമർശിക്കാറുമുള്ളത് ഞാൻ ഓർത്തു. നാട്ടുതോടിന്റെ തീരത്തെ ഒറ്റയടിപ്പാതയിലൂടെ നടന്നു നീങ്ങുമ്പോൾ എന്നോ പിൻവാങ്ങിപോയ അനുഭവങ്ങളുടെ അത്തരം ഓർമ്മകളിലേ ക്കാണ് അവൾ എന്നെ കൂട്ടികൊണ്ടുപോയത്. പക്ഷേ, എണ്ണവിളക്കിന്റെ ദിവ്യതേജസ്സിൽ തൊഴുകൈയോടെ പ്രാർത്ഥിച്ചുനിന്ന സൗമിനിയുടെ കണ്ണുകളിൽ അശ്രുക്കൾ നിറയുന്നതും ഇരുകവിൾതടങ്ങളിലൂടെയും പിന്നീടത് ഒഴുകിയിറങ്ങുന്നതും ഞാൻ കണ്ടു. ആശങ്ക തോന്നിയെങ്കിലും ഞാൻ അലോസരപ്പെടുത്തിയില്ല. തിരിച്ചുള്ള യാത്രയിൽ നാട്ടുതോടും

കഴിഞ്ഞ് പുഴയോരത്തെത്തിയപ്പോൾ ഞാൻ ചോദിച്ചു എന്തു ദുഃഖമാണ് ഉണ്ടായിരുന്നതെന്ന്. അതിന് ഒരു മറുപടി പക്ഷേ അവൾ തന്നില്ല. വീടെത്താൻ തെല്ല് ദൂരമെ ശേഷിക്കുന്നുള്ളൂ എന്നതിനാൽ എന്നെ തനിച്ചാക്കിക്കൊണ്ടവൾ ഓടിപ്പോകുകയായിരുന്നു. അന്ന് പകൽ ബീനേച്ചിയോട് ഇതിനെ കുറിച്ച് നേരംപോക്കെന്നോണം ഞാൻ സൂചിപ്പിച്ചു. ചേച്ചി മെല്ലെ ചിരിച്ചുകൊണ്ടാണ് പറഞ്ഞത്.

“ഓർമ്മവച്ച നാൾ മുതൽ അവൾ നിനക്കായ് കാത്തിരുന്നതല്ലേ? ആ ലക്ഷ്യസാക്ഷാത്കാരത്തിന്റെ കൃതജ്ഞത അറിയിക്കാനാകും നിന്നേയും കൂട്ടി പോയത്. ഭാര്യയുടെ മനസ്സിലിരിപ്പ് അവൾ പറയാതെതന്നെ വായിച്ചെടുക്കാൻ കഴിയുന്ന ആളായിരിക്കണം നല്ലൊരു ഭർത്താവ്” എന്ന് കൂട്ടി ചേർക്കാനും ചേച്ചി മറന്നില്ല.

മൂന്നാമത്തെ ദിവസം തിരിച്ചുപോരുന്നതിന്റെ അന്ന് പുലർച്ചെ രമ്യ ചേച്ചിയും ഭർത്താവും വന്നു. ചേച്ചി ഹൈദ്രബാദിലെതന്നെ പ്രശസ്തമായ ഒരാശുപത്രിയിൽ സേവനമനുഷ്ഠിക്കുന്നുണ്ട്. ആറുമാസം കൂടി കഴിഞ്ഞാൽ മാത്രമേ നാട്ടിലേക്ക് പോരാനാവൂ. പി.ജി. ചെയ്യുമ്പോൾ കൊടുത്ത ബോണ്ടിന്റെ വ്യവസ്ഥയാണത്. ഏറെ വൈകാതെതന്നെ ജോയ്ച്ചനും കുടുംബവും അവിടെ എത്തിച്ചേർന്നു. ഗൃഹാന്തരീക്ഷം പിന്നീട് കൂടുതൽ സജീവമായി. ആ ദിവസത്തേയും ആഘോഷ പരിപാടികളുടെ അവസാനം സന്ധ്യയ്ക്കുമുമ്പേ ഞങ്ങൾ തിരിച്ചു പോന്നു. അന്ന് ആ യാത്രയ്ക്കിടെ ഞാൻ ഓർക്കുകയായിരുന്നു. വേണുവേട്ടന്റെ ബോട്ടിൽ കയറി ഒരിക്കൽക്കൂടി സഞ്ചരിക്കാനും പണ്ടൊരിക്കൽ ഉപേക്ഷിച്ച് പോന്ന ആമ്പൽപൂക്കളെ ഒന്ന് വെറുതെ കണ്ട് മടങ്ങാനും മനസ്സിലുണ്ടായിരുന്ന മോഹം തുറന്നു പറഞ്ഞില്ലല്ലോ എന്ന്. പ്രായത്തിന്റെയും പദവികളുടെയും മതിൽക്കെട്ടിൽനിന്നും പ്രശസ്തരും പ്രഗദ്ഭരുമായ ഒട്ടനവധി സഹപ്രവർത്തകർക്കിടയിൽനിന്നും തെല്ല് ദൂരം പിന്തിരിഞ്ഞ് നടന്നാൽ കുട്ടിക്കാലവുമായി ബന്ധിപ്പിച്ച് നിർത്തുന്ന എത്രയെത്ര ഓർമ്മകളാണ് ഉണ്ടാവുക. അനുഭവങ്ങളും പേറി, എന്നും സഞ്ചരിച്ചുകൊണ്ടിരിക്കുന്നതാണ് ജീവിതം. നീർച്ചാലുകൾ പോലെ. ഏതൊരു തീരത്തും തങ്ങി നിൽക്കാനാവില്ല. എത്രതന്നെ ഇഷ്ടമാണെങ്കിലും.

തൊട്ടടുത്ത ദിവസം തന്നെ എനിക്ക് തിരിച്ച് പോകേണ്ടിയിരുന്നു. അന്ന് ഞങ്ങൾക്കൊപ്പം അച്ഛനും അമ്മയും കൂടി വന്നു. പുതിയ അന്തരീക്ഷത്തെ അവൾക്കൊന്ന് പരിചയപ്പെടുത്തി കൊടുക്കാൻ മാത്രം. അതും അവളുടെ തന്നെ ആഗ്രഹപ്രകാരം. യാത്രയയ്ക്കാൻ ജോയ്ച്ചനും കുടുംബവും രാവിലെ മുതൽ ഞങ്ങൾക്കൊപ്പം ഉണ്ടായിരുന്നു. പിന്നീട് അത്യാവശ്യം വേണ്ട വീട്ട് ഉപകരണങ്ങൾ ജോയ്ച്ചന്റെ തന്നെ ജീപ്പിൽ കയറ്റി അവൻ ഞങ്ങൾക്കൊപ്പം വന്നു. എന്റെ ഔദ്യോഗിക വസതിയിലെത്തി ഏറെ വൈകാതെതന്നെ അവൻ തിരിച്ചുപോകുകയും ചെയ്തു. പിന്നീടുള്ള മൂന്ന് ദിവസം അച്ഛനമ്മമാരുടെ സാമീപ്യം ഉണ്ടായിരുന്നു.

അവർ പോയതിനു ശേഷം മാത്രമാണ് ഭാര്യയുടെ പാചകപരിജ്ഞാനത്തിലുള്ള പാപ്പരത്വം ബോധ്യം വന്നത്. പക്ഷേ ഞാൻ പരിഭവിച്ചില്ല. ആക്ഷേപിച്ചതുമില്ല. കാരണം സ്വന്തം പരിമിതികളെ കുറിച്ച് അവൾക്ക് നല്ല ബോധ്യമുണ്ടായിരുന്നു. മാത്രമല്ല അവളെന്നും സമർത്ഥയായ വിദ്യാർത്ഥിനിയുമായിരുന്നു. എം.ബി.ബി.എസ് പാസ്സായ ഉടനെയാണ് ഞാൻ വിവാഹം കഴിച്ചതെന്നതും മറക്കാനാകില്ലല്ലോ. എന്നാൽ, അമ്മമാരോടും സഹോദരിമാരോടുമൊക്കെ ചോദിച്ച് ചുരുങ്ങിയ കാലം കൊണ്ട് തന്നെ പാചകകലയിൽ നല്ല പുരോഗതി കൈവരിക്കാൻ അവൾക്ക് കഴിഞ്ഞു.

പിന്നീട് ഒരു മാസം കഴിഞ്ഞ് രാഗേഷ് കൈമളിന്റെ വിവാഹത്തിന് പോകാനുള്ള സമയമെത്തി. അതിനായിട്ട് ചെറിയൊരു ബസ്സ് തന്നെ ജോയ്ച്ചൻ ഏർപ്പാട് ചെയ്തിരുന്നു. ഇതിനിടയിൽ വളരെ യാദൃച്ഛികമായ ഒരു സന്തോഷവാർത്തകൂടി ഞങ്ങൾക്ക് അറിയാനായി. സന്തോഷിന് ലീഗൽ അസിസ്റ്റന്റ് തസ്തികയിലേക്കുള്ള അഡ്വൈസ് മെമ്മോ കിട്ടി. തിരുവനന്തപുരത്തേക്കുള്ള യാത്ര ആഹ്ലാദപ്രദമാക്കാൻ അതിൽ കൂടുതലായി മറ്റൊന്നും ഞങ്ങൾക്ക് വേണ്ടിയിരുന്നില്ല. അതുമാത്രമല്ല, വിവാഹം കഴിഞ്ഞ് തിരിച്ച് വരുമ്പോൾ സന്തോഷിന്റെയും ജയശ്രീയുടെയും വിവാഹകാര്യവും ഞങ്ങൾ ചർച്ച ചെയ്ത് തീർച്ചപ്പെടുത്തി. അതുവരെ സന്തോഷിന്റെ അതേ സീറ്റിലിരുന്ന് സഞ്ചരിച്ചുവന്ന ജയശ്രീ പെട്ടെന്ന് എഴുന്നേറ്റ് ഏറ്റവും മുന്നിലുള്ള സീറ്റിൽ പോയിരുന്ന് മുന്നോട്ട് മാത്രം നോക്കി സഞ്ചരിച്ചത് ഏറെ കൗതുകത്തോടെയാണ് ഇന്നും ഞാൻ ഓർക്കുന്നത്.

ജയശ്രീയെ സന്തോഷ് ഇഷ്ടപ്പെട്ടിരുന്നുവെന്ന് ഒരിക്കൽ പോലും അവൾ അറിഞ്ഞിരുന്നില്ല. അതുകൊണ്ടാണ് അവളുടെ മുഖത്ത് സന്തോഷവും ലജ്ജയും ഒരുപോലെ കണ്ടത്. പരിമിതികൾ ഏറെയുള്ള ചുറ്റുപാടിൽ ജീവിച്ച ആ രണ്ടുപേരുടെയും കൂടിച്ചേരൽ സന്തോഷത്തേക്കാൾ സംതൃപ്തിയാണ് തന്നത്. സന്തോഷിന്റെ വിവാഹ ആലോചന ഏറ്റവും നല്ല മനസ്സോടെയാണ് കേശുവങ്കിളും കുടുംബവും സ്വീകരിച്ചത്. അങ്ങനെ ഏറെ താമസിയാതെ അവരുടെ വിവാഹവും ആഘോഷിച്ചു. സൗമിനിക്ക് പി.ജി ചെയ്യാൻ ആഗ്രഹമുണ്ടെന്ന് പറഞ്ഞതിനാൽ സിറ്റിയിലെ പ്രസിദ്ധമായ ഒരാശുപത്രിയിൽ താത്ക്കാലികമായി അവൾ ജോലി ചെയ്തിരുന്നു. ജീവിതത്തിലെ എല്ലാ നിമിഷങ്ങളും സാർത്ഥകമാണെന്നറിഞ്ഞ ചില മാസങ്ങളാണ് പിന്നീട് കടന്നുപോയത്.

ഔദ്യോഗിക ചുമതലകളിൽനിന്ന് ഒഴിവായാൽ പിന്നെ എന്റെയും സൗമിനിയുടെയും മാത്രം ലോകമായി. ഞങ്ങളെ തേടിയെത്തുന്ന സുഹൃത്തുക്കളെയും ബന്ധുക്കളെയും സന്തോഷത്തോടെ തന്നെ സ്വീകരിക്കാനും ആദരിക്കാനും അവൾ സമർത്ഥയായിരുന്നു. അങ്ങനെ എന്റെ വിവാഹത്തിന്റെ മൂന്നാം വാർഷികം കഴിഞ്ഞ ഉടനെ എനിക്കൊരു മോളുണ്ടായി. 'വൈഗ' ആ പേര് നിർദ്ദേശിച്ചത് അച്ഛനായിരുന്നു.

ഞങ്ങൾക്കെല്ലാവർക്കും അത് ഇഷ്ടമാകുകയും ചെയ്തു. പിന്നീട് കുഞ്ഞിനേയും കൂട്ടി സൗമിനി എന്റെ ഔദ്യോഗിക വസതിയിലേക്ക് വരാൻ ഒരാഴ്ച മാത്രം ബാക്കിനിൽക്കെ എന്നെ ഞെട്ടിച്ചുകൊണ്ട് ഒരു വാർത്ത അച്ഛൻ വിളിച്ച് അറിയിച്ചു. ദീനാമ്മയുടെ അങ്കിളിന്റെ മകൻ ഹെൻട്രി രണ്ട് സുഹൃത്തുക്കളുമായി ജോയ്ച്ചന്റെ വർക്ക്ഷോപ്പിൽവന്ന് എന്തോ പ്രശ്നമുണ്ടാക്കിയെന്നും ജോയ്ച്ചൻ ഇരുമ്പ് ദണ്ഡുകൊണ്ട് ഹെൻട്രിയുടെ വലതുകൈയും കാലും അടിച്ചൊടിച്ചു എന്നും. തത്ക്കാലം എങ്ങോട്ടെങ്കിലും മാറി നിൽക്കാൻ പൗലോസ് പറഞ്ഞെങ്കിലും ജോയ്ച്ചൻ അനുസരിച്ചില്ലത്രെ. പിന്നീട് പൊലീസ് വന്ന് അറസ്റ്റ് ചെയ്തു കൊണ്ടുപോയ അവനെ കോടതി റിമാന്റ് ചെയ്യുകയായിരുന്നു.

കേട്ടത് വിശ്വസിക്കാനാവാതെ ഒരു നിമിഷം തരിച്ചുനിന്നുപോയി ഞാൻ. എങ്കിലും ആ രാത്രിതന്നെ നാട്ടിലേക്ക് തിരിച്ചു. എല്ലൊടിഞ്ഞാൽ സ്വാഭാവികമായും ജാമ്യം കിട്ടാത്ത വകുപ്പായിരിക്കും കേസിൽ ഉൾപ്പെടുത്തുക. നിർഭാഗ്യവശാൽ അന്ന് കോടതി അവധിയുമായിരുന്നു. യാത്ര തുടങ്ങും മുമ്പ് തന്നെ വിവരങ്ങൾ പൗലോസ് എന്നെ വിളിച്ച് അറിയിച്ചിരുന്നു.

മുൻസീറ്റിലുള്ള രണ്ടുപേരും എന്റെ മനസ്സ് വായിച്ചിട്ടെന്നപോലെ വാഹനത്തെ അതിവേഗം പായിച്ചുകൊണ്ടിരുന്നു. ഉറ്റവരും ഉടയവരും ഇല്ലാത്ത ഒരമ്മയും കുഞ്ഞും എന്നും ഞങ്ങളോട് ഇഴചേർന്നാണ് ജീവിച്ചു പോന്നത്. പിന്നീട് എനിക്ക് ഓർമ്മവെച്ച നാൾമുതൽ അവൻ എന്റെ ഒപ്പമുണ്ട്. അകത്തും പുറത്തും. ബാല്യം മുതൽക്കുതന്നെ എന്റെ രക്ഷകനെപോലെയാണ് ജീവിച്ചത്. ജ്യേഷ്ഠനില്ലാത്ത എനിക്കെന്നും ഒരു ജ്യേഷ്ഠസ്ഥാനീയനും. എന്റെ സ്കൂൾ യാത്രയുടെ ആദ്യ ദിവസം അമ്മ പറഞ്ഞുകൊടുത്തതാണ്, “ജോയ്ച്ചാ ഗോപനെ ശ്രദ്ധിച്ചോണേ” എന്ന്. അന്ന് മുതൽ തികഞ്ഞ ആധികാരികതയോടെയാണ് അവൻ എന്നെ സംരക്ഷിച്ചത്. എന്നേക്കാൾ മൂന്ന് വയസ്സ് കൂടുതലുള്ള അവൻ പക്ഷേ, നാലാം ക്ലാസിൽ വച്ച് എനിക്കൊപ്പമായി. ഇത്രകണ്ട് ഭീകരമായി ആരെയും ആക്രമിക്കാൻ കഴിവും മനസ്സുമുള്ളയാളല്ല ജോയ്ച്ചൻ എന്ന് ഓർക്കുകയായിരുന്നു. വർക്ക്ഷോപ്പിനുള്ളിൽ വെച്ചായതുകൊണ്ട് സ്വയം രക്ഷയ്ക്കുവേണ്ടി ചെയ്തതാകാം.

പൗലോസ് രാത്രിതന്നെ വന്നെത്തിയിരുന്നു. അവന് സബ് ഇൻസ്പെക്ടറിൽ നിന്ന് ഇൻസ്പെക്ടറിലേക്കുള്ള പ്രൊമോഷൻ കിട്ടിയതിന്റെ ആഘോഷം നടത്താൻ സന്തോഷും ജോയ്ച്ചനും കൂടി തീരുമാനിച്ചിരിക്കെയാണ് ഇത്തരത്തിൽ ഒരു സംഭവത്തിൽ അവൻ ചെന്നുപെട്ടത്. തൊട്ടടുത്ത ദിവസം തന്നെ ഞാനും പൗലോസും കൂടി സബ് ജയിലിൽ ചെന്ന് ജോയ്ച്ചനെ കണ്ടു. അവന്റെ കവിളിലും കൈയിലും കത്തി കൊണ്ടുള്ള മുറിവ് ഏറ്റിരുന്നു. പക്ഷേ ഞാൻ ഒരിക്കൽപോലും പ്രതീക്ഷിക്കാത്ത ശരീരഭാഷയായിരുന്നു അവന്റേത്. അല്പമെങ്കിലും ഭയമോ

സങ്കോചമോ ആ മുഖത്തുണ്ടായിരുന്നില്ല. വാക്കുകളും അത്രതന്നെ വിചിത്രമായിരുന്നു.

"ജയിലറകളിൽ കിടന്നാൽ ഇത്രകണ്ട് സുഖമായി ഉറങ്ങാനാകുമെന്ന് നോം നിരീച്ചില്ല."

അത് കേട്ടിട്ട് അനിയന്ത്രിതമായ ദേഷ്യമാണ് അപ്പോൾ തോന്നിയതെങ്കിലും ഞാൻ ഒന്നും പ്രകടിപ്പിച്ചില്ല. എന്നാൽ അത് കേട്ടിട്ട് പൗലോസിന്റെ മുഖത്ത് യാതൊരു ഭാവമാറ്റവും ഉണ്ടാകാതിരുന്നത് എന്നെ അദ്ഭുതപ്പെടുത്തി. താൻ വന്നെത്തും വരെ മറ്റെങ്ങോട്ടെങ്കിലും മാറി നിൽക്കാൻ പറഞ്ഞിട്ട് അത് അനുസരിക്കാത്തതിന്റെ പരിഭവം മാത്രമേ അവന് ഉണ്ടായിരുന്നുള്ളൂ.

"നമ്മൾക്കെതിരെ ഒരാക്രമണം ഉണ്ടായാൽ അതിനെ നമ്മൾ കൂട്ടമായി പ്രതിരോധിക്കണമെന്നല്ലാതെ, അതിന് ശേഷം ഒരു ഭീരുവിനെപോലെ ഒളിച്ചോടണമെന്ന് നമ്മളാരും തീരുമാനിച്ചിട്ടില്ലല്ലോ. നിയമം പരാജയപ്പെടുന്നിടത്താണ് ആയുധമെടുക്കാൻ മനുഷ്യൻ നിർബന്ധിതനാകുന്നത്."

ജോയ്ച്ചന്റെ വാക്കുകൾ കേട്ടപ്പോൾ വസ്തുതകൾ പൂർണമായും വിലയിരുത്താതെ അവനെ കുറ്റപ്പെടുത്തുന്നത് ശരിയല്ലെന്നാണ് എനിക്കപ്പോൾ തോന്നിയത്. ഒരു ജീവിതമാർഗം തേടി തുറന്നുവച്ച സ്വന്തം സ്ഥാപനത്തിൽ നിയമം അനുശാസിക്കുന്ന സുരക്ഷ ഉറപ്പാക്കാൻ അധികാരപ്പെട്ടവർക്ക് കഴിയാതെ പോയതുകൊണ്ടാണല്ലോ അവന് ആയുധം എടുക്കേണ്ടിവന്നത്. തുടർന്നുള്ള സംഭാഷണത്തിനൊടുവിൽ ഹെൻട്രിയോടുള്ള ദ്വേഷം അവന്റെ ഉള്ളിൽ പുകയുന്നത് ഞാൻ കണ്ടു.

"അവനെ കൊല്ലേണ്ടതായിരുന്നു. ഓടി കൂടിയവർ തടസ്സം നിന്നില്ലായിരുന്നുവെങ്കിൽ ഇന്നലെ അതും സംഭവിക്കുമായിരുന്നു."

"എന്ത് വിഢിത്തമാണ് നീ പുലമ്പുന്നത്."ഞാൻ ദേഷ്യപ്പെട്ടു.

"ഞങ്ങളെ ആരെയും നീ ഓർത്തിരിക്കേണ്ട, പക്ഷേ ഭാര്യ, കുട്ടി അവർക്കാരാണ് ഉണ്ടാകുക."

പിന്നീട് അവൻ എന്റെ മുഖത്തേക്ക് നോക്കിയാണ് പറഞ്ഞത് "ആരും ഇല്ലാതിരുന്നിട്ടും ഞാൻ ജീവിച്ചില്ലേ, പക്ഷേ ഇന്ന് ഞാൻ നിന്നോട് എതിർത്ത് പറയുകയല്ല. അവരും എന്റെ സംരക്ഷണത്തിൽ കഴിയേണ്ടതു തന്നെയാണ്."

പിന്നീട് ഒന്നും സംസാരിക്കാൻ നിൽക്കാതെ അവൻ തിരിച്ച് പോയി. ജയിലിന്റെ ഇടനാഴിയിലൂടെ നടന്നുപോയ പ്രിയപ്പെട്ട ചങ്ങാതിയെ കണ്ണിൽനിന്ന് മറയുന്നത് വരെ ഞങ്ങൾ രണ്ടുപേരും നോക്കി നിന്നു. ഹെൻട്രിയെ മാരകമായി പരിക്കേൽപ്പിക്കാനുള്ള സാഹചര്യം പെട്ടെന്ന് ഉണ്ടായതാണോ അതോ മറ്റെന്തെങ്കിലും കാരണത്താൽ അവൻ കരുതിവെച്ചിരുന്നതാണോ എന്നെനിക്ക് വ്യക്തമായില്ല. പക്ഷേ ഒന്ന്

ഞാൻ തിരിച്ചറിഞ്ഞു. ജോയ്ച്ചനും പൗലോസും ചേർന്ന് എന്നിൽനിന്ന് എന്തോ മറച്ചുവെക്കുന്നുണ്ട്. ഇത്രയും വലിയൊരു സംഘട്ടനം ഉണ്ടായിട്ടും അതുമായി ബന്ധപ്പെട്ട് ജോയ്ച്ചൻ അഴിക്കുള്ളിൽ അകപ്പെട്ടിട്ടും അതിന്റേതായ ആശങ്കയോ ഭയമോ ഒന്നും പൗലോസിന്റെ മുഖത്തുണ്ടായിരുന്നില്ല. എനിക്കാകട്ടെ ജോയ്ച്ചന്റെ ദുര്യോഗത്തെ ഒരു വിധേനയും ഉൾക്കൊള്ളാനുമായില്ല. എന്താണ് സംഭവിച്ചതെന്ന് അറിയാനുള്ള ആകാംക്ഷ ഒരുഭാഗത്തും നിസ്സംഗതയോടെ ജയിലിന്റെ അകത്തളത്തിലേക്ക് നടന്നുപോയ പ്രിയ സ്നേഹിതന്റെ ഓർമ്മകൾ മറുഭാഗത്തും നിൽക്കവെ ആ രാത്രിയിൽ ഞാൻ അനുഭവിച്ച ആത്മസംഘർഷം പറഞ്ഞറിയിക്കാനാവില്ല. രാവേറെ ചെന്നിട്ടും ചിന്തകൾ പകൽ വെളിച്ചത്തിലെന്നപോലെ സജീവമായി നിന്നു. വെറും ഒരു വാക്കേറ്റത്തിന്റെ പേരിൽ ഇത്രയും വലിയൊരു കുറ്റകൃത്യം അവൻ ചെയ്യുകയില്ലെന്ന് ഉറപ്പായിരുന്നു.

ജോയ്ച്ചൻ എനിക്കൊരു സുഹൃത്തോ സഹപാഠിയോ മാത്രമല്ല. ഒരു നിർവ്വചനത്തിലും ഒതുങ്ങാത്ത അത്രകണ്ട് ഇഴയടുപ്പമാണ് ആ ബന്ധത്തിനുള്ളത്. അവനെ വിലങ്ങുവെച്ച് കോടതി വരാന്തയിലൂടെ നടത്തി കൊണ്ട് പോകുന്നത് രാഘവേട്ടൻ കണ്ടിരുന്നുവത്രേ. കൂടാതെ വർക്ക്ഷോപ്പിലെ സംഭവം കണ്ട ഒരു ചാൻസ് വിറ്റ്നസും അദ്ദേഹമാണ്. അതിരാവിലെ തന്നെ ഞാൻ രാഘവേട്ടനെ വിളിപ്പിച്ചു. വർക്ക്ഷോപ്പിൽ കണ്ടത് എത്രയും നന്നായി വിശദീകരിക്കണമെന്ന് ആവശ്യപ്പെട്ടു. വളരെ സത്യസന്ധമായ ഒരു വിവരണമാണ് അന്ന് കിട്ടിയത്. വഴിയിൽ എവിടെയോ യന്ത്രത്തകരാർ മൂലം കിടന്ന ഹെൻട്രിയുടെ കാർ അവിടെ ചെന്ന് റിപ്പയർ ചെയ്ത് കൊടുക്കണമെന്ന് ഹെൻട്രി ആവശ്യപ്പെട്ടു. എന്നാൽ അവിടെ ചെന്ന് നന്നാക്കി കൊടുക്കാനുള്ള ആവശ്യം ജോയ്ച്ചൻ നിരാകരിച്ചു. അതിന്റെ പേരിൽ രാവിലെ അവർ തമ്മിൽ വാക്കുതർക്കമുണ്ടായി അതിന്റെ പ്രതികാരമെന്ന നിലയിലാകും ഉച്ചയ്ക്ക് ശേഷം ഹെൻട്രിയും രണ്ട് കൂട്ടാളികളുമായി ജോയ്ച്ചന്റെ വർക്ക്ഷോപ്പിലേക്ക് വന്നു. ഹെൻട്രി ഒരു കുപ്പി മദ്യം വർക്ക്ഷോപ്പിലെ മേശപ്പുറത്ത് വച്ചിട്ട് ജോയ്ച്ചനെ വെല്ലുവിളിക്കുകയായിരുന്നു. “ഇത് എടുത്ത് വിഴുങ്ങിയിട്ട് ആണാണെങ്കിൽ ഇറങ്ങിവാടാ” എന്ന് പറയുകയും സഭ്യമല്ലാത്ത കുറെ വാക്കുകൾ കൂട്ടിച്ചേർത്ത് ആക്ഷേപിക്കുകയും ചെയ്തു. ജോയ്ച്ചൻ പക്ഷേ ചിരിച്ചുകൊണ്ടാണ് അയാളെ സമീപിച്ചത്.

“ആണായി പിറന്നവൻ എന്നും ആണായി തന്നെയിരിക്കും. ആണും പെണ്ണുമല്ലാത്ത നിനക്ക് ഒന്നാണാവണമെന്ന് തോന്നിയാൽ ഇതുപോലെ ചിലതൊക്കെ എടുത്ത് വിഴുങ്ങേണ്ടി വരും.”

പക്ഷേ, പിന്നീട് ജോയ്ച്ചൻ ആ കുപ്പിയെടുത്ത് വീശിയടിച്ചത് കണ്ണുകൾക്ക് തിരിച്ചറിയാൻ പറ്റുന്നതിനേക്കാൾ ഏറെ വേഗത്തിലാണ്. മദ്യക്കുപ്പി ഹെൻട്രിയുടെ തലയിൽ തട്ടി ചിതറുന്നത് മാത്രമേ ഞങ്ങൾക്ക്

കാണാനായുള്ളൂ. ഹെൻട്രി ഉടൻ നിലത്ത് വീണു. കൂടെ വന്നവർ രണ്ടു പേരും പ്രതിരോധിക്കാൻ മുന്നോട്ട് അടുത്തു. അവരിൽനിന്ന് ചില പരിക്കുകൾ പൊടുന്നനെ ജോയ്ച്ചന് ഉണ്ടായെങ്കിലും പിന്നീട് ആവോളം വാങ്ങിക്കൂട്ടിയിട്ടാണ് അവർ രണ്ടുപേരും ഓടി രക്ഷപ്പെട്ടത്. അതിൽ ഒരാളുടെ തലയിൽനിന്ന് രക്തം വാർന്ന് ഒലിക്കുന്നുണ്ടായിരുന്നു. ഇത് കണ്ട് മെല്ലെ എഴുന്നേറ്റ് വേച്ച് വേച്ച് നടന്നു പോകാൻ തുടങ്ങിയ ഹെൻട്രിയെ ജോയ്ച്ചൻ വർക്ക്ഷോപ്പിലേക്ക് വീണ്ടും വലിച്ചു കയറ്റി വലതുകൈയും വലതുകാലും തല്ലി ഒടിക്കുകയായിരുന്നു. ഞാനും പണിക്കാരും ചേർന്ന് ജോയ്ച്ചനെ വട്ടം പിടിച്ച് നിർത്തിയില്ലായിരുന്നുവെങ്കിൽ അന്ന് പക്ഷേ ഹെൻട്രി അന്ത്യകൂദാശ കൈപ്പറ്റാതെതന്നെ തിരിച്ചുപോകുമായിരുന്നു. മരിച്ചതിന് തുല്യമായി വർക്ക് ഷോപ്പിൽ കിടന്ന ഹെൻട്രിയെ ഉടനെ ആശുപത്രിയിൽ എത്തിക്കാൻ നിർദ്ദേശിച്ചത് അച്ഛനാണ്. ഒരു വേള ശിവേട്ടൻ അപ്പോൾ അത്രകണ്ട് കാർക്കശ്യത്തോടെ ജോയ്ച്ചനോട് പറഞ്ഞില്ലായിരുന്നെങ്കിൽ ആ മരണം സാധ്യമാകുന്നത് വരെ അവൻ കാത്തുനിൽക്കുമായിരുന്നു. അത്രകണ്ട് ബീഭത്സമായിട്ട് ആ മുഖം മുമ്പൊരിക്കലും രാഘവേട്ടൻ കണ്ടിട്ടില്ലത്രെ.

പലതും കൂട്ടിച്ചേർത്ത് വായിച്ചപ്പോൾ ഒരു കാര്യം എനിക്ക് തിരിച്ചറിയാനായി. പൗലോസിനും ജോയ്ച്ചനും ഹെൻട്രിയോട് പ്രതികാരം ഉണ്ടാകണം. അത് എന്തുകൊണ്ടാണെന്ന് മാത്രമേ ഇനി അറിയേണ്ടതുള്ളൂ. ഒരു പക്ഷേ ദീനാമ്മയുടെ തിരോധാനവുമായി ഈ സംഭവത്തിന് ബന്ധമുണ്ടോ എന്ന് പോലും ഞാൻ ചിന്തിച്ചു. ജയിലിൽ വച്ചും ജയിലിന് പുറത്ത് വച്ചും ജോയ്ച്ചനെ കുറ്റപ്പെടുത്താൻ പൗലോസ് തയ്യാറാകാതിരുന്നതും എന്നെ ആശയക്കുഴപ്പത്തിലാക്കി.

ജോയ്ച്ചനെ മജിസ്ട്രേറ്റിന്റെ വസതിയിൽ ഹാജരാക്കിയപ്പോൾതന്നെ ജാമ്യത്തിനുള്ള അപേക്ഷ വക്കീൽ മുഖാന്തിരം സമർപ്പിച്ചിരുന്നതാണ്. എന്നാൽ അപേക്ഷയിൽ സർക്കാർ ഭാഗം വക്കീലിന് നോട്ടീസ് കൊടുത്തു കൊണ്ട് വാദം പറയാൻ മാറ്റുകയാണ് ഉണ്ടായത്. പിന്നീട് തുറന്ന കോടതിയിൽ വാദം പറഞ്ഞപ്പോൾ ജോയ്ച്ചന് അനുകൂലമായ സമീപനമാണ് കോടതി സ്വീകരിച്ചത്. ആ സംഭവം നടന്നത് ജോയ്ച്ചന്റെ വർക്ക് ഷോപ്പിന്റെ ഉള്ളിൽ ആയതുകൊണ്ടും ഹെൻട്രിയും കൂട്ടുകാരും ആ സമയത്ത് വന്നുചേരുന്നതിനുള്ള ന്യായമായ വിശദീകരണങ്ങളൊന്നും സർക്കാർ ഭാഗം വക്കീലിന് പറയാൻ കഴിയാതെ വന്നതുകൊണ്ടും ജാമ്യം അനുവദിക്കുകയായിരുന്നു. ജാമ്യം കിട്ടിയ വിവരം അപ്പോൾ തന്നെ എന്നെ അറിയിച്ചിരുന്നുവെങ്കിലും പൗലോസും ജോയ്ച്ചനും വന്ന ശേഷം ആ സംഭവത്തിന്റെ നിജസ്ഥിതി അവരിൽനിന്നുതന്നെ അറിയാൻ അക്ഷമനായിട്ട് ഞാൻ കാത്തിരുന്നു.

ജാമ്യം എടുത്തശേഷം അവർ തിരിച്ചെത്തിയത് സന്ധ്യയ്ക്ക് ശേഷമാണ്. എന്താണ് ഈ സംഭവത്തിന്റെ അടിസ്ഥാനമെന്ന് പക്ഷേ വിശദീകരിക്കാൻ അവർ കൂട്ടാക്കിയില്ല. എന്റെ പല ചോദ്യങ്ങൾക്കും കൃത്യമായ

മറുപടിയും തന്നില്ല. അതെന്നെ വല്ലാതെ ചൊടിപ്പിച്ചു. ദീനാമ്മയ്ക്ക് എന്ത് സംഭവിച്ചുവെന്ന് ഭാഗികമായിട്ടെങ്കിലും അവർക്ക് വെളിപ്പെടുത്താനാകുമെന്ന് പ്രതീക്ഷിച്ചു. ആ ദുരന്തനാടകത്തിലെ കഥാപാത്രം ഞാൻ മാത്രമാണല്ലോ. പിന്നീടുണ്ടായ ദുരനുഭവങ്ങൾ അത്രയും അഭിമുഖീകരിക്കേണ്ടിവന്നതും ഞാൻതന്നെ. ഉറ്റവരെ നഷ്ടപ്പെടുമ്പോൾ ഉണ്ടാകുന്ന ദുഃഖം, അത് മനസ്സിലേല്പിക്കുന്ന ഉണങ്ങാത്ത മുറിവുകൾ അതൊന്നും അവർ മനസ്സിലാക്കാത്തതെന്തെന്ന് ഓർത്ത് ഞാൻ ആശ്ചര്യപ്പെട്ടു. അന്ന് ഒരുപക്ഷേ നിക്കോളാസ് അച്ചനെ പരിചയപ്പെട്ടില്ലായിരുന്നുവെങ്കിൽ എന്റെ ജീവിത ചരിത്രം തന്നെ മറ്റൊന്നാകുമായിരുന്നു. അന്ന് എന്തു തന്നെ പറഞ്ഞിട്ടും പ്രതികരിക്കാതിരുന്ന സുഹൃത്തുക്കളോട് ഏറെ പകയാണ് തോന്നിയത്. എന്ത് സൗഹൃദമാണ് നിങ്ങൾക്ക് എന്നോട് ഉണ്ടായിരുന്നതെന്ന് ചോദിച്ചപ്പോഴും ഏത് അർത്ഥത്തിലാണ് നിങ്ങളെ വിശ്വസിക്കേണ്ടതെന്ന് ഞാൻ ചോദിച്ചപ്പോഴും അവർക്ക് മറുപടി ഉണ്ടായിരുന്നില്ല.

ദീനാമ്മയ്ക്ക് ഒരുപക്ഷേ, എന്തെങ്കിലും ആപത്ത് സംഭവിച്ചിട്ടുണ്ടാകാം. അതുമല്ലെങ്കിൽ ഈ ജീവിതത്തിൽ നിന്നുതന്നെ തിരിച്ചുപോയിട്ടുമുണ്ടാകാം. എന്താണെങ്കിലും അത് അറിയാനുള്ള അവകാശം എനിക്കുണ്ട്. ദീനാമ്മ എനിക്കൊരു പ്രണയിനി ആയിരുന്നിട്ടില്ല. പക്ഷേ, ഹൃദയത്തിന്റെ പുറംചട്ടയിൽമാത്രം ഒതുങ്ങിനിന്ന സൗഹൃദവുമായിരുന്നില്ല. സുഖ ദുഃഖങ്ങളും ഇഷ്ടാനിഷ്ടങ്ങളും അന്യോന്യം സംവേദനം ചെയ്യപ്പെട്ടില്ലെങ്കിലും തിരിച്ചറിയാനാകുന്ന രണ്ടു മനസ്സുകളായിരുന്നു ഞങ്ങളുടേത്. ഏറെ നേരം നിശ്ശബ്ദനായിരുന്ന എന്നോട് അന്നവർ ഒരേ സ്വരത്തിലാണ് പറഞ്ഞത് "നിന്നോട് ഞങ്ങൾ അറിഞ്ഞുകൊണ്ട് ഒരു തെറ്റും ചെയ്തിട്ടില്ല."

"എങ്കിൽ എന്നോട് പറയൂ. എന്താണ് അവൾക്ക് സംഭവിച്ചതെന്ന്."

പക്ഷേ അവർ ഒന്നും പ്രതികരിക്കാൻ കൂട്ടാക്കിയില്ല. മാത്രമല്ല തങ്ങൾക്ക് അതുമായി ബന്ധപ്പെട്ട എന്തെങ്കിലും അറിയാമെന്നോ അറിയില്ലെന്നോ അവർ പറഞ്ഞതുമില്ല. അതാണ് എന്നെ കൂടുതൽ പ്രകോപിതനാക്കിയത്.

"വേണ്ട, ഈ സൗഹൃദം ഞാൻ ഇവിടെ വച്ച് അവസാനിപ്പിക്കുകയാണ്. ഇനിയാരും എന്നെ കുറിച്ച് അന്വേഷിക്കുകയോ തേടി വരികയോ ചെയ്യരുത്. എന്റെ ദുഃഖവും ഞാൻ അഭിമുഖീകരിച്ച പ്രതിസന്ധികളുമൊക്കെ എന്റേത് മാത്രമാണെന്ന് ഞാൻ അറിയുന്നു."

സൗഹൃദത്തിന്റെ വില

ഈ ജീവിതത്തിൽ ഞാൻ എടുത്ത ഏറ്റവും ബാലിശമായ തീരുമാന മായിരുന്നു അതെന്ന് പിന്നീട് കാലം തെളിയിക്കുകയായിരുന്നു. അന്ന് പക്ഷേ ഞാൻ കാറിൽ കയറി ഡോറടച്ചപ്പോൾ സുഹൃത്തുക്കൾ രണ്ടു പേരും സ്തംഭിച്ചുനിന്നുപോയി. കാർ മുന്നോട്ടെടുത്തപ്പോൾ പെട്ടെന്ന് ബോധം വന്നതുപോലെ ജോയ്ച്ചൻ ഞെട്ടിയുണർന്ന് ഒരു സ്വപ്നത്തിൽ എന്ന പോലെ എന്നെ നീട്ടി വിളിച്ചു. ഒട്ടു ദൂരം കാറിന് പിന്നാലെ ഓടി വരികയും തന്നോട് ക്ഷമിക്കണമെന്ന് അപേക്ഷിക്കുകയും ചെയ്തു. അന്നതൊന്നും ഞാൻ ചെവികൊണ്ടില്ല. മൂന്ന് മണിക്കൂർ സഞ്ചരിച്ചപ്പോൾ പുലർച്ചെ ഒരു മണിയായി.

സ്വന്തം ഗ്രാമത്തിൽനിന്നും പ്രിയപ്പെട്ടവരിൽനിന്നും ഒരുപാട് ഒരുപാട് ദൂരെ. അവർ എന്നിൽനിന്ന് എന്ത് തന്നെ മറച്ച് വച്ചാലും അത് ബോധപൂർവമായിരിക്കില്ലെന്ന് ഞാൻ അറിഞ്ഞിരിക്കേണ്ടതായിരുന്നു. തുടർന്നുള്ള ചിന്തകളിൽ എന്നെ ന്യായീകരിക്കാൻ പറ്റാതായി. എന്നിലെ തെറ്റും ശരിയും വസ്തുനിഷ്ഠമായി വേർതിരിച്ചെടുക്കാൻ അന്നെനിക്ക് ആകാതിരുന്നത് എന്റെ ന്യൂനത തന്നെയാണ്. ഏതൊരു തെറ്റിലും ഒരു മാത്രയെങ്കിലും ശരിയുണ്ടാവും എന്ന നിക്കോളാസ് അച്ചന്റെ വാക്കുകളും ഓർത്തില്ല. അന്നൊരു ദിവസമെങ്കിലും അവർക്കൊപ്പം കഴിഞ്ഞിട്ട് പോകണമെന്ന് കാറിന് പിന്നാലെ ഓടിവന്ന് അവൻ അപേക്ഷിച്ചിട്ടും നിരാകരിക്കുകയായിരുന്നു. അതൊന്നും മനഃപൂർവമായിരുന്നില്ല. നിറഞ്ഞ കണ്ണുകളുമായി യാത്ര പറഞ്ഞുപോയ ആ പെൺകുട്ടി മാത്രമാണ് അന്നെന്റെ മനസ്സിലുണ്ടായിരുന്നത്.

പിന്നീടുള്ള ദിവസങ്ങളിൽ പക്ഷേ, ദീനാമ്മയുടെ ഓർമ്മകളെ പോലെ തന്നെ സുഹൃത്തുക്കളുടെ നിശബ്ദതയും എന്നെ വേട്ടയാടിക്കൊണ്ടിരുന്നു. അന്നത്തെ രാത്രിയിൽ മാത്രമല്ല. രണ്ടു വർഷക്കാലം അവരുമായി ബന്ധ പ്പെട്ടില്ല. ഒരു പിണക്കവും അവരോട് മനസ്സിൽവച്ചുകൊണ്ടല്ല എങ്കിൽ പോലും ദീനാമ്മയെ രക്ഷപ്പെടുത്താനാകുമായിരുന്ന ഏതോ ഒരവസരം അവർ മൂലം എനിക്ക് നഷ്ടമായെന്ന് വെറുതെ ചിന്തിച്ചുപോയി. പിന്നീട് അത് മനസ്സിൽ രൂഢമൂലമായപ്പോൾ ഒരു സൗഹൃദത്തിനും അർത്ഥ മില്ലെന്ന് കണ്ടെത്തി. എനിക്ക് ദീനാമ്മയുമായി ഉണ്ടായിരുന്ന സൗഹൃദം

സൗമിനിക്കും അറിവുണ്ടായിരുന്നു. തന്മൂലം സുഹൃത്തുക്കളുമായുണ്ടായ പിണക്കവും അകൽച്ചയും വളരെ പെട്ടെന്ന് അവളെ തെര്യപ്പെടുത്താനായി.

വീട്ടുജോലിക്ക് ഒരാൾ ഉണ്ടായിരുന്നെങ്കിലും കുഞ്ഞിന്റെ ചുമതല കൂടി വന്നപ്പോൾ ഏറെ തിരക്കുള്ളതായിരുന്നു സൗമിനിയുടെ പിന്നീടുള്ള ദിവസങ്ങൾ. എങ്കിൽ പോലും അവളെന്നും വാചാലയായിക്കൊണ്ടിരുന്നത് എന്റെ സുഹൃത്തുക്കൾക്ക് വേണ്ടി വാദിക്കാനാണ്. ഈ വിഷയത്തിൽ അവൾ കൈക്കൊണ്ട സമീപനം, ആത്മാർത്ഥത, സത്യസന്ധത അതൊന്നും വിലകുറച്ച് കണ്ടില്ല. പക്ഷേ, ഏതോ ഒരു സന്നിഗ്ധഘട്ടത്തിൽ എന്നെ നിസ്സഹായനാക്കി നിർത്തിയ അവരുടെ നിശ്ശബ്ദത അതാണ് എന്നെ വേദനിപ്പിച്ചുകൊണ്ടിരുന്നത്.

ഞാനും ജോയ്ച്ചനുമായി എന്തെങ്കിലും അഭിപ്രായവ്യത്യാസം ഉള്ളതായി അവന്റെ പെരുമാറ്റത്തിൽനിന്ന് മനസ്സിലാക്കാനാവില്ലെന്ന് അമ്മ തീർത്ത് പറഞ്ഞു. സ്വന്തം വീട്ടിൽ എത്രതന്നെ ആഘോഷമുണ്ടായാലും അമ്മയുടെ കൈയിൽനിന്ന് എന്തെങ്കിലും ഒരു ഭക്ഷണം അവൻ നിർബന്ധമായും വാങ്ങി കഴിച്ചിരിക്കും. അതെല്ലാം എനിക്കറിവുള്ളതുമാണ്. അവനെ സ്നേഹിച്ച് തോല്പിക്കാൻ ആർക്കുമാകില്ല. അന്നുമാത്രമല്ല എന്നും അങ്ങനെ തന്നെയായിരുന്നു. ഞാൻ അന്ന് അനുഭവിച്ചുകൊണ്ടിരുന്ന ആത്മസംഘർഷം തിരിച്ചറിയാൻ കഴിവുള്ളതുകൊണ്ട് സൗമിനി എന്റെ എല്ലാ സുഹൃത്തുക്കളോടും വളരെ നല്ല സൗഹൃദമാണ് പുലർത്തിപോന്നത്, അതും ഞാൻ അറിയാതെ തന്നെ.

ഒരിക്കൽ അവൾ എന്നെ ഓർമ്മപ്പെടുത്തുകയായിരുന്നു. "കൂട്ടുകാർ രണ്ടു പേരും ചേർന്ന് ഇവിടെ വന്ന് ക്ഷമ പറഞ്ഞാൽ തോൽക്കുന്നത് അവരാകില്ല നമ്മൾ തന്നെയായിരിക്കു"മെന്ന്. അതിനെക്കാൾ കർക്കശമായ നിലപാടാണ് അമ്മ സ്വീകരിച്ചത്. അച്ഛൻ മാത്രം പക്ഷേ ഒരഭിപ്രായവും പറഞ്ഞില്ല. ഏറിയ മാനസികസമ്മർദങ്ങളാണ് അന്ന് ഞാൻ അനുഭവിച്ചുകൊണ്ടിരുന്നത്. പകലുള്ള സമയങ്ങളിലാകട്ടെ ഔദ്യോഗികമായി ചെയ്തുതീർക്കേണ്ട ഒട്ടനവധി ഉത്തരവാദിത്വങ്ങളും. അന്ന് ഒരു രാത്രിയിൽ എത്രതന്നെ ശ്രമിച്ചിട്ടും ഉറങ്ങാനായില്ല. എഴുന്നേറ്റ് സിറ്റൗട്ടിൽ ചെന്നിരുന്നു. വലിയൊരു തെറ്റിന്റെ പാപഭാരം എന്നെ പിന്തുടരുന്നതായിട്ടാണ് തോന്നിയത്. ജീവസന്ധാരണത്തിനായി തുറന്നുവച്ച ഒരു സ്ഥാപനത്തിൽ ഏതെങ്കിലും ഒരു ദുഷ്ടസന്തതി കടന്നുകയറി ആക്രമിച്ചാൽ പ്രതിരോധിക്കാതിരിക്കാൻ കഴിയില്ലല്ലോ. ഇനിയൊരുപക്ഷേ അതിന് ഒരു ന്യായീകരണം ഇല്ലെങ്കിൽ കൂടി ജോയ്ച്ചനെ പിന്തുണയ്ക്കാനുള്ള ബാധ്യതയാണല്ലോ എനിക്കുള്ളത്. അന്ന് ഞാൻ ഓർക്കുകയായിരുന്നു.

ബാല്യം കൈപിടിച്ചുതന്ന സൗഹൃദക്കൂട്ടായ്മയിലെ ശക്തനായ മിത്രം, പക്ഷേ എന്റെ നിഴൽ മാത്രമായി നിന്ന ചങ്ങാതി തനിക്ക് സ്വന്തമായി എന്തെങ്കിലും ഒന്ന് അടയാളപ്പെടുത്തി വെക്കാൻ ഒരിക്കൽ പോലും തുനിഞ്ഞിട്ടില്ല. പൊട്ടാസ് പടക്കം ഇടിച്ച് പൊട്ടിച്ചും വയൽ കനാലിൽ

ചൂണ്ടലെറിഞ്ഞും അരുവികളിൽ നീന്തി തുടിച്ചും കായ്കനികൾ പറിച്ചു തിന്നും ആസ്വദിച്ച് തീർത്തതാണ് ബാല്യം. അച്ഛനമ്മമാരുടെ അടിയും വഴക്കും എത്രതന്നെ വാങ്ങിക്കൂട്ടിയാലും തൊട്ടടുത്ത ദിവസം ഞങ്ങൾ വീണ്ടും സംഘം ചേരും. ഒരിക്കൽ പോലും പിണങ്ങി പിരിയാതെ ഏതൊരു ജീവിതസന്ധിയിലും പരസ്പരം കൈപിടിച്ച് നിന്നവർ; പക്ഷേ എല്ലാ വിഭാഗം ജനങ്ങൾക്കും താങ്ങും തണലുമായി നിൽക്കേണ്ട ഞാൻ ഒരു പെൺകുട്ടിയുടെ പേരിൽ പ്രിയ ചങ്ങാതിമാരെ മുൾമുനയിൽ നിർത്തിയതിന് എന്ത് ന്യായീകരണമാണ് ഉണ്ടാവുക? ധർമ്മാധർമ്മങ്ങൾക്ക് നടുവിൽ എന്റെ ചിന്തകൾ ഒരു പെൻഡുലം പോലെയാണ് ചലിച്ചു കൊണ്ടിരുന്നത്.

“ദീനാമ്മയുമായി ബന്ധപ്പെട്ട എന്തെങ്കിലും ഒരു രഹസ്യം അവർ ഒളിപ്പിച്ചുവച്ചിട്ടുണ്ടെങ്കിൽതന്നെ അതേ രഹസ്യം ചേട്ടനിൽ നിന്ന് മറച്ചു വച്ച ആ പെൺകുട്ടിയോട് തോന്നാത്ത വിദ്വേഷം ചങ്ങാതിമാരോട് മാത്രം തോന്നുന്നതിൽ എന്ത് ന്യായമാണ് ഉള്ളത്?”

സൗമിനിയുടെ ആ ചോദ്യത്തിന് മുന്നിൽ എനിക്ക് മറുപടിയുണ്ടായിരുന്നില്ല. അതേ ചോദ്യം തന്നെയാണ് കുറേക്കൂടി കർക്കശമായി അമ്മ ചോദിച്ചുകൊണ്ടിരിക്കുന്നതും. ജോയ്ച്ചൻ എന്നും അവനേക്കാൾ സ്നേഹിച്ചിരുന്നത് എന്നെയാണ്. അയൽവീട്ടിലെ രണ്ടാം ക്ലാസുകാരൻ ഒരല്പം ഭക്ഷണത്തിനായി അലമുറയിട്ട് കരയുന്നത് കണ്ട് ഒരു സന്ധ്യാ നേരത്ത് അമ്മ ചെന്ന് കൂട്ടിക്കൊണ്ടുവന്നതാണ് അവനെ. അന്ന് സ്കൂളിൽ ചേർന്ന് പഠിക്കാനുള്ള പ്രായം എനിക്കായിട്ടില്ല. നാരായണൻ ആശാന്റെ നിലത്തെഴുത്ത് കളരിയിൽ തലപ്പാവുകെട്ടിയ പനയോലയിലെ അക്ഷരങ്ങൾ നോക്കി എഴുതി പഠിച്ചിരുന്ന കാലം. അന്ന് മുതൽ ഏഴാം ക്ലാസിൽ ഒരേ ബഞ്ചിൽ ഒന്നിച്ചിരുന്ന് പഠിച്ച കാലം വരെയും പിന്നീട് മുംബൈയ്ക്ക് യാത്രപറഞ്ഞ് പോകുന്ന നിമിഷം വരെയും ഞങ്ങൾ ഒന്നിച്ചാണ് ഭക്ഷണം കഴിച്ചത്. ജോയ്ച്ചാ എന്ന് അമ്മ നീട്ടിവിളിക്കുന്നത് കേൾക്കാൻ കാതോർത്തിരുന്ന കുട്ടി.

ഞങ്ങൾ അകന്ന് ജീവിച്ചിട്ട് രണ്ടു വർഷമായെങ്കിലും എന്റെ വീടിനോടുള്ള അവന്റെ സമീപനത്തിന് ഒരു മാറ്റവും ഉണ്ടായിരുന്നില്ല. ഞങ്ങൾ തമ്മിൽ നിലനിന്ന അകൽച്ച അമ്മ അറിയാതിരിക്കാൻ എന്നും ജാഗരൂകനായിരുന്നു അവൻ. പക്ഷേ, ആ മനസ്സ് നീറുന്നത് വായിച്ചെടുക്കാൻ അമ്മയ്ക്ക് ഒരു ഉപകരണത്തിന്റേയും സഹായം ആവശ്യമുണ്ടായിരുന്നില്ല. ഭക്ഷണം കഴിച്ചുകൊണ്ടിരിക്കെ ചിലപ്പോഴെങ്കിലും ആ കണ്ണുകൾ നിറയുന്നത് അമ്മ കണ്ടിട്ടുണ്ട്. ചോദിച്ചാൽ ഭക്ഷണത്തിന് മുളക് കൂടുതലാണെന്ന് പറയും. പിന്നെ ഒന്ന് ഉച്ചത്തിൽ ചിരിക്കും. അസാധാരണമായി ഒന്നും സംഭവിച്ചിട്ടില്ലെന്ന് അമ്മയെ തെര്യപ്പെടുത്താനുള്ള വിഫല ശ്രമം. ആ രാത്രിയിൽ ഒട്ടുനേരം പലതും ചിന്തിച്ചിരുന്നെങ്കിലും എനിക്കോ എന്റെ ചിന്തകൾക്കോ എങ്ങും എത്തിച്ചേരാനായില്ല. പക്ഷേ മനസ്സ് ഏറെ

സംഘർഷഭരിതമായിരുന്നുതാനും. കണ്ണ് തുറന്നപ്പോൾ കിടക്കയിൽ എന്നെ കാണാത്തതുകൊണ്ടാകും സൗമിനിയും സിറ്റൗട്ടിലേക്ക് വന്നു.

"ഈ രാത്രിയിൽ ആര്യപുത്രന്റെ ഉറക്കം കെടുത്തുന്നത് ഏത് സുന്ദരി യാകും?"

"സുന്ദരിയല്ല, സുന്ദരനാണ്."

പൊടുന്നനെയുള്ള മറുപടി കേട്ട് അവൾ ചിരിച്ചു. പിന്നീട് പക്ഷേ ഞാൻ വിശദീകരിച്ച് കൊടുത്തു. ജോയ്ച്ചനെക്കുറിച്ചാണ് ചിന്തിച്ചത്. അന്ന് എന്റെ സംശയങ്ങൾ ഞാൻ അവളോട് പങ്കുവച്ചു. ഒരു പക്ഷേ എനിക്ക് അറിയാത്ത എന്തെങ്കിലും ഒരു വിശദീകരണം അവൾക്ക് തരാനായെങ്കിലോ.

മുംബൈയിലെ അങ്കിളും ആന്റിയും മരിച്ചുപോയ സാഹചര്യത്തിൽ തിരികെ പോരാവുന്നതല്ലേ എന്ന് ഞാൻ അവനോട് ചോദിച്ചിരുന്നതാണ്. പക്ഷേ രണ്ടു വർഷമെങ്കിലും കഴിയാതെ തിരിച്ചു വരാനാകില്ലെന്നാണ് അന്ന് പറഞ്ഞത്. അങ്കിളിന്റെ ഒരു ഷോപ്പ് ബിൽഡിംഗുമായി ബന്ധപ്പെട്ട അവകാശ തർക്കം സിവിൽകോടതിയിൽ നിലനിൽക്കുന്നുണ്ടത്രെ. പക്ഷേ അത് കഴിഞ്ഞ് രണ്ടു മാസം തികയുന്നതിന് മുമ്പ് അവൻ നാട്ടിൽ എത്തി. തർക്കം അദാലത്ത് വഴി പരിഹരിച്ചുവെന്നാണ് അപ്പോൾ എന്നോട് വിശദീ കരിച്ചത്. പിന്നീട് ഏറെ താമസിയാതെ അമ്മ നിർദ്ദേശിച്ച പെൺകുട്ടിയെ വിവാഹം ചെയ്ത് നാട്ടിൽ താമസമാക്കുകയും ചെയ്തു. കൃത്യമായി പറഞ്ഞാൽ പൗലോസ് ട്രെയിനിംഗിന് പോകുന്നതിന്റെ രണ്ടു ദിവസം മുമ്പാണ് അവൻ നാട്ടിൽ എത്തിയത്. അങ്ങനെ പലതും കൂട്ടി ചേർത്ത് വായിക്കുമ്പോൾ ആരെല്ലാമോ പറഞ്ഞേല്പിച്ച ചില ദൗത്യവുമായിട്ടാണ് അവൻ വന്നതെന്ന് തോന്നും. പക്ഷേ ഞാൻ പറഞ്ഞ ഈ സമസ്യകൾ ക്കൊന്നും ഒരു മറുപടി കണ്ടെത്താൻ അവൾക്കായില്ല. ശേഷം അവൾ കിടപ്പ് മുറിയിലേക്കും ഞാൻ ഓഫീസ് റൂമിലേക്കും നടന്നു. ഗാഢനിദ്ര യിലായിരുന്ന മോളുടെ കവിളിലൂടെ വിരലോടിച്ചപ്പോൾ കണ്ണ് തുറക്കാതെ തന്നെ അവൾ ചിരിച്ചു.

"മോൾക്കും നിന്റെ അതേ സ്വഭാവം."

അത് സമ്മതിക്കുന്ന മട്ടിൽ അവളും ചിരിച്ചു.

ഒന്നായി നടന്നപ്പോഴും കൂട്ടരോടൊത്ത് സ്നേഹിച്ച് ജീവിച്ചപ്പോഴും ആരും അന്യരായിരുന്നില്ല. വഴിയിൽ കണ്ടെത്തിയേക്കാവുന്ന ശത്രു ക്കൾക്കും ഒറ്റതിരിഞ്ഞെത്തുന്ന കാട്ടുമൃഗങ്ങൾക്കുമെതിരെ ഞങ്ങൾക്ക് ഞങ്ങളുടേതായ അതിജീവന ശൈലിയുണ്ടായിരുന്നു. ശത്രുവിനെ കൂട്ട മായി എതിർക്കാനുള്ള ആത്മബലം വീണുകിട്ടിയത് അവിടെനിന്നാണ്. എന്തൊക്കെ സംഭവിച്ചാലും ഒരു മിത്രത്തെ പോലും നിരാകരിക്കാനാ കാത്ത മനസ്സിന്റെ വലിപ്പവും ആ താഴ്വാരങ്ങളിൽ നിന്നുതന്നെയാണ് രൂപപ്പെട്ടത്. അങ്ങനെ രണ്ടു വർഷം നീണ്ട ചിന്തകൾക്കും സ്വയം വിമർ ശനങ്ങൾക്കുമൊടുവിൽ ഞാൻ ഒരു വിധിന്യായം എഴുതിവച്ചു. അത് പക്ഷേ എനിക്കെതിരെ തന്നെയായിരുന്നു.

ഇനിയാരും എന്നെക്കുറിച്ച് അന്വേഷിക്കുകയോ എന്നെ തേടി വരികയോ ചെയ്യരുതെന്ന് പറയാൻ ഒരു വ്യക്തി എന്ന നിലയിൽ എന്ത് അധികാരമാണ് എനിക്കുള്ളത്. എന്റെ പരുഷവാക്കുകൾ അത്രയും കേട്ട് നിന്ന പ്രിയമിത്രം കാറിന് പിന്നാലെ ഒട്ടുദൂരം ഓടി വന്ന് ക്ഷമ യാചിച്ചിട്ടും തികഞ്ഞ ധാർഷ്ട്യത്തോടെ അവനെ നിരാകരിച്ച പാപകർമ്മത്തിന് ഏത് ദൈവമാണ് മാപ്പ് തരിക.

അന്നോളം ആരെയും കളം തിരിച്ച് കാണാത്ത സൗഹൃദക്കൂട്ടായ്മ യിൽ എനിക്ക് മാത്രമായി ഒരു നിയമം ഉണ്ടാകാൻ പാടില്ലല്ലോ. അനന്യ മായ നീതിബോധത്താൽ ആ കൂട്ടായ്മയുടെ അന്തഃസത്ത ഉയർത്തിപ്പിടി ക്കേണ്ടതും ഞാൻ തന്നെയാണ്. അങ്ങനെ പൗലോസിനേയും ജോയ്ച്ച നെയും ചെന്ന് കണ്ട് നിരുപാധികം മാപ്പ് പറഞ്ഞ് എനിക്കെതിരെയുള്ള ആ വിധി നടപ്പാക്കാൻ ഞാൻ തീർച്ചപ്പെടുത്തി. അന്നേക്ക് അഞ്ച് ദിവസം കഴിഞ്ഞ് വരുന്ന സ്വാതന്ത്ര്യദിന പരിപാടികൾ കഴിഞ്ഞ് തൊട്ടടുത്ത ദിവസം നാട്ടിലേക്കുള്ള യാത്രയ്ക്കുവേണ്ട എല്ലാ ഒരുക്കങ്ങളും ഞാൻ ചെയ്തുവച്ചു.

ഒരു പാട് നാൾകൂടി ഗ്രാമത്തിലേക്ക് പോകാൻ തുനിഞ്ഞിറങ്ങി യതിന്റെ ആവേശം കൊണ്ടാകാം പോകുന്ന ദിവസം പുലർച്ചെതന്നെ ഉറക്കം വിട്ടകന്നുപോയി. വെളിച്ചം പൂർണമായി വന്നെത്തിയിട്ടില്ല. എങ്കിലും സിറ്റൗട്ടിൽ ചെന്നിരുന്ന ഞാൻ ഗേറ്റിനപ്പുറം പ്രത്യക്ഷപ്പെട്ട ആളെ കണ്ടത് ഒരു ഞെട്ടലോടെയാണ്. 'പൗലോസ്' ഈ നേരത്ത് എന്തിനാവും അവൻ എത്തിയിട്ടുണ്ടാവുക. നിമിഷമാത്രയിൽ ഞാൻ ഓടിച്ചെന്ന് അവനെ സ്വീകരിച്ചു. രണ്ടു വർഷത്തിന്റെ ഇടവേളയ്ക്കു ശേഷം കണ്ടുമുട്ടിയ മിത്രത്തെ ഞാൻ എന്റെ നെഞ്ചോട് ചേർത്ത് ക്ഷമ ചോദിച്ചു. അപ്പോഴവന്റെ കണ്ണുകൾ നിറഞ്ഞൊഴുകുന്നതാണ് കണ്ടത്. എന്തോ പറയാൻ വേണ്ടി വിമ്മിട്ടപ്പെട്ട് നിന്ന സഹപാഠിയെ ഞാൻ മുറി ക്കുള്ളിലേക്ക് കൊണ്ടുപോയി.

"പറയൂ, പൗലോസേ നിനക്കെന്താണ് പറയാനുള്ളത്?" ഞാൻ അക്ഷമനായി.

"ജോയ്ച്ചനെ കോടതി ശിക്ഷിച്ചു. മൊത്തം മൂന്നര വർഷത്തെ കഠിന തടവ്, ഇപ്പോഴവൻ ജയിലിലാണ്."

"ഈശ്വരാ" ഞാൻ അറിയാതെ വിളിച്ചുപോയി.

രണ്ട് ബാഗുകൾ ഒരേപോലെ തോളിലിട്ട് ഒരു കൈയിൽ എന്നെയും പിടിച്ച് സ്കൂളിലേക്ക് നടത്തിച്ചുകൊണ്ടുപോയ ജ്യേഷ്ഠസ്ഥാനീയൻ. ഒന്നും സംസാരിക്കാനാകാതെ ഞാൻ പിന്നിലെ കസേരയിലേക്ക് ഇരുന്നു പോയി.

അല്പനേരം കഴിഞ്ഞാണ് ഞാൻ വീണ്ടും ചോദിച്ചത്.

"ഇനി നമുക്കെന്താണ് ചെയ്യേണ്ടത്?"

“ജാമ്യമെടുത്ത് അപ്പീൽ പോകാം എന്ന് പറഞ്ഞിട്ട് അവൻ വഴങ്ങുന്നില്ല, ഈ ശിക്ഷ താൻ അർഹിക്കുന്നതാണെന്ന് അവൻ തീർത്ത് പറയുന്നു. പിണക്കമാണെങ്കിലും പക്ഷേ, നിന്നെ വന്ന് കണ്ട് അപേക്ഷിച്ചാൽ നീ കൂടെ വന്ന് അവനെ ഈ തീരുമാനത്തിൽനിന്ന് പിന്തിരിപ്പിച്ചെടുക്കാനാകുമെന്ന് കരുതിയാണ് രാത്രിയിൽതന്നെ ഞാൻ പുറപ്പെട്ട് പോന്നത്.”

എന്നെ വല്ലാതെ നൊമ്പരപ്പെടുത്തിയ പ്രസ്താവനയായിരുന്നു അത്. ഞാൻ നിങ്ങളോട് ഒരിക്കൽ പോലും പിണങ്ങിയിട്ടില്ല മിത്രമേ, അന്ന് നിങ്ങളോട് പരുഷമായി സംസാരിച്ചത് എത്രയോ തെറ്റായിരുന്നെന്ന് അന്ന് തന്നെ തിരിച്ചറിഞ്ഞതാണ്. ഇന്ന് നാട്ടിലേക്ക് വരാനും നിങ്ങളെ കണ്ട് മാപ്പ് ചോദിക്കാനും ഇരുന്നതാണ്.

ഈ സമയം വീട്ടിലേക്ക് കൊണ്ടുപോകാനുള്ള ബാഗേജുകൾ ഡ്രൈവർ മുൻഭാഗം വരാന്തയിലേക്ക് കൊണ്ടുവച്ചു. താഴേക്കിറങ്ങി വന്നപ്പോൾ പൗലോസിനെ കണ്ട് ആശ്ചര്യപ്പെട്ട് നിന്ന സൗമിനിയോട് അവൻതന്നെ എല്ലാം വിശദീകരിച്ച് കൊടുത്തു. അത് കേട്ടപാടെ നമുക്ക് ഉടനെ പുറപ്പെടാം എന്ന് പറഞ്ഞ് അവൾ തിരക്കുകൂട്ടി. അന്ന് തന്നെ ഉച്ചയ്ക്കു ശേഷം ഞാനും പൗലോസും കൂടി ജോയ്ച്ചനെ ചെന്ന് കണ്ടു. ഇത് തനിക്ക് കിട്ടാവുന്ന ഏറ്റവും ചെറിയ ശിക്ഷയാണെന്നും ഇത് സ്വയം അനുഭവിച്ച് തീർക്കേണ്ടതുണ്ടെന്നും വളരെ നിർബന്ധപൂർവം അവൻ പറഞ്ഞു. മുമ്പെപ്പോഴോ സ്വയം എടുത്ത തീരുമാനമായിരിക്കണം അത്. അത്രകണ്ട് ദൃഢമായിരുന്നു ആ വാക്കുകൾ.

“അപ്പീൽ പോകണമെന്ന് പറഞ്ഞ് നിർബന്ധിക്കുമ്പോൾ ഗോപൻ എന്താണ് അർത്ഥമാക്കുന്നതെന്ന് എനിക്കറിയാം. എന്റെ സ്ഥാപനത്തിൽ അവർ വന്ന് പ്രകോപനമുണ്ടാക്കി എന്നതാണ് എല്ലാവരും കണ്ടിരിക്കുന്നത്. അതിന്റെ അടിസ്ഥാനത്തിൽ അവർ എത്തിച്ചേരുന്ന നിഗമനങ്ങളാണ് പിന്നീടുള്ളത്. നിഗമനങ്ങൾ എപ്പോഴും ശരിയായിരിക്കണമെന്നില്ല. കാരണം അതിന് ഒരു വ്യാഖ്യാനം മാത്രമേയുള്ളൂ. ആ സത്യത്തിലേക്ക് കടന്ന് ചെല്ലാൻ ഈ ഭൂമിയിൽ എനിക്ക് മാത്രമേ കഴിയൂ.”

എന്താണ് അവൻ പറയാതെ പറഞ്ഞ് വച്ചതെന്ന് മനസ്സിലാക്കാൻ അന്നെനിക്ക് ആവുമായിരുന്നില്ല. പിന്നീടും അവൻ പറഞ്ഞു.

“ഒരു പാട് സ്പീഡിൽ ഓടുന്ന വാഹനങ്ങളെ ഇടയ്ക്കൊന്ന് തടഞ്ഞ് നിർത്തിയിട്ട് വീണ്ടും സഞ്ചരിക്കാൻ വിടുന്നത് നല്ലതാണ്. വലിയ അപകടങ്ങളിൽനിന്ന് ചിലപ്പോൾ അത് രക്ഷപ്പെട്ട് പോകും. അതുപോലെ ഒരു ബ്രേക്ക് എനിക്കും ആവശ്യമാണ് ഗോപാ.” വീണ്ടും വന്നുവീണ നിശ്ശബ്ദതയ്ക്ക് ശേഷം അവൻ എന്നോട് പറഞ്ഞു.

“അമ്മ പറയാറുള്ളത് എപ്പോഴും നീ ഓർക്കണം. ക്ഷിപ്രകോപം ഒരിക്കലും നന്മ ചെയ്യില്ല. ദേഷ്യത്തോടെയുള്ള നിന്റെ വാക്കുകൾ ഒരിക്കലും ഞങ്ങളെ മുറിപ്പെടുത്തില്ല. കാരണം അതിനെക്കുറിച്ച് ഓർത്ത് പിന്നീട്

നീ എത്രയെങ്കിലും ആഴത്തിൽ ദുഃഖിച്ചുകൊണ്ടിരിക്കുമെന്ന് ഞങ്ങൾക്കറിയാം. നമുക്ക് പരസ്പരം അറിയാൻ ഇനിയൊരു ജന്മം കൂടി ആവശ്യമില്ലല്ലോ. അടുത്ത മൂന്നരവർഷം എന്നെ ഞാൻ ഇവിടെ നിർത്തിയിട്ടിരിക്കുകയാണ്. ഇടയ്ക്ക് വെച്ച് ഞാൻ ആരെയും കാണില്ല. എന്റെ ശിക്ഷ കഴിഞ്ഞ് എന്ന് പുറത്തിറങ്ങിയാലും അന്ന് നീ ഉള്ളിടത്ത് ഞാൻ എത്തിയിട്ടുണ്ടാകും."

പിന്നീട് ഏറെ സംസാരിക്കാൻ നിൽക്കാതെ ഒരു യോദ്ധാവിന്റെ തലയെടുപ്പോടെ തന്നെയാണവൻ ജയിലിന്റെ അകത്തളങ്ങളിലേക്ക് നടന്നുപോയത്. കണ്ണിൽനിന്ന് മറയുന്നത് വരെ അന്നും ഞങ്ങളവനെ നോക്കിനിന്നു. പിന്നീട് വീട്ടിലെത്തിയപ്പോൾ മെറ്റിൽഡയെയും ഗൗതമിനേയും കൊണ്ടുപോകാൻ അവരുടെ അപ്പച്ചൻ വന്നിട്ടുണ്ടായിരുന്നു. പക്ഷേ അവൾ പോകാൻ തയ്യാറായില്ല. ഗൗതം യു.കെ.ജിയിൽ പഠിച്ചുകൊണ്ടിരിക്കുകയായിരുന്നു. കൂടാതെ വർക്ക്ഷോപ്പിന്റെ മേൽനോട്ടം വഹിക്കാൻ മെറ്റിൽഡയെ ഇതിനോടകം അവൻ പ്രാപ്തയാക്കിയിരുന്നു. അച്ഛനും മെറ്റിൽഡയെ പിന്തുണച്ചാണ് സംസാരിച്ചത്. മാത്രമല്ല ജോയ്ച്ചൻ വരുന്നതുവരെ അവൾ കുട്ടിയുമായി ഞങ്ങളുടെ വീട്ടിൽതന്നെ താമസിക്കുമെന്ന് അച്ഛൻ തീർത്തു പറഞ്ഞു. അത് കേട്ടപ്പോൾ എനിക്കും സന്തോഷമായി.

ഔദ്യോഗിക ലാവണത്തിൽ തിരിച്ചെത്തിയിട്ടും യാതൊരു സമയക്രമവുമില്ലാതെ പലേ ദിവസങ്ങളിലും ജോയ്ച്ചന്റെ ഓർമ്മകൾ എന്നെ തേടിവന്നു. മെറ്റിൽഡയുടെയും ഗൗതമിന്റെയും കാര്യത്തിൽ നിതാന്ത ജാഗ്രത പുലർത്തികൊണ്ടുതന്നെയാണ് അച്ഛനും അമ്മയും നിന്നത്. എങ്കിൽ പോലും എന്നും എന്റെ മനസ്സിൽ മുറിപ്പാട് തീർക്കുന്ന ഓർമ്മകളായിരുന്നു അവന്റേത്. പിന്നീട് വന്ന മൂന്നു വർഷക്കാലം എന്നിലൂടെ കടന്ന് പോയത് ഒരു യുഗത്തിന്റെ ദൈർഘ്യവുമായിട്ടാണ്. കാലം വരച്ചുവച്ച വഴിച്ചാലുകളിലൂടെ ഞങ്ങളൊക്കെ സഞ്ചരിച്ച് പോയത് പലേ ദിക്കുകളിലേക്കാണ്. മഴമേഘങ്ങൾക്ക് സമാനമായി പെയ്തൊഴിഞ്ഞ് തീരുന്നതല്ലല്ലോ ജീവിതം. പലരും വന്നെത്തുന്നതിന്റെ സന്തോഷവും ഒട്ടനേകം പേർ പിരിഞ്ഞുപോകുന്നതിന്റെ ദുഃഖവും പേറി സഞ്ചരിക്കുന്ന യാനം.

ആർക്കും ഇവിടെ താമസം ഉറപ്പിക്കാനാകില്ല. കാരണം ഇതെന്നും സഞ്ചരിച്ചുകൊണ്ടേയിരിക്കുന്നു. എണ്ണമറ്റ പ്രണയജോടികൾ വിരഹദുഃഖം പങ്കുവച്ച കലാലയത്തിലെ കാറ്റാടി മരച്ചുവട്ടിൽവച്ച് നിറകണ്ണുകളുമായി യാത്രപറഞ്ഞ് പോയ ദീനാമ്മയെ പിന്നീട് ഒരു സ്വപ്നത്തിലെങ്കിലും കാണാൻ കഴിഞ്ഞിരുന്നുവെങ്കിൽ എന്ന് മോഹിച്ചുപോയിട്ടുണ്ട് പലപ്പോഴും. ഒരു പ്രണയത്തിനു വേണ്ടി അല്ലെങ്കിൽകൂടി ആ പുഞ്ചിരിയുടെ കിലുക്കം എന്നും മനസ്സിന്റെ പിൻബലമായിരുന്നു. എന്നാൽ ആ വിധം ഒരു ആഗ്രഹം മനസ്സിന്റെ വിദൂരതയിൽപോലും ഇല്ലാതെ തീർത്തും വിവശനായി ഉറങ്ങിയ ഒരു രാത്രിയിൽ എനിക്ക് ആ സ്വപ്നം സാധ്യമായി. ഒരു തുമ്പച്ചെടിയുടെപോലും നിഴൽപ്പാട് വീഴാത്ത വിജനമായ ഏതോ

കുന്നിൻമുകളിലേക്ക് നടന്നുപോകുന്ന അവൾക്ക് പക്ഷേ എന്നെ കാണാനായില്ല. എന്റെ കൈകാലുകൾ അപ്പോൾ നിശ്ചലമായിരുന്നതിനാൽ ഒന്ന് ഓടി അടുക്കാനും കഴിഞ്ഞില്ല.

ബാല്യ കൗമാരങ്ങൾക്കൊപ്പം മനസ്സിൽ ആവാഹിച്ച് നിർത്തിയ സഖി കുന്നിൻമുകളിൽ ചേക്കേറിനിന്ന വെള്ളി മേഘങ്ങളിലൂടെ എങ്ങോട്ടാകും നടന്ന് പോയത്. ഉറക്കത്തിൽനിന്ന് ഞാൻ ഞെട്ടി ഉണർന്നു. എങ്കിലും ഒരു വിശകലനത്തിനും മുതിർന്നില്ല. കാരണം കൃത്യതയില്ലാത്ത മനസ്സിന്റെ ചിന്തകളെയാണല്ലോ നാം സ്വപ്നം എന്ന് വിളിക്കുന്നത്. എങ്കിലും ഹൃദയത്തിന്റെ ഉള്ളറകളിലേക്ക് പടർന്ന് കയറിയ നൊമ്പരവും ആ വ്യഥയിലേക്ക് തന്നെ പിന്നീട് കടന്നുവന്ന മധുരോദാരമായ ഓർമ്മകളും കൂടിയായപ്പോൾ ഉറക്കം നന്നേ വിട്ടകന്നുപോയി.

വൈഗ. അന്നവൾക്ക് അഞ്ചു വയസ്സ് തികഞ്ഞു. പട്ടണത്തിലെ പ്രസിദ്ധമായ മാനേജ്മെന്റ് സ്കൂളിൽ ഫസ്റ്റ് സ്റ്റാൻഡേർഡിലേക്കുള്ള അഡ്മിഷൻ എടുക്കേണ്ട ദിവസം. പക്ഷേ, ഡൽഹിയിൽ നിന്നെത്തുന്ന കേന്ദ്ര അഭ്യന്തര സെക്രട്ടറിയെ സ്വീകരിക്കാൻ എയർപ്പോർട്ടിൽ എത്തേണ്ടവരുടെ പാനലിൽ ഞാനുമുണ്ട്. ഒട്ടും പ്രതീക്ഷിക്കാതെ തലേ രാത്രിയിൽ വന്നുപ്പെട്ട ചുമതലയാണത്. അതിനായി ഒരു പകരക്കാരനെ നിയോഗിക്കാനുമാകില്ല. എയർപ്പോർട്ടിലെ എമിഗ്രേഷൻ എസ്.പി എന്റെ ബാച്ച്മേറ്റായ ഫൈസലാണ്. മുമ്പ് എപ്പോഴും എന്നപോലെ അന്നും ഞാൻ ചെല്ലുന്ന വിവരം അവനെ വിളിച്ച് അറിയിച്ചിരുന്നു. ഒന്നിച്ചൊരല്പ നേരം കൂടാനും ഓർമ്മകൾ പങ്കുവെക്കാനും മറ്റും ഞങ്ങൾക്ക് കിട്ടാവുന്ന അപൂർവ്വം സന്ദർഭങ്ങളിലൊന്നാണത്. ഉച്ചയ്ക്ക് ശേഷം തിരികെ വന്നിട്ട് മോളുടെ അഡ്മിഷന് പോകാമെന്ന് പറഞ്ഞെങ്കിലും അത് സൗമിനിക്ക് അത്രകണ്ട് ബോധിച്ചില്ല. എന്നാൽ ഒരു അതൃപ്തി പ്രകടിപ്പിച്ചുമില്ല. കാരണം അച്ഛനമ്മമാർക്കൊപ്പം മോളെ നാട്ടിൽ നിർത്തി പഠിപ്പിക്കാനാണ് അവൾക്കിഷ്ടം. അമ്മ പലപ്പോഴും സൗമിനിയോട് അത് സൂചിപ്പിച്ചിട്ടുള്ളതുമാണ്. സൗമിനിയാണെങ്കിൽ ബിരുദാനന്തര ബിരുദത്തിന് പഠിക്കുന്നതിന് പ്രവേശന പരീക്ഷ എഴുതി കാത്തിരിക്കുകയുമാണ്.

എയർപോർട്ടിലേക്ക് യാത്ര പുറപ്പെടുമ്പോൾ ക്യാമ്പ് ഹൗസിലെ സഹായിയായ ഹംസ അന്നത്തെ ന്യൂസ് പേപ്പറുകൾ കാറിൽ കൊണ്ടുവന്ന് വച്ചു. പിന്നീട് ഫൈസലിന്റെ വിശാലമായ ക്യാബിനിലിരുന്ന് അതത്രയും വായിച്ചു തീർക്കുകയും ചെയ്തു. എങ്കിലും ഫ്ളൈറ്റ് എത്തിച്ചേർന്നില്ല. ഇതിനോടകം ഉച്ചഭക്ഷണം കഴിക്കാൻ ഫൈസൽ പല തവണ നിർബന്ധിച്ചുവെങ്കിലും സ്നേഹപൂർവം അത് നിരസിക്കുകയായിരുന്നു. ഹോം സെക്രട്ടറിയെ ഗസ്റ്റ് ഹൗസിൽ കൊണ്ട് ചെന്ന് എത്തിച്ചശേഷം എത്രയും പെട്ടെന്ന് ക്യാമ്പ് ഹൗസിലെത്തിച്ചേരാനുള്ള തിരക്കായിരുന്നു മനസ്സിൽ. സെക്രട്ടറിയുടെ ഔദ്യോഗിക പരിപാടികൾ തുടങ്ങുന്നത് ആറ്

മണിക്കായതുകൊണ്ട് അതിനിടയിൽ മോളെ സ്കൂളിൽ ചേർക്കാനും കഴിയും.

അങ്ങനെ തികച്ചും അക്ഷമനായി കാത്തിരിക്കുമ്പോഴാണ് വിഎച്ച് എഫ് മെസേജ് വന്നത്. ഫ്ളൈറ്റ് കാൻസൽ ചെയ്തത് മൂലം സെക്രട്ടറി യുടെ യാത്ര മാറ്റിവച്ചിരിക്കുന്നുവെന്ന്. പിന്നീട് ഞാൻ ഫൈസലിനെ കാത്തുനിന്നില്ല. പുറത്തേക്ക് ഇറങ്ങി അതിവേഗം നടന്നു. എന്നാൽ വരാന്തയിലേക്ക് എത്തിയ ഉടനെ എന്നെ ആരോ പിടിച്ച് നിർത്താൻ ശ്രമിച്ചു. ഒട്ടും പ്രതീക്ഷിക്കാതിരുന്നതുകൊണ്ടും നടപ്പിന്റെ വേഗത കൊണ്ടും കാലൊന്ന് ഇടറുകയും സമീപത്തെ കോൺക്രീറ്റ് തൂണിൽ തട്ടി നെറ്റിയിൽ ചെറിയ മുറിവുണ്ടാകുകയും ചെയ്തു. മുറിവിൽ കർച്ചീഫ് അമർത്തിക്കൊണ്ട് എന്നെ പിടിച്ചുനിർത്താൻ ശ്രമിച്ചത് ആരാണെന്ന് ഞാൻ നോക്കി. എനിക്ക് ഒരു മുഖപരിചവും തോന്നാത്ത ഏതോ ഒരു കന്യാസ്ത്രി. തൂവെള്ള സഭാ വസ്ത്രം ധരിച്ച അവർ എന്നോട് എന്തോ ആവശ്യപ്പെടുന്നതായിട്ടാണ് അപ്പോൾ തോന്നിയത്. ജില്ലയിൽ ഞാൻ രക്ഷാധികാരിയായിട്ടുള്ള ഏഴ് അനാഥാലയങ്ങൾ ഉണ്ട്. അതിൽ നാലെണ്ണം ക്രിസ്ത്യൻ മാനേജ്മെന്റിന്റെ കീഴിലുള്ളതാണ്. അതുമായി ബന്ധപ്പെട്ട ഏതെങ്കിലും ഒരു ഭാരവാഹിയായിരിക്കുമെന്ന് ഊഹിച്ചു.

നിനക്കൊരിടം

"പറയൂ സിസ്റ്റർ, എന്ത് സഹായമാണ് ഞാൻ അവിടത്തേക്ക് ചെയ്യേണ്ടത്?"

ഏറ്റവും വിധേയത്വം തോന്നുന്ന വാക്കുകൾ കൂട്ടിച്ചേർത്ത് ഇംഗ്ലീഷിലാണ് ചോദിച്ചത്. കാരണം അവർ മലയാളിയാണോ എന്ന് എനിക്ക് സംശയം ഉണ്ടായിരുന്നു. മുൻഭാഗത്ത് അല്പമായി കാണാവുന്ന മുടിയിഴകൾക്ക് ചെമ്പിച്ച നിറമുണ്ട്. മുഖം വിദേശികളെ പോലെ തെല്ല് ചുവന്നും. കൈകളിൽ നിന്ന് പിടിവിട്ട് എന്റെ മുഖത്തേക്ക് വാത്സല്യപൂർവം അവർ നോക്കി നിൽക്കുന്നതാണ് പിന്നീട് കണ്ടത്.

'ആരാണ് അവിടുന്ന്' എന്ന് ചോദിക്കാൻ നാവ് പൊന്തിയതാണ്. പക്ഷേ വാക്കുകൾ കണ്ഠനാളത്തിൽ എങ്ങോ വീണ് ഉടഞ്ഞുപോയി. അവിടെ സംഭവിച്ചുകൊണ്ടിരുന്നതിന്റെ നിജസ്ഥിതി ഞാൻ മനസ്സിലാക്കുന്നതിന് മുമ്പേതന്നെ ഹൃദയം ഉച്ചസ്ഥായിൽ സഞ്ചരിച്ചുകൊണ്ട് പറക്കുകയായിരുന്നു. എനിക്കോർമ്മ വന്നു. പണ്ടൊരിക്കൽ രാപ്പാടിക്കുന്നിലെ അച്ഛന്റെ ഷോപ്പിന്റെ മുന്നിൽ വച്ചാണ് അത്തരത്തിൽ ഒരു അനുഭവം എനിക്കാദ്യം ഉണ്ടായത്. എന്റെ എല്ലാ കൂട്ടുകാർക്കും നടുവിൽ വച്ച്, മുടിയൊന്ന് ചീകിയൊതുക്കാതെ ആഗ്രഹിച്ചപോലെ വസ്ത്രം ധരിക്കാതെ ആറാം തരത്തിലെ ആദ്യ ദിവസത്തെ ക്ലാസിലേക്ക് പുറപ്പെടാൻ ഞാൻ ഓടിയെത്തിയ ദിവസം. പിടഞ്ഞുപോയി ഞാൻ, പതിനേഴു വർഷങ്ങൾക്കു മുമ്പ് എന്റെ ജീവിതത്തിന്റെ തിരുമുറ്റത്ത് നിന്ന് വഴിമാറി സഞ്ചരിച്ച് പോയ കൂട്ടുകാരി.

നെറ്റിയിലെ മുറിവിൽ നിന്ന് പൊടിഞ്ഞുവന്ന രണ്ട് തുള്ളി രക്തം ഊർന്നിറങ്ങി ഇടത് നെഞ്ചിന്റെ ഭാഗത്ത് വെളുത്ത കോട്ടിൽ പതിച്ചു.

"ദീനാമ്മ."

ഞാനറിയാതെ മന്ത്രിച്ചുപോയി. ആകാശത്തിന് പോലും അതിരിടാനാകില്ലെന്ന് സങ്കല്പിച്ച സ്നേഹസാമ്രാജ്യത്തിന്റെ വിസ്മയത്തുരുത്തിൽ ഒരു നിമിഷം മാത്രം ഞാൻ പുനർജനിച്ച് നിന്നുപോയി. എവിടെയായിരുന്നു നീ. എന്തിനാണെന്നെ ഉപേക്ഷിച്ച് പോയത് എന്ന് സംവത്സരങ്ങളിലൂടെ മനസ്സിൽ കരുതിവച്ച ചോദ്യം പക്ഷേ, നിഷ്പ്രഭമാകുന്നത്

ഞാനറിഞ്ഞു. ഹൃദയത്തിന്റെ ആവനാഴിയിൽ അന്നോളം കരുതിവച്ച ധനുർശേഖരങ്ങൾ അത്രയും കാലം കൈവിട്ട നാണയങ്ങൾക്ക് തുല്യമായി പരിണമിക്കുകയും ചെയ്തു. മത്സരിച്ചാണ് പഠിച്ചിരുന്നതെങ്കിലും എന്നെക്കാൾ ഒരുപടി മുന്നിൽ സഞ്ചരിച്ചിരുന്ന കൂട്ടുകാരി. ഒരു നാണയത്തിന്റെ ഇരുപുറങ്ങളുമെന്ന വിവക്ഷ പരസ്പരം ഉള്ള അടുപ്പത്തെയല്ല, അകലത്തെയാണ് പ്രതിനിധാനം ചെയ്യുന്നതെന്ന് അവൾ പറഞ്ഞത് ഞാൻ ഓർത്തു. ഭരണസംവിധാനങ്ങൾക്ക് നടുവിൽ അധികാരം കൈയാളുന്ന ഞാനും ബന്ധമോക്ഷങ്ങൾക്കപ്പുറം ജന്മസായൂജ്യം കണ്ടെത്തിയ സ്നേഹിതയും അന്നവൾ സൂചിപ്പിച്ച നാണയത്തിന്റെ രണ്ടു പുറങ്ങളായിരുന്നു. ഇതിനിടയിൽ എന്നെ തേടിവന്ന ഫൈസലിന് ഞാൻ ദീനാമ്മയെ പരിചയപ്പെടുത്തി കൊടുത്തു. വില്യംസ് ദമ്പതിമാരോടുള്ള എന്റെ ചർച്ചകളിൽ ഫൈസലിന്റെ സജീവ സാന്നിധ്യമുണ്ടായിരുന്നില്ല എന്നതിനാൽ ദീനാമ്മയെക്കുറിച്ച് ഒരു സഹപാഠിയെന്നതിലുപരി മറ്റൊരു ധാരണയും ഫൈസലിന് ഉണ്ടായിരുന്നില്ല. ഞങ്ങളെ രണ്ടുപേരെയും അവൻ തന്റെ ചേംബറിലേക്ക് വിളിച്ചിരുത്തി. അല്പ നിമിഷത്തിനകം ആരോ വന്ന് എന്റെ നെറ്റിയിലെ മുറിവ് വൃത്തിയാക്കി മരുന്നുവച്ചുതന്നു. ഫൈസൽ പുറത്തേക്ക് പോയപ്പോൾ ഞാൻ ചോദിക്കാൻ ആഗ്രഹിച്ചത് ദീനാമ്മയുടെ തിരോധാനവുമായി ബന്ധപ്പെട്ട കാര്യങ്ങളാണ്. എന്റെ ജിജ്ഞാസയെ തിരിച്ചറിയാൻ കഴിവുള്ളത് കൊണ്ടാകാം സ്വയം ന്യായീകരിക്കുന്നില്ല എന്ന മുഖവുരയോടെയാണ് അവൾ നടന്നുപോയ വഴികളും നേരിടേണ്ടിവന്ന വെല്ലുവിളികളും ഒന്നൊന്നായി എനിക്ക് വിശദീകരിച്ച് തന്നത്.

വളരെ സമ്പന്നനായ ഒരു പ്ലാന്ററായിരുന്നു അവളുടെ പിതാവ്. അതിനേക്കാളുപരി പൊതുകാര്യ പ്രസക്തനും. പരമസാത്വികനായ ആ വലിയ മനുഷ്യന്റെ അകാലവിയോഗം പൂർണമായ അനാഥത്വമാണ് അവർക്ക് സമ്മാനിച്ചത്. അന്നത്തെ ഒറ്റപ്പെടൽ അവരിൽ സൃഷ്ടിച്ച തീവ്ര ദുഃഖങ്ങളുടെ നടുവിലേക്ക് അന്നൊരു രക്ഷകനായി കടന്നുവന്നത് അമ്മയുടെ ഒരേ ഒരു സഹോദരൻ സൈമൺ അങ്കിളാണ്. അങ്ങനെയാണ് ഒടുവിൽ അഞ്ചാം ക്ലാസിൽ നിന്ന് വിജയിച്ച ദീനാമ്മ അമ്മയ്ക്കൊപ്പം രാപ്പാടിക്കുന്നിനോട് ചേർന്നുള്ള ചൗക്കാളമലയിലെ സൈമൺ അങ്കിളിന്റെ വീട്ടിലേക്കെത്തുന്നത്. യഥാർത്ഥത്തിൽ സൈമൺ ദീനാമ്മയുടെ തന്നെ നാട്ടുകാരനാണ്. അയാൾ ചൗക്കാളമലയിലേക്ക് കുടിയേറി വന്നതാണ്. ഈ സാഹചര്യത്തിലാണ് അന്ന് ആറാം ക്ലാസിൽ വച്ച് ഞങ്ങൾക്ക് സഹപാഠിയായി അവൾ എത്തിയത്.

അമ്മയും അങ്കിളും അദ്ദേഹത്തിന്റെ ഭാര്യ സൂസന്നയും അടങ്ങുന്ന ചെറിയ കുടുംബം. അവരുടെ ഒരേ ഒരു പുത്രൻ ഹെൻട്രി പട്ടണത്തിലെ കോളേജിൽ ഹോസ്റ്റലിൽ നിന്ന് പഠിക്കുകയായിരുന്നു. ഇടയ്ക്കൊന്ന് നിർത്തിയിട്ട് അവൾ ചോദിക്കുകയായിരുന്നു. "ഞാൻ സ്വാർത്ഥമതിയാണെന്ന് ഗോപൻ എപ്പോഴെങ്കിലും ചിന്തിച്ചിട്ടുണ്ടോ?" അവളോട് ഒരു

മറുപടി പറഞ്ഞില്ലെങ്കിലും എനിക്കറിയാമായിരുന്നു. പലദിവസങ്ങളിലും ഞാൻ അങ്ങനെ ചിന്തിച്ചുപോയിട്ടുണ്ട്. മനഃപൂർവമല്ല. സ്വന്തം ഹൃദയത്തിൽ അവളെ ന്യായീകരിച്ച് നിർത്താൻ ആവാതെ വരുമ്പോൾ മനസ്സ് സ്വാഭാവികമായെത്തിച്ചേരുന്ന നിഗമനം മാത്രമാണത്. പക്ഷേ, അന്ന് ഞാൻ അവളോട് ചോദിച്ചു. ക്രിസ്തീയ സഭയിൽ ചേർന്ന് കന്യാസ്ത്രീയായി പ്രവർത്തിക്കണമെങ്കിൽ അത് എത്രയെങ്കിലും മുമ്പേ പറയാമായിരുന്നു. ഒരുപക്ഷേ ഞാൻ ആഗ്രഹിച്ചേക്കാവുന്ന ഒരിടം ആ ഹൃദയത്തിൽ ഉണ്ടാകില്ല എന്ന് ഏതെങ്കിലും ഒരു ഭാഷയിൽ വ്യക്തമാക്കാമായിരുന്നില്ലേ അന്ന്. എന്നാൽ എന്നെ ധർമ്മസങ്കടത്തിലാക്കുന്നതായിരുന്നു പിന്നീടുള്ള വിശദീകരണങ്ങൾ.

ഒരാളുടെയും പ്രേരണകൊണ്ടല്ല സ്വന്തം ജീവിത സാഹചര്യങ്ങളിൽ നിന്ന് വളരെ കുട്ടിക്കാലത്ത് തന്നെ കണ്ടെത്തിയ മാർഗമാണ് ആതുര സേവനം. അനുഭവങ്ങൾതന്ന പാഠ്യപദ്ധതികളിലേക്ക് അന്ന് വളരെ വേഗം ഇണക്കിച്ചേർക്കാവുന്ന മേഖലയുമായിരുന്നു അത്. സൈമൺ ദീനാമ്മയെയും അമ്മയേയും കൂട്ടി ചൗക്കാളമലയിൽ എത്തുമ്പോൾ അവളുടെ ആഗ്രഹം എന്താണെന്ന് അവർക്കും അറിവുള്ളതായിരുന്നു.

വലിയ ജീവിത നിരീക്ഷണമൊന്നുമില്ലാത്ത ദീനാമ്മയുടെ അമ്മയ്ക്ക് സ്വഭർത്താവിന്റെ വിയോഗം സമ്മാനിച്ചത് അവസാനിക്കാത്ത ആരോഗ്യ പ്രശ്നങ്ങളാണ്. പലപ്പോഴും ദിനചര്യകൾക്ക് പോലും പരസഹായം വേണ്ടിവന്നു. താൻ ഉപാസിക്കുകയും തന്നെ മോഹിപ്പിക്കുകയും ചെയ്ത കുരിശിന്റെ വഴികൾ അറിയാതെ തന്നെ കൈമോശം വരുന്നതായി പിന്നീട് അവൾക്ക് ബോധ്യപ്പെട്ട് തുടങ്ങി. അന്ന് കൂടുതൽ പ്രാമുഖ്യം തോന്നിയത് ആ ഗ്രാമത്തിന്റെ പരിച്ഛേദങ്ങളായ ഞങ്ങളോടൊപ്പം ജീവിക്കാൻ തന്നെയാണ്. വെറും കൗതുകത്തിന് തോന്നിയ ഇഷ്ടം. എന്നിലേക്ക് മാത്രമായി കേന്ദ്രീകരിക്കുന്നത് അവൾ അറിഞ്ഞു. അപക്വമായിരുന്നെങ്കിൽ പോലും അതൊരിക്കൽ മേഴ്സിയോടും ജയശ്രീയോടും ദീനാമ്മ സമ്മതിക്കുകയും ചെയ്തു. പക്ഷേ ഞാൻ അതൊരിക്കൽ പോലും അറിഞ്ഞിരുന്നില്ല. കാരണം എന്നോട് പറയാൻ മാത്രമുള്ള ദൃഢത ആ ബന്ധത്തിന് അന്നുണ്ടായിരുന്നില്ല. മാത്രമല്ല സ്വാഭാവികമായ കൂടിച്ചേരലിനുതകുന്ന ഭൗതിക സാഹചര്യങ്ങളായിരുന്നില്ലല്ലോ ഞങ്ങളുടേത്.

എന്നാൽ ഞങ്ങൾക്കിടയിൽ ഉണ്ട് എന്ന് തോന്നിക്കുന്ന സൗഹൃദം വിസ്ഫോടന ശേഷിയുള്ള അണുമാത്രകളായിട്ടാണ് പിന്നീട് വിദേശത്ത് ജോലി കിട്ടി പോയിരുന്ന ഹെൻട്രി കണ്ടിരുന്നത്. ജീവിതത്തിന്റെ തിരശ്ശീലയ്ക്കപ്പുറത്തേക്ക് മറയാൻ ഏറെ നാളുകൾ കരുതിവെയ്ക്കാൻ ഇല്ലാത്ത അമ്മയും, സന്ന്യാസത്തിനപ്പുറം മറ്റൊരു ജീവിതവും തനിക്കില്ലെന്ന് പറഞ്ഞിരുന്ന മകളും സൈമൺ എന്ന വ്യക്തിക്ക് വലിയ പ്രതീക്ഷയാണ് ഉണ്ടാക്കി കൊടുത്തത്. കാരണം ആ വിദൂര ഭാവിയിൽതന്നെ ദീനാമ്മയുടെയും അമ്മയുടെയും സ്വത്തുക്കൾ സൈമൺ അങ്കിളിന്റെ

കൈകളിൽ എത്തിച്ചേരും. അത് പിന്നീട് ഏക മകനായ ഹെൻട്രിയി ലേക്കും. അത്തരം വലിയ പ്രതീക്ഷയിൽ ജീവിച്ചിരുന്ന ഹെൻട്രിക്ക് ദീനാമ്മയിൽ പ്രകടമായ ചെറിയ മാറ്റങ്ങൾ പോലും ഉൾക്കൊള്ളാൻ ആകുമായിരുന്നില്ല. ഹെൻട്രി തീർത്തും അസ്വസ്ഥനായി. എന്നാൽ ഇതി നിടയ്ക്ക് തികച്ചും ആശങ്കാജനകമായ രണ്ട് വാർത്തകൾ അവൾ അറിഞ്ഞു. മയക്കുമരുന്ന് ഇടപാടുകളുമായി ബന്ധപ്പെട്ട് ഹെൻട്രി രണ്ട് ഗൾഫ് രാജ്യങ്ങളിൽ വച്ച് പിടിക്കപ്പെട്ടിട്ടുണ്ടെന്ന്. അതുമായി ബന്ധപ്പെട്ട് ഭീമമായ സംഖ്യമുടക്കേണ്ട എന്തൊക്കെയോ സാഹചര്യങ്ങളുമുണ്ടായി. അത് സാധ്യമാക്കിയത് അങ്കിളിന്റെ ഏറിയ പങ്ക് വസ്തുക്കളും വിറ്റ് തുലച്ചുകൊണ്ടാണ്. ആ നഷ്ടം നികത്താൻ അവർ പിന്നീട് കണ്ട മാർഗം ദീനാമ്മയുടെയും അമ്മയുടെയും അളവറ്റ സ്വത്തുക്കളാണ്. എന്നാൽ ആ പ്രതീക്ഷകൾക്കെല്ലാം മങ്ങലേല്പിച്ചുകൊണ്ടാണ് ഹെൻട്രിയുടെ കണ്ണിൽ ഞാൻ എന്ന വില്ലൻ ഉദയം ചെയ്യുന്നത്. ഇതിനിടെ ബാല്യ കൗമാരദിശകൾ കടന്ന് വന്ന ഞാൻ ഏത് നിമിഷവും ഒരു ഭീഷണിയാകു മെന്ന് അയാൾ ഭയപ്പെട്ടു. അത് വെറും ഒരു നിഗമനം മാത്രമായിരുന്നില്ല. എന്നാൽ അപ്രതിരോധ്യമായ ഞങ്ങളുടെ സൗഹൃദത്തെ എന്നേക്കുമായി വേർപ്പെടുത്താൻ അയാൾ കരുതിവച്ച ആയുധങ്ങളുടെ പോർമുനകൾ അത്രയും എനിക്കെതിരെ മാത്രമാണ് ലക്ഷ്യം വെക്കുന്നതെന്നവൾ കണ്ടെത്തി. അത് വലിയൊരു ആഘാതമാണ് അവളുടെ മനസ്സിൽ സൃഷ്ടിച്ചത്. പിന്നീടുള്ള ദിനരാത്രങ്ങൾ തികഞ്ഞ ആത്മസംഘർഷ ത്തോടെയാണ് കടന്നുപോയികൊണ്ടിരുന്നത്. അത്തരം ഒരു പിരിമുറുക്കം ഞങ്ങൾ ഒന്നിച്ചുള്ള വിദ്യാഭ്യാസ ജീവിതത്തിന്റെ അവസാന നാളുകളിൽ അവളനുഭവിച്ചിരുന്നത് എനിക്ക് പോലും തിരിച്ചറിയാൻ പറ്റുമായിരുന്നില്ല. ഒടുവിൽ അന്ന് അവൾ യാത്ര പറഞ്ഞ് പോകുമ്പോൾ പോലും.

ഫൈസലിന്റെ ചേംബറിലെ മേശയ്ക്കിരുപുറവുമിരിക്കുമ്പോൾ അവൾ എന്നോട് പറയുകയായിരുന്നു.

"ഗോപൻ എന്റെ നല്ലൊരു സുഹൃത്തായി മാറിയില്ലായിരുന്നുവെങ്കിൽ അതിന് വളരെ മുമ്പ് തന്നെ ഞാൻ അമ്മയുമായി സ്വന്തം വീട്ടിലേക്കോ അതല്ലെങ്കിൽ ഇണക്കം തോന്നുന്ന മറ്റേതെങ്കിലും ഒരിടത്തേക്കോ പിൻ വാങ്ങുമായിരുന്നു"

അമ്മ എന്ന ഉപാസനാമൂർത്തിയുടെ ശക്തിക്ഷയം നിഷ്പ്രഭമാക്കി യത് ദീനാമ്മയുടെ ജീവിതത്തെയാണ്. കൗമാരം കൈക്കുമ്പിളിലെ ന്നോണം വച്ചുനീട്ടിയ ബാല്യകാല സുഹൃത്തിനെ മറക്കാനും കാലം തനിക്കായി കരുതിവച്ച വഴിയിലൂടെ അമ്മയുമൊത്ത് തിരിച്ച് നടക്കാനും പിന്നീട് ഒരുവേള ചിന്തിച്ചുപോയത് ഒരു ഒളിച്ചോട്ടത്തിന് വേണ്ടിയല്ല. തനിക്ക് പ്രിയപ്പെട്ടതെന്ന് ദൈവം അടയാളപ്പെടുത്തി തന്ന ഉറ്റമിത്രത്തിന്റെ സുരക്ഷ ഉറപ്പ് വരുത്തുന്നതിന് വേണ്ടി മാത്രമായിരുന്നു. ഇതെന്നോട് ഉണർത്തിക്കുമ്പോൾ ആ മുഖത്ത് വന്നു മറഞ്ഞ ഭയവിഹ്വലത എനിക്ക് കാണാനാകുമായിരുന്നു. അവസാനമായി കോളേജിൽവച്ച് കണ്ട് യാത്ര

പറയുമ്പോൾ വീണ്ടും ഒരിക്കൽ കൂടി കാണാനാകില്ലെന്ന് അവൾക്ക് അറിയാമായിരുന്നു. എന്റെ വാക്കുകൾ അത്രയും അവളെ സമാശ്വസിപ്പിക്കാൻ പര്യാപ്തമാകാതിരുന്നതും അതുകൊണ്ടാണ്.

അന്നത്തെ ആ രാത്രിയിൽ അവൾക്കൊന്നേ ചിന്തിക്കാനുണ്ടായിരുന്നുള്ളൂ. ഈ ജീവിതത്തിന്റെ എല്ലാ ഭൗതിക സാഹചര്യങ്ങളിൽനിന്നും വിട്ടൊഴിഞ്ഞ് മുക്തി നേടണം. പക്ഷേ, പ്രലോഭനങ്ങളിൽ അകപ്പെട്ട മനസ്സുമായി എങ്ങനെയാണ് ദൈവസന്നിധിയിൽ എത്തിച്ചേരുക. വർഷങ്ങൾക്കിപ്പുറം നിന്നുകൊണ്ട് അവൾ അത് വിശദീകരിക്കുമ്പോഴും അന്ന് അനുഭവിച്ച അനിശ്ചിതത്വത്തിന്റെ പ്രതിഫലനം കൺകോണുകളിൽനിന്ന് വായിച്ചെടുക്കാമായിരുന്നു. ഏതോ ദൂരങ്ങളിൽ നിന്ന് രൂപം കൊണ്ട തിരമാലകളെ പോലെ അതെല്ലാം എന്റെ കാൽചുവട്ടിൽ വീണടിഞ്ഞും ചിതറിയും പിന്മാറിക്കൊണ്ടിരുന്നു. അന്ന് ഞാൻ ഓർക്കുകയായിരുന്നു ദൈവ സന്നിധിയിൽ ഒരു ദീപമായി ജ്വലിച്ചടങ്ങാൻ മാത്രം മോഹിച്ച പെൺകുട്ടിക്ക് എന്ത് കൊണ്ടാകും ഇത്രയും തീക്ഷ്ണമായ അനുഭവങ്ങളെ നേരിടേണ്ടി വന്നതെന്ന്. ഒട്ടും വൈകാതെ അതിനുള്ള വിശദീകരണവും മനസ്സിലേക്ക് ഓടിവന്നു.

ദൈവം തനിക്ക് പ്രിയപ്പെട്ടവരുടെ ജീവിതം നിയോഗമാക്കി മാറ്റുകയാണ് ചെയ്യുക. അവിടുന്ന് സ്വന്തം പുത്രനോടും അത് തന്നെയല്ലേ ചെയ്തത്. അന്ന് ഞാൻ അവളെ സാന്ത്വനപ്പെടുത്തുകയായിരുന്നു. ഈ പ്രപഞ്ചത്തെ മുഴുവൻ ഉൾക്കൊള്ളാൻ പോന്ന ദാർശനികത മനുഷ്യനിൽ മനുഷ്യനായ നിന്റെ ദൈവം സ്വന്തം ജീവരക്തംകൊണ്ട് എഴുതി വച്ചിട്ടല്ലേ തിരിച്ചുപോയത്. പിന്നെ എന്തിനാണ് പലതും ഓർത്ത് വിഷമിച്ചത്. അതിന് ഒരു മറുപടി അവൾ പറഞ്ഞില്ല. പിന്നീട് കസേരയിൽ നിന്ന് എഴുന്നേറ്റ് ജനാലയ്ക്ക് അരികിൽ പോയിനിന്ന് കണ്ണുനീർ തുള്ളികൾ തുടച്ചുമാറ്റി. ജനൽ ചില്ലുകളിലൂടെ കാണാനാകുമായിരുന്ന വിവിധ രാജ്യങ്ങളുടെ വിമാനങ്ങളെ നോക്കികൊണ്ട് പറഞ്ഞു. അതിലൊന്ന് എനിക്കുള്ളതാവും. ചെക്ക്-ഇൻ ചെയ്യുന്നതിന് മുമ്പായി കിട്ടുന്ന മൂന്നര മണിക്കൂർ. അതാണ് ഇപ്പോൾ നമ്മൾ ഉപയോഗപ്പെടുത്തുന്നത്. തിരിച്ച് കസേരയിലേക്ക് നടന്ന് വരുമ്പോൾ ഇടത് ഭാഗം, കൈകാലുകൾക്ക് എന്തോ തകരാറുകൾ സംഭവിച്ചിട്ടുണ്ടെന്ന് ഞാൻ മനസ്സിലാക്കി. അഗ്നി സ്പർശമേറ്റ ചിറകുകൾപോലെ ക്ഷണനേരം മനസ്സൊന്ന് പിടഞ്ഞു പോയി.

“അരമണിക്കൂർ തുടർച്ചയായി ഇരിക്കാനാകില്ല. ഇടയ്ക്കൊന്ന് എഴുന്നേറ്റ് നിൽക്കണം. പറ്റുമെങ്കിൽ മൂന്നോ നാലോ അടി നടക്കണം. പിന്നെ ഇരിക്കാനാകും.”

“അടുത്ത അരമണിക്കൂർ കൂടി” കസേരയിലേക്കിരുന്നുകൊണ്ട് അവൾ പറഞ്ഞു.

“ഇതാ, ഇതുപോലെ.”

എന്നിട്ട് എന്നെ നോക്കി ചിരിച്ചു.

എന്ത് സംഭവിച്ചു എന്ന് നിർബന്ധപൂർവം ഞാൻ ചോദിച്ചു. എനിക്കത് അറിഞ്ഞേ പറ്റുമായിരുന്നുള്ളൂ. അത്യാകാംക്ഷയോടെയാണ് ഞാൻ അവളെ കേട്ടിരുന്നത്.

കോളേജിൽ വച്ച് ഞങ്ങൾ അവസാനമായി കണ്ട് പിരിഞ്ഞ ദിവസം ഞാൻ ബീനേച്ചിക്കൊപ്പം അമ്മ വീട്ടിലേക്കാണ് പോയത്. ദീനാമ്മ സ്വന്തം ജീവിതത്തെ കുറിച്ച് ഒരു തീരുമാനമെടുത്തതും അതേ രാത്രിയിൽ തന്നെയാണ്. മുന്നോട്ടും പിന്നോട്ടും ചലിക്കാനാകാതെ പരിച്ഛിന്ന മനസ്സുമായി അന്നവരുടെ തടവറയിൽ കഴിയുമ്പോൾ ഒരു സത്യം അവൾ മനസ്സിലാക്കി. തന്റെ തിരോധാനം ഏതൊരർത്ഥത്തിൽ സംഭവിച്ചാലും അത് ഹെൻട്രിക്ക് നഷ്ടമേ ഉണ്ടാക്കൂ. മദ്യത്തിനും മയക്കുമരുന്നിനും അടിമയായ അയാളുടെ പ്രതികാരം പിന്നീട് വളരെ വേഗം ചെന്നെത്തിച്ചേരാനാകുന്നത് എനിക്കെതിരെയാണ്. അത്തരം ഒരു സാധ്യത അവൾക്ക് ചിന്തിക്കാൻ പോലും കഴിയാത്തതായിരുന്നു. അതിനേക്കാൾ ഒരുപക്ഷേ കാമ്യമാകുന്നത് ഹെൻട്രിയെ പ്രകോപിപ്പിച്ചുകൊണ്ട് അവന്റെ തന്നെ ആയുധത്തിനാൽ ആത്മാഹുതിക്ക് വിധേയയാകുന്നതാണ്. അന്ന് കോളേജിൽനിന്ന് വന്നപ്പോൾതന്നെ ഒരു കെട്ട് മുദ്രപത്രങ്ങൾ ഒപ്പിട്ട് കൊടുക്കാൻ അവർ ഏല്പിച്ചിട്ടുണ്ട്. അതിനെ പ്രകോപനപരമായി നിഷേധിച്ചാൽ എല്ലാം താൻ കരുതുന്നതുപോലെതന്നെ അവസാനിക്കുമെന്ന് അവൾ വിശ്വസിച്ചു. അതിനെ തുടർന്ന് ഹെൻട്രി ജയിലിൽ അടയ്ക്കപ്പെടുകയും ചെയ്യും.

അന്ന് എത്തിച്ചേർന്ന വികാരപരമായ തീരുമാനങ്ങളുടെ ന്യായാന്യായങ്ങളെ കുറിച്ചുള്ള വ്യക്തമായ അവബോധം അവൾക്കുണ്ടായിരുന്നില്ല. ഹെൻട്രിയെ കുടുക്കാനുള്ള ഒരെളുപ്പവഴിയും അതിലൂടെ എനിക്ക് സ്വച്ഛമായി ജീവിക്കാനുള്ള പശ്ചാത്തലവും. തനിക്ക് എന്ത് തന്നെ സംഭവിച്ചാലും നന്മ എന്ന സനാതനസത്യം ഈ ഭൂമിയിൽ നിലനിൽക്കുമെന്ന് അവൾ വിശ്വസിച്ചു.

ഇനിയും ഒരു പ്രഭാതം തനിക്കുണ്ടാകില്ല എന്നറിഞ്ഞപ്പോൾ എക്കാലവും തന്നെ വിസ്മയിപ്പിച്ച് നിർത്തിയ നക്ഷത്രക്കണ്ണുകൾക്കിടയിലെ പ്രകാശവഴിയിലൂടെ അനശ്വരനായ തന്റെ പിതാവിനോട് അവസാനമായി പ്രാർത്ഥിക്കണമെന്ന് തോന്നി. മറ്റെപ്പോഴുമെന്നപോലെ അന്നും മട്ടുപ്പാവിലെ ഏകാന്തതയിൽ വെച്ച് മനസ്സിന്റെ ഭാരങ്ങളത്രയും ആ പ്രാർത്ഥനയിലൂടെ പിതാവിന്റെ ചരണങ്ങളിൽ ഏല്പിക്കുകയായിരുന്നു. പക്ഷേ പ്രാർത്ഥനയ്ക്ക് ശേഷം തിരിച്ചിറങ്ങി വരവേ മുകൾനിലയിൽ ഹെൻട്രിയുടെ മുറിയിലിരുന്ന അതിഥിയെ കണ്ട് അവൾ ഞെട്ടുകയായിരുന്നു.

വനമേഖലയിൽ വെച്ച് തന്നെ ബലമായി പിടിച്ച് ജീപ്പിൽ കയറ്റി കൊണ്ടുപോയ ഭീകരൻ. തുടർന്നുള്ള നിരീക്ഷണത്തിൽ അയാൾക്ക് വലത് കണ്ണ് നഷ്ടപ്പെട്ടിട്ടുണ്ടെന്ന് തിരിച്ചറിഞ്ഞു. ഇനിയെന്താണ് ചെയ്യേണ്ടതെന്നോർത്ത് ചില നിമിഷങ്ങൾ നിശ്ശബ്ദയായി നിന്നു.

അപ്പോൾ ഓർമ്മ വന്നത് ജീപ്പിടിച്ച് തെറിപ്പിച്ച് ദാരുണമായി മുറിവേറ്റ് കിടന്ന എന്നെയാണ്. പെട്ടെന്നാണ് അവൾ തിരിച്ചറിഞ്ഞത് താൻ മരിച്ചാലും ഹെൻട്രി ജയിലിൽ അകപ്പെട്ടാലും അയാളുടെ കിങ്കരന്മാർ പുറത്ത് തന്നെയുണ്ടാവും. അത് തന്റെ സുഹൃത്തുക്കൾക്ക് എന്നും ഒരു ഭീഷണിയായിരിക്കും എന്ന്. ഞങ്ങളെ വധിക്കാൻ ശ്രമിച്ച കേസിൽ പിടി കിട്ടാനുള്ള പ്രതിയെയാണ് അന്ന് ഹെൻട്രിയുടെ മുറിയിൽവച്ച് കണ്ടത്. വനമേഖലയിൽ വെച്ച് നടന്ന ആക്രമണത്തിന്റെ സൂത്രധാരൻ ഹെൻട്രി തന്നെയാണെന്ന് അവൾ തിരിച്ചറിഞ്ഞു. ഞാൻ അന്ന് സ്ഥലത്തില്ലെങ്കിലും പൗലോസിനേയും സുഹൃത്തുക്കളെയും ഈ വാർത്ത അറിയിക്കേണ്ടത് തന്റെ കടമയാണെന്ന് അവൾ വിശ്വസിച്ചു.

പിന്നീട് ഒട്ടും വൈകിയില്ല. അതിവേഗത്തിൽ പടികളിറങ്ങി. പക്ഷേ മരപ്പലകകൾകൊണ്ട് നിർമ്മിച്ച ചവിട്ടുപടികളിൽ ജീൻസിനൊപ്പം ധരിച്ചിരുന്ന ഷൂസിന്റെ ശബ്ദം വിനയായിത്തീർന്നു. ഏതോ ഒരപകട ത്തിന്റെ സാന്നിധ്യം അവർ തിരിച്ചറിഞ്ഞു. ശബ്ദം കേട്ട ഭാഗത്തേക്ക് അവർ രണ്ടുപേരും ഓടിവന്നു. എന്നാൽ താഴെ ഇറങ്ങിയ ഉടനെ തന്നെ അവൾ മെയിൻ സ്വിച്ച് ഓഫ് ചെയ്തു. ദൈവം കാണിച്ചുതന്ന വഴിയായിരിക്കും അതെന്ന് കരുതി. ഈ വിവരം പുറംലോകം അറിഞ്ഞാൽ രാപ്പാടി ക്കുന്നിലെ ജനങ്ങൾ ഒന്നടങ്കം പ്രക്ഷുബ്ധരാകും. അതോടെ ഹെൻട്രിയും ആ കേസിൽ അകപ്പെടും, എന്ന് മാത്രമല്ല അവർക്ക് പിന്നീട് ചൗക്കാള മലയിൽത്തന്നെ താമസിക്കാൻ പറ്റാതാകും. തത്ക്കാലം അവരെ പൊലീസ് പിടിക്കുകയോ അതല്ലെങ്കിൽ അവർ ഒളിവിൽ പോകുകയോ ചെയ്യുന്ന പക്ഷം തനിക്ക് അമ്മയുമായി മറ്റൊരിടം തേടി പോകാനുമാകും. എൻസിസിയുടെ ഇൻസ്ട്രക്ടർ രുദ്രൻനായർ സാർ ഒരിക്കൽ പറഞ്ഞു തന്നത് ഓർത്തു.

“സന്ദിഗ്ദ്ധ ഘട്ടങ്ങളിലൊക്കെ താൻ ഒരു സ്ത്രീയാണല്ലോ എന്ന് ചിന്തിക്കുന്നത് കൊണ്ടാണ് അവർക്ക് പുരുഷന്മാരെ പോലെ ധീരത കൈ വരിക്കാനാകാത്തത്.”

ആ വാക്കുകളായിരുന്നു അവളുടെ പിൻബലം. തന്നെ കുറിച്ച് മാത്ര മല്ല മറ്റു പലരുടെയും നിലനില്പിനായി ഈ വാർത്ത രാപ്പാടിക്കുന്നിലെ ആരെയെങ്കിലും അറിയിക്കേണ്ടത് അനിവാര്യമായിരുന്നു.

താഴത്തെ നിലയിൽ വീടിന്റെ മുൻഭാഗത്തായി സൈമൺ അങ്കിൾ തോട്ടത്തിലേക്ക് പോകുമ്പോൾ കൈവശം വെക്കാറുള്ള ചെറിയൊരു മുളവടി കണ്ണിൽപെട്ടത് അവൾ വേഗം കൈക്കലാക്കി. അതേ വേഗത യിൽതന്നെ ഇരുട്ടിലേക്ക് ഓടുകയും ചെയ്തു.

എന്നാൽ തൊഴിലാളികൾ താമസിക്കുന്ന പിന്നാമ്പുറത്തെ ലായ ങ്ങളിൽ വൈദ്യുതി നിലച്ചിരുന്നില്ല എന്നതുകൊണ്ട് ഇവിടെയാരോ മനഃപൂർവം അണച്ചതാണെന്ന് അവർ പെട്ടെന്ന് തിരിച്ചറിഞ്ഞു. വളരെ വേഗത്തിൽ ഉണർന്ന് പ്രവർത്തിച്ച് വീടും പരിസരവും വീണ്ടും പ്രകാശമാന മാക്കി. അവൾ മുന്നോട്ട് ഓടിപ്പോകുന്നത് ഹെൻട്രിക്കൊപ്പമുണ്ടായിരുന്ന

ആ മനുഷ്യൻ കണ്ടു. അയാൾ അവളെ പിന്തുടർന്ന് ചെന്നു. പക്ഷേ അയാളുടെ പ്രതീക്ഷകളെ തെറ്റിച്ചുകൊണ്ട് ദീനാമ്മ തന്റെ കൈയിലിരുന്ന മുളവടികൊണ്ട് ശക്തമായ പ്രഹരം ഏല്പിച്ചു. നിനച്ചിരിക്കാത്ത പ്രതികരണത്തിൽ അയാൾ കാലിടറി വീഴുകതന്നെ ചെയ്തു. എഴുന്നേൽക്കാൻ ശ്രമിക്കുന്നതിനിടയിൽ വീണ്ടും രണ്ടു തവണകൂടി പ്രഹരിച്ചു. ആരേയും നൊമ്പരപ്പെടുത്താൻ ആഗ്രഹിച്ചിട്ടല്ല; തന്റെ അറിവിൽപ്പെട്ട ഈ വാർത്ത പുറംലോകത്തെ അറിയിക്കേണ്ടത് മറ്റു പലരുടേയും രക്ഷയ്ക്ക് അനിവാര്യമായിരുന്നു. എഴുന്നേൽക്കാൻ ശ്രമിച്ച ആ മനുഷ്യനെ നാലമതൊരു ഒരു പ്രഹരം കൂടി ഏല്പിക്കാൻ വളരെ ശക്തിയായി വടിയുയർത്തിയതാണ്. അപ്പോഴേക്കും പിന്നിൽ നിന്ന് ഓടിവന്ന ഹെൻട്രി ഇരുതല മൂർച്ചയുള്ള ഒരായുധം അവളുടെ നട്ടെല്ലിന്റെ ഇടതുഭാഗത്തുകൂടി കുത്തിയിറക്കുകയായിരുന്നു. അവൾ രക്തത്തിൽ കുളിച്ച് പിന്നിലേക്ക് മറിഞ്ഞു വീണു. ഈ സമയം അവളുടെ കൈയിലുണ്ടായിരുന്ന മുളവടി ഹെൻട്രിയുടെ സഹായി പിടിച്ചുവാങ്ങി അയാളുടെ പക അവസാനിക്കുന്നത് വരെ തുടരെ തുടരെ മർദ്ദിച്ചു. തലയിലും മാറിലും ഏറ്റ കനത്ത പ്രഹരം ഒരു സ്ത്രീ എന്ന നിലയിൽ അവൾക്ക് താങ്ങാനാവുന്നതായിരുന്നില്ല. ഈ സമയം അലമുറയിട്ട് ഓടിവന്ന അമ്മയുടെ രൂപം ഒരു നോക്ക് കണ്ടത് മാത്രമേ അവൾക്ക് ഓർമ്മയുള്ളൂ.

പിന്നീട് മൂന്ന് ദിവസത്തിനപ്പുറം ബോധം വന്നപ്പോൾ ആശുപത്രിയിൽ വെച്ച് ആദ്യം ചിന്തിച്ചത് മരണവും തന്നെ കൈവിട്ടുപോയല്ലോ എന്നാണ്. അമ്മയുടെ രോഗാവസ്ഥയെ മരണം കവർന്നെടുത്തതും ചലനശേഷി നഷ്ടപ്പെട്ട് പിണതുല്യമായ തന്റെ ശയ്യാവലംബവും കൂട്ടിച്ചേർത്ത് വായിച്ചപ്പോൾ എന്ത് പാപമാണ് താൻ പിതാവിനോട് ചെയ്തതെന്ന് അവൾ ഓർത്തു. ഇതിനോടകം ഇടത് കിഡ്നി തനിക്ക് നഷ്ടമായിട്ടുണ്ടെന്ന് പരിശോധനയ്ക്കായി വന്ന ഡോക്ടർ അറിയിക്കുകയും ചെയ്തു. മനസ്സ് പൂർണ്ണമായും മരവിച്ചുപോയ അവസ്ഥ. ചലനശേഷി നഷ്ടമായ തനിക്ക് എന്ത് കർമ്മമാണ് ഇനി ചെയ്തു തീർക്കാനാവുക. ഇരുളടഞ്ഞ ഇടവഴികളിലൂടെയുള്ള തുടർയാത്രയ്ക്ക് ഇനിയാരാവും കൂട്ടുണ്ടാവുക. അപശ്രുതി പാടുന്ന ആത്മാവിന്റെ ഇനിയുമുള്ള തീരങ്ങളിലേക്ക് ഏതൊരു സ്വപ്നത്തെയാണ് ഇണക്കിച്ചേർക്കാനാവുക. തന്റെ എല്ലാ യാത്രകളും അവിടെ അവസാനിക്കുകയാണെന്ന് അവൾ സങ്കല്പിച്ചു. അറിഞ്ഞും അറിയാതെയും മനസ്സിൽ കോറിയിട്ട സ്വപ്നങ്ങളെ മഷിത്തണ്ടിനാൽ മായ്ച്ചുകളയാൻ ബാല്യമോ ബാല്യത്തിൽ കണ്ടുമുട്ടിയ പ്രിയമിത്രങ്ങളോ തനിക്കൊപ്പമില്ലെന്ന് ഓർത്ത് അവൾ വിലപിച്ചുപോയി. അഗ്നിസമാനമായ പകലിന്റെ തീക്ഷ്ണതയ്ക്കും ആ കണ്ണുനീർത്തുള്ളികളെ ബാഷ്പീകരിക്കാനായില്ല.

അന്നെപ്പോഴോ വന്നുപോയ പകൽ മയക്കത്തിൽ അവളോട് ആരോ മന്ത്രിച്ചു.

“നിനക്കൊരിടം എനിക്കൊപ്പമുണ്ട്.”

വളരെ വേഗം ഉണർന്ന് നോക്കി തന്നെ ഈ അവസ്ഥയിൽനിന്ന് രക്ഷിക്കാൻ ആരാകും വന്നെത്തിയത്. ഏറെ പരതിയെങ്കിലും ആരെയും കണ്ടെത്താനായില്ല. അതൊരു സ്വപ്നം മാത്രമായിരുന്നുവെങ്കിലും ആ വാക്കുകൾക്ക് എന്തിനോടോ സമാനതയുണ്ടായിരുന്നു. പിന്നീട് ഏറെ തിരഞ്ഞു പോകാതെതന്നെ അതിന്റെ പൊരുൾ കണ്ടെത്തുകയും ചെയ്തു. യേശുവിനോടൊപ്പം ക്രൂശിക്കപ്പെട്ട രണ്ട് കുറ്റവാളികളിൽ ഒരാൾ സ്വയം മാനസാന്തരപ്പെട്ട് രക്ഷയ്ക്കായി യേശുവിനോട് പ്രാർത്ഥിച്ചപ്പോൾ ക്രൂശിതനായ ആ മനുഷ്യന് കിട്ടിയ മറുപടിയായിരുന്നു അത്.

"ഇന്ന് നീയും എന്റെ ഒന്നിച്ച് പറുദീസയിൽ ഉണ്ടായിരിക്കുമെന്ന് ഞാൻ നിനക്ക് ഉറപ്പ് തരുന്നു."

സ്വപ്ന വിചാരങ്ങളുടെ വിരൽതുമ്പിൽ പിടിച്ച് മുന്നോട്ട് പോകാൻ ശ്രമിക്കുന്നത് മൗഢ്യമാകുമെങ്കിൽക്കൂടി ഏറെ നേരം അവൾ അതിനെ കുറിച്ച് തന്നെ ചിന്തിച്ചിരുന്നു. ഡിസ്മാസിന് (Dismas) ദൈവം കൊടുത്ത വാഗ്ദാനത്തിന്റെ സ്നേഹസ്പർശം പർവ്വതസമാനമായി ഉയർന്ന് വന്ന മരണത്തിന്റെ വെല്ലുവിളികളെ സമചിത്തതയോടെ നേരിടാൻ അവനെ പ്രാപ്തനാക്കി. തെറ്റുകളിൽ നിന്ന് തെറ്റുകളിലേക്ക് മാത്രമാണ് അന്നുവരെ സഞ്ചരിച്ചിരുന്നതെങ്കിലും ഒടുവിൽ തനിക്ക് അനുഭവവേദ്യമായ പ്രേമത്തിന്റെ പരിശുദ്ധിയിൽ ഡിസ്മാസ് ദൈവത്തിനോട് ചേർന്ന് നിൽക്കുക തന്നെ ചെയ്തു. സമയതീരങ്ങൾക്കുമപ്പുറത്തേക്ക് പിന്നീട് അവൻ കടന്നു പോയതും ആ പ്രപഞ്ചസത്യത്തിന്റെ നിഴൽപാടുകൾ വീണുകിടന്ന അതേ വഴിത്താരയിലൂടെ തന്നെയാണ്.

സമയോചിതമായ പരിചരണത്തിന് നഴ്സുമാരും ഇടയ്ക്കെല്ലാം ഡോക്ടർമാരും വന്നുകൊണ്ടിരുന്നു. പക്ഷേ ദിശാബോധം നഷ്ടപ്പെട്ട സമുദ്രയാനം കണക്കെ തിരമാലകളിൽ ഉയർന്നും ഗർത്തങ്ങളിൽ നിപതിച്ചും അവൾക്കന്യമായ ഏതോ തീരങ്ങളിലേക്കാണ് മനസ്സ് പൊയ്ക്കൊണ്ടിരുന്നത്. തനിക്കായി ദൈവം കരുതിവച്ചത് ഇനിയും ഏതൊരിടമാകുമെന്നവൾ വെറുതെ ചിന്തിച്ചു. ചലനമറ്റ ശരീരവും പേറി ഇനിയും ഈ ഭൂമിയിൽ വസിക്കേണ്ടി വരുന്നത് എത്രയോ ഭയാനകമാണ്. നിമിഷമാത്രയിൽ എല്ലാം അവസാനിക്കുമായിരുന്നു എങ്കിൽ തിരശ്ശീലയ്ക്കപ്പുറത്തെ നിഗൂഢതകളുടെ പൊരുളും തേടി തനിയെ നടന്നു പോകാമായിരുന്നു.

നാല് ദിവസമായി അവളുടെ മൊഴിയെടുക്കാനും പ്രഥമ വിവരറിപ്പോർട്ട് തയ്യാറാക്കി കേസ് രജിസ്റ്റർ ചെയ്യാനും പൊലീസ് കയറി ഇറങ്ങുന്ന വിവരം നഴ്സുമാർ അവളോട് പറഞ്ഞിരുന്നു. ബോധം വരുന്നതും കാത്ത് അവർ പുറത്ത് എവിടെയോ നിൽക്കുന്നുമുണ്ട്. പക്ഷേ ദൈവം തനിക്കായി തീർത്തുതന്ന ഒരു തടവറയിൽ കിടന്നുകൊണ്ട് മറ്റൊരാൾക്ക് കാരാഗൃഹം സമ്മാനിക്കാൻ എന്ത് ധാർമ്മികതയാണ് തനിക്കുള്ളതെന്ന് അവൾ ഓർത്തു. ഇരുളിന്റെ മറവിൽ തന്നെ ഉപദ്രവിച്ച ആളെ തിരിച്ചറിയാൻ ആകില്ലെന്ന് അവൾ പറയാൻ നിർബന്ധിതയായത് അതുകൊണ്ടുകൂടിയാണ്.

അന്ന് ദീനാമ്മയെ പരിചരിക്കാൻ ഔറംഗാബാദിലുള്ള അമ്മയുടെ അനുജത്തി എലിസബത്ത് ആന്റി ഉണ്ടായിരുന്നു. മൂന്നാഴ്ചത്തെ ചികിത്സയ്ക്ക് ശേഷം ദീനാമ്മ ആന്റിയോടൊപ്പം ഇടുക്കിയിലെ സ്വന്തം വീട്ടിലേക്കാണ് പോയത്. പരസഹായമില്ലാതെ കുറച്ചൊക്കെ നടക്കാനാകുമെന്ന നിലയിലെത്തിയപ്പോൾ പൗലോസിനെ വിളിച്ച് വരുത്തി. നടന്നതെല്ലാം അവൾ വിശദീകരിച്ചുകൊടുത്തു. എന്നാൽ ഈ വാർത്തകൾ ഒന്നും തന്നെ എന്റെയോ മറ്റുള്ളവരുടെയോ ചെവിയിൽ എത്തിക്കരുതെന്ന് അവൾ നിഷ്കർഷിച്ചു. മരണം മാത്രമാണ് ഇനിയും തനിക്ക് അഭികാമ്യമെന്ന അവളുടെ ചിന്തകൾക്ക് അയവ് സംഭവിച്ചു തുടങ്ങിയത് പൗലോസിനെ കണ്ടതിന് ശേഷമാണ്. അങ്ങനെയാണ് വീണ്ടും മുന്നോട്ടുള്ള ജീവിതത്തിന് എന്റെ സംരക്ഷണ ചുമതല അവൾ പൗലോസിനെ ഏല്പിച്ച് കൊടുത്തത്.

ഹെൻട്രി എന്ന മഹാവിപത്ത് ആ രാത്രിക്ക് ശേഷം അവളുടെ ദൃഷ്ടിപദത്തിലൊന്നും വന്നെത്തിയിട്ടില്ല എങ്കിലും അത്യന്തം അപകടകാരിയായ മിന്നൽപ്പിണർപോലെ അവൻ വീണ്ടും വരുമെന്ന് ദീനാമ്മയ്ക്ക് ഉറപ്പായിരുന്നു. ആന്റിയോടൊപ്പം അവൾ ഔറംഗാബാദിലേക്ക് യാത്ര തിരിക്കുമ്പോൾ ഹെൻട്രിയുടെ പ്രതികാരം സ്വാഭാവികമായും എനിക്കെതിരെ തിരിയുമെന്നവൾ ഭയപ്പെട്ടു. എന്റെ സന്തതസഹചാരി എന്ന നിലയിൽ അത് ചിലപ്പോൾ പൗലോസിനെതിരെയും. എന്നാൽ രാപ്പാടിക്കുന്നിനടുത്തുള്ള ചൗക്കാളമലയിലെ എല്ലാ വസ്തുക്കളും വിറ്റശേഷം സൈമണും പാർട്ടിയും മറ്റേതോ ഒരിടത്തേക്ക് പലായനം ചെയ്തുവെന്ന് പൗലോസ് പറഞ്ഞപ്പോൾ വിപതിധൈര്യം കൈവിടരുതെന്ന് മാത്രമാണ് അവൾ പ്രതികരിച്ചത്.

ദീനാമ്മയുടെ തിരോധാനത്തിന് ഹെൻട്രിക്കുള്ള പങ്ക് ഞാൻ ഒരിക്കൽ പോലും അറിയരുതെന്ന് അവൾ നിർബന്ധം പിടിച്ചത് വരുംവരായ്കളെ കുറിച്ച് ചിന്തിക്കാതെ ഞാൻ ഇടപെട്ടേക്കുമെന്ന് ഭയന്നിട്ടാണ്. പ്രിയപ്പെട്ടവരുടെ അകാരണമായ തിരോധാനത്തിൽ പുനഃക്രമീകരിക്കപ്പെടുന്ന മനസ്സിന്റെ രസതന്ത്രം ഏതൊരു വ്യക്തിയിലും പ്രവചനാതീതമായ മാറ്റങ്ങൾ ഉണ്ടാക്കുമെന്നും ചിലപ്പോൾ അയാൾ അപകടകാരിയായേക്കുമെന്നും അവൾ ചിന്തിച്ചു. നിന്നും തേങ്ങിയും പിന്നീടുള്ള യാത്രയിൽ തനിക്കൊരു ശത്രു ഉണ്ടെന്നുള്ള തിരിച്ചറിവ് സ്വന്തം സുരക്ഷയ്ക്കപ്പുറത്തേക്ക് അയാളെ കൊണ്ടുചെന്നെത്തിച്ചേക്കും. അവിടെ രൂപംകൊള്ളുന്ന അവിവേകത്തിന്റെ നിമിഷ വികാസം ക്ഷണമാത്രകളിലുണ്ടാക്കുന്ന ജയാപജയങ്ങൾക്കപ്പുറം ആ വ്യക്തിയുടെ ജീവിതത്തിൽ ആത്യന്തികമായ നഷ്ടമേ ഉണ്ടാക്കൂ. അതുകൊണ്ടാണ് എന്നെ കരുതലോടെ സംരക്ഷിക്കാൻ അവൾ പൗലോസിനെ ഏല്പിച്ചത്. പിന്നീട് പൗലോസ് സബ് ഇൻസ്പക്ടർ ആയപ്പോൾ ആ ചുമതല വന്നു ചേർന്നത് ജോയ്ച്ചനും.

എന്റെ പ്രിയമിത്രങ്ങൾ എനിക്കായി ഒരുക്കിയ സുരക്ഷാ കവചങ്ങൾക്ക് നടുവിലാണ് ഞാനിക്കാലമത്രയും ജീവിച്ചതും ഇന്നിന്റെ ഭൗതിക

സാഹചര്യങ്ങളിൽ എത്തിനിൽക്കുന്നതുമെന്നുള്ള അറിവ് ഏറെ ആദര വോടും അതിലേറെ അഭിമാനത്തോടുകൂടിയുമാണ് ഞാൻ ദീനാമ്മയിൽ നിന്ന് കേട്ടുകൊണ്ടിരുന്നത്. പൗലോസ് ട്രെയിനിംഗിന് പോകുമ്പോൾ എന്റെ രക്ഷയ്ക്ക് ഒരു പകരക്കാരൻ ഇല്ലാതിരുന്നത് ദീനാമ്മയെ മാത്രമല്ല പൗലോസിനെയും ഏറെ പ്രതിസന്ധിയിലാക്കി.

ഹെൻട്രിയുടെ മനസ്സ് മറ്റാരേക്കാളും അറിയാവുന്ന ദീനാമ്മ അവനെ കുറിച്ച് പ്രവചിച്ചതത്രയും സത്യമായിരുന്നുവെന്ന് പിന്നീട് തെളിയിക്ക പ്പെട്ടു. ഇരുളിന്റെ മറവിൽ ഒരു കള്ളനെപ്പോലെ മാത്രമല്ല പകലിന്റെ തീക്ഷ്ണതയിൽ ഒരു കൊടുങ്കാറ്റുപോലെയും അവൻ വന്നു. ഓർമ്മ കളുടെ പിന്നാമ്പുറങ്ങളിൽ അതുവരെ പരിചയമില്ലാതെ കിടന്ന രണ്ടു സംഭവങ്ങൾ പെട്ടെന്നാണ് അവൾ എന്റെ ശ്രദ്ധയിലേക്ക് കൊണ്ടുവന്നത്.

പൗലോസും ഞാനും ബിരുദാനന്തര ബിരുദത്തിന് പഠിക്കുന്ന കാലം. വിശ്വപ്പന്റെ കൂൾബാറിൽ വെച്ച് പൗലോസിനെതിരെ ഒരു കൈയേറ്റം നടന്നിട്ടുണ്ട്. ഒരു കാരണവും കൂടാതെ അപരിചിതരുമായി അത്തരത്തിൽ ഒരേറ്റുമുട്ടൽ എങ്ങനെ സംഭവിച്ചുവെന്ന് പല തവണ ചോദിച്ചിട്ടും തൃപ്തി കരമായ മറുപടി അന്നെനിക്ക് കിട്ടിയില്ല. അന്ന് പക്ഷേ അവന്റെ ശത്രു ക്കളെ പ്രതിരോധിച്ചത് ഞാനാണ്. പൗലോസിന്റെ ചുണ്ടിൽ നിന്നും മൂക്കിൽനിന്നും രക്തമൊലിക്കുന്നത് കണ്ടുകൊണ്ടാണ് ഞാനങ്ങോട്ട് ചെന്നത്. എന്താണ് സംഭവിച്ചതെന്ന് ചോദിക്കാതെ തന്നെ ഞാനവരെ പ്രതിരോധിച്ചു. ഒടുവിൽ അവർ രണ്ടുപേരും പുറത്ത് സ്റ്റാർട്ട് ചെയ്ത് നിർത്തിയിരുന്ന ജീപ്പിൽ ഓടിക്കയറി രക്ഷപ്പെടുകയായിരുന്നു. പക്ഷേ പൗലോസ് അന്ന് എന്നോട് ദേഷ്യപ്പെട്ടു. കൈയിൽ കിട്ടിയ തടിക്കഷ്ണം കൊണ്ടുള്ള അടി അവരുടെ തലയിലെങ്ങാനും കൊണ്ടിരുന്നെങ്കിൽ എന്താണ് സംഭവിക്കുകയെന്നുള്ള ആശങ്കയായിരുന്നു അവന്. അന്ന് ഞാൻ വളരെ ലാഘവത്തോടെയാണ് പ്രതികരിച്ചത്.

"എന്താകാൻ; അവരിലൊരാൾ മരിച്ചുപോകുമായിരിക്കും."

എന്റെ വാക്കുകൾ പക്ഷേ പൗലോസിനെ കൂടുതൽ പ്രകോപിത നാക്കി.

"എന്നിട്ട് നീ കാരാഗൃഹത്തിൽ പോയി കിടക്കുമോ?"

ഞാൻ ചിരിച്ചുകൊണ്ടാണ് പറഞ്ഞത്

"നീ മരിക്കുന്നതിനേക്കാൾ എനിക്ക് അഭികാമ്യമായിട്ടുള്ളത് കാരാ ഗൃഹം തന്നെയാണ്."

അർത്ഥശങ്കയ്ക്കിടയില്ലാത്ത അത്തരം ഒരു പ്രസ്താവന അവൻ ഒട്ടും പ്രതീക്ഷിച്ചതല്ല.

"ചുമ്മാതല്ല അവളെന്നെ ഏല്പിച്ചിട്ട് കടന്നു കളഞ്ഞത്."

പൗലോസ് പിറുപിറുക്കുന്നത് കേട്ട് അന്ന് ഞാൻ പൊട്ടിച്ചിരിച്ചു. അത് പക്ഷേ ഒരു നേരമ്പോക്കായിരുന്നില്ല എന്ന് ദീനാമ്മയുടെ വിശദീകരണ ത്തിൽ നിന്നാണ് ഇന്ന് തിരിച്ചറിയുന്നത്. അതുപോലെതന്നെ പൗലോസിന്

ഇന്റർവ്യൂ നടക്കാനിരിക്കെ ഒരപകടത്തിൽപ്പെട്ട് അവൻ ആശുപത്രിയിൽ കിടന്ന സംഭവവും ഉണ്ടായിട്ടുണ്ട്. അതും ഹെൻട്രിയുമായി ബന്ധപ്പെട്ട താണെന്ന് ദീനാമ്മ വിശദീകരിച്ചുതന്നു. അന്ന് പൗലോസിന്റെ ശരീര ത്തിൽ കണ്ട മുറിപ്പാടുകൾ പലതും ഒരപകടത്തിൽനിന്ന് കിട്ടിയതല്ലെന്ന സംശയം അന്ന് ഡോക്ടർമാർ പ്രകടിപ്പിച്ചിരുന്നതാണ്. അന്ന് ദീനാമ്മ പറയുകയായിരുന്നു. കാറ്റാപോൾട്ടിൽ നിന്നുതിർന്ന ഗോലി, പൗലോസിന്റെ കൈയിൽനിന്നു വന്ന ഏതോ പ്രഹരമായിട്ടാണ് അവർ ധരിച്ചത്. ഡ്രൈവിംഗ് സീറ്റിലിരുന്ന അയാൾ പ്രഹരത്താൽ വീണ ഉടനെ അങ്ങോട്ട് ഓടിയെത്തിയത് പൗലോസ് ആയിരുന്നല്ലോ. താഴേക്ക് ഇറങ്ങിവരാനാ കാതെ മുകളിലെ മരത്തിൽ ചുറ്റിപ്പിടിച്ച് രാഗേഷ് കൈമൾ ഏല്പിച്ച പ്രഹരം പക്ഷേ പൗലോസിന്റെ അക്കൗണ്ടിലാണ് അവർ വരവ് വച്ചത്. അതുകൊണ്ടുകൂടിയാണ് പൗലോസിന്റെ പിന്നാലെ നിരന്തരം ആക്രമ മുണ്ടായത്. ഒരിക്കൽ ജോയ്ച്ചനുമായുള്ള ഒരേറ്റുമുട്ടലിനിടയിൽ ഈ വിവരം എതിരാളികൾതന്നെ വെളിപ്പെടുത്തിയതാണ്.

സമയബന്ധിതവും തീവ്രവുമായ പഠനത്തിനിടയിൽ നിക്കോളാസ് അച്ചന്റെ മേൽനോട്ടവും കൂടിയാകുമ്പോൾ പിന്നോക്കം തിരിഞ്ഞു നോക്കാനോ ഏതെങ്കിലും ഒരു സംഭവത്തെ വിശകലനം ചെയ്തെ ടുക്കാനോ ഉള്ള സാവകാശം കിട്ടുമായിരുന്നില്ല. ഇന്നിനും നാളേയ്ക്കു മപ്പുറം ഇന്നലെയെന്നൊരു ഭൂതകാലത്തെ വിശകലനം ചെയ്തുകൊണ്ട് ഒരു വിദ്യാർത്ഥിയുടെയും സമയം വൃഥാവിലാക്കരുതെന്ന് അദ്ദേഹം ശഠിക്കുമായിരുന്നു. ഒരുപാടു വർഷങ്ങൾക്കുശേഷം പക്ഷേ ഇന്ന് തിരിഞ്ഞ് നോക്കുമ്പോൾ എത്രയോ കഠിനമായ ശിക്ഷണങ്ങൾക്കാണ് അദ്ദേഹം എന്നെ വിധേയനാക്കിയതെന്ന് അദ്ഭുതത്തോടുകൂടി മാത്രമേ ഓർത്തെടു ക്കാനാകൂ. പിന്നീടുള്ള യാത്രയിൽ എവിടെയോ വെച്ച് ഫോണിലൂടെയാ ണെങ്കിൽക്കൂടി പരസ്പരം ബന്ധപ്പെടാൻ മറന്നുപോയിട്ടുണ്ട്. അദ്ദേഹം എന്നിൽ നിന്ന് പിൻവാങ്ങിയതാണോ അതോ കൃത്യാന്തര ബാഹുല്യ ത്തിനിടയിൽപ്പെട്ട് വിളിക്കാൻ ഞാൻ മറന്നതാണോ എന്നറിയില്ല. സ്നേഹോഷ്മളമായ പെരുമാറ്റത്തിലൂടെയും ഇഴയടുപ്പമുള്ള ഹൃദയ ബന്ധത്തിലൂടെയും പക്ഷേ അദ്ദേഹം എന്നിൽ നിന്ന് ജ്വലിപ്പിച്ചെടുത്തത് ആരെയും വിസ്മയിപ്പിക്കുന്ന സാധ്യതകളാണ്.

പറന്നകന്നുപോയ മനസ്സിനെ ക്ഷണമാത്രകൊണ്ട് ഞാൻ പുനക്രമീ കരിച്ചു. പിന്നീട് അവളോട് ഞാൻ ചോദിച്ചത് എങ്ങനെയാണ് ജോയ്ച്ചനെ തിരിച്ചുകൊണ്ടുവന്നതെന്നാണ്. സ്വമേധയാ തിരിച്ചുവരാൻ ആഗ്രഹിക്കാ തിരുന്ന ജോയ്ച്ചനെ ഒരിക്കൽ പൗലോസ് ക്ഷണിച്ചിട്ടും അനുകൂലമായ മറുപടി കിട്ടിയില്ല. പിന്നീട് ദീനാമ്മ തന്നെയാണ് ജോയ്ച്ചനോട് ചില വിവരങ്ങളൊക്കെ ഫോണിലൂടെ സംസാരിച്ച് ബോധ്യപ്പെടുത്തിയത്. എനിക്ക് നേരെ ഉണ്ടാകാൻ സാധ്യതയുള്ള ആപത്തിനെക്കുറിച്ച് കേട്ട റിഞ്ഞപ്പോൾ പിന്നീടൊന്നും ആലോചിക്കാതെ അവൻ ഉറപ്പിച്ച് പറഞ്ഞു താൻ വരുമെന്ന്. പക്ഷേ എപ്പോൾ വരുമെന്ന് പറഞ്ഞില്ല. അത് അവരിൽ

നേരിയ ആശങ്കയുളവാക്കി. എന്നാൽ എന്റെ വീട്ടിൽ വെച്ച് എല്ലാവരും ചേർന്ന് പൗലോസിന് യാത്രയയപ്പ് സൽക്കാരം നടത്തിയ ആ രാത്രിയിൽ പൗലോസ് തന്നെ ദീനാമ്മയെ വിളിച്ച് അറിയിക്കുകയായിരുന്നു. വിസ്ഫോടനത്തിന്റെ മാറ്റൊലിയുമായി ചുരം കയറി വരുന്ന ബുള്ളറ്റിൽ ഗോപന്റെ പ്രിയമിത്രമുണ്ടെന്നും അല്പസമയത്തിനുള്ളിൽ അവൻ ലാന്റ് ചെയ്താൻ പിന്നെ നമ്മൾ ഒന്നിനേയും ഭയപ്പെടേണ്ടതില്ലെന്നും. പൗലോസ് പറഞ്ഞത് ശരിയായിരുന്നു.

ആ മോട്ടോർ സൈക്കിളിൽ ജോയ്ച്ചൻ മാത്രമാണുണ്ടായിരുന്നത്. പക്ഷേ അതിനുപിന്നിൽ സഞ്ചരിച്ചുവന്ന വാനിൽ മുംബൈയിലെ ബോഡി ബിൽഡിംഗ് യാർഡിൽ ജോയ്ച്ചനെ സംരക്ഷിച്ച് നിർത്തിയിരുന്ന മൂന്ന് മഹാരാഷ്ട്രക്കാരും ഉണ്ടായിരുന്നു. അവർക്കായി ഒരിടം കണ്ടെത്തിക്കൊടുത്ത ശേഷം ജോയ്ച്ചൻ തനിച്ചാണ് എന്റെ വീട്ടിലേക്ക് എത്തിച്ചേർന്നത്. അങ്ങനെ ചിലർ അവനൊപ്പം ഉണ്ടായിരുന്നു എന്നത് പൗലോസിന് മാത്രമല്ല ദീനാമ്മയ്ക്ക് പോലും അറിയില്ലായിരുന്നു. പിന്നീട് ഒരിക്കൽ ജോയ്ച്ചൻ അതവളോട് വെളിപ്പെടുത്തുന്നതു വരെ.

പൗലോസ് പോയശേഷം ആ ചുമതലകൾ തന്റെ മാത്രം കടപ്പാടാണെന്ന നിലയിലാണ് ജോയ്ച്ചൻ ഏറ്റെടുത്തത്. നന്മയ്ക്ക് പ്രതിഫലവും തിന്മയ്ക്ക് ശിക്ഷയും സ്വയം വിധിച്ചുകൊണ്ടുള്ള പുറപ്പാട് പക്ഷേ അത്യന്തം നിഗൂഢവും കാല്പനികതയെ വെല്ലുന്ന കഥകൾക്ക് സമാനവുമായിരുന്നു. എല്ലാം കേട്ടുകൊണ്ട് സ്തബ്ധനായിരുന്ന എന്റെ കണ്ണുകളിലേക്ക് നോക്കികൊണ്ട് അവൾ പറഞ്ഞു.

“നീയെന്ന മിത്രത്തിന്റെ സ്നേഹസാമിപ്യത്തിനപ്പുറം മറ്റൊരു ഊർജ്ജവും അവന് ആവശ്യമുണ്ടായിരുന്നില്ല.”

ശത്രുവിനെ സ്വന്തം മാളത്തിൽ തന്നെ ചെന്നെത്തി കണ്ടുപിടിക്കാൻ ജോയ്ച്ചൻ തന്റെ സഹപ്രവർത്തകരുമായി സഞ്ചരിച്ചത് അഞ്ച് ദിവസങ്ങളാണ്. നിത്യസഞ്ചാരിയായ ഹെൻട്രിയെ ഒടുവിൽ ഒരുനാൾ അവന്റെ വീട്ടിൽവെച്ച് തന്നെ കണ്ടുമുട്ടി. സൂര്യകിരണങ്ങൾ ഭൂമിയിൽ പതിക്കുന്നതിന് മുമ്പുതന്നെ അടഞ്ഞുകിടന്ന ഇരുമ്പ് ഗേറ്റ് ഒരഭ്യാസിയെ പോലെ ചാടിക്കടന്ന് ഹെൻട്രിയുടെ വീടിന്റെ മുൻഭാഗത്ത് ചെന്നു മുട്ടി. ജോയ്ച്ചന്റെ ബലിഷ്ഠമായ കൈകളും തീക്ഷ്ണമായ കണ്ണുകളും കണ്ട് ഹെൻട്രി ഭയപ്പെടുകതന്നെ ചെയ്തു. മുന്നിലെ ഗേറ്റ് അപ്പോഴും പൂട്ടി കിടക്കുന്നത് ഹെൻട്രി തിരിച്ചറിഞ്ഞു. ആരാണ് നിങ്ങളെന്ന് അയാളുടെ ചോദ്യത്തിന് നേർത്ത ഭയപ്പാടിന്റെ അകമ്പടി ഉണ്ടായിരുന്നു. തുറന്ന വാതിലിലൂടെ അകത്തു കടന്നതിനു ശേഷമാണ് ജോയ്ച്ചൻ പ്രതികരിച്ചത്. ജോയ്ച്ചൻ ദീനാമ്മയോട് പറഞ്ഞ് മനസ്സിലാക്കിയ അതേ ശൈലിയിൽതന്നെ അവൾ എന്നെ ബോധ്യപ്പെടുത്തിയപ്പോൾ എന്റെ കൺമുമ്പിൽ ആ പ്രിയമിത്രം തന്നെയാണ് ഇരിക്കുന്നതെന്ന് തോന്നിപോയി. അന്ന് പറഞ്ഞ ഓരോ വാക്കുകളും ഏറിയ ഹൃദയമിടിപ്പോടെയാണ് ഞാൻ കേട്ടിരുന്നത്. പിന്നോക്കം തിരിയാൻ ശ്രമിച്ച ഹെൻട്രിയെ ഒരു നോട്ടം കൊണ്ട് ഒതുക്കി നിർത്തിയിട്ടാണ് അവൻ പറഞ്ഞത്.

"ബാല്യത്തിൽ ഞങ്ങൾക്കൊപ്പം സഞ്ചരിച്ചിരുന്ന നിഷ്കളങ്കയായ ഒരു പെൺകുട്ടിയുണ്ടായിരുന്നു. അവൾക്കെതിരെ നിങ്ങൾ നടപ്പാക്കിയ ശിക്ഷാവിധി ആ കാലത്തൊന്നും ഞാനോ എന്റെ ഒന്നിച്ചുണ്ടായിരുന്ന ഗോപനോ അറിഞ്ഞിട്ടില്ല. നിങ്ങൾ ശ്വാസോച്ഛ്വാസം ചെയ്ത് ഇന്ന് ഇവിടെ നിൽക്കുന്നതിന്റെ കാരണം അതാണെന്ന് തെര്യപ്പെടുത്താൻ വേണ്ടി മാത്രമാണ് ഞാൻ ഇവിടെ എത്തിയിരിക്കുന്നത്. അന്ന് നീ അവളുടെ നട്ടെല്ലിന്റെ ഇടത് ഭാഗത്തുകൂടി കടത്തിവിട്ട മൂർച്ചയുള്ള ആയുധം അത് എന്തുതന്നെയാണെങ്കിലും കടന്നുപോയത് ഞങ്ങളുടെ ഹൃദയത്തിലൂടെയാണ്. ഒരിക്കലും ഉണങ്ങാത്ത ആ മുറിപ്പാടുകളുമായി ജീവിക്കുന്ന ഞങ്ങളുടെ കാഴ്ച്ചവട്ടത്തിലേക്ക് ഇനിയുമൊരിക്കൽക്കൂടി കടന്നുവരാനുള്ള ധൈര്യം നീ കാണിക്കരുത്. അഥവാ അങ്ങനെ സംഭവിച്ചാൽ ഈ ഭൂമിയിൽ നീ എന്ന പിശാച് ജീവിച്ചിരുന്നതിന്റെ ഒരടയാളവും അവശേഷിക്കില്ല. നിനക്കോ ഈ സ്വീകരണമുറിക്കോ ഒരു പോറൽപോലും ഏല്പിക്കാതെ ഇപ്പോൾ തിരിച്ചുപോകുന്നത് ഇത് നമ്മുടെ ആദ്യത്തെ കൂടിക്കാഴ്ച്ച ആയതുകൊണ്ട് മാത്രമാണ്."

ദീനാമ്മ വരച്ചുവച്ച ജോയ്ച്ചന്റെ ചിത്രങ്ങളെ ഞാൻ വീണ്ടും വീണ്ടും നോക്കി അപഗ്രഥിച്ചുകൊണ്ടിരുന്നു. അവനിൽ എന്തു മാറ്റമാണ് സംഭവിച്ചിരിക്കുന്നത്? ഞാൻ അദ്ഭുതപ്പെട്ടു. എന്റെ നിശ്ശബ്ദത എന്തുകൊണ്ടാണെന്ന് തിരിച്ചറിവുള്ളതുകൊണ്ടാകണം അവൾ എന്നോട് പറഞ്ഞു.

"നീ ഇനിയും മനസ്സിലാക്കാതെ പോകുന്ന പലതും ഈ ഭൂമിയിലുണ്ട്. എങ്കിലും ഒന്ന് തിരിച്ചറിയണം. രുദ്രൻ നായർ സാർ അന്ന് നമ്മോട് പറഞ്ഞത് നീ ഓർക്കുമല്ലോ."

പരശതംകോടി സൃഷ്ടികളുടെ അതിജീവനം സ്വന്തം ഉദരത്തിൽ സാധ്യമാക്കുന്ന സമുദ്രം ഭീമാകാരങ്ങളായ തിരമാലകളെ ഉയർത്തി പ്രതിരോധിക്കുന്നത് മനുഷ്യനെ മാത്രമാണ്. അത് നമ്മോടുള്ള ദേഷ്യം കൊണ്ടല്ല, തന്നിൽ അഭയം തേടുന്ന പരമാണുക്കളെ പോലും സംരക്ഷിച്ചു നിർത്താനുള്ള സ്വന്തം ദൗത്യം മാത്രമാണ്.

"ഒരു നേരത്തെ പോലും ഭക്ഷണമില്ലാതെ വെറും ഒരു കുടിലിന്റെ ഉമ്മറത്ത് വീണുറങ്ങിയ ബാലനെ സ്വന്തം നെഞ്ചോട് ചേർത്തു വച്ച് സാന്ത്വനപ്പെടുത്തിയത് നിന്റെ അമ്മയാണെന്ന് ഓർക്കുക. ആ ദിവസം മുതൽ ഉള്ള യാത്രയിൽ അവൻ നിനക്ക് ജ്യേഷ്ഠസ്ഥാനീയനാണ്. ഹെൻട്രിയുടെ വീട്ടിൽ കടന്ന് ചെന്നപ്പോഴും നീ സങ്കല്പിച്ചപോലെ ഒരങ്കം കുറിക്കണമെന്ന് അവൻ ആഗ്രഹിച്ചിട്ടില്ല. അതും സഹിഷ്ണുതയുടെയും ചെറുത്തുനില്പിന്റെയും ഭാഷ മാത്രമായിരുന്നു. പിന്നീട് വലിയ ഒരു റവന്യൂ ഉദ്യോഗസ്ഥനായ നിന്നെ അർദ്ധരാത്രിയിൽ വനമേഖലയ്ക്കടുത്ത് തടഞ്ഞുനിർത്തി കഠിനമായ ആക്രമണം അഴിച്ചുവിട്ടപ്പോൾ നിനക്ക് പക്ഷേ ശത്രുവിനെ തിരിച്ചറിയാനായില്ല. അതറിഞ്ഞത് ജോയ്ച്ചനാണ്. ഹെൻട്രിയുമായിട്ട് ഒരേറ്റുമുട്ടൽ അവനെ സംബന്ധിച്ചിടത്തോളം അനിവാര്യമാകുന്നത് അങ്ങനെയാണ്. അത്തരം ഒരു സംഘട്ടനത്തിൽ

ഹെൻട്രി പരുക്കേറ്റ് വീണത് ജോയ്ച്ചൻ മൂലമാണെങ്കിലും പിന്നീട് അയാൾക്ക് കിടക്കയിൽനിന്ന് എഴുന്നേൽക്കാൻ ആകാതെ വന്നത് പക്ഷാഘാതം കൊണ്ടാണ്. അയാൾക്ക് കിട്ടിയ ദണ്ഡനവും പക്ഷാഘാതവും തമ്മിൽ ബന്ധമില്ലെന്ന് ഡോക്ടർമാർ തന്നെ വിധിയെഴുതിയിട്ടുള്ളതാണ്. ആ രോഗം തിരിച്ചറിയാൻ അവർ വൈകിപ്പോയത് മാത്രമാണ് ഹെൻട്രിക്ക് വിനയായത്. പെട്ടെന്ന് ചികിത്സ സാധ്യമാക്കേണ്ട രോഗം കൈകാലുകളിലെ അസ്ഥിഭ്രംശത്തിനിടയിൽ ഒളിച്ചിരുന്നത് ഭിഷഗ്വരന്മാരെപ്പോലും കബളിപ്പിച്ചുകൊണ്ടാണ്. അമിതസമ്പത്തിന്റെ ആർത്തിയുമായി അയാൾ പുറപ്പെട്ടത് ഒരു നീതിശാസ്ത്രത്തിനും വഴങ്ങാത്ത കുത്സിതതന്ത്രങ്ങളുമായിട്ടാണ്. അതിനുള്ള ശിക്ഷ മാത്രമാണ് ദൈവം തന്റെ അദൃശ്യകരങ്ങളാൽ നടപ്പാക്കിയത്. ജോയ്ച്ചൻ ഒരു നിമിത്തം മാത്രമാണെന്നറിയണം. എന്നാൽ പിന്നീടുള്ള നിയമവിചാരണയ്ക്കൊടുവിൽ കോടതി വിധിച്ച ശിക്ഷ ജോയ്ച്ചൻ ഏറ്റുവാങ്ങിയത് നിങ്ങളുടെ എതിർപ്പുകളെ അതിജീവിച്ചുകൊണ്ടായിരുന്നില്ലേ. ജോയ്ച്ചൻ ഒരു കുറ്റവാളിയല്ല. നിന്നെ സംരക്ഷിച്ചു നിർത്താനുള്ള നിയോഗം മാത്രമാണ് ആ ജന്മം. അതിനുമപ്പുറം ഞാൻ ഓർമ്മിപ്പിക്കട്ടെ; ഗോപന്റെ ആത്യന്തികമായ സാന്ത്വനം ദൈവം അവനിൽ തന്നെയാണ് നിക്ഷിപ്തമാക്കിയിരിക്കുന്നത് എന്ന് ഞാൻ വിശ്വസിക്കുന്നു."

ദീനാമ്മയുടെ വാക്കുകൾ ഞാൻ എന്നും ഓർത്തിരിക്കേണ്ടതാണെന്ന് പിന്നീടുള്ള അനുഭവങ്ങൾ എന്നെ ബോധ്യപ്പെടുത്തുകയായിരുന്നു.

ഇതിനിടെ രണ്ട് തവണ ഫൈസൽ വന്ന് ഭക്ഷണം കഴിക്കാൻ ക്ഷണിച്ചു എങ്കിലും ഞങ്ങൾ രണ്ടുപേരും നിരാകരിച്ചു. പിന്നീട് അവൻ തന്ന തണുത്ത പാനിയം ദീനാമ്മയെ കൊണ്ട് ഞാൻ നിർബന്ധപൂർവം കഴിപ്പിക്കുകയായിരുന്നു. അല്പനേരത്തെ ഇടവേളയ്ക്ക് ശേഷം ഞാൻ അവളുടെ ജീവിതയാത്രയെക്കുറിച്ച് അന്വേഷിച്ചു. പഠിക്കാൻ എന്നും മിടുക്കിയായിരുന്ന അവൾ ഫിസിക്സിൽ ബിരുദവും ബിരുദാനന്തബിരുദവുമെടുത്തശേഷം എംഫിലും ഡോക്ടറേറ്റും സ്വന്തമാക്കി. ഇപ്പോൾ അവൾ ഡൽഹി സെന്റ് പീറ്റേഴ്സ് ഹയർ എജ്യുക്കേഷൻ സെന്ററിലെ അസോസിയേറ്റ് പ്രൊഫസറും കൂടിയാണെന്നറിഞ്ഞപ്പോൾ എനിക്കൊരു പാട് സന്തോഷമാണ് തോന്നിയത്. എല്ലാ ദുരിതങ്ങൾക്കുമൊടുവിൽ ദൈവം അവൾക്കായി കരുതിവച്ച ഇടം അവൾ തന്നെ കണ്ടെത്തുകയായിരുന്നു. അഗ്നിയിൽ എന്നപോലെ വെണ്ണീറായ സ്വന്തം ജീവിതത്തിൽ നിന്ന് പുർജ്ജനിക്കാനുള്ള ശക്തിയും ദൈവനിശ്ചയം തന്നെയായിരിക്കുമല്ലോ.

ദുരിതജീവിതം

ഏറെ വിസ്മയത്തോടെ ആ കണ്ണുകളിലേക്ക് നോക്കിയിരിക്കുമ്പോൾ തന്നെയാണ് അവൾ പറഞ്ഞത്, കന്യാസ്ത്രീ ആകുന്നതിന് തൊട്ടുമുമ്പ് വീടുൾപ്പെടെയുള്ള സ്വത്തുക്കൾ ഫാദർ ക്ലമന്റ് നടത്തുന്ന അനാഥാലയത്തിന് ദാനമായി കൊടുത്തു എന്ന്. ഹെൻട്രിയുടെ ഭാഗത്തുനിന്നുണ്ടായ രണ്ടാമത്തെ യുദ്ധനീക്കത്തിന് പ്രാരംഭം കുറിച്ചത് അയാൾ പ്രതീക്ഷിക്കാത്ത നിലയിലുള്ള വസ്തുക്കളുടെ കൈമാറ്റത്തെ തുടർന്നാണ്. നേരിട്ടും ഇടനിലക്കാർ വഴിയും സൈമൺ അതേ വസ്തുക്കൾക്കായി പല ഉപാധികളും വച്ചുവെങ്കിലും അതിനെയെല്ലാം മറികടന്നാണ് വഹകളെല്ലാം ഫാദർ ക്ലമന്റിന്റെ കൈവശം എത്തിച്ചേർന്നത്. പിന്നീട് ആരംഭിച്ച ഹെൻട്രിയുടെ പ്രകോപനപരമായ നടപടികളെ പല വിധേനയും ജോയ്ച്ചന് തടഞ്ഞു നിർത്തേണ്ടി വന്നിട്ടുണ്ട്. എന്നാൽ അതെന്നെന്നേക്കുമായി അവസാനിപ്പിക്കേണ്ടത് ഒരുപാടുപേരുടെ നിലനിൽപ്പിന് ആവശ്യമാണെന്ന് കണ്ടപ്പോൾ ജോയ്ച്ചൻ അവനെ തന്നെ ത്യജിച്ചുകൊണ്ടാണ് ആ തീരുമാനം നടപ്പിലാക്കിയത്.

ഏറെ ദുരിതങ്ങളെ അതിജീവിച്ചുകൊണ്ട് നല്ലൊരു ഭാവി കരുപ്പിടിപ്പിക്കാനായ അവളുടെ നിശ്ചയദാർഢ്യത്തെ അഭിനന്ദിച്ചപ്പോൾ അവൾ പറഞ്ഞത് ഔറംഗബാദിലുള്ള ആന്റിയുടെ കോൺവെന്റിലെ പ്രശാന്തമായ അന്തരീക്ഷവും ആന്റിയുടെ തന്നെ സാമീപ്യവും കൂടി ചേർന്നപ്പോൾ തന്റെ ജീവിതലക്ഷ്യത്തിലേക്കുള്ള പാത വീണ്ടും സജീവമായിയെന്നാണ്. അവിടെ വച്ചാണ് ദൈവം കാരുണ്യപൂർവം അവൾക്കായി കരുതിവച്ച ഇടം അവിടത്തെതന്നെ ഹൃദയമാണെന്ന് തിരിച്ചറിയുന്നത്. പക്ഷേ ആ യാത്രയ്ക്ക് ക്ഷണികമായിട്ടാണെങ്കിലും ഒരു വിരാമം വന്നുപെട്ടത് അവളുടെ അഭാവത്തിൽ എനിക്കുണ്ടായ ദിശാമാറ്റവും അതിലൂടെ ഞാൻ നേരിട്ടുകൊണ്ടിരുന്ന പരാജയവും പൗലോസിൽനിന്ന് അവൾ അറിഞ്ഞപ്പോഴാണ്. വീണ്ടും അവൾ വിശദീകരിക്കുകയായിരുന്നു.

മരണം ഒരു രോഗിയിൽ തർക്കമറ്റ സാന്നിധ്യം ഉറപ്പാക്കുമ്പോഴും അവശേഷിക്കുന്ന ജീവന്റെ ചെറു കണികകളിൽ നിന്നുപോലും അയാളെ പുനർജ്ജീവിപ്പിക്കാനുള്ള ഭിഷഗ്വരന്റെ കഠിനപ്രയത്നം ഒരുവേള ദൈവത്തെപോലും അദ്ഭുതപ്പെടുത്തുന്നതാവും. പതിനഞ്ച് വർഷങ്ങൾക്കു

മുമ്പ് ആ ഗ്രാമം വിട്ട് പോരുമ്പോൾ ഏതൊരു മിത്രത്തിന്റെ സജീവ സാന്നിധ്യമാണോ മനസ്സിലുണ്ടായിരുന്നത് അതേ മിത്രം തന്നെയാണ് പിന്നീട് ഒരു ദൗത്യത്തിന്റെ ഭാഗമാകാൻ തന്നെ നിർബന്ധിതയാക്കിയ തെന്ന് അവൾ പറഞ്ഞു. തമ്മിൽ കാണാതെയും ഒരു സംവേദനം പോലും സാധ്യമാക്കാതെയും ഒരുപാട് ദൂരത്തിരുന്നുകൊണ്ട് എങ്ങനെയാണ് തന്റെ പ്രിയമിത്രത്തെ സ്വന്തം ജീവിതത്തിലേക്ക് മടക്കികൊണ്ടുവരേണ്ട തെന്ന് ഓർത്തു നൊമ്പരപ്പെട്ടു. ആന്റിയുമായുള്ള കോൺവെന്റ് ജീവിത ത്തിലാകട്ടെ ഇതെല്ലാം നിഷിദ്ധമായ ചിന്തകളുമായിരുന്നു. "സ്വന്തം ദുഃഖങ്ങളെ മറ്റാരോടും പങ്കുവെക്കാനായില്ലെങ്കിലും സ്നേഹിക്കപ്പെട്ട മനസ്സിന്റെ സാന്ദ്രതയിൽ തിരിച്ചുകൊടുക്കാൻ കരുതലോടെ കാത്തു വെക്കേണ്ടത് സ്നേഹത്തിനപ്പുറം മറ്റൊന്നുമല്ലെന്ന് ദൈവം തന്നെയാണ് നമ്മെ പഠിപ്പിക്കുന്നത്." അത് പറഞ്ഞ് അവൾ എന്റെ മുഖത്തേക്ക് തന്നെ നോക്കിയിരുന്നു.

എന്നാൽ അവളെന്നോട് അറിയിക്കാൻ ഉദ്ദേശിക്കുന്നത് എന്താണെന്ന് പറയുന്നതിന് മുമ്പ് തന്നെ അത്യാകാംക്ഷാപൂർവം ഞാൻ ചോദിച്ചത് മറ്റൊന്നാണ്. അല്പം മുമ്പ് ഈ സംസാരത്തിനിടയിൽ അവൾ പ്രതി പാദിച്ച ആ നാമധേയത്തെ കുറിച്ച് അന്വേഷിക്കാൻ ഞാൻ നിർബന്ധിത നായി.

"ആരാണ് ഈ ഫാദർ ക്ലമന്റ്?"

ആ ചോദ്യം ഞാൻ ആവർത്തിച്ചപ്പോൾ അവൾ വിശദീകരിച്ചുതന്നു. അദ്ദേഹം ഒരു വൈദികനും സർവീസിൽ നിന്ന് വിരമിച്ച കോളേജ് അധ്യാ പകനുമാണ്. അദ്ദേഹത്തിന്റെ തന്നെ മേൽനോട്ടത്തിലുള്ള അനാഥാലയം ഗോപൻ സന്ദർശിച്ചിട്ടുള്ളതല്ലേ. ഫാദർ ക്ലമന്റുമായി നേരിട്ട് സംസാരി ച്ചിട്ടുമുണ്ടല്ലോ." ഏറെ അദ്ഭുതത്തോടെയാണ് ഞാൻ പ്രതിവദിച്ചത്.

"അതെല്ലാം ശരിയാണ്, പക്ഷേ നീ എങ്ങനെയാണ് അത് അറിയുക."

അത് കേട്ട് അല്പനേരം അവൾ നിശ്ശബ്ദയായി. ഒരാൾക്കും എഴുതി ഫലിപ്പിക്കാനാകാത്ത പ്രകാശമായിരുന്നു അപ്പോൾ ആ മുഖത്ത് ഞാൻ കണ്ടത്. പിന്നീട് അവൾ വിശദീകരിച്ചു.

"ഹൃദയഭിത്തികൾക്കുള്ളിൽ നാം എഴുതിവെക്കുന്ന സ്വകാര്യ ദുഃഖ ങ്ങൾ പോലും വായിച്ചെടുക്കാൻ പരമകാരുണ്യവാനായ ദൈവത്തിനാകും. ഇവിടെ വന്ന് എന്റെ ഹൃദയത്തിൽ നിറസാന്ത്വനമായി നിന്ന് എല്ലാ ദുഃഖ ങ്ങളെയും ആകുലതകളെയും എന്നേക്കുമായി ദൂരീകരിക്കാൻ എനി ക്കൊരു രക്ഷകനുണ്ടായിരുന്നു. അതെന്റെ സ്വന്തം സഹോദരനാണ്. പിന്നീട് അദ്ദേഹം തന്നെയാണ് ഇരുളടഞ്ഞുപോയ നിന്റെ ജീവിതത്തെ പ്രകാശമാനമാക്കാൻ നിന്നിലേക്ക് നടന്നടുത്തത്. ഫാദർ എഡ്വിൻ നിക്കോളാസ്. എനിക്കായി ഈ ഭൂമിയിൽ ദൈവം അവശേഷിപ്പിച്ച് നിർത്തിയ ഒരേ ഒരു സഹോദരൻ."

"നീ ഓർക്കുന്നുണ്ടോ ഗോപാ, ആശുപത്രിയുടെ വരാന്തയിൽ അന്ന് വിവശനായി നിൽക്കുന്ന നിന്നെ ആദ്യമായി കണ്ട് ആശ്ലേഷിച്ചപ്പോൾ

നിറഞ്ഞ് തുളുമ്പിയത് ആ കണ്ണുകളാണ്. എനിക്ക് നീ തന്ന ശ്രേഷ്ഠ സൗഹൃദത്തെ അത്രതന്നെ നന്മയുള്ള വാക്കുകളിലൂടെയാണ് ഞാൻ അദ്ദേഹത്തിന് പരിചയപ്പെടുത്തിക്കൊടുത്തിരുന്നത്."

സഹപാഠിയെ രക്ഷിക്കാൻ സ്വന്തം ജീവൻ പോലും തൃണവത്ഗണിച്ച സമാനതകളില്ലാത്ത സ്നേഹദൃഷ്ടാന്തത്തിന് എന്നും കാവലായി നിൽക്കുന്നത് ദൈവം തന്നെയാകുമെന്നാണ് ഇച്ചായൻ അന്ന് പറഞ്ഞത്. അതുകൊണ്ട് തന്നെ നിന്നെ കാണാനും നിനക്കായി ദൈവം ഒരുക്കിവച്ച വഴിയിൽ ഒരു നിമിത്തമാകാനും നന്നേ മോഹിച്ചുകൊണ്ടാണ് അദ്ദേഹം അങ്ങോട്ടെത്തിയത്.

ആ വാർത്ത എന്നെ പൂർണ്ണമായും സ്തംഭിപ്പിച്ച് നിർത്താൻപോന്നതായിരുന്നു. ആശ്ചര്യപൂർവം ഞാൻ അവളുടെ മുഖത്തേക്ക് നോക്കി. പോക്കുവെയിൽ വീണ മുഖത്തിന്റെ സ്വർണത്തിളക്കവുമായി നന്നേ ബാല്യം മുതൽ അവളെനിക്കൊപ്പമുണ്ടായിരുന്നു. എത്രയോ ദീർഘമായ വഴികളാണ് അന്ന് തോളൊപ്പം ചേർന്ന് നടന്ന് തീർത്തത്. ഒരു വാക്കു പോലും പറയാതെ മറഞ്ഞ് പോയിട്ടും കത്തിലൂടെയോ ഫോണിലൂടെയോ ബന്ധപ്പെടാതിരുന്നിട്ടും എത്രകണ്ട് കരുതലായിരുന്നു ആ മനസ്സിൽ അവൾ എനിക്കായി സൂക്ഷിച്ചിരുന്നത്. ഹൃദയം ഏതൊരളവുമാത്രകൾക്കും വഴങ്ങാതെ നിൽക്കുന്ന പ്രതിഭാസമാണെന്ന് പലപ്പോഴും അവൾ പറഞ്ഞത് ഞാൻ ഓർത്തു.

പിരിഞ്ഞുപോകാനുള്ള സമയം അടുക്കുന്നത് ഞാൻ അറിയുന്നുണ്ടായിരുന്നു. പക്ഷേ ഇനിയെന്നെങ്കിലും കാണാനാകുമോ എന്ന് ചോദിക്കാനാകാത്ത അകലങ്ങളിലാണല്ലോ അവൾ ചെന്നുനിൽക്കുന്നത്. വിങ്ങിപ്പൊട്ടുന്ന മനസ്സായിരുന്നു എന്റേതെങ്കിലും അവളിൽനിന്ന് ഞാൻ അത് മറച്ചുവച്ചു. പോകും മുമ്പ് തന്നെ എല്ലാവരെയും അവൾ പേരെടുത്ത് ചോദിച്ചു. സ്നേഹാന്വേഷണവും പറഞ്ഞു.

"ആ ഗ്രാമം തന്ന സ്നേഹസംരക്ഷണത്തിന് ഞാൻ എന്റെ ഓർമ്മകൾ മാത്രമാണ് പകരം തരുന്നത്." അവൾ പറഞ്ഞു. പിന്നീട് ഒരിറ്റ് കണ്ണീരുമായി അന്ന് യാത്രപറഞ്ഞ സഹപാഠിയെ കുറിച്ച് എന്നും സജീവമായ ഓർമ്മകളാണുള്ളത്. എനിക്ക് മാത്രമല്ല ഞങ്ങൾക്കെല്ലാവർക്കും.

ചെക്ക് ഇൻ ചെയ്യാനായി പക്ഷേ പിന്തിരിഞ്ഞ് നടക്കുമ്പോൾ അവളിൽ ഞാൻ കണ്ട നേരിയ ചലന വൈകല്യം ഹൃദയത്തെ ദ്രവിപ്പിക്കുന്നതായിരുന്നു. അനിയന്ത്രിതമായ രോഷത്തിന്റെ ഉരുൾപൊട്ടലിൽ ഞാൻ എന്നെതന്നെ വിസ്മരിച്ചുപോയി. ഒന്നും ഞാൻ അറിയാതിരിക്കാൻ അവളെടുത്ത മുൻകരുതലുകൾ എത്രയോ യുക്തിഭദ്രമായിരുന്നു എന്നു തിരിച്ചറിഞ്ഞു. തെറ്റു പറ്റിയത് എനിക്കാണ്. എന്റെ മിത്രങ്ങളോട് ആവശ്യമില്ലാതെ കലഹിച്ചു.

അന്ന് സന്ധ്യയ്ക്കു മുമ്പായി ഞാൻ വീട്ടിലെത്തി. ഇടയ്ക്കെപ്പോഴെങ്കിലും വിളിക്കാത്തതിനും ഫോൺ ഓഫ് ചെയ്ത് വച്ചിരുന്നതിനും തക്കതായ മറുപടി കൊടുക്കാൻ എനിക്കായില്ല. സൗമിനിയോട് ഒന്നും

മറച്ചുവയ്ക്കാൻ ആഗ്രഹിച്ചിട്ടല്ല. പക്ഷേ അപ്പോൾ പോലും എന്റെ മനസ്സിന്റെ സ്വസ്ഥത വീണ്ടുകിട്ടിയിരുന്നില്ല. സ്വാഭാവികമായ ജല സ്രോതസ്സിനെ തടഞ്ഞുനിർത്തിയാലെന്നപോലുള്ള വിങ്ങൽ മാത്രമായിരുന്നു മനസ്സിൽ. അല്പസമയം കഴിഞ്ഞ് സൗമിനി വീണ്ടും വന്നു. അവളെന്നോട് ചോദിക്കാൻ കരുതിവച്ചിരിക്കുന്നത് എന്തായിരിക്കുമെന്ന് ഞാൻ ഊഹിച്ചു. അതുകൊണ്ടു തന്നെ എനിക്കൊപ്പം കുസൃതിക്കളികളുമായി നിന്ന മോളോട് ഞാൻ പറഞ്ഞു.

"മോളെ, അച്ഛൻ നാട്ടിലെ സ്കൂളിൽ ചേർത്ത് പഠിപ്പിക്കാം. അച്ഛച്ഛന്റേയും അച്ഛമ്മയുടേയും കൂടെ ചേർന്ന് നിൽക്കാമല്ലോ. അവിടാകുമ്പം ധാരാളം കൂട്ടുകാരുണ്ടാകും, ഓടിനടക്കാൻ ഒരുപാട് ഒരുപാട് നടപ്പാതകളും. അതുപോരെ."

അതിന് മറുപടി പറഞ്ഞത് സൗമിനിയാണ്.

"അതുതന്നെ മതിയെന്ന് പല തവണ പറഞ്ഞിട്ടും കേൾക്കാതിരുന്ന ആൾക്ക് ഇത്ര പെട്ടെന്ന് ഒരു ബുദ്ധിമാറ്റം ഉണ്ടാവാൻ ഈ യാത്രയ്ക്കിടയിൽ എന്താവും സംഭവിച്ചത്."

സൗമിനി ചിരിച്ചുകൊണ്ടാണ് ചോദിച്ചത്. എനിക്കറിയാം മോൾക്കും നാട്ടിൽ നിൽക്കുന്നതാണ് ഇഷ്ടം. ഞങ്ങൾ ഒന്നിച്ച് നാട്ടിൽ പോയാൽ തന്നെ മോളെ തിരിച്ചുകൊണ്ടുവരുന്നത് ഏറെ ശ്രമകരമാണ്.

മോളെ പഠിപ്പിക്കുന്നത് നാട്ടിലാണെന്ന വാർത്ത അപ്പോൾ തന്നെ സൗമിനി അമ്മയെ വിളിച്ച് അറിയിച്ചു. അമ്മയും പിന്നെ അച്ഛനും സൗമിനിയുമായി ഫോണിൽ സന്തോഷം പങ്കുവച്ചു. അച്ഛൻ മോളോട് സംസാരിക്കുന്നത് സ്പീക്കറിലൂടെ ഞാൻ കേട്ടിരുന്നു.

"അച്ഛനെപ്പോലെ ചെറിയ സ്കൂളിൽ പഠിച്ച് അച്ഛനെക്കാളും വലിയ ആളാകണം."

മോൾ അതു കേട്ട് പ്രതിവചിച്ചു. പിന്നീട് അച്ഛൻ പറഞ്ഞത് എന്നോടാണ്.

"ഏറെ വൈകാതെ എല്ലാവരുമായി എത്തണം. എനിക്ക് കുറെ കാര്യങ്ങൾ നിന്നെ പറഞ്ഞേല്പിക്കാനുണ്ട്." അത് കേട്ടമാത്രയിൽ തന്നെ ചെല്ലാമെന്ന് ഞാൻ ഉറപ്പ് കൊടുത്തു.

മനസ്സിന്റെ സമ്മർദ്ദം രാവേറെ ചെന്നിട്ടും എന്നെ വേട്ടയാടിക്കൊണ്ടിരുന്നു. ഒന്നു മയങ്ങിയാൽ റൺവേയിലൂടെ ഒഴുകിനീങ്ങുന്ന വിമാനത്തിന്റെ കൂറ്റൻ ശബ്ദപ്രഹരമാണ് ചെവിയിലെത്തുക. സ്നേഹിക്കാൻ ഒരായിരം പേർ ഉണ്ടെങ്കിലും എപ്പോഴെങ്കിലും വന്നെത്തുന്ന ഒരു ശത്രുവിന്റെ പിന്നാലെ എല്ലാം ഉപേക്ഷിച്ച് പിന്തുടരുന്നവൻ സ്വന്തം ജീവിതത്തിൽ പരാജയപ്പെടുകതന്നെ ചെയ്യും. അവൾ പറഞ്ഞുവച്ച ഓരോ ഉപദേശങ്ങളും പിന്നീടുള്ള എന്റെ ജീവിതശൈലിയിലെ സൂക്ഷ്മാംശങ്ങളായി പരിണമിച്ചത് ഞാൻ അറിയാതെ തന്നെയാണ്. പക്ഷേ അന്ന്, ആ രാത്രി വെളുക്കുന്നതിന് മുമ്പുതന്നെ നാട്ടിൽനിന്ന് എന്നെ വിളിച്ചറിയിച്ചത് അച്ഛൻ ഞങ്ങളെ വിട്ട് പോയി എന്നാണ്. അന്ന് അവസാനമായി

അച്ഛൻ പറഞ്ഞ വാക്കുകൾ അപ്പോഴും എന്റെ ചെവിയിൽ മുഴങ്ങുന്നുണ്ടായിരുന്നു. വീണ്ടും ഒരു സമ്മർദ്ദമേൽക്കാൻ ആവതില്ലാത്ത മനസ്സുമായി നിൽക്കുമ്പോഴാണാണ് ഒരിക്കൽ പോലും താങ്ങാനാവാത്ത മറ്റൊരു നൊമ്പരവും കൂടി ഞാൻ ഏറ്റുവാങ്ങിയത്.

തൊട്ടടുത്ത പ്രഭാതത്തിൽ ഞങ്ങൾ വീട്ടിലെത്തി. പിച്ചവെച്ച് നടക്കാൻ പഠിപ്പിച്ച കൈവിരലുകൾ അച്ഛന്റെ ഭൗതിക ശരീരത്തോടൊപ്പംതന്നെ ചേർന്നണഞ്ഞ് ചേതനയറ്റ് കിടക്കുന്ന രംഗം ഉൾക്കിടിലത്തോടുകൂടി മാത്രമേ കണ്ടുനിൽക്കാനായുള്ളൂ. എത്ര സ്നേഹമായിരുന്നു ആ ഹൃദയ തീരങ്ങളിൽനിന്നും ഞാൻ ആവാഹിച്ചെടുത്തത്. നിലവിളക്കിന്റെ ദീപ നാളം മിന്നലാട്ടം നടത്തുന്ന തിരുമുഖത്ത് ജീവന്റെ ചലനങ്ങൾ പുനഃ സൃഷ്ടിക്കപ്പെടുന്നുണ്ടോ എന്നറിയാൻ ഒട്ടുനേരം ഞാൻ വൃഥാ നോക്കി നിന്നു. ഇനിയും ഒന്നിച്ചുള്ള പ്രയാണം ഈ ജന്മത്തിൽ ഉണ്ടാകില്ലല്ലോ. എന്നെ കളിയാക്കിക്കൊണ്ട് അമ്മയോടൊപ്പം ചേർന്ന് ചിരിക്കാൻ അവിടന്ന് ഇനി ഉണർന്ന് എഴുന്നേൽക്കുകയുമില്ല. സ്നേഹിച്ചവരെല്ലാം എന്നെ തനിച്ചാക്കി കടന്ന് പോകാൻ എന്തു പാപമാണ് ഞാൻ ചെയ്തിട്ടുണ്ടാവുക?

മുറ്റത്ത് ഉയർന്ന പന്തലിൽ നിലവിളക്കിന്റെ മുന്നിലിരുന്ന് അപ്പോൾ രാഘവേട്ടൻ ഈണത്തിൽ പാരായണം ചെയ്തതാവട്ടെ,

'ഭരതവിലാപവും.' സ്വപിതാവിന്റെ മരണ വൃത്താന്തം ആകസ്മികമായി തിരിച്ചറിയേണ്ടിവന്ന പുത്രന്റെ ദുഃഖം.

"ഹാ താതാ! ദുഃഖസമുദ്രേ നിമജ്യ മാ-

മേതൊരു ദിക്കിനു പേയിതു ഭൂപതേ!"

ഞാൻ ഓർക്കുകയായിരുന്നു. ഇവിടെ പിറന്നുവീഴുന്ന ഓരോ മനുഷ്യനും ഈ വിയോഗ ദുഃഖം അനുഭവിച്ചല്ലേ മതിയാവൂ. അച്ഛൻ തന്നെ ബാല്യത്തിൽ എപ്പോഴോ പറഞ്ഞുതന്നിട്ടുണ്ട്. വൻ വൃക്ഷങ്ങളായി നിന്ന് മക്കൾക്ക് തണലേകുന്ന അച്ഛനമ്മമാർ ഒരിക്കൽ വൃക്ഷങ്ങളെ പോലെതന്നെ കടപുഴകി വീഴുമെന്ന്. അവസാനമായി എന്നോട് പറയാൻ അച്ഛൻ കരുതിവച്ചിരുന്നത് എന്താണെന്ന് ഇനിയും ആരോടാണ് ചോദിക്കുക. അവിടുത്തെ എന്താഗ്രഹമാണ് ഈയുള്ളവൻ നിറവേറ്റേണ്ടിയിരുന്നത്.

അന്നു സായാഹ്നത്തിൽ അമ്മയുടെ അനുഗ്രഹത്തോടും പ്രാർത്ഥനയോടും കൂടി അച്ഛന്റെ ഉദകക്രിയകൾ ഞാൻ ചെയ്തുതീർത്തു. പിന്നീട് അതേ ഈറൻതറ്റുടുത്തുകൊണ്ടുതന്നെ ചിതയും ജ്വലിപ്പിച്ചു. അഗ്നിയുടെ ഏഴ് നാവുകളും ചേർന്ന് അച്ഛന്റെ ഭൗതികശരീരം ചിതയിൽനിന്ന് കവർന്നെടുത്തപ്പോൾ എന്റെ കാലുകൾ ഇടറിപ്പോയി, മനസ്സും. അച്ഛൻ എന്റെ ദൗബല്യമാണെന്ന് അറിയാവുന്നതുകൊണ്ടാവാം ശക്തന്മാരായ രണ്ട് കാരണവന്മാരും അപ്പോഴെല്ലാം എന്റെ ഇരുഭാഗത്തും നിലയുറപ്പിച്ചിരുന്നു. ഇനിയും ഈ ഭൂമിയിൽ ഞാൻ തനിച്ചല്ലെന്ന് അവർ എന്നെ ഓർമ്മപ്പെടുത്തുന്നതാകാം. ഒട്ടും വൈകാതെ ഏട്ടൻ വന്നെന്നെ മുറിയിലേക്ക് കൊണ്ടു

പോയി. കട്ടിലിൽ കിടന്ന എന്റെ തോളിൽ ബാല്യത്തിലെന്നപോലെ തട്ടി തലോടുകയായിരുന്നു ചേച്ചി. എപ്പോഴും അങ്ങനെയാണ്. ഞാൻ വളർന്നു എന്ന് അംഗീകരിച്ച് തരാൻ ചേച്ചി ഒരിക്കലും തയ്യാറായിട്ടില്ല. ഒന്ന് കണ്ണടച്ച് വെറുതെ അല്പനേരം കിടക്കാൻ പക്ഷേ എനിക്ക് ആകുമായിരുന്നില്ല. കൂറ്റൻ വിമാനങ്ങളുടെ കാതടപ്പിക്കുന്ന ഇരമ്പൽ എനിക്കൊപ്പം തന്നെ നിന്നു. തന്മൂലം ഉറക്കമില്ലാത്ത ഒരു രാത്രികൂടി അന്നെന്നോട് യാത്ര പറഞ്ഞു.

ചിതയിലെ അഗ്നി പൂർണ്ണമായും കെട്ടടങ്ങി. പ്രഭാതത്തിൽ അത് വെളുത്ത ചാരം മാത്രമായി തീർന്നു. കനൽവഴികളിലൂടെയാണല്ലോ ജീവിതമെന്ന് ഒരിക്കൽ ഞാൻ അച്ഛനോട് പറഞ്ഞപ്പോൾ, അച്ഛൻ ചിരിച്ചു, അതെ എന്ന് പറഞ്ഞ് തലയാട്ടി. പക്ഷേ കനലുകളെ അണയ്ക്കാനല്ല ജ്വലിപ്പിച്ചുനിർത്തിക്കൊണ്ട് തന്നെ ജീവിക്കാനാണ് പഠിക്കേണ്ടതെന്ന് കൂട്ടി ച്ചേർത്തു. കാരണം, കനലുകൾ അണഞ്ഞാൽപിന്നെ ചാരംമാത്രമാണ്. അച്ഛന്റെ വിവിക്ഷയിലുണ്ടായിരുന്ന ചാരം എന്താണെന്ന് ഞാൻ തിരിച്ച റിഞ്ഞപ്പോൾ കണ്ണു നിറഞ്ഞുപോയി. അന്ന് ഉറ്റബന്ധുക്കളെല്ലാം വീട്ടിലു ണ്ടായിരുന്നപ്പോഴും ഒട്ടനേകം പേർ സാന്ത്വനവാക്കുകളുമായി വീണ്ടും വന്നുകൊണ്ടിരുന്നു. അവർ അച്ഛന്റെയും എന്റെയും സുഹൃത്തുക്കളും മറ്റുചില ഉദ്യോഗസ്ഥരും ആയിരുന്നുവെങ്കിലും പക്ഷേ ആരെയും തന്നെ സ്വീകരിക്കാനുള്ള സ്വസ്ഥത ഞാൻ കൈവരിച്ചിരുന്നില്ല. വെറും ഒന്നര ദിവസം കൊണ്ട് എന്റെ ജീവിതത്തിൽ വന്നുചേർന്ന വൈപരീത്യങ്ങൾക്ക് അത്രയേറെ തീക്ഷ്ണതയാണ് ഉണ്ടായിരുന്നത്. പക്ഷേ ഒന്നിനും ഒരു വീഴ്ച സംഭവിക്കാതെ സാഹചര്യങ്ങൾക്ക് അനുസരിച്ച് ഉണർന്ന് പ്രവർത്തിക്കാൻ എന്റെ സുഹൃത്തുക്കൾക്കായി.

കട്ടിലിൽ വന്ന് കിടന്നപ്പോൾ തലയ്ക്കിലായുള്ള കസേരയിൽ അമ്മയും വന്നിരുന്നു. അതിനടുത്തായി സൗമിനിയും. ഞാൻ നൊമ്പര പ്പെടരുതെന്ന് കരുതി അമ്മ എന്നെ സാന്ത്വനപ്പെടുത്തിയപ്പോൾ ഞാൻ കൂടുതൽ വിവശനായി തീരുകയായിരുന്നു. ആർക്കും ആരുടെയും പകര ക്കാനാകാൻ പറ്റില്ലല്ലോ. ജോയ്ച്ചനോട് ഇണങ്ങിനിൽക്കണമെന്ന് അമ്മ ശാഠ്യം പിടിച്ചതിന്റെ പിന്നിൽ അച്ഛന്റേയും സമ്മർദ്ദം ഉണ്ടായിരുന്നു. അവൻ സ്വയം ത്യജിച്ചുകൊണ്ട് എന്നെ സംരക്ഷിക്കുകയായിരുന്നല്ലോ. എന്നാൽ സ്വന്തം അഭിപ്രായങ്ങളൊന്നും അച്ഛൻ എന്നോടോ അവനോടോ പങ്കുവച്ചില്ല. എങ്കിലും ഹെൻട്രിക്ക് രാപ്പാടിക്കുന്നിന്റെ ഒരു ഭാഗത്തും കാല് കുത്താനാവാത്ത നിലയിലുള്ള പ്രതിരോധം അച്ഛനും ഞങ്ങളുടെ മറ്റ് രക്ഷിതാക്കളും ചേർന്ന് മുമ്പേ തീർത്തുവച്ചിട്ടുണ്ടായിരുന്നു. പൗലോ സിനെ അവർ തട്ടിവീഴ്ത്തുകയായിരുന്നുവെന്ന് അവൻ ട്രെയിനിങ്ങിന് പോയി കഴിഞ്ഞപ്പോഴാണെങ്കിൽകൂടി രക്ഷിതാക്കൾ തിരിച്ചറിഞ്ഞിരുന്നു. ഞാൻ പ്രകോപനം ഉണ്ടാക്കും എന്ന് കരുതി മാത്രമാണ് അവരും അത് എന്നിൽ നിന്ന് രഹസ്യമാക്കിവച്ചത്. എന്നാൽ ആരോടും പറയാതെ ഒന്നും പങ്കുവെക്കാതെ എല്ലാം നിശ്ശബ്ദനായി നിന്ന് മനസ്സിലാക്കുന്ന ഒരാൾ ഞങ്ങൾക്കിടയിൽ ഉണ്ടായിരുന്നു എന്നത് ആ നാട്ടുകാർ അറിയുന്നത്

ഹെൻട്രിയെ ആംബുലൻസിൽ കയറ്റി വലിയ ശബ്ദകോലാഹലങ്ങളിലൂടെ ആശുപത്രിയിലേക്ക് കൊണ്ടുപോയപ്പോൾ മാത്രമാണ്. മുമ്പ് ക്ഷമചോദിച്ച് കാറിന് പിന്നാലെ ഒട്ടുദൂരം ഓടിവന്ന പ്രിയ മിത്രത്തിന്റെ ഓർമ്മകൾ പിന്നീട് പല രാത്രികളിലും എന്റെ ഉറക്കം കെടുത്തിക്കളഞ്ഞിട്ടുണ്ട്. പക്ഷേ, അന്നൊന്നും ഞാൻ തിരിച്ചറിഞ്ഞില്ല. അവൻ എന്റെ രക്ഷകനായിരുന്നുവെന്ന്. ഞാൻ അത് തിരിച്ചറിഞ്ഞപ്പോഴാകട്ടെ തമ്മിൽ കാണാനാകാതെ അവൻ കാരാഗൃഹത്തിലുമായി.

ശിക്ഷ തീരാൻ ഇനി ഏറെ നാളില്ലയെന്നും ശിക്ഷയുടെ നാളിൽ കിട്ടാവുന്ന ഇളവുകൾ വേണ്ടവിധം ലഭിച്ചാൽ ഏത് സമയത്തും അവന് പുറത്ത് വരാനാകുമെന്നും പൗലോസ് പറഞ്ഞതായി ദീനാമ്മ എന്നോട് സൂചിപ്പിച്ചിരുന്നു. പക്ഷേ! സന്തോഷത്തോടെ ഇറങ്ങിവരുന്ന പ്രിയ ചങ്ങാതിയെ ഇനിയും അച്ഛന്റെ മരണവാർത്തയാകുമല്ലോ സ്വീകരിക്കുക. എന്ത് പറഞ്ഞാകും അവനെ സാന്ത്വനപ്പെടുത്തുക. എയർപോർട്ടിൽവെച്ച് പറഞ്ഞ ദീനാമ്മയുടെ വാക്കുകളാണ് ഞാൻ ഓർത്തത്.

“ഒരു നേരത്തെപോലും ഭക്ഷണമില്ലാതെ വെറും ഒരു കുടിലിന്റെ ഉമ്മറത്ത് വീണുറങ്ങിയ ബാലനെ സ്വന്തം നെഞ്ചോട് ചേർത്തുവെച്ച് സാന്ത്വനപ്പെടുത്തിയത് നിന്റെ അമ്മയാണെന്ന് ഓർക്കുക. ആ ദിവസം മുതലുള്ള യാത്രയിൽ അവൻ നിനക്ക് ജ്യേഷ്ഠസ്ഥാനീയനാണ്. അതിനുമപ്പുറം ഞാൻ ഓർമ്മിപ്പിക്കട്ടെ ഗോപന്റെ ആത്യന്തികമായ സാന്ത്വനം ദൈവം അവനിൽ തന്നെയാണ് നിക്ഷിപ്തമാക്കിയിരിക്കുന്നത്.”

വനപാതയിൽവെച്ച് എന്നെ ജീപ്പ് ഇടിച്ച് തെറിപ്പിച്ച് ഗുരുതരമായ പരുക്കേറ്റ് ആശുപത്രിയിൽ കിടന്നപ്പോൾ അമ്മ പറഞ്ഞത് ജോയ്ച്ചനെ അറിയിക്കരുതെന്നാണ്. അവൻ എത്രതന്നെ ചെറുപ്പമാണെങ്കിലും എന്തൊക്കെയാവും പിന്നീട് വന്ന് ചെയ്തുകൂട്ടുന്നതെന്ന് ചിന്തിക്കുവാനേ ആകുമായിരുന്നില്ല. മുംബൈയിൽനിന്നും എന്നേക്കുമായി തിരിച്ചു പോന്നതും ഒടുവിൽ അതേ പശ്ചാത്തലത്തിൽതന്നെയാണല്ലോ. ആ സ്നേഹ വിസ്മയത്തിന് പകരം വെക്കാൻ എന്റെ കൈയിൽ എന്താണ് ഉണ്ടാവുക. അതുമല്ലെങ്കിൽ ഒരുപക്ഷേ ജയിലിൽനിന്ന് തിരിച്ചുവരുന്ന ചങ്ങാതി അതേ ഹൃദയബന്ധം തുടർന്നും പുലർത്താൻ വിമുഖത കാണിച്ചാലോ. അതോർത്തപ്പോൾ ഹൃദയം പിടഞ്ഞുപോയി.

“ഇല്ല അവനിൽ നിന്ന് അങ്ങനെ ഒരു നടപടിയും ഉണ്ടാകില്ല. ഞാൻ എന്നെ തന്നെ പറഞ്ഞ് വിശ്വസിപ്പിച്ചു.”

എനിക്ക് ദീനാമ്മ തന്ന ഉറപ്പാണ്. അവളുടെ വാക്കുകൾ ഞാൻ വീണ്ടും ഓർത്തു പോയി.

പുനർജ്ജന്മം

"ഞാൻ മൂലം നീ അനുഭവിച്ച ദുരന്തങ്ങളിൽനിന്നും ഒരു പുനർജന്മം സാധ്യമാക്കിയത് ദൈവം തന്നെയാണ്. ഇന്ന് ഞാൻ നിനക്ക് വാക്കു തരുന്നു ഗോപാ, ഈ ജീവിതത്തിൽ ഇനിയൊരിക്കൽപോലും നീ ഒറ്റപ്പെടില്ല." തീവ്രമായ ദുഃഖം വൻ തിരമാലകൾക്ക് സമാനമായി ഹൃദയത്തിൽ വീണടിഞ്ഞ് ചിതറുമ്പോഴും ഒന്നും പുറത്ത് കാണിക്കാതിരിക്കാനുള്ള ശ്രമമായിരുന്നു എന്റേത്. എന്നാൽ എന്റെ നിയന്ത്രണത്തിനു വിധേയമാകാത്ത ഒരു തേങ്ങൽമാത്രം ദീനാമ്മയുടെ വാക്കുകളെക്കുറിച്ച് ഓർത്തപ്പോൾ പുറത്തേക്ക് വന്നു പോയി. എന്റെ തോളിൽ കൈവച്ചിരുന്ന അമ്മയ്ക്ക് അത് തിരിച്ചറിയാനുമായി.

"മോൻ വിഷമിക്കരുത്, ഇത് അച്ഛൻ നിന്നോട് പറയാനായി എന്നെ ഏല്പിച്ചുവച്ച വാക്കുകളാണ്." എന്നാൽ അമ്മയത് പറഞ്ഞ് തീരും മുമ്പാണ് മുറിയുടെ വാതിൽപാളി തള്ളിതുറന്നുകൊണ്ടാണവൻ പ്രത്യക്ഷനായത്.

"ജോയ്ച്ചൻ..." അമ്മ വിതുമ്പിപോയി.

പെട്ടെന്നാണ് ഞാൻ വാതിൽക്കലേക്ക് നോക്കുന്നത്. ഇനിയും ഏതൊരു തീരത്താണ് തനിക്ക് ഒരത്താണി ഉണ്ടാകുന്നതെന്ന് ചോദിച്ച് അവൻ വിലപിച്ചു. അന്ന് അമ്മ സ്വന്തം ദുഃഖങ്ങളെ ഒതുക്കി നിർത്തിക്കൊണ്ടാണ് അവനെ സാന്ത്വനപ്പെടുത്തിയത്. ജീവിതത്തിന്റെ ഇനിയുമുള്ള ശേഷിപ്പുകളിൽ എന്റെ ചങ്ങാതി വഴിമാറി സഞ്ചരിച്ച് പോകുമോ എന്ന് ചിന്തിച്ചത് മനസ്സിൽ അന്നേരം അടിഞ്ഞുകൂടിയ ഭയവിഹ്വലതകൾ കൊണ്ട് മാത്രമായിരുന്നു എന്ന് ഞാൻ തിരിച്ചറിഞ്ഞു. ജയിലിൽനിന്ന് ഇറങ്ങിയാൽ നീ ഉള്ള ഇടംതേടി എത്തിക്കോളാമെന്ന് വാക്കുപറഞ്ഞ കൂട്ടുകാരൻ അത് പാലിക്കുകയും ചെയ്തു.

"പട്ടിണിയും ആകുലതകളും നിറഞ്ഞതായിരുന്നു ബാല്യമെങ്കിലും ജയിലിൽ കഴിഞ്ഞ നാൾ അത്രയും ചിന്തിച്ചത് ആ ജീവിതവഴികളിലേക്ക് തന്നെ തിരിച്ചുപോകാനായെങ്കിൽ എന്നാണ്."

അവന്റെ വാക്കുകൾ എന്നെ നിർലോഭം നൊമ്പരപ്പെടുത്തുമ്പോൾ ഞാൻ അറിയാതെതന്നെ പറഞ്ഞുപോയി. അവനോട് ഞാൻ തെറ്റ് ചെയ്തിട്ടുണ്ടെന്ന്. അത് മുഴുമിപ്പിക്കാൻ പക്ഷേ അവൻ എന്നെ

അനുവദിച്ചില്ല. താൻതന്നെയാണ് തെറ്റ് ചെയ്തതെന്ന് അവൻ ഏറ്റു പറഞ്ഞു. എനിക്കും ദീനാമ്മയ്ക്കും പൗലോസിനും എതിരെ ഹെൻട്രി അഴിച്ചുവിട്ട അക്രമണങ്ങളെ ഞങ്ങളാരും അറിയാതെ തന്നെ പ്രതിരോധി ക്കുന്നത് ഒട്ടും എളുപ്പമായിരുന്നില്ലത്രെ. അതിനായി അവൻ അനുഷ്ഠിച്ച തപസ്സിനിടയിൽ എന്റേത് മാത്രമല്ല, തന്നെ സ്നേഹിക്കുന്ന ഏതൊരാളു ടേയും ദുഃഖം പരിഗണിക്കാൻ അവനാകുമായിരുന്നില്ല. ഹെൻട്രിയെ ആ കളിക്കളത്തിൽ നിന്ന് അവന്റെ തന്നെ മാളത്തിലേക്ക് തിരിച്ചയയ്ക്കേണ്ടത് എല്ലാവരുടെയും നിലനില്പിന് അനിവാര്യമായിരുന്നു. അതിനിടയിൽ ദീനാമ്മയ്ക്ക് എന്ത് സംഭവിച്ചു എന്നുള്ള എന്റെ ചോദ്യത്തിന് അന്ന് മറുപടി പറയാൻ അവന് ആകുമായിരുന്നില്ല.

മറ്റാരുടെയെങ്കിലും ചിട്ടയ്ക്കോ ബുദ്ധിക്കോ വശപ്പെട്ടുകൊണ്ടുള്ള അനുഷ്ഠാനകർമ്മങ്ങളായിരുന്നില്ലല്ലോ ലക്ഷ്യം. വരുംവരായ്കളെക്കുറിച്ച് ഭയക്കാത്ത ധീരനായ സൈനികന്റെ ഇച്ഛാശക്തി മാത്രമായിരുന്നു കൈ മുതൽ. കേട്ടാൽ ആരും പിന്തിരിപ്പിച്ചുകളയും. അതുകൊണ്ടുതന്നെ എല്ലാ വരിൽനിന്നും ഒരു അകലം പാലിക്കാൻ അവൻ നിർബന്ധിതനായി. പിന്നീട് അവൻ ഓർമ്മിപ്പിക്കുകയായിരുന്നു. നമ്മുടേതായ ഈ ചെറിയ ലോകത്തേക്ക് ഇനിയൊരാളും ശത്രുതയും പേറി കടന്നുവരില്ല. ഇത് ദൈവനിശ്ചയമാണ്. ഇനിയും ഒരു കാവൽക്കാരനായി ഈ രാപ്പാടി ക്കുന്നിന്റെ നെറുകയിൽ എന്നും ഞാനുണ്ടാകും. അത് ജോയ്ച്ചൻ പറഞ്ഞ വെറും വാക്കുകളായിരുന്നില്ല. കാലം തെളിയിച്ചുകൊടുത്ത പ്രതിജ്ഞ യായിരുന്നു.

കുറെ ദിവസങ്ങൾക്കുശേഷം അന്നാണ് എനിക്ക് ഉറക്കം ശരിയായത്. സഞ്ചയനത്തിന്റെ തലേന്നാൾ ഞാനും ജോയ്ച്ചനും കൂടി കുറ്റിപ്പുഴ യാറിന്റെ തീരത്ത് വളരെ നേരം ചിലവഴിച്ചു. ഒന്നും അറിയാത്തതുപോലെ നിശ്ശബ്ദമായി ഒഴുകുകയായിരുന്നു പുഴ. മോളെയും മാരാംവീട് സ്കൂളി ലാണ് പഠിപ്പിക്കുന്നത് എന്ന് പറഞ്ഞപ്പോൾ അവന് ഏറെ സന്തോഷമായി.

“അപ്പോൾ നിങ്ങളുടെ എല്ലാവരുടെയും കുട്ടികൾ എനിക്കൊപ്പം ഉണ്ടാ കുമല്ലോ.”

വലിയൊരു പുരസ്കാരത്തിന്റെ നിറവായിരുന്നു മുഖത്ത്.

അന്ന് തിരിച്ചെത്തിയപ്പോൾ അമ്മ പറയുകയായിരുന്നു, നിക്കോളാസ് അച്ചൻ ആരായിരുന്നെന്ന് ആശുപത്രിയിൽ വെച്ച് തന്നെ അച്ഛന് അറിയാ മായിരുന്നു എന്ന്. അദ്ദേഹം ബാംഗ്ലൂരിൽനിന്ന് കൊണ്ടുവന്ന ഏതോ വിദഗ്ധനായ ഭിഷഗ്വരന്റെ സാമർത്ഥ്യം കൊണ്ട് മാത്രമാണ് അന്ന് അച്ഛനെ ജീവനോടെ നമുക്ക് കിട്ടിയതെന്നും. ദീനാമ്മയെ സംബന്ധിച്ചുള്ള കാര്യങ്ങളും എന്നെ അറിയിക്കാൻ അമ്മയെ ചുമതലപ്പെടുത്തിവച്ചിരുന്ന താണ്. പക്ഷേ ദീനാമ്മയെ ഞാൻ കണ്ടിരുന്നുവെന്ന് സൗമിനിയിൽനിന്ന് ഇതിനകം അമ്മ മനസ്സിലാക്കിയിരുന്നതുകൊണ്ട് അതിനെ പ്രതി പാദിച്ചില്ല.

ശിവ ഗാർമെന്റ്സ്

അച്ഛൻ പറയാൻ വച്ചിരുന്ന മറ്റൊന്ന് ശിവ ഗാർമെന്റ്സ് എന്ന റെഡി മെയ്ഡ് വസ്ത്ര നിർമ്മാണ സ്ഥാപനം അതിലെ പതിനേഴ് തൊഴിലാളി കളെയും നിലനിർത്തിക്കൊണ്ട് അച്ഛൻ എഴുതിവച്ചിരിക്കുന്നത് ജോയ്ച്ച നാണ്. അത് എനിക്ക് ഒരുപാട് ഇഷ്ടമായി. എന്നാൽ ആ രാത്രിയിൽ തന്നെ കുറെ ഡോക്യുമെന്റും പാസ്ബുക്കും എഫ്.ഡി രസീതുമൊക്കെ എടുത്തുകൊണ്ടുവന്ന് അവൻ ഞങ്ങളെ കാണിച്ചു. ഞങ്ങളാരും പ്രതീക്ഷിക്കാത്ത അത്രകണ്ട് ആസ്തികൾക്ക് ഉടമയാണ് അവനെന്ന് അന്ന് മാത്രമാണ് ഞങ്ങൾക്ക് തിരിച്ചറിയാനായത്. ഒരു നിർധനബാല കന് അമ്മ അനുവദിച്ച് കൊടുത്ത സ്നേഹവും സ്വാതന്ത്ര്യവും തനിക്ക് നഷ്ടപ്പെട്ട് പോകുമെന്ന് കരുതിയാണ് അന്നോളം അവൻ അത് വെളി പ്പെടുത്താതിരുന്നത്. എന്നാൽ ജോയ്ച്ചൻ ഒരിക്കലും നിർധനനായിരു ന്നില്ലയെന്നും സ്വന്തം ഹൃദയനൈർമ്മല്യം കൊണ്ട് എന്നും ധനവാനാ യിരുന്നുവെന്നും പറഞ്ഞ് അമ്മ അവനെ സമാശ്വസിപ്പിച്ചു. പിന്നീട് അച്ഛൻ നടത്തികൊണ്ടുവന്ന സ്ഥാപനത്തിന്റെ ഉത്തരവാദിത്വവും ആ തൊഴിലാളി കളുടെ ജീവിതമാർഗവും അവനെകൊണ്ട് ഏറ്റെടുപ്പിക്കുകയായിരുന്നു. എന്നാൽ അതിന് അവൻ വച്ച ഉപാധി അമ്മയും സൗമിനിയും മെറ്റിൽ ഡയും ജോയ്ച്ചനും ചേർന്നുള്ള ഒരു പാർട്ട്ണർഷിപ്പാണ്. അത് ഞങ്ങൾ അംഗീകരിക്കുകയും ചെയ്തു.

ആചാരവട്ടങ്ങൾ അവസാനിക്കാൻ മൂന്ന് ദിവസം ബാക്കിനിൽക്കെ സ്വാഭാവിക ജീവിതത്തിന്റെ പുനഃക്രമീകരണം സാധ്യമായിക്കൊണ്ടിരു ന്നത് ഞാൻ അറിഞ്ഞു. മനസ്സിൽ വന്നടിഞ്ഞ പ്രതിസന്ധികൾ പലതും മെല്ലെമെല്ലെയാണെങ്കിൽപോലും വിട്ടകന്നുപോകാനും തുടങ്ങി. ഓരോ സാഹചര്യങ്ങൾക്കും ഇണങ്ങുംവിധം സ്വയം പുനഃസൃഷ്ടിക്കപ്പെടുന്ന താണല്ലോ ജീവിതം. പത്ത് ദിവസത്തിന്റെ ഇടവേളയ്ക്ക് അപ്പുറവും ഇപ്പുറവും നിന്നുള്ള ചിന്തകളിൽ രണ്ടു ജന്മങ്ങളിലേതെന്നപോലുള്ള വൈജാത്യമാണ് അനുഭവപ്പെട്ടത്. ഇഷ്ടപ്പെട്ട ആരെയെങ്കിലുമൊക്കെ ഇനിയും കാണാൻ ആയില്ലെങ്കിൽ കൂടി ശിഷ്ടകാലത്തിന്റെ സ്മരണിക യിൽ അവരും ഉണ്ടാകുമല്ലോ. ഉറ്റവരാരുമില്ലാത്ത ഊഷരഭൂമിയിലാണ്

നിൽക്കുന്നതെങ്കിൽപോലും നാം തനിച്ചല്ലെന്ന മനസ്സിന്റെ ചിന്തയ്ക്കുള്ള അടിസ്ഥാനവും അതുതന്നെയാകണം.

അന്ന് രാത്രി ഉറങ്ങാൻ കിടക്കവേ മോൾ എന്നോട് ചോദിക്കുകയായിരുന്നു. "തൂക്കണാംകുരുവികളും നെയ്ത്തുകാരൻ പക്ഷികളും ഒന്നു തന്നെയാണോ" എന്ന്. അതേ എന്ന് പറഞ്ഞപ്പോൾ ഔത്സുക്യത്തോടെ വീണ്ടും ചോദിച്ചു.

"അവരുടെ കൂടിനുള്ളിലെ മിന്നാമിന്നികളെ അച്ഛൻ കണ്ടിട്ടുണ്ടോ."

"ഉണ്ടല്ലോ."

"അത് എന്നെയും കാണിച്ചു തരണം."

"മോൾ ഉറങ്ങിക്കോളൂ. അതെല്ലാം അച്ഛൻ നാളെ കാണിച്ചു തരുന്നുണ്ട്."

തോളിൽ മെല്ലെ തട്ടിക്കൊടുക്കവെ ഞാൻ ചോദിച്ചു.

"ആരാണ് ഇതൊക്കെ പറഞ്ഞുതന്നത്?"

"ഗൗതമും ആൽവിനും."

മോൾ ഉറക്കത്തിലേക്ക് പോകുമ്പോൾ ഞാൻ ഓർക്കുകയായിരുന്നു. അവർ മൂന്ന് പേരും പിന്നെ സന്തോഷിന്റെ മോൾ വാണിയും ചേർന്നുള്ള കൂട്ടായ്മയെ കുറിച്ച്. കുറച്ച് ദിവസങ്ങളായി അവരും ഞങ്ങൾക്കൊപ്പം തന്നെയുണ്ട്. മരണാനന്തര ചടങ്ങുകൾ തീരുംവരെ സന്തോഷും പൗലോസും ലീവ് എടുത്ത് എനിക്കൊപ്പം നിൽക്കുകയാണ്. അതിനിടയിൽ സമാനതയുള്ള ഭാഷ, ശൈലി, ആഗ്രഹങ്ങൾ എന്നിവ ഒത്തുകൂടി വന്നപ്പോൾ കുട്ടികൾക്കിടയിൽ വേറിട്ടൊരു കൂട്ടായ്മ രൂപപ്പെടുകയായിരുന്നു. അതും അവരറിയാതെതന്നെ.

എത്രയോ വഴികളിലൂടെയാണ് ഈ ജീവിതം എന്നെ നയിച്ചുകൊണ്ടുപോയത്. ഓർമ്മയിൽ സ്ഥിരസാന്നിദ്ധ്യമായ എത്രയോ നല്ല മനുഷ്യർ സ്വന്തം ഹൃദയത്തോട് ചേർത്ത് വെച്ചാണ് എന്നെ സംരക്ഷിച്ചത്. എന്നാൽ ഒരു പകൽ അതിന്റെ അപരാഹ്നത്തിൽതന്നെ അസ്തമിച്ചതുപോലെയാണ് അച്ഛന്റെ മരണത്തെ കുറിച്ച് ഞാൻ ചിന്തിച്ചത്. വലിയമ്മാമനും ഭാസി അങ്കിളിനുമൊപ്പം വർഷങ്ങളോളം ഇനിയും അച്ഛന് ജീവിച്ചിരിക്കാമായിരുന്നില്ലേ എന്ന് ഓർത്തുപോകും. തനിക്ക് നടന്ന് തീർക്കാനാവുന്ന ദൂരപരിധിയെ കുറിച്ച് തികഞ്ഞ അവബോധമായിരുന്നു അച്ഛനെങ്കിലും മടക്കയാത്രയ്ക്കുള്ള വഴി തുറന്നപ്പോൾ പക്ഷേ, മനസ്സ് പതറിയിട്ടുണ്ടാവും. എന്നെയും സൗമിനിയേയും മോളെയും കാണാനാവാതെ ഒടുവിൽ നനഞ്ഞ മിഴികളോടെ തന്നെയാവുമല്ലോ അച്ഛൻ പിൻവാങ്ങിയത്. അനന്യമായ താൻപോരിമയും ഇച്ഛാശക്തിയുമുണ്ടായിരുന്ന ആ വലിയ ജീവിത വഴികളിലൂടെ തികഞ്ഞ വിശുദ്ധിയോടും ആദരവോടും കൂടി ഞാൻ വെറുതെ സഞ്ചരിക്കുകയായിരുന്നു. അതിനൊപ്പം തന്നെ കട്ടിലിൽ ഉറങ്ങുന്ന മോളുടെ മേൽ മെല്ലെ തലോടി സ്വച്ഛമായ നിദ്രയിലേക്ക് ആനയിക്കുകയും ചെയ്തുകൊണ്ടിരുന്നു.

ആ സമയം വളരെ സന്തോഷത്തോടുകൂടിയാണ് അമ്മ മുറിയിലേക്ക് കടന്നുവന്നത്. അച്ഛന്റെ മരണശേഷം ആവിധത്തിലൊരു ഭാവം അവിടെ ഞാൻ പ്രതീക്ഷിച്ചിരുന്നില്ല.

"നീ വീണ്ടും ഒരച്ഛനാവാൻ പോവുന്നു." ആ സന്തോഷ വാർത്ത പറഞ്ഞ് തീർത്തെങ്കിലും പക്ഷേ, നിമിഷം കൊണ്ട് കണ്ണ് നിറയുകയും ചെയ്തു.

"ആ വാർത്ത നമുക്ക് അച്ഛനെ അറിയിക്കാൻ പറ്റിയില്ലല്ലോ മോനേ."

അതോർത്താണ് അമ്മ വിലപിച്ചത്. അന്ന് ഞങ്ങൾക്ക് രണ്ടുപേർക്കും ഒരേ മനോവ്യാപാരമായിരുന്നു. ഏറെ സന്തോഷവും പിന്നെ ദുഃഖവും. അമ്മയോട് തോന്നിയിരുന്ന ആദരവിന്റെ ഒരു ഭാഗം അമ്മയായപ്പോൾ മുതൽ ഞാൻ സൗമിനിയോടും കാണിച്ചിരുന്നു. ആ രാത്രിയിൽ പക്ഷേ, ലജ്ജകൊണ്ടാകാം അവളെന്റെ അടുത്തേക്ക് വന്നില്ല. ബീനേച്ചിയുമായി അച്ഛന്റെ മുറിയിലാണ് ഉറങ്ങിയത്.

അടിയന്തിരത്തിന്റെ തലേന്ന് സായാഹ്നത്തിൽ മോളുടെ ആഗ്രഹ പ്രകാരം പുഴയോരത്തെ ഞാവൽമരച്ചുവട്ടിലേക്ക് പോകാൻ തുടങ്ങവെ സൗമിനിയും ഞങ്ങൾക്കൊപ്പം വന്നു. ഞാവൽ മരത്തിൽ ഞാണു കിടക്കുന്ന എണ്ണമറ്റ പക്ഷികൂടുകൾ കണ്ട് അവർ രണ്ടുപേരും അദ്ഭുത പ്പെട്ടു. നന്നേ തെളിഞ്ഞ പ്രകൃതി. മെയ് മാസ പൂക്കളുടെ നിറസാന്നിധ്യ ത്തിൽ ഇനിയും നെയ്ത്തുകാരൻ പറവകൾ എത്രയെങ്കിലും വന്നെത്തി ച്ചേരാനിരിക്കുന്നതേയുള്ളൂ. തുടർന്ന് കാലവർഷം വന്നണയും വരെ രാപ്പാടിക്കുന്നിന്റെ തനതായ സൗന്ദര്യം ജ്വലിപ്പിച്ചുനിർത്തുന്ന ദിനങ്ങളാണ് ഉണ്ടാവുക. രാത്രികൾ തോറും പിന്നെ രാപ്പാടികളുടെ ഉച്ചത്തിലുള്ള പ്രണയസല്ലാപങ്ങളും. ഞാവൽ മരച്ചുവട്ടിലും പുഴയോരത്തുമായി ഒട്ടു നേരം ഞങ്ങൾ ചെലവഴിച്ചു. ജീവിതത്തിന്റെ കളിയരങ്ങിൽനിന്ന് ഒരു ദിവസം കൂടി യാത്രപറയാൻ പിന്നീട് ഏറെ നേരം ഉണ്ടായിരുന്നില്ല. നിറപ്പകിട്ടാർന്ന മേഘങ്ങൾക്ക് മുന്നിൽ അസ്തമിച്ചു മറയുന്ന സൂര്യ തേജസ്സിനെയും നോക്കി ഞാൻ നിന്നു. പെട്ടെന്നാണ് അമ്മയുടെ ഫോൺ വന്നത് ഉടനെ ചെല്ലണം നിക്കോളാസ് അച്ചൻ വന്നിരിക്കുന്നു എന്ന്. എന്റെ ഉള്ളൊന്ന് വിതുമ്പിപ്പോയി. ഞങ്ങൾക്കെന്നും സ്നേഹവും അത്താണിയുമായിരുന്ന വലിയ മനുഷ്യൻ അന്ന് റെയിൽവെ സ്റ്റേഷനിൽ വെച്ച് എന്നെ നെഞ്ചോട് ചേർത്ത് അനുഗ്രഹിച്ച് യാത്രയാക്കിയതാണ്. പിന്നീട് എനിക്ക് അദ്ദേഹത്തെ കാണാനായിട്ടില്ല.

വളരെപ്പെട്ടെന്ന് ഞങ്ങൾ വീട്ടിലെത്തി. രാപ്പാടിക്കുന്നിലെ ഏതാണ്ട് മുഴുവൻ ജനാവലിയും ഞങ്ങളുടെ വീട്ടുമുറ്റത്തും പന്തലിലുമായി നിലയുറപ്പിച്ചിരുന്നു. മുമ്പെങ്ങോ അനുഭവിച്ച ആഹ്ലാദത്തിന്റെ ഇരമ്പലാ യിരുന്നു മനസ്സിൽ. വീട്ടിലെല്ലാവരും അദ്ഭുതത്തോടുകൂടിയാണ് അദ്ദേഹത്തെ നോക്കി നിന്നത്. രണ്ട് അമ്മാവന്മാരും ചേർന്ന് അദ്ദേഹത്തെ

സ്വീകരിച്ചും സൽക്കരിച്ചും സംസാരിച്ചുകൊണ്ടിരിക്കുമ്പോഴാണ് ഞങ്ങൾ ചെന്നത്. എന്നോടൊപ്പം സൗമിനിയെ കണ്ടപ്പോൾ അദ്ദേഹം എഴുന്നേറ്റ് അവളുടെ ശിരസ്സിൽ കൈവെച്ച് അനുഗ്രഹിച്ചു.

"ഗോഡ് ബ്ലസ് യൂ."

പിന്നീട് അതേ അനുഗ്രഹം മോൾക്കും. എന്തെങ്കിലുമൊക്കെ ചോദിക്കാനും പറയാനും ഞാൻ ആഗ്രഹിച്ചെങ്കിലും എനിക്കതിനായില്ല. മറ്റു ബന്ധുക്കളോടെല്ലാം അദ്ദേഹം ആശയവിനിമയം നടത്തിക്കൊണ്ടിരിക്കുമ്പോൾ ആ മുഖതേജസ്സ് മാത്രമാണ് ഞാൻ ശ്രദ്ധിച്ചത്. "ഇനി ഞാൻ കേരളത്തിൽ ആയിരിക്കും, ഔദ്യോഗിക യാത്രകളുമായി പുറപ്പെടുമ്പോഴൊക്കെ ഒന്നിച്ച് ഭക്ഷണം കഴിക്കാൻ ഒരിടം എനിക്കൊപ്പം ഉണ്ടാവുമെന്ന് ഓർക്കണം" എന്നും അദ്ദേഹം എന്നോട് പറഞ്ഞു. ഒരുമണിക്കൂറോളം ഇടവകപള്ളിയിൽ ചെലവഴിച്ചിട്ടാണ് അദ്ദേഹം ഞങ്ങളെ തേടി വന്നത്.

അമ്മ പറഞ്ഞിട്ടാവണം യാത്ര പറയുമ്പോൾ മോളുവന്ന് അദ്ദേഹത്തിന്റെ പാദങ്ങൾ തൊട്ട് വന്ദിച്ചു. മോളെ പിടിച്ചുയർത്തി വാത്സല്യപൂർവം തലയിൽ തലോടി എന്റെ കൈകളിലേക്ക് ഏല്പിച്ചുതന്നു. മോളും ഞാനും പിന്നീട് അദ്ദേഹത്തെ അനുഗമിച്ചപ്പോൾ സൗമിനിയും ഞങ്ങൾക്കൊപ്പം വന്നു. അദ്ദേഹം കാറിലേക്ക് കയറിയ നേരം വലിയ ആരവമാണ് ഉയർന്നത്. ആറ് വർഷത്തെ കഠിന പ്രയത്നം കൊണ്ട് അദ്ദേഹം സൃഷ്ടിച്ചെടുത്ത സ്നേഹ സാമ്രാജ്യത്തിന്റെ തിരയിളക്കമായിരുന്നു അത്. ലക്ഷ്യം നഷ്ടപ്പെട്ട ജീവിത യാത്രയിൽ എനിക്ക് പ്രതീക്ഷിക്കാൻ മരണം മാത്രം ബാക്കി നിൽക്കെ എവിടെനിന്നാണ് അങ്ങ് വന്നെത്തിയതെന്ന് ഈ ഉള്ളവൻ പക്ഷേ തിരിച്ചറിയാതെ പോയി. സ്നേഹം ചോദിച്ച് വാങ്ങാനുള്ളതല്ല. പറയാതെ പങ്കുവെക്കാനുള്ളതാണെന്ന് പിന്നീടുള്ള അനുഭവങ്ങളിലൂടെ ഞാൻ പഠിച്ചെടുക്കുകയായിരുന്നു.

വാകപ്പൂക്കൾ തീർത്ത ചുവപ്പ് പരവതാനിയിലൂടെ അദ്ദേഹത്തിന്റെ വാഹനം രാപ്പാടിക്കുന്നിന്റെ നെറുകയിൽനിന്ന് ആ രാത്രിയിൽ താഴേക്ക് ഇറങ്ങുമ്പോൾ ഉദ്വേഗപൂർവം ഞാൻ നോക്കിനിൽക്കുകയായിരുന്നു. രാപ്പാടിക്കൂട്ടങ്ങൾ പ്രേമസല്ലാപം തുടങ്ങിവെച്ച നക്ഷത്രകൂടാരത്തിന് താഴെ അന്ന് ഞാൻ കേട്ടത് എന്റെ പ്രിയപ്പെട്ട സഹപാഠിയുടെ തന്നെ വാക്കുകളായിരുന്നു.

"ഹൃദയം, അത് ഏതൊരളവുമാത്രകൾക്കും വഴങ്ങാത്ത പ്രതിഭാസമാണ്." ■

www.ingramcontent.com/pod-product-compliance
Lightning Source LLC
LaVergne TN
LVHW060621051026
849519LV00002B/708